पिंगळावेळ

AA000941

जी. ए. कुलकर्णी यांचे कथासंग्रह

निळासांवळा (१९५९)
पारवा (१९६०)
हिरवे रावे (१९६२)
रक्तचंदन (१९६६)
काजळमाया (१९७२)
सांजशकुन (१९७५)
रमलखुणा (१९७५)
पिंगळावेळ (१९७७)
पैलपाखरे (१९८६)
डोहकाळिमा (निवडक कथा) (१९८७)
कुसुमगुंजा (१९८९)
आकाशफुले (१९९०)
सोनपावले (१९९१)

पिंगळावेळ

जी. ए. कुलकर्णी

पॉप्युलर प्रकाशन, मुंबई

पिंगळावेळ
(म–३९४)
पॉप्युलर प्रकाशन
ISBN 978-81-7185-924-5

PINGLAVEL
(Marathi : Short Stories)
G. A. Kulkarni

पहिली आवृत्ती : १९७७ / १८९८
दुसरी आवृत्ती : १९८९ / १९११
तिसरी आवृत्ती : २००९ / १९३१
चौथे पुनर्मुद्रण : २०१९ / १९४०
पाचवे पुनर्मुद्रण : २०२२ / १९४३
सहावे पुनर्मुद्रण : २०२२ / १९४४

प्रकाशक
अस्मिता मोहिते
पॉप्युलर प्रकाशन प्रा. लि.
३०१, महालक्ष्मी चेंबर्स
२२, भुलाभाई देसाई रोड
मुंबई ४०० ०२६

अक्षरजुळणी
अन्वय
मुंबई ४०० ०३१

तीर्थरूप आबांस

डोळे उघडून उठून बसत मी तुम्हांला नीट
पाहण्यापूर्वीच तुमची पाउले उंबऱ्याबाहेर
पडली होती.

अनुक्रम

You do not know
The unspoken voice of sorrow in the ancient bedroom
At three o'clock in the morning.

— T. S. Eliot

Shallow people demand variety — but I have been
writing the same story throughout my life, every time
trying to cut nearer the aching nerve.

— Strindberg

ऑ र्फि य स

ऑर्फियस प्रवेशद्वारातून बाहेर आला व त्याने समोर पाहिले. परत जाण्याचा रस्ता पाण्याने निथळत असलेल्या कड्यांमधून फिकट सापाप्रमाणे वरवर चढत गेला होता आणि जेथून सूर्यप्रकाशात पहिले पाऊल टाकता येईल ते विवराचे वर्तुळाकार तोंड अगदी टोकाला खूप उंच एखाद्या लहान चांदणीप्रमाणे दिसत होते; परंतु आता त्याला या परत प्रवासाची किंचितही भीती वाटली नाही. एवढ्या धीट प्रयत्नानंतर आपण यूरिडिसीला मृत्यूपासून सोडवून पुन्हा आपल्याबरोबर आणले, या आनंदाने त्याचे मन पाखराप्रमाणे हलके उत्सुक झाले होते आणि वर दिसणाऱ्या चांदणीबाहेर पडून स्वच्छ हवा, निळे आभाळ आणि हिरवे गवत यांच्यात पुन्हा येण्यासाठी ते अत्यंत अधीर झाले होते.

पण तो जेव्हा याच ठिकाणी खाली उतरला होता, त्या वेळी त्याचे मन तेथील खडकाप्रमाणेच होऊन शोकाने निथळत होते आणि यश मिळण्याची कसलीच आशा नसल्यामुळे निर्जीव, अवजड झाले होते. सर्पाने दंश केल्यावर काही क्षणातच यूरिडिसीचे शरीर छाटलेल्या देठाप्रमाणे जमिनीवर आडवे झाले होते. माणसाचा अभिमान नष्ट करून तो किती दुर्बल आहे हे दाखवणारा तो क्षण असा अकस्मात समोर उभा राहताच ऑर्फियस अगदी दिङ्मूढ होऊन गेला होता. यूरिडिसीनंतर त्याच्या आयुष्यातील दुसरा आनंद म्हणजे त्याचे तंतुवाद्य. स्वतःला सावरण्यासाठी आधार घ्यावा त्याप्रमाणे ते त्याने उचलले व बेभानपणे त्याची बोटे त्यावरून फिरू लागली. त्यातून संगीत निर्माण होऊ लागताच झाडांनी मोहित होऊन मुळे उचलून मागोमाग यावे, शिलाखंडांनी आपले जडत्व विसरावे अशी माया त्याच्या वादनात होती; पण प्रहर झाला तरी त्या संगीताच्या लहरी तिच्या निर्जीव शरीरावरून वाहत तशाच विरून गेल्या होत्या आणि हताशपणे त्याने तंतुवाद्य बाजूला ठेवले होते.

आता एकच अखेरची आशा उरली होती. मृत्यूनंतर यूरिडिसी विदेही स्वरूपात प्लूटोच्या कृष्णलोकात गेली असली पाहिजे. त्या अंधार साम्राज्यात जाऊन स्वतः

प्लूटोपुढेच तिच्या प्राणाची याचना केली पाहिजे. ही कल्पना येताच तो स्वतःच एकदम थरकला होता. त्या ठिकाणी कोणी मानव अद्याप कधी सदेह गेला नव्हता आणि त्या देवाच्या सान्निध्यात जाणे तर केवळ अशक्य होते. त्या प्रदेशाच्या प्रवेशद्वारीच सर्विरसचा सहा डोळ्यांचा अखंड पहारा होता. सर्विरसचे अंग कुत्र्याचे असून त्याला तीन मस्तके होती आणि त्या साऱ्यांभोवती सर्पांचा वेटोळा होता. शिवाय त्याची शेपटी म्हणजे हे सर्प देखील क्षुद्र कीटक वाटावेत अशा अजस्र सर्पाची होती. त्याचे निव्वळ वर्णन ऐकून देखील लहान गलबतातून सातासमुद्रापलीकडे धीटपणे जाणाऱ्या वीरांचेही चेहरे भयभीत होत. त्या सर्विरसला वश करून घेऊन आत प्रवेश मिळवणे हा एकच आणि जवळजवळ अशक्य असा मार्ग उरला होता; पण उत्कट आशेला क्षितिज नसते हे आता त्याला जाणवले. त्याला वाटले, जर आपल्याला यश मिळालेच तर यूरिडिसी आपल्याला परत लाभेल, नाहीतर तिच्याशिवाय आता रित्या शिंपल्यासारखे उरलेले आयुष्य तरी नष्ट होऊन जाईल! त्याने तत्काळ तंतुवाद्य उचलले व तो विवरातून खाली उतरू लागला.

पायवाट वळतवळत धूसरपणे खाली नाहीशी झाली आणि गडद अंधार गोठत चालल्याप्रमाणे दोन्ही बाजूंनी रेटू लागला. खडकांवरून अंधारच वेगाने वाहत उतरत असल्याप्रमाणे प्रपातांचे गंभीर ध्वनी घुमारू लागले. ऑर्फियसने आपला हात समोर धरून पाहिले; पण तो अंधारात एकजीव होऊन गेला होता. या साऱ्यात आपले शरीरच सगळे वितळून अंधार होऊन गेले आहे व आत एक क्षीण ठिणगी मात्र उरली आहे, असा त्याला सतत भास होऊ लागला. आता या विक्राळ अतिमानवी जगात डोळ्यांना काहीच स्थान नव्हते. उरले होते ते ध्वनी आणि स्पर्श – खडकांचा वाहता अति थंड स्पर्श, अनवाणी पावलांखालील ओलसर धारदार जाणीव, पुढे एक पाऊल टाकताना ढकलाव्या लागणाऱ्या अनंत काळ साचलेल्या अंधाराची केसाळ श्वापदाच्या कातड्याप्रमाणे वाटणारी झपाटसंगत!

तो एकदम थबकला आणि विस्मयाने समोर पाहू लागला. एका ठिकाणी अंधाराचे कवच फुटल्याप्रमाणे रंग आणि आकार दिसू लागले, अकस्मात सहा रुद्रसूर्य उगवल्याप्रमाणे वर सहा धगधगीत गोल दिसू लागले आणि भोवती सतत हलणारी वेटोळी असलेले अजस्र तोंड स्पष्ट झाले. कुत्र्याचे लहान पर्वताएवढे अंग जेथे संपले होते, तेथून अंगावर हिरवे पेटलेले चौकोन असलेला सर्प उतावीळपणे पुढे सरकला व हातभर सुळे दाखवत तोंड वासून त्याच्यावर झेपावला. ऑर्फियस झटकन मागे सरकला व एका खडकाच्या ओल्या सांदरीत त्याने स्वतःला सुरक्षित केले. त्याचे शरीर भीतीने विरल्यासारखे झाले होते; पण त्याने थरथरत्या हातात तंतुवाद्य घेतले व तो स्वतःशी म्हणाला,

“आतापर्यंत हे वाद्य म्हणजे माझ्या आनंदाची ज्योत होतं; पण या क्षणी त्याला आता अस्त्रही झालं पाहिजे. हे वाद्या, आता खरी परीक्षा आहे. या काळीजवेळी तू मला एकाकी, असहाय टाकू नको!”

त्याने संथपणे तंतूंच्या उभ्या रेषांना गोंजारायला सुरुवात केली. त्या घन अंधारात स्वरांच्या लहरीबरोबर नितळ सूर्यप्रकाश दिसू लागला. तोच सूर्यप्रकाश उकलून त्याच्या रंगछटा वाद्यातून निर्माण होऊ लागल्याप्रमाणे गीत प्रकट होऊ लागले. अंधाराच्या कडेला प्रथम लाल पाण्याची भरतीची लाट आली व ती संथ होऊन क्षितिजावर सोनेरी पसरली. मग गोल शिडांचे एक जहाज त्यावर प्रवास करू लागले. हळूहळू त्याचा प्रवास महान निळ्या सागरात विस्तारू लागला आणि सायंकाळी पुन्हा लाल ओहोटी येताच सोने-रत्ने यांनी ओझावून गेलेले जहाज आपला स्वप्नप्रवास संपवून क्षितिजाखाली निघून गेले आणि त्याची स्मृती डोळ्यांत ठेवून दीपस्तंभ मात्र रात्रभर एखाद्या तपस्व्याप्रमाणे खडकावर ध्यानस्थ राहिला...

पाहतापाहता समोरील सहा सूर्य मावळल्यासारखे झाले. कुत्र्याची शेपटी असलेला सर्प अंग मागे ओढत वेटोळ्यावेटोळ्यांनी स्वस्थ झाला आणि त्याच्या पाठीवरील हिरव्या चौकटी विझून गेल्या. ऑर्फियसची बोटे थांबली व वाद्य शांत झाले. तो पुढे सरकला व हलक्या पावलांनी प्रवेशद्वारातून आत आला.

त्याने आत प्रवेश करताच घोंघावत असलेला वारा आक्रंदनाने भरून गेला व अदृश्य पंख भोवती फडफडत असल्याप्रमाणे तेथील बंदिस्त जीव त्याच्याभोवती कुजबुजू लागले – “मला येथून सोडव. मला अद्याप जगायचं आहे.” त्या जिवांच्या अतृप्त वासना, अपुरी स्वप्ने यांच्यामुळे सारा अंधार एकदम कुंद झाला व ऑर्फियस त्यात बावरून गेला. जिवंत असता वैतागाने अनेकदा मृत्यूला साद घालणारी माणसे, मृत्यू खरोखरच आल्यावर पुन्हा त्याच दाहक आयुष्याकडे जाण्यासाठी हैराण होतात, हे पाहून त्याला फार विस्मय वाटला व जे आहे ते मात्र नको, ही भावना मानवी जीवनाचा शापच आहे की काय, असे त्याला वाटून गेले; परंतु त्यांच्या असीम वेदनेने त्याची पावले जडावली व मन करुणेने भरून गेले. मृत्यूपूर्वी वेदना, मृत्यूत वेदना, मृत्यूनंतर वेदना – आणि तरीही हे सगळे ज्याचा परिणाम आहे त्याच आयुष्याकडे पुन्हा परत जाण्याची एवढी आसक्ती, या साऱ्यांबद्दल त्याला फार गूढ वाटू लागले; पण या साऱ्यातून त्यांना मुक्त करण्याचे सामर्थ्य आहे कोणाला? त्या क्षणी ऑर्फियसला स्वतःच्या क्षुद्रपणाची जाणीव झाली आणि कानात कुजबुजणाऱ्या प्रत्येक याचनेने त्याची शरम वाढू लागली. त्याची बोटे नकळत वाद्यावर फिरू लागली. अंधाराला पुन्हा संगीताचा कंप आला व त्याची लय वाढू लागताच, उगारलेले फणे मिटून जावेत त्याप्रमाणे सारे तळमळणारे जीव संगीताने मुग्ध होऊन स्तब्ध झाले. पण या क्षणी मात्र त्याला आनंद झाला नाही. दुःखाचा नाश करण्याचे सामर्थ्य नसल्यामुळे आपण कपटी मोहक विस्मृती

मात्र निर्माण केली, असे वाटून उलट त्याला फार अपराधी वाटले आणि या वेदनेने जळणाऱ्या घोळक्यातच यूरिडिसी देखील कोठेतरी असेल, या अनंत आवाजात तिचाही स्वर बोलत असणार, हे ध्यानात येताच तर त्याला तेथे राहवेना व तो घाईने पुढे गेला.

आता पायाखालची जमीन सपाट झाली होती आणि ते एक भव्य सभागृह असल्याप्रमाणे भोवतालचे कडे उंच खांबाप्रमाणे रेखीव झाले होते. ऑर्फियस मध्यभागी येताच साऱ्या अंधाराचे डोळे त्याच्यावर खिळल्यासारखे झाले. समोर एका विशाल आसनावर दोन आकृती बसल्या होत्या; पण देवाच्या उग्र डोळ्यांकडे पाहताच त्याचे अंग भयाने थरथरू लागले व तो पाठ वळवून उभा राहिला.

''तू एक मानव असूनही या ठिकाणी सदेह येऊ शकलास!'' वर पर्वतशिखरांत झांज वाजल्याप्रमाणे आवाज झाला व भोवतालचे खडक त्यामुळे थरथरले. ''प्रवेशद्वारावरील रक्षकानं देखील तुला आत येऊ दिलं हे नवलच आहे!''

पण या शब्दांमागोमाग हास्य ऐकू आले व त्यात घनगर्जनेची भव्यता होती.

''देवते, यात काहीच नवल नाही,'' दुसरा आवाज म्हणाला, ''हा मानव म्हणजे ऑर्फियस आहे. याच्या संगीतानं शिलाखंड जागे होतात आणि एकाच ठिकाणी स्थिर राहून जगण्यामरण्याची मर्यादा असलेले वृक्ष देखील त्याच्या स्वरामागे धावू लागतात. असा स्वर ज्याचा ताब्यात आहे तो मानव केवळ क्षुद्र मानवच राहत नाही.''

''राजन, तुम्ही म्हणता त्याप्रमाणे तो स्वर मला मिळाला आहे,'' ऑर्फियस नम्रतेने म्हणाला, ''पण त्यात माझा मोठेपणा काहीच नाही. हे लाकडाचे तुकडे व चार तंतू जसे माझ्या हातातील वाद्य आहे, तसे हाडे, मांस असलेला मी कोणाच्यातरी हातातील वाद्य आहे इतकंच. ही देणगी देण्यासाठी माझी निवड झाली हे माझं भाग्य आहे; कर्तृत्व नव्हे. अशातऱ्हेनं दैवी स्पर्श झाल्याखेरीज स्वर संगीत होत नाहीत, की शब्द काव्य ठरत नाहीत. त्यामुळं कलाकार जेवढा मोठा, तेवढं त्याचं ऋण जास्त असतं आणि म्हणूनच त्याच्यात तेवढी जास्त नम्रता, कृतज्ञता असावी. माझ्या भाग्याबद्दल मी फार कृतज्ञ आहे खरा; पण माझं सामर्थ्य मर्यादित आहे. माझ्या संगीतानं शिलाखंड हलतात हा चमत्कार आहे खरा; पण त्यावर माझं वर्चस्व असं काही नाहीच, कारण त्यांनी तसं हलता कामा नये अशी आज्ञा देण्याचं स्वातंत्र्य मला नाही. उलट, वेदनेनं तळमळत असलेल्या एका जिवाचं दुःख मला नाहीसं करता येत नाही, की माझ्या संगीतानं एका मृत शरीराला जिवंत करणं मला शक्य होत नाही.''

''ऑर्फियस, तुला एक गोष्ट अद्याप उमगली नाही. देवांकडून मानवाला अशी दुर्लभ देणगी मिळते, त्या वेळी तो इतर मानवांपेक्षा श्रेष्ठ होईल; पण तिच्यामुळं तो कदापि प्रत्यक्ष देव मात्र होणार नाही एवढ्या मर्यादेतच ती दिली जाते. अरे, तुला जर संगीताच्या साहाय्यानं मानवी आयुष्याच्या वस्त्रातच विणलेलं दुःखच नाहीसं करता आलं किंवा मृत देह सजीव करता आले, तर तू आणि आम्ही देव यांत फरक काय

राहिला? मग मृत्यू म्हणजे हरघडी होणारी, पण सहज बदलता येणारी एक क्षुद्र घटना ठरली असती आणि नियतीच्या कठोर नियमांनाही काही सामर्थ्य उरलं नसतं. जिच्या बंधनातून आम्ही देव देखील मुक्त नाही, ती नियतीच जर तू क्षुद्र करून टाकलीस, तर तुझं बळ देवांपेक्षाही जास्त ठरून ते स्वतः यःकश्चित ठरले असते. असली आत्मघातकी देणगी कोणता समंजस देव तुला देईल? पण स्वरांचं भरजरी रंगीत वस्त्र निर्माण करून तू माणसाच्या आयुष्याची भीषणता क्षणभर झाकू शकतोस, ही देखील फार मोठी शक्ती आहे.''

''प्रत्यक्ष देवांनी देखील तुझी स्तुती करावी असं तुझं संगीत असेल तर मला ते ऐकायचं आहे,'' देवता म्हणाली.

ऑर्फियसने उत्कंठेने वाद्य हातांत घेतले व स्वर निर्माण करण्यास सुरुवात केली. त्याच्या स्वरांत टेकडीवर पसरलेला मखमली हिरवा उतार निर्माण झाला व त्यावर निळसर वाकलेल्या आभाळाखाली विविध रंगांच्या फुलांचा उत्सव दिसला. त्यांच्यावरून सरकताना वारा रंगीत गंधांच्या स्पर्शाने धुंद झाला व स्वभाव विसरून तेथेच रेंगाळला. त्या वेळी हातांतील कंकणांचा आवाज करत, आंतरसालीसारख्या कोवळ्या पावलांनी सूर्यप्रकाश सरकवत एक सौंदर्यवती युवती आली आणि निर्भर आनंदाने तिने ओंजळभर फुले उचलली...

आणि देवतेचे लक्ष गीतावरून उडून तिचे मन तारुण्यातील जुन्या स्मृतींनी आर्द्र झाले. तिला आपल्या मायभूमीची आठवण झाली. झटकन वितळून जाणारा वर्षातील एक भाग सोडला, तर तेथल्या सूर्यप्रकाशाऐवजी आता आयुष्यात सदैव वाट्याला आलेला, पाने-फुले कधी न पाहिलेला हा अविनाशी अंधार तिला समोर दिसला व तिचा आवाज दाटून आला.

''पुरे ऑर्फियस! माधुर्यामुळं सतत ऐकावंसं वाटतं; पण उत्कटतेमुळं असह्य वाटतं, असं तुझं संगीत! तुला मृत व्यक्तीला जिवंत करता येत नसेल; पण मृत दिवस मात्र तू पुन्हा जिवंत केलेस!'' ती म्हणाली.

''ऑर्फियस, तिला सतत यातना देत असलेलं दुःख तू जास्तच तीव्र केलंस,'' देव म्हणाला, ''तिचा जन्म सूर्यप्रकाश, फळं-फुलं-रंग यांनी भरलेल्या देशातला आहे; पण आयुष्य मात्र चिरंतन माझ्या शेजारी या अंधारात जगावं, अशाच घटना घडत गेल्या. वर्षातून तीन महिने मात्र तिला तिकडे परत जाता येतं. तो अवधी तिला स्वर्गीय देणगीसारखा वाटतो आणि तो मला शिक्षेसारखा भासतो!''

''मला क्षमा करा, माझ्या स्वार्थामुळं मी तसं केलं,''ऑर्फियस म्हणाला, ''माझी पत्नी यूरिडिसी सर्पदंशामुळं मृत्यू पावली आणि येथे असलेल्या लक्षावधी सावल्यांतच ती सध्या कोठेतरी आहे. तीन महिन्यांच्या ताटातुटीचा तुम्हांला अनुभव आहेच; पण यूरिडिसी सदैव अंधारात व मी सूर्यप्रकाशात, अशी चिरंतन ताटातूट मी कशी सहन

करू? तिला आपण परत करावं ही याचना करण्यासाठीच मी येथे आलो आहे.''

''तिला परत जाऊ द्या,'' देवता आवेगाने म्हणाली, ''असे स्वर निर्माण करणाऱ्या ऑर्फियसला दुःखी करू नका.''

''पण ऑर्फियस, तू काय मागत आहेस याची तुला कल्पना आहे का?'' देव म्हणाला, ''तू माझं साम्राज्य, माझा प्राणच मागत आहेस. प्रत्येकानं आपल्या प्रिय व्यक्तीसाठी अशी याचना केली आणि येथे आलेल्या प्रत्येक जिवाला जर मी परत पाठवू लागलो तर शेवटी येथे आम्ही दोघंच राहू – कारण नसता, कसली जबाबदारी नसता! मग माझ्या अस्तित्वाला अर्थच राहणार नाही. म्हणजे तो माझ्या स्वतःच्या विनाशाचाच क्षण आहे, हे तुझ्या ध्यानात कसं येत नाही? एका दृष्टीनं या सगळ्या जिवांवर माझी सत्ता नसून, मीच त्यांच्यावर अस्तित्वाविषयी अवलंबून आहे.''

''पण एकटी यूरिडिसी गेली तर तुमच्या साम्राज्याला काहीच झळ पोहोचणार नाही,'' देवता म्हणाली, ''आणि याच्याप्रमाणे प्रत्येकजण येथे येऊन याचना करील, ही भीती देखील अनाठायी आहे. स्वतःच्या मृत्यूचं भय असतानाही तो येथपर्यंत आला. प्रेमासाठी एवढी भीषण अंधारयात्रा करणारे किती असतील? एवढ्या अनंत काळात, राजन, असे किती ऑर्फियस येथे आपल्या यूरिडिसीसाठी येऊन गेले? यूरिडिसीला आता त्याच्याबरोबर जाऊ द्या.''

''आणि ते घडणं अशक्यच असेल तर आता मला तरी तिच्या शेजारी येथे राहू द्या,'' ऑर्फियस निश्चयाने म्हणाला.

''तू असंच काहीतरी म्हणणार याची मला भीती वाटत होती,'' देव म्हणाला, ''एक गोष्ट तू ध्यानात घे. प्रत्यक्ष देवदेवतांना देखील नियतीचे नियम चुकले नाहीत. मृत्यूनं स्पर्श केल्यावर मी ते जीव येथे स्वीकारतो; पण ज्याप्रमाणं तुला किंवा यूरिडिसीला अमर करण्याचं मला सामर्थ्य नाही, त्याचप्रमाणं नियतीनं तुझ्यासाठी राखून ठेवलेल्या क्षणाआधी तुला मृत्यू देण्याचंही मला सामर्थ्य नाही. तुला येथे येण्याचा क्षण अद्याप फार दूर आहे.''

''नको, यूरिडिसीलाच परत सूर्यप्रकाशात जाऊ द्या,'' देवता पुन्हा आग्रहाने म्हणाली, ''आणि ऑर्फियस काय, यूरिडिसी काय, आज ना उद्या येथे परत येणारच आहेत. येथून गेल्यावर ती दोघं काही आभाळात जाऊन चिरंतन नक्षत्रं होणार नाहीत. त्यांना केवळ थोडा अवधी एकत्र देण्याचा प्रश्न आहे.''

देवाने क्षणभर स्तब्ध राहून विचार केला. तो म्हणाला, ''तू म्हणतेस तेही खरंच आहे. ऑर्फियस, अद्याप कधी मानवाच्या बाबतीत घडलं नाही ते तुझ्या बाबतीत घडत आहे; पण तो केवळ अपवाद आहे हे विसरू नकोस. यूरिडिसी तुझ्याबरोबर येईल; पण ते एका अटीवर. तुम्ही दोघं प्रत्यक्ष सूर्यप्रकाशात जाईपर्यंत ती तुझ्या मागोमाग येत आहे की नाही, हे तू वळून पाहता कामा नये. नाहीतर ती तत्काळ परत येईल.''

वेलीत झरझर रस चढून ती फुलांनी भरावी, त्याप्रमाणे ऑर्फियसचे मन आनंदाने भरून गेले. तो म्हणाला, ''राजेश्वरा, तुमच्या कृपेला मर्यादा नाही. यूरिडिसी मला कायमची अंतरली होती. तिला पुन्हा मिळवण्याची संधी मिळाली असता मी मनावर तेवढा ताबा ठेवणार नाही, असं कधी घडेल का? मला तुमची अट मान्य आहे.''

त्यावर देव काही बोलला नाही; पण देवता म्हणाली, ''ऑर्फियस, जा आणि सूर्यप्रकाशानं निथळत असलेल्या फुलांच्या सान्निध्यात सुखी राहा; पण त्या सूर्यप्रकाशात दररोज जास्त काही क्षण माझ्यासाठी घालव, असं तू यूरिडिसीला सांग, कारण मी माझाच एक भाग तिच्याबरोबर सूर्यप्रकाशात पाठवत आहे.''

ऑर्फियसने तिला कृतज्ञतेने अभिवादन केले व तो पावलांना पंख फुटल्याप्रमाणे वर चढू लागला. उंच दिसणाऱ्या प्रकाशचांदणीबाहेर पडून स्वच्छ हवा, निळे आभाळ आणि हिरवे गवत यांच्यात पुन्हा येण्यासाठी त्याचे मन अत्यंत अधीर झाले होते.

तो थोडा वेळ चढून आल्यावर मागे वळून न पाहता म्हणाला,

''यूरिडिसी, तू नव्हतीस तेव्हा मला सर्वत्र तू दिसत होतीस. पालवी फुटलेलं एखादं झाड पाहिलं की वाटे, तू आताच त्याला स्पर्श करून गेलीस. वाऱ्याच्या झुळकीनं लवलेली गवताची पाती पाहिली की वाटे, तू आताच या वाटेनं गेलीस. तू गेल्यावर माझ्या तंतुवाद्यातील स्वरच नाहीसा झाल्याप्रमाणं घडलं होतं. गेल्या वसंत ऋतूतील तो प्रसंग तुला आठवतो? मी टेकडीच्या पायथ्याशी झऱ्याकाठी होतो व तू वर फुलं गोळा करत होतीस. मी तुला हाक मारताच तू तशीच फुलांच्या गालिच्यामधून धावत आलीस. तुझी पावलं जेथून धावली तेथे तुझ्यामागं एक पट्टा उमटत आला आणि तुझी पावलं पॉपीच्या पाकळ्यांनी लाल होऊन गेली होती.

''आणि तुला आठवतं? दुपारच्या मदिर उबेत तू एका झाडाखाली माझी वाट पाहत बसली होतीस. तेव्हा फुलांत बसल्याबसल्या तुझा डोळा लागला. तेव्हा त्या झाडानं आपल्या पिवळ्या फुलांचा बहर इतक्या हातानं तुझ्यावर शिंपडला, की तू प्रथम मला त्या फुलांत दिसलीच नाहीस. भर वसंत ऋतूत ते झाड मात्र पूर्ण मोकळं होतं, तरी ते अत्यंत तृप्त वाटत होतं – हे तुला आठवतं? आता तर मला असले क्षण जास्तच उत्साहानं गोळा करायचे आहेत. आयुष्यातील प्रत्येक क्षण म्हणजे केवळ काळाचा एक कण न करता एक सुगंधी अनुभव, एक चिरंतन स्मृती होईल, अशातऱ्हेनं मला आता तुझ्यासह जगायचं आहे.''

''होय, मला ते सारं आठवतं व आणखी देखील जास्त!'' मागून आर्त स्वरात यूरिडिसी म्हणाली, ''पण ऑर्फियस, त्या हिरवट दिवसांत आपण अगदी वेडे होतो, नाही? आता मला ते सगळं भाबडं, बालिश वाटतं. पॉपीची फुलं काही काळानं

मातीमोल होतील आणि त्यांच्या रंगांनी रंगलेली पावलं देखील अमर नाहीत; फुलांनी भरलेलं झाड काय आणि ती फुलं अंगावर घेणारी मी काय, दोघंही कधीतरी पानमोकळे होऊन आडवे होणार, हे त्या वेळी मला कधी जाणवलं नव्हतं. उत्कट आनंदाचे आपण गोळा करीत असलेले क्षण म्हणजे अखेर मृत्यूच्याच गळ्यात घालायच्या हारातील मणी आहेत, हे मला आता उमजत आहे.''

ऑर्फियस तिच्या शब्दांनी चमकला. वाहत्या पाण्यावर सूर्यप्रकाश असावा तशी आनंदी असणारी यूरिडिसी अशी एकदम झाकोळलेली का झाली, हे त्याला समजेना. त्याला वाटले, त्या अंधाऱ्या जगातील तात्पुरत्या वास्तव्यानेही तिच्यात अंधार उतरलेला आहे; पण झाडांच्या पानांतून चाळून आलेला सूर्यप्रकाश अंगावर पडला, दवाने ओलसर झालेल्या गवतावर उभे राहून तिने चांदणे अंगावर घेतले की तिच्या रक्तात पाझरलेला अंधार पाहतापाहता विरून जाईल.

''आपण त्या वेळी फार वेडे होतो,'' यूरिडिसी पुढे म्हणाली, ''आपलं आयुष्य अनंत आहे या विश्वासानं आपण सुखात रमून गेलो. फुलांनी भरलेल्या झाडांच्या जोडीलाच त्याच वैभवानं एकेकाळी नटलेली पण आता वठलेली, जळालेली अनेक झाडं होतीच. आपण अनेक वृद्ध, जर्जर माणसं पाहिली; पण ती चित्रं म्हणजे आपलीच भविष्यातील प्रतिबिंबं आहेत, हे तुला काय, मला काय, कधी जाणवलंच नाही. म्हणजे आपले ते सारे क्षण सुखाचे नव्हते असं नव्हे; पण ते सतत हातातून निसटत आहेत, हे मात्र आपण ओळखलं नव्हतं.''

''तू पूर्वी असं कधी बोलत नव्हतीस. तुला झालं आहे तरी काय?'' ऑर्फियस भांबावून म्हणाला, ''सगळ्यांनाच मृत्यू अटळ आहे, ही गोष्ट तुला-मला पूर्वी कधी माहीत नव्हती की काय?''

''तू चुकलास. माहीत असणं निराळं आणि स्वतः हाडामांसात मृत्यू भोगणं निराळं. तू तो भोगला नाहीस; मी तो भोगला आहे. त्यामुळं तर मी हिरवी झाडं आणि स्वच्छ मनमोकळा प्रकाश पाहायला इतकी आतुर झाले आहे. ओंजळभर सूर्यप्रकाश घेऊन तो प्यावा, ही विलक्षण तहान आताच मला खरी समजली. सारं संपून जाणार हे समजल्यामुळंच मी इतकी अधीर आहे. आता तू घाई कर. आताच मला बाहेरची मोकळी हवा जाणवू लागली आहे. तिला गुलाबांचा गंध आहे आणि तिच्यात प्रकाशाशी असलेली ओळख आहे.''

ऑर्फियसची पावले जड झाली व तो निःशब्दपणे वर चढत असता त्याची गती रेंगाळली. आता थोड्याच अंतरावर सूर्यप्रकाशात जाण्याचे प्रवेशद्वार होते व त्यातून आभाळाचा गडद रंग दिसत होता. त्याच्या कडेने वाढलेली गवताची पाती आत लवून डोकावत होती आणि त्यांतील एकावर काळ्या पंखावर लाल ठिपके असलेले एक फुलपाखरू शांतपणे बसले होते. ऑर्फियसला एकदम दमून गेल्याप्रमाणे वाटले. तो एका

खडकाला टेकून उभा राहिला व त्याची पावले थांबली.

"ऑर्फियस, एकदम असा का थांबलास?" यूरिडिसीने विचारले.

"मी विचार करत आहे," तो शिणलेल्या आवाजात म्हणाला.

त्याच्या मनात तप्त धाग्यांची एकदम गुंतवळ झाली व तो फार व्याकूळ झाला. अगदी पिळवटून जाऊन त्याला वाटले – देवा, आता निर्णय घेण्याचं, हे मला न पेलवणारं स्वातंत्र्य तू माझ्यावर का लादलंस? तिला परत पाठवत नाही असं जर तू निश्चितपणं म्हटलं असतंस, तर मी विषण्ण मनानं परतलो असतो. ते अटळच होतं या जाणिवेनं काही काळानंतर तरी जखम बरी झाली असती. उलट, तिला जर पाठवायचं होतंच, तर ती अट तरी तू घालायला नको होतीस. आता मात्र तू आपला बाजूला राहिलास. या क्षणाचा निर्णय माझा मीच घेतला पाहिजे. हे भयानक स्वातंत्र्य तू मला का दिलंस? कोणत्या आधारे मी माझा निर्णय घेऊ? असला प्रत्येक अनुभव अभूत, अद्वितीय असतो. त्यामुळे गाठीला पूर्वज्ञान नसतं, आधाराला कसलंही मार्गदर्शन नसतं आणि काहीही निर्णय घेतला तरी एक असह्य शिक्षा आयुष्यभर कपाळी येतेच. देवा, या क्षणी मी काय करावं?

"मला क्षमा कर यूरिडिसी," तो स्वतःशी म्हणाला व त्याने दोन्ही हातांनी चेहरा झाकून घेतला. अखेर त्याच्या मनातील वादळ शमले, हिरव्या धगधगीत चौकटींचा सर्प झोपी गेल्याप्रमाणे त्याचा चेहरा शांत झाला व त्याने संथपणे वळून यूरिडिसीकडे पाहिले. वाऱ्यामध्ये एक सावली थरथरल्यासारखी झाली व हाडे चिंबणारी आर्त किंकाळी देऊन ती नाहीशी झाली.

ऑर्फियस काही काळ त्याच ठिकाणी निश्चल उभा राहिला. आपण हा निर्णय घेतला खरा; पण दुसरा निर्णय देखील शक्य होता, या विचाराने त्याचे मन पुन्हा द्विधा झाले. तो पुन्हा वाट उतरून खाली आला. प्रवेशद्वारावरील पहारेकरी कुत्रा अद्याप शांतपणे विश्रांती घेत होता. तो खालच्या मानेने आत आला व देवदेवतेपुढे मूकपणे उभा राहिला.

"तू पुन्हा एवढ्यात आलास?" देवतेने विस्मयाने विचारले.

"तुम्ही मला फार मोठं औदार्य दाखवलंत; पण ते स्वीकारण्याची माझी योग्यता नव्हती," तो म्हणाला, "मी तुमचा घोर अपराध केला आहे. या वेळी तुम्ही मला जे प्रायश्चित्त द्याल ते स्वीकारण्यासाठी मी माघारा आलो आहे."

"साऱ्या मानवांत अत्यंत निर्बुद्ध म्हणून तुझं नाव चिरकाल टिकेल!" तापलेल्या तलवारीच्या धारेसारख्या आवाजात देवता म्हणाली, "मानवाला पूर्वी कधी मिळाली नव्हती अशी देणगी केवळ माझ्या विनंतीमुळं तुला मिळाली होती; परंतु एका मूर्ख जनावरानं अमूल्य रत्न लाथाडून टाकावं त्याप्रमाणं तू ती उधळून टाकलीस. थोडा वेळ तुला तुझ्या उतावीळपणाला आवर घालता आला नाही. तुझ्याइतका क्षुद्र, अविचारी मानव मी कधी पाहिला नाही. तू येथून तत्काळ चालता हो!"

"देवते, तुझा समज चुकीचा आहे," देव म्हणाला, "अत्यंत उतावीळ झाल्यामुळं त्यानं मागं वळून यूरिडिसीकडे पाहिलं नाही. तिच्याकडे मागं वळून पाहायचं नाही अशी आपण अट घातली होती खरी; पण जाताना त्यानं तिच्याशी बोलू नये असा काही त्याच्यावर निर्बंध नव्हता. यूरिडिसी आपल्या मागोमाग येत आहे की नाही, एवढंच त्याला जाणायचं असतं तर तिच्याशी बोलत, तिचा स्वर ऐकत देखील ते त्याला समजलं असतं. तेवढ्यासाठी त्याला मागं वळून पाहण्याचीच गरज होती असं नाही. तर पूर्ण विचारांती, वळून पाहिल्यावर यूरिडिसी नाहीशी होणार याची स्पष्ट जाणीव ठेवूनच त्यानं तिच्याकडे वळून पाहिलं. होय ना ऑर्फियस?"

त्याने मान हलवूनच होय म्हटले.

"म्हणजे यूरिडिसीनं नाहीसं होऊन परत या यातनास्थळी यावं म्हणून तू मुद्दामच मागं वळून पाहिलंस?" अविश्वासाने देवतेने विचारले, "मग या ठिकाणी प्रथम येण्याची यातायात तू का केलीस? पूर्वी कधीही घडली नव्हती अशी गोष्ट घडवण्यास तू मला व्यर्थ कशाला भरीस टाकलंस?"

ऑर्फियस म्हणाला, "कारण त्या वेळी यूरिडिसी परत मिळवावी या एकाच गोष्टीवर लक्ष देऊन मी मूढ झालो होतो. जेथे मी पाऊल टाकत होतो, तेवढ्याच जमिनीवर माझे डोळे खिळले होते आणि इतर सारं विसरून एकाच वस्तूकडे ध्यान देणारा माणूस डोळे असून आंधळाच ठरतो.

"मी एवढा धोका पत्करून या ठिकाणी आलो ते यूरिडिसीला परत नेण्यासाठीच, हे पूर्णपणे सत्य आहे; पण येथून जाताना माझ्याबरोबर जी स्त्री आली ती, तिचं नाव यूरिडिसी असूनही, माझी, मला माहीत असलेली यूरिडिसी नव्हती. मला आता पूर्ण अज्ञात आहे असा तिच्यात समूळ बदल झाला होता. मृत्यू भोगलेली व्यक्ती आणि मृत्यू घडतो हे केवळ माहीत असलेली व्यक्ती यांच्यात फक्त एका काळ्या क्षणाचंच अंतर नसतं. प्रत्येक सुख आसक्तीनं तळव्यावर घेऊन त्यातच रमून जाणारी पूर्वीची यूरिडिसी मला सोबत हवी होती आणि ती तर आता संपूर्णपणे नष्ट झाली आहे. जी माझ्या पाठोपाठ येत होती, तिच्यात तर मृत्यू विषाप्रमाणं भिनून राहिला होता. आता ती पुन्हा सदेह होऊन माझ्याबरोबर राहणार होती, तरी एकदा भोगलेल्या मृत्यूची स्मृती तिच्यातून कधी नष्ट झाली असती का? मी फुलांकडे पाहत असताना तिला त्याच वेळी त्याच फुलांचा नाश दिसणार. पाखरांच्या गीतानं मी मोहरून गेलो, तर तिला त्याच स्वरांत पंख पसरून निर्जीव झालेलं पाखरू आठवणार! राजन, इतकंच नाही, तर पूर्वीप्रमाणं मी तिच्याशी कधी एकांतात बोलूच शकणार नाही, कारण त्या वेळी तिच्या शेजारी सतत उभं राहून एक सांगाडा आपली सावली आमच्यावर टाकत राहील. मानवालाच नव्हे, तर सर्वच प्राणिमात्रांना मृत्यू अटळ आहे हे मला माहीत आहे; पण तेवढ्यासाठी प्रत्येक क्षण त्याच्याच छायेत जगत राहणं मला कदापि साहवणार नाही.

''मी मागं वळून पाहिलं तर यूरिडिसी माघारी जाईल ही तुमची अट प्रथम मला फार कठोर वाटली होती; पण माझं ते अज्ञान होतं. ती अट नव्हती तर सवलत होती. सुटण्याचा अखेरचा एक मार्ग सहृदयतेनं माझ्यासाठी आपण उघडा ठेवला होता, हे नंतर मला उमगलं. माझं प्रेम असत्य, ढोंगी नव्हतं; पण ते ज्या व्यक्तीविषयी होतं ती पुन्हा प्राप्त होणं आता केवळ अशक्य झालं होतं. तिला सदेह करताना मृत्यूचा एकवार घेतलेला अनुभव तिच्यातून काढून टाकणं हे तुमच्या देखील अमर्याद शक्तीपलीकडचं होतं. सम्राट, आमचं मानवी जीवन पाहा. अद्याप त्या अंतिम क्षणाचा रोख अनुभव नसताना देखील आमच्यावर दुःखाचा काळिमा असतो. आमचा आनंद ओल्या पावलांनी येतो आणि भिजल्या डोळ्यांनी संपून जातो. त्यात भर म्हणून मी प्रत्यक्ष मृत्यूची ही छाया शेजारी कशी बाळगू? मी आता सकाळच्या कोवळ्या उन्हातलं प्रेम, डोळ्यांत सूर्यास्त आर्तपणे साठवत असलेल्या यूरिडिसीला कसं अर्पण करू? तिच्यात व माझ्यात आता अशी एक दरी निर्माण झाली आहे, की आम्ही आता एकाच भूमीवर नांदू शकणार नाही. हा निर्णय घेताना मला सहजसुख झालं नाही. जखम असह्य होऊ नये म्हणून तो भागच डागावा, त्याप्रमाणं मी तो कठोर निर्णय घेतला. एका बेभान क्षणी आंधळेपणानं मी तो निर्णय घेतला नाही, तर पूर्ण स्वतंत्रपणे, दुसरा निर्णय घेण्याची मोकळीक असताही, परिणामाची पूर्ण जाणीव ठेवूनच मी तो निर्णय घेतला. त्या क्षणाची जबाबदारी, त्याचं प्रायश्चित्त सर्वस्वी माझंच आहे आणि ते प्रायश्चित्त देखील तितक्याच स्वतंत्रपणे, उघड्या डोळ्यांनी स्वीकारायला मी आपण होऊन येथे परत आलो आहे –''

''आता तुला आणखी प्रायश्चित्त हवं कशाला?'' देवता क्रोधाने म्हणाली, ''या ठिकाणी तुझ्या कृत्यामुळं यूरिडिसी सतत वेदनेनं तळमळेल; तिचा आर्त स्वर तुला पृथ्वीवरील सर्व आवाजांत ऐकू येत राहील. असला निर्णय घ्यावा लागणारा क्षण तुझ्या आयुष्यात आला, हीच तुला शिक्षा आहे आणि ती तू भोगली आहेस. आता तू येथून जा आणि परत पुन्हा कधी माझ्यासमोर येऊ नको!''

ऑर्फियस शांतपणे जायला वळला तेव्हा देवाने म्हटले,

''थांब, ऑफियस, क्षणभर थांब. अद्यापही यूरिडिसी तुला प्राप्त होऊ शकेल; पण ते एका अटीवर!''

ऑर्फियसचा चेहरा पुन्हा व्यथित झाला. याचना करत तो म्हणाला,

''आता पुन्हा ते सारं नको. असं होणार, असं होणार नाही असं निक्षून सांगून अनिवार्य अशी आज्ञा द्या; पण पुन्हा एकदा स्वतंत्रपणे तसा निर्णय घ्यायची संधी किंवा शाप मला देऊ नका. एकाच आयुष्यात असले दोन क्षण मला पेलणार नाहीत. किंवा स्वातंत्र्याचा शापच द्यायचा असेल, जर मलाच जबाबदारीनं पुन्हा निर्णय घेणं अटळच असेल, तर मी तो कोणत्या निकषानं घ्यावा हे समजण्यासाठी मला पूर्ण ज्ञानाचा आधार तरी द्या!''

देव किंचित हसला व म्हणाला,

"तुझी वेदना मला कळत नाही असा समज करून घेऊ नको; पण ऑर्फियस, तू म्हणतोस ते संपूर्ण ज्ञान, परिपूर्ण ज्ञान देवाधिदेवाला तरी प्राप्त झालं आहे की नाही कुणास ठाऊक! जर परमेश्वर अगम्य आहे तर तो खुद्द स्वतःलाही अगम्यच आहे. म्हणजे तेवढ्यापुरतं त्याचंही ज्ञान अपूर्णच नाही का? अरे, परिपूर्ण ज्ञान म्हणजे का क्षितिजावर उगवलेलं एक तेजस्वी नक्षत्र आहे, की तिकडे बोट दाखवून कोणीही म्हणावं, ते पाहा अंतिम ज्ञान! ज्ञान ही सतत घडत राहणारी एक प्रक्रिया आहे आणि म्हणूनच 'अंतिम ज्ञान' या शब्दांना अर्थच नाही. परिपूर्ण झालं की ज्ञान मरतं आणि ज्ञान असेल तर ते परिपूर्ण होत नाही. माझंच पाहा. मी तुला परत पाठवलं त्या वेळी माझं जे ज्ञान होतं त्यात तू पुन्हा आल्यावर थोडी भर पडली. तुझ्यापेक्षा जास्त कण माझ्याजवळ असतील इतकंच. माझं ज्ञान तुम्हा मानवांपेक्षा जास्त विस्तृत होत जाण्याची शक्यता आहे, याचं एकच कारण म्हणजे मला तुमच्यासारखं काळाचं बंधन नाही. पण तू काय, मी काय, एका विश्वव्यापी प्रक्रियेतील अणु-रेणू आहोत आणि ही ज्ञानाची पहिली पायरी आहे. मी ठरवलं आहे, यूरिडिसी तुझ्यापाशी राहील ते वर्षातून फक्त सहा महिने. उरलेले सहा महिने ती येथे अंधारात राहील."

"पण सम्राट –" ऑर्फियस सांगू लागला; पण देवाने त्याला थांबवले.

"थांब, माझं पूर्ण ऐकून घे. आता देखील तिच्यातील मृत्यूची स्मृती तेवढीच तीव्र राहील हे खरं; पण मी हे तुझ्या हितासाठी करत आहे. तू जर एकटाच राहिलास तर वाहत्या, क्षणिक सुखात रमून जाशील व ते सुख आणि ते उपभोगणारा तू, दोघंही कधीतरी संपून जाणार याचं तुला भान राहणार नाही. असल्या तात्पुरत्या ओलाव्याला अंतिम ध्येय मानल्यानं आयुष्याला थिल्लरपणा येतो आणि मनोरंजन म्हणजे सुख असा भ्रम निर्माण होतो. यूरिडिसी तुझ्या शेजारी असल्यास तुझ्या हातून असला वेडेपणा घडणार नाही. तुला तुझ्या आयुष्याच्या क्षणभंगुरतेचं चांगलं भान राहील – आणि मी काय म्हणतो ते नीट ऐकून घे, याच भानामुळं तुझ्यातील सौंदर्यासक्ती जास्त उत्कट होऊन तुझं आयुष्य उजळून जाईल. क्षणभंगुरतेनं माणसानं विषण्ण का व्हावं हेच मला समजत नाही. अरे, तो तर तुमच्या आयुष्याचा बोधस्वर आहे. अमर, चिरंतन असले शब्द तुम्ही बिनदिक्कत वापरता; पण तुमच्या बाबतीत तसले सगळे शब्द वायफळ आवाज आहेत. त्यांचा खरा अर्थ कधी तुम्हांला रक्तात जाणवणं शक्यच नाही. देवांनी आतील बी स्वतःसाठी ठेवून टरफल खाली टाकलं. ते उचलून आतील बी कसं असेल याची तुम्ही निष्फळ चर्चा करीत बसता इतकंच! अरे, सापाला स्वतःची थोडीथोडी लांबी असते, म्हणून स्वर्गपाताळामधील अंतर त्याच्या जाणिवेच्या कक्षेत थोडंच येणार आहे? तुझ्याप्रमाणं एखादा जन्मांध देखील 'तांबडा' हा शब्द उच्चारू शकतो; पण तांबड्याचा तांबडेपणा त्याला कधी जाणवेल का?

''उलट असं पाहा, प्रत्येक सुंदर वस्तू संपणार किंवा तू स्वतः नाहीसा होणार हे जाणवताच तू जास्त उत्कटपणानं, हावरेपणानं तिचा भोग घ्यायला हवास, तुझा प्रवास अगदी तात्पुरता आहे आणि या वाटेनं पुन्हा कधी येण्याची तुला संधी मिळणार नाही हे एकदा हाडात रुजलं, की एखादं साधं रानफूल देखील स्वतःच्या गूढ, अद्वितीय सौंदर्यानं तुला भारून टाकील. ऑर्फियस, तू अनेक देवांना भेटला आहेस. त्यांपैकी एक तरी देव फुलझाडाकडे पाहत विस्मित डोळ्यांनी उभा आहे, असं दृश्य तुला कधी दिसलं आहे? शक्यच नाही. कारण त्यांना घाई करण्याची गरज नाही आणि आज नाही तर उद्या, अशी सवय एकदा झाली की मग नसलं तरी चालतं हाच स्वभाव होऊन बसतो. आपल्या अनेक देवता पाहा. त्यांना संतती तरी नसते किंवा झालीच तर ती त्यांच्या प्रणयक्रीडेचं अनिवार्य फळ म्हणूनच असते. एखादी देवता आपलं मूल कडेवर घेऊन त्याच्याकडे मातृप्रेमानं पाहत आहे, असं तुला कधी दिसलं आहे? नाही. कारण स्वतः अमर असल्यामुळं आपल्यानंतर आपली खूण मागं ठेवण्याची इच्छा त्यांच्या मनाला शिवत सुद्धा नाही. मानवाच्या जीवनात ही भावना केवढी प्रबळ आणि सुखकारक आहे याचा विचार कर. सौंदर्यासक्ती आणि संततिप्रेम या दोन भावना तुमच्या आयुष्यातून काढून टाक आणि मग पाहा, तुमचं आयुष्य मळक्या चिंधीसारखं होईल आणि या दोन्हींचाही उगम क्षणभंगुरतेच्या जाणिवेतच आहे.

''उलट या उत्कट झालेल्या सौंदर्यदृष्टीमुळं तुला मृत्यूची भीती वाटणार नाही. तू सौंदर्याचा एक अनुभव वेचलास की मृत्यूच्या कृष्णवस्त्रावर कशिद्याप्रमाणं एक आकृती उमटते आणि ज्या वेळी तुझा स्वतःचा अटळ क्षण येईल, त्या वेळी ते वस्त्र इतकं सुशोभित झालेलं असेल, की ते अंगावर घेताना तुला भयापेक्षा तृप्ती वाटेल. आशेनं झालेली सुरुवात, त्याच्या विस्तारात क्षणभंगुर म्हणूनच अति उत्कट सौंदर्याचे क्षण आणि अंत्य क्षणाला तृप्ती, यापेक्षा तुला आयुष्यात अधिक काय हवं? यापुढील तुम्हा दोघांचं आयुष्य पूर्वीप्रमाणं बाळसालीची कोवळी मुलायम कळा असलेल्या झाडासारखं असणार नाही हे खरं. आता त्याला वेडंवाकडं वाढलेल्या, खरबरीत सालीच्या सामर्थ्यशाली ओक वृक्षाचं रूप येईल आणि सूर्यप्रकाश दाहक होऊ लागताच खाली मान न टाकता ते धैर्यानं त्याच्याकडे पाहत त्याला आपल्या खांद्यावर झेलू लागेल. तू विचार कर आणि माझी देणगी स्वीकार.''

ऑर्फियसच्या मनातील भोवतालच्या अंधाराचे प्रतिबिंब होऊन राहिलेला अंधार निवळून गेला व त्याच्या चेहऱ्यावर कृतज्ञता दिसू लागली. तोच यूरिडिसी त्याच्या शेजारी येऊन उभी राहिली.

ऑर्फियस म्हणाला, ''मला क्षमा कर. मी फार मोठा अपराध केला होता; पण तो आनंदानं नव्हे, तर डोळसपणे केला होता. मला सुखाचा आभास उतावीळपणे स्वीकारायचा नव्हता. स्पष्ट रेखीव स्वरूपात येणाऱ्या दुःखापेक्षा सुखाची मायावी

आकृती फार असह्य होते. आता आपणाला सहा महिने तरी स्वच्छ प्रकाशात घालवता येतील. आता माझ्याबरोबर चल. आपण समजूतदार डोळ्यांनी पुन्हा एकत्र राहू.''

बोलताना यूरिडिसीचा आवाज कोवळा झरा नुकताच बाहेर येत असल्याप्रमाणे मृदू होता. ती म्हणाली,

''ऑर्फियस, मी सारं ऐकलं व उमगलं. तुझा निर्णय अतिशय कठोर होता. तो मला पाषाणहृदयी वाटला होता; पण तो अनिवार्यच होता, हे मला आता उमगलं. नाहीतर आपल्या प्रेमावर अति ताण पडला असता. आपल्या आयुष्यात प्रेम आलं यातच कृतज्ञता मानायची सोडून मी नकळत त्याला अग्निदिव्य देऊन त्याची पारख करणार होते आणि प्रेमाची अशी सत्त्वपरीक्षा पाहणं ही गोष्ट मानवांच्या बाबतीत अत्यंत उद्धटपणाची आहे. मी मृत्यूची वेदना भोगली खरी; पण प्रत्येक वेदनेनं जी एक नवी जाण निर्माण होते, ती मात्र मला लाभली नव्हती. म्हणून मी केवळ माझाच विचार केला. केवळ माझ्याच सुखासाठी मी हावरी झाले; पण आता या क्षणी मात्र मला तुझ्याइतकाच कठोर निर्णय घेणं भाग पडत आहे. देवाचे शब्द भव्य आहेत; पण माझ्यासारख्या सामान्य आवाक्याच्या स्त्रीला ते झेपणार नाहीत. पाण्यावरून ज्याला सहजपणे चालतही जाता येतं त्याचे शब्द पोहायलाही न येणाऱ्याला कसे मार्गदर्शक होतील? एकदा मी तुझ्याबरोबर प्रकाशापर्यंत आले होते; पण तुला मला परत पाठवावं लागलं. आता तू मला बरोबर बोलावत आहेस; पण आता तुला एकाकीच परतावं लागणार आहे. ऑर्फियस, मी तुझ्याबरोबर येणार नाही.''

ऑर्फियस तिच्याकडे विस्मयाने पाहतच राहिला. तो म्हणाला,

''तुझी निराशा मी समजू शकतो; पण तेवढ्यानं तू आततायी निर्णय घेऊ नकोस. संपूर्ण वर्षाची अभिलाषा असता त्यातील केवळ अर्धाच भाग तुझ्या वाट्याला आला यात मला समाधान नाही की तुलाही नाही हे खरं; पण आता त्यालाच सुख म्हणून आपण जपलं पाहिजे. नाहीतरी अखेर सुख म्हणजे एक अटळ तडजोडच असते. परिस्थितीच्या पुढे पण आपल्या आकांक्षेच्या सदैव अलीकडेच कोठेतरी सुखाचं स्थान असतं. तेव्हा पुन्हा विचार कर.''

''नाही, तसल्या निराशेमुळं मी नकार देत नाही,'' यूरिडिसी म्हणाली, ''आता देखील मी माझ्या स्वार्थाचाच विचार करत आहे; पण हा स्वार्थ जास्त डोळस आहे. हे बघ ऑर्फियस, आता मी पुन्हा प्रकाशात जाऊन जगू लागायचं म्हणजे काय परिणाम होतील? तुला काय, मला काय, पूर्वीचं भाबडं, निरसं सुख कदापि मिळणार नाही. मानवाला मृत्यू अटळ आहे हे आपणा दोघांनाही माहीत होतं; पण ती एक केवळ कल्पना असते; परंतु प्रिय व्यक्तीचा मृत्यू भोगल्यावर ती कल्पना जाणीव बनते. मी मृत्यूचा अनुभव घेतला आहे, तर तू प्रिय व्यक्तीचा मृत्यू अनुभवला आहेस आणि एकदा या कठोर दिव्यातून गेल्यावर पूर्वीची धुंद स्वप्नं पुन्हा कधीच सांधता येत नाहीत. उलट

सहा महिने मी प्रकाशात जगायचं म्हणजे काय होईल? पुन्हा कशावर तरी जीव जडवायचा, आसक्त व्हायचं; पुन्हा अशातऱ्हेनं हृदयात आणखी आकडे खोचत नव्या वेदना स्वीकारत जायचं! आताच एकदा इकडे येताना सारं सोडून टाकून यायचं म्हणजे माझा जीव तडफडला. त्यात आणखी भर टाकत अनेक मृत्यू सहन करत राहण्याचे आता माझ्यात त्राण नाही. मृत्यूचा क्षण येताच एखाद्या भरजरी वस्त्राप्रमाणं साऱ्या प्रिय व्यक्ती आणि वस्तू आपल्याबरोबर आल्या असत्या तर मृत्यूची भीती एखाद्या लहान मुलालाही वाटली नसती; पण येताना स्मृतीखेरीज सारं मागं राहतं आणि अखेर त्या स्मृती देखील नदीकाठी तर्पण केल्याप्रमाणं लिथीच्या किनाऱ्यावर टाकाव्या लागतात. मी हे सारं एकदाच भोगलं तेव्हाच ते असह्य झालं, ते मी पुन्हा भोगावं अशी का तुझी इच्छा आहे?

''आणखी एक बघ. नव्या धडपडीनं मांडलेल्या या डावाला काही अर्थ आहे का? पर्वताच्या शिखरापर्यंत शिळा ढकलत न्यायची; पण तेथे पोहोचल्यावर ती खाली कोसळून पूर्वजागी येते. पण शिखरापर्यंत न जाता ती अर्ध्यावरूनच खाली येऊ लागली तर त्या धडपडीला जास्त अर्थ येतो का? आपण पुन्हा एकत्र आलो, तरी काय होईल? तुझ्या आणि माझ्या मृत्यूचा क्षण काही तोच असणार नाही. ते भाग्य फार थोड्यांना लाभतं. जर मी तुझ्याआधी कायमची इकडे आले तर सध्या जे घडलं तेच पुन्हा घडणार. तुझं मन दुःखानं होरपळेल. तुला ते सारं पुन्हा साहवेल का? जर तुला माझ्याआधी यावं लागलं तर मला मात्र ते केवळ असह्य होईल आणि तसला मृत्यूच्या आधीचा मृत्यू मी उघड्या डोळ्यांनी स्वीकारू? ऑर्फियस, आता पुन्हा काहीही पूर्वीसारखं सांधलं जाणार नाही हेच खरं. मग थोड्या अनिश्चित सुखासाठी अनंत, असह्य अशा निश्चित दुःखात आपण कशासाठी गुरफटून जायचं? तू आणि मी एक गोष्ट आता धीटपणे उमगली पाहिजे. मृत्यू हा एकच सत्य क्षण आहे व त्यावर रूपक उत्प्रेक्षांची वस्त्रं क्षणभर देखील न टिकता तत्काळ जळून जातात. आता तू इकडे कधीतरी येशील; पण मला मात्र तुझ्याकडे येणं केवळ अशक्य आहे, कारण मला मृत्यूच्या अनुभवाची नवी, न विसरता येणारी, न भरून येणारी जखम झाली आहे – जखम, आणि त्याच वेळी तिच्यात निर्माण झालेला अनिमिष नवा डोळा! आता तू जा; पण त्याआधीच मी येथून अन्यत्र जाईन, कारण तू परत जात असलेला मला पाहवणार नाही; पण ज्या वेळी तुला इकडे यावंच लागेल त्या वेळी मात्र तू येत असलेला पाहण्यासाठी मी या अंधारात तुझी सतत वाट पाहीन.''

ऑर्फियस भानावर आला व विषण्ण मनाने तो प्रकाशाच्या टिंबाकडे वळत वर गेलेल्या वाटेने परतू लागला. तो दूर निघून गेल्यावर देवता म्हणाली,

''स्त्री काय, पुरुष काय, मानव म्हणजे एकंदरीनं डोळ्याच्या बाहुल्या उफराट्या असलेला एक प्राणी आहे हेच खरं! ती एवढ्या आसक्तीनं प्रकाशाकडे प्रथम धावली होती; पण तेथे अर्धवर्ष राहण्याची संधी मिळाली असता तिनं ती शांतपणे लाथाडली.

एकदा यानं सुखाकडे पाठ फिरवली, तर दुसऱ्या खेपेला सुखानं त्याच्याकडे पाठ फिरवली. एकदाच अशी संधी मिळायला मानवाला दुर्मिळ भाग्य लागतं; पण दोनदा संधी मिळूनही रिताच राहिलेला हा माणूस मात्र अत्यंत बुद्धिहीन किंवा दुर्दैवी असला पाहिजे.''

देवाने एक निःश्वास सोडला व तो शांतपणे म्हणाला,

''नाही देवते, ती दोघंही शहाणी आहेत, कारण त्या दोघांनीही आपल्या मर्यादा ओळखल्या आहेत. यालाच कदाचित ज्ञान देखील म्हणता येईल. वाट्याला अमर्याद दुःख, पण ते सहन करण्याची मर्यादित शक्ती; अपार आकांक्षा, पण त्या साध्य करण्यासाठी क्षीण सामर्थ्य; सावल्यांच्या जगात त्यातल्या त्यात कमी चंचल अशा सावल्यांचा आधार घेत जीवन जगण्याचा कपाळी आलेला शाप; अमृतबीज पेरूनही हाती विषफळच पडण्याची बाधा – असा हा मानव! आपणाला यांपैकी कशाचाच ताप नाही. त्याचं कोणतंच अग्निदिव्य आपणाला कधी भोगावं लागत नाही. मग देवते, त्याच्या बाबतीत योग्यअयोग्य ठरवण्याचा आपण निव्वळ देवांना काय अधिकार आहे?''

एखाद्या भीषण श्वापदाच्या डोळ्यांसमोरून काजवे उडत गेल्याने त्याला क्षणभर प्रकाश टिंबे दिसून नाहीशी व्हावीत, त्याप्रमाणे ते शब्द अंधारात तरंगले व ते लगेच विरून जाताच दाट अंधार निरुत्तर आणि पूर्वीप्रमाणेच निश्चल झाला.

सत्यकथा : सप्टेंबर १९७३

स्वा मी

झाडांच्या टोकांत गुरफटत सूर्य त्या टेकडीमागे गेल्यावर समोर एकदम काळवंडल्यासारखे झाले आणि पायाखालची वाट सुस्त अजगरासारखी वाटू लागली, तेव्हा मात्र आपण पायवाटेने आलो याचा त्याला पश्चात्ताप वाटू लागला. त्याऐवजी आपण लौकरच निघून सरळ रस्त्याने येत हमरस्त्याला थांबायचे होते ही त्याला रुखरुख लागली. पण इतक्या वर्षांनी तो त्या खेड्याकडे आला होता आणि लहानमोठ्या आठवणी घासूनपुसून पारखत हिंडत असता वेळ कसा खिशाला भोक असल्याप्रमाणे निघून गेला होता. आईने अनेकदा सांगितलेले मारुतीचे देऊळ त्याने मुद्दाम पाहिले होते. आपले कार्य होणार असेल, तर ती मूर्ती कोणालाही सहज उचलता येत असे, नाहीतर ती केसभर देखील हलत नसे. (त्याने ती सहज उचलली होती व सदऱ्यावर शेंदुराचा तेलकट डाग पाडवून घेतला होता.) तो लहानपणी खात असलेल्या गोटी आंब्याचे पुरुषभरच उंचीचे वासरू झाड त्याने हात फिरवून ध्यानात ठेवले आणि शेवटी तो ज्या घरात जन्मला होता तेथे तो उगाच रेंगाळला होता. मध भरलेली लहान उंबरे देणारा तेथला औदुंबर आता वठला होता. श्रावणात अंगणभर फुलांच्या पाऊलखुणा पसरत फिरणाऱ्या पारिजातकाचे हातभर खोड देखील आता कोठे दिसत नव्हते. तेथल्या माणसांनी दुसरा पारिजातक का बरे लावला नाही? कसलेही लाड नको असलेले ते समाधानी शालीन झाड! अंगणात काय, परसात काय, आता झाडे नव्हतीच, की कोठे शिप्तरभर सावली नव्हती. शेजारी एखादे झाड असल्याखेरीज घर असू शकते का? आणि त्यात माणसे बिनतक्रार राहू शकतात? आणि ते देखील तुळशीकट्टा नसलेले, न सारवलेले अंगण समोर घेऊन? त्याला क्षणभर आश्चर्य वाटले; पण ते फार वेळ टिकले नाही. त्या वेळी त्या घरातून एक तरुण स्त्री बाहेर आली. समोर तिऱ्हाईत माणूस आहे हे दिसूनही तिने पाठ उघडी दाखवणारा पदर सावरला नाही. तिच्या गळ्यात मंगळसूत्र दिसत असूनही तिच्या कपाळावर कुंकू नव्हते की हातात बांगड्या नव्हत्या. त्याला वाटले, घरच आता

या बयेच्या रूपाने दिसले. जशी बकाल माणसे, तशी त्यांची घरे!

तो तेथून निघाला. खरे म्हणजे आता तेथे त्याचे काहीच नव्हते. त्याचे आडनाव माहीत असलेले देखील कोणी त्या ठिकाणी उरले नव्हते, मग त्याला ओळखणारे तर दूरच! पहिल्या अर्ध्या तासातच त्याच्या भोवती जमलेल्या तीनचार पोरांना कंटाळा येऊन ती निघून गेली व तो तसाच एकटा भटकत राहिला. त्याला तेथे कोणी राहा म्हटले नाही की कोणी कपभर चहा दिला नाही. त्या गावाने त्याला पूर्णपणे झिडकारले होते.

आणि तशात आता उशीर झाला होता व अद्याप फर्लांगभर अंतर उरले होते. सर्वत्र गवत असल्याने अस्पष्ट प्रकाशात पायाखालचे चढउतार समजत नव्हते. दहा मिनिटांपूर्वी त्याचा पाय खळग्यात पडला होता व गुडघ्यात चमक उठली होती. पण आता उरलेले अंतर जलद काटले पाहिजे होते, कारण ही बस चुकली तर त्याला आणखी एक दिवस असाच कोठेतरी काढावा लागला असता. तोच कोपऱ्यावर प्रकाश दिसला व बस वेगाने तिठ्ठ्याकडे येऊ लागली. दुखरा गुडघा घेऊन तो धावत निघाला; पण तो रस्त्याजवळ येतो न येतो तोच बस निघून गेली. चिडून त्याला वाटले, कोणीतरी येथे उतरणारा असता तर बस एकदोन मिनिटे थांबली असती. या ठिकाणी दररोज हटकून माणसे उतरत असतील; पण आज मी जाणार होतो ना? मग आज कोण कशाला उतरतो मरायला!

त्याने चेहरा पुसून घेतला; पण त्याच्यापुढे निरुत्तर करणारा प्रश्न होता – आता पुढे काय? सकाळी आठ वाजेपर्यंत पुन्हा गाडी नाही; पण तोपर्यंत अंग कोठे पसरायचे? या झाडाखालीच आडवे होणे काही शक्य नव्हते, कारण वाट जेथे रस्त्याला भेटली होती, तेथे उतरत्या छपराचे एक गवती त्रिकोणी खोपटे देखील नव्हते.

मग आता पुढे काय?

"आता पुढं काय? ही तर गाडी गेलीच की!" कोणीतरी जवळच म्हणताच तो दचकून उडाल्यासारखा झाला. त्याच्या शेजारी जरा अंतरावर संन्याशासारखा दिसणारा एक माणूस उभा होता. त्याने लांब पायघोळ कफनी घातली होती व डोक्याला चापून बसवलेला फेटा असून त्याचे आखूड टोक त्याने डाव्या खांद्यावर टाकले होते. तो शांतपणे हसला व पुन्हा म्हणाला, "आता तुम्ही पुढं काय करणार? परत जाणार?"

त्याने त्यावर थोडा विचार करत म्हटले, "तोच तर आता माझ्यापुढं प्रश्न आहे. नाही, आता मी परत जाणार तरी कसा? अंधारात पायवाटेनं जाता येणं शक्य नाही. सरळ रस्त्यानं जायचं म्हणजे पाच-सहा मैलांचा पल्ला आहे आणि आता या खेड्यात जाऊन मी करणार तरी काय? माझी कोणाची ओळख नाही. त्यांना माझं नाव देखील माहीत नाही, मग तेथे जाऊन मी राहणार तरी कुठे?"

खडावा वाजवत संन्यासी थोडा पुढे आला. त्याचा चेहरा रुंद, मांसल असून त्यावर संन्याशाच्या चेहऱ्यावर क्वचितच दिसणारा ताठरपणा होता. तो केवळ संन्यासी असण्यापेक्षा महंत असावा असे दिसत होते.

''जर कुणाचीच ओळख नाही, तर मग तुम्ही त्या खेड्यात कसे काय आलात?'' त्याने आश्चर्याने विचारले.

''तीच तर गंमत झाली,'' तो मोकळेपणाने सांगू लागला. खरे म्हणजे काल जर कोणी त्याला म्हटले असते, की उद्या तू एक दिवस त्या खेड्यात काढणार आहेस, तर त्यावर त्याचाच विश्वास बसला नसता; पण बसमधून जात असता आदल्या स्टॉपवर त्याच्या मनात एक अनावर लहर निर्माण झाली. त्याला वाटले – इतक्या जवळ आलो आहे मग का पाहून येऊ नये आपले गाव? या भागाकडे शेकडो मैलांवरून आपण पुन्हा कधी येतो कुणास ठाऊक! ही कल्पना येताच वेड्याप्रमाणे प्रवास अर्धाच तोडून तो उतरला व त्या खेड्यात गेला. आता मात्र त्याला वाटू लागले होते, की आपण तिकडे जायलाच नको होते. आता त्या ठिकाणी आपले काही उरलेच नाही. तेव्हा तो न राहताच परतला आणि थोडक्यात चुकामूक झाली. बस निघून गेली व आता सकाळपर्यंत बस नाही. महंत गप्प राहिला; पण त्याची दृष्टी मात्र त्याच्यावरून हलली नाही. त्याने मग पुन्हा विचारले, ''पण आता पुढं काय विचार आहे तुमचा?''

त्याला काय उत्तर द्यावे हे लगेच समजले नाही. तो विमनस्कपणे म्हणाला, ''बघू की काहीतरी. कदाचित एखाददुसरी मोटार जाईल या रस्त्यानं. निदान पुढच्या बस स्टँडपर्यंत जायला मिळालं तरी पुरे!'' तो असे म्हणाला खरे; पण हे देखील घडणे अशक्यच दिसते अशी अनिश्चितताच त्याच्या शब्दांत उघड दिसत होती.

''मग तुम्ही असं का करत नाही?'' महंत अगदी त्याच्या शेजारीच येऊन म्हणाला, ''तुम्ही आज आमच्या मठात चला. तुमच्या स्नानाची, जेवण्या-झोपण्याची आम्ही चांगली व्यवस्था करू आणि मठ देखील येथून फारसा दूर नाही. तुम्ही ती टेकडी ओलांडून रस्त्यावर आलात, आता रस्ता ओलांडून समोरील लहान टेकडी चढली, की आमचा मठ आहे. आता अंधार होत आला आहे, नाहीतर तुम्हांला पायवाट देखील दिसली असती.''

त्याने समोर पाहिले. टेकडी केसाळ काटेरी कातड्याच्या श्वापदाप्रमाणे अंग टाकून बसल्यासारखी दिसत होती. टेकडीच्या चढणीवर निलगिरीची उंच झाडे होती व त्या गडद गर्दीत त्यांचे उंच शुभ्र बुंधे जमिनीत रुतवलेल्या विशाल हाडांप्रमाणे दिसत होते.

''छे, आपणाला कशाला तसदी द्यायची?'' तो संकोचाने म्हणाला, ''मी अचानक पाहुणा आल्यानं तुम्हा लोकांना ते फार गैरसोयीचं होईल.''

महंत मोठ्याने हसला. तो म्हणाला, ''आमच्या मठातील आयुष्य फार कठोर, अति साधे आहे हे खरे; पण तेवढ्यावरून मठाची कल्पना करून घेऊ नका. कोणत्याही वेळी आधी न कळवता शंभर माणसं आली तर त्यांच्या जेवणाचीच नव्हे, तर राहण्याचीही आम्ही सहज व्यवस्था करू. तुम्ही एकदा पाहा तरी!''

असल्या आडजागी आपणाला जेवायला तरी मिळेल की नाही याची त्याला शंका

वाटून महंताच्या शब्दावर त्याचा विश्वास बसला नाही; पण त्यानंतर विशेष आढेवेढे न घेता तो महंताबरोबर चालू लागला. तो रस्ता अगदी पायाखालचा असल्याप्रमाणे महंत खडावा वाजवत चटचट जलद चालला होता; पण त्याला मात्र मधूनमधून ठेचाळावे लागून थांबावे लागत होते.

''हां, पण एक गोष्ट सांगायची राहिलीच,'' महंत म्हणाला, ''स्नानानंतर तुम्हांला मठातील कपडे घालावे लागतील आणि आमच्याकडे असणार काय? कफनी आणि आतील लहान वस्त्रे. तुम्हांला खडावा वापरता येतील ना एक दिवस?''

''छे, त्यापेक्षा मी उघड्या पावलांनी हिंडेन,'' तो हसून म्हणाला, ''कफनीचं ठीक आहे, माझी काही हरकत नाही. मला देणार ती कफनी या तुमच्या कफनीसारखी असेल, तर ती मला वापरायला आवडेल देखील; पण खडावा मात्र नकोत. लहानपणी एकदा मी खडावा वापरून बघितल्या होत्या. त्या वेळी चालताना खडावा बाजूलाच राहत आणि खुंटी पकडून पावलं मात्र भलतीकडे पडत.''

पण त्यावर महंत हसला नाही. तो एवढेच म्हणाला, ''कफनी तर तुम्हांला यापेक्षाही चांगली मिळेल.''

ते झुडपांचे एक वळण ओलांडून पुढे आले. तेथे थोडी सपाट जागा होती. तेथे महंत थबकताच पाय सैलावण्यासाठी तो थांबला व विस्मयाने समोर पाहू लागला.

समोरील उतरणीच्या कडेलाच मागे वरवर चढत गेलेली झुडपांच्या झुबक्यांनी केसाळ वाटत असलेली आणखी एक टेकडी मागे घेऊन मठ उभा होता. उंच, भव्य प्रवेशद्वार असलेली मठाची इमारत दोन्ही बाजूंना फार तर हातभर पसरलेली दिसत होती. मठाच्या मागच्या बाजूला चार मोठे नळ टेकडीच्या टोकापर्यंत वर गेले होते व त्यांच्या वाकवलेल्या तोंडावर किंचित अंतरावर त्यांना आच्छादणारी लोखंडी छत्री होती. पण त्याला विस्मय वाटला तो निराळ्याच गोष्टीचा. प्रवेशद्वारावर प्रखर पांढऱ्या प्रकाशाचा विजेचा दिवा होता आणि मठाच्या वर निमुळत्या होत गेलेल्या कारल्यासारख्या आकाराच्या गोपुरावर त्यातून एक अत्यंत तेजस्वी ठिणगी निघत असल्याप्रमाणे लाल प्रकाश होता. लाल प्रकाशाशेजारी चौकोनातून एक त्रिकोण काढून टाकल्याप्रमाणे दिसणारी दोन पंखांची पताका होती आणि तिच्याखाली दिव्यांच्याच टिंबांत अक्षरे उजळली होती – तपोनिवास.

''हा आमचा मठ,'' महंत म्हणाला, ''हा तुम्हांला बाहेरून फारसा मोठा वाटणार नाही; पण तेवढ्यावरून तुम्हांला आतील रचनेची कल्पना येणार नाही. आद्य स्वामींनी फार विचार करून हा मठ बांधवून घेतला आहे.''

त्या तशा एकाकी आडवळणी गावात विजेचे दिवे पाहताच प्रथम त्यावर त्याचा विश्वास बसेना व तो न बोलता पाहत राहिला. त्यावर महंत म्हणाला, ''येथे वीस-पंचवीस मैलांवर वीज नाही हे खरं आहे; परंतु आमच्या मठाचं कार्य स्वयंपूर्ण आहे.

वीज आमची, पाणीपुरवठा आमचाच आहे. तुम्ही उजव्या बाजूला पाहा. ही सारी शेतं मठाचीच आहेत. आमच्यापैकीच काही सेवक तेथे राबतात व अन्नाच्या आमच्या गरजा भागतात. म्हणजे, आम्ही प्रवेशद्वार बंद केलं तर निदान वर्षभर तरी आम्हांला इतरांच्या मदतीची गरज पडणार नाही.''

झाडीतून पुढे येऊन मठाच्या आवाराभोवती असलेल्या उंच कुंपणाजवळ ते येताच महंताने त्यास एकदम थांबवले. तो म्हणाला, ''आता अगदी माझ्या मागोमाग या फाटकातून आत या. या कुंपणात झुडपामध्ये काटेरी तारा बसवल्या आहेत व त्यात रात्रंदिवस विजेचा प्रवाह आहे. आत यातला हा एकच मार्ग आहे व त्याला देखील नेहमी कुलूपच असतं.''

आत आल्यावर महंताने गळ्यातील किल्ली पुन्हा कफनीत सोडली व ते मठाकडे येऊ लागले. मठ आता सर्पमणी घेऊन उभारलेल्या फण्यासारखा दिसत होता. तिकडे पाहत तो चालला असता भीतीची एक लहर त्याला शहारून गेली. झाडांच्या स्थिर गर्दीमधून तशीच कफनी घातलेल्या अनेक आकृती तीनचार जणांच्या घोळक्यांनी येऊन मागोमाग चालू लागल्या होत्या. मध्येच महंत थांबला व डाव्या बाजूला जाऊन एका वृंदावनासमोर उभा राहिला. ते पुरुषभर उंच असून चमकदार काळ्या रंगाचे होते व भोवती अष्टकोनी चौथरा होता. वृंदावनाला नमस्कार करत महंत म्हणाला, ''ही आद्य स्वामींची समाधी आहे. नंतरच्या स्वामींचे देखील हे विश्रांतिस्थान आहे.'' आपणही नमस्कार करावा की काय याचा तो विचार करत असतानाच महंत परत वळला व प्रवेशद्वाराकडे आला. तो जवळ येताच कोरीव काम केलेले दरवाजे उघडले. त्याने आत प्रवेश करताच प्रवेशद्वारावरील तेजस्वी दिवा बंद झाला. मागून पिवळ्या सावल्यांप्रमाणे येत असलेल्यांपैकी शेवटच्या दोघांनी ते अवजड दरवाजे नेट लावून पुन्हा बंद केले व तुळईसारखा अडणा ओढल्यावर बाहेरच्या जगापासून देठ खुडल्याप्रमाणे मठ एकदम अलिप्त झाला. महंत आत येताच भोवतालच्या पिवळसर प्रकाशातून दोन शिष्य पुढे आले व त्यांनी भरजरी काठाची शाल त्याच्या अंगावर नम्रतेने घालून ते प्रकाशातच वितळल्याप्रमाणे मागे सरले.

जास्तच भांबावून त्याने भोवती पाहिले. हा दिवाणखाना मागे इतका विस्तृत होता, की मध्यभागी असलेल्या दिव्याचा प्रकाश शेवटपर्यंत पोहोचत नव्हता. परंतु भिंतीच्या कडेने तसाच सैलसर पोषाख घातलेल्या अनेक आकृती एकत्र फेकलेल्या सावल्यांप्रमाणेच स्तब्ध उभ्या होत्या. त्यांच्याकडे पाहताच एकदम त्याला एक गोष्ट जाणवली. या साऱ्या शिष्यांनी डोक्याचे पूर्ण मुंडन करून घेतले होते.

''आपणच या मठाचे प्रमुख आहात का?'' त्याने नम्रपणे विचारले.

एवढ्या वेळात पहिल्या भेटीवर महंत प्रथमच हसला. त्याने एका शिष्याला खूण करताच त्याने एक आसन अतिथीसाठी आणून ठेवले; पण महंत मात्र तसाच उभा

राहिला. तो म्हणाला, ''नाही, मी मठाधीश नाही; पण आद्य स्वामींनी माझ्यावरील लोभामुळं ही जबाबदारी माझ्यावर टाकली इतकंच. आता येथे प्रमुख आणि सेवक असा भेद नाही. हे इतर शिष्य अगदी नवीन आहेत. मी त्यांच्या आधी आलो आहे एवढाच फरक; पण मी देखील त्यांच्याइतकाच सेवक, त्यांच्याइतकाच अनुयायी आहे.''

''मग सध्या मठाचे स्वामी कोण, कोठे आहेत?''

महंत त्यावर काही बोलला नाही. भिंतीशेजारी असलेल्या अनुयायांत क्षणिक पण स्पष्ट हालचाल झाली; परंतु पुन्हा ते भिंतीवरील चित्राकृती असल्याप्रमाणे स्तब्ध झाले. ''त्याबद्दल मी तुम्हांला सांगणारच आहे,'' किंचित सैल होऊन महंत म्हणाला, ''परंतु तुम्ही चालण्यानं शिणला असाल. तेव्हा प्रथम स्नान करून घ्या. रात्रीच्या जेवणास अद्याप अवधी आहे, तेव्हा थोडे खाणे घ्या. मग मी तुम्हांला सारं सांगेन. मी मघा तुम्हांला सांगितली ती अट मात्र आपण आमच्यासाठी पाळावी अशी मी पुन्हा विनंती करतो. मठात तुम्ही जोपर्यंत आहात तोपर्यंत येथलीच वस्त्रं वापरावीत.''

''नाहीतरी माझ्याजवळ अंगावरील या कपड्यांखेरीज वस्त्रंच नाहीत आणि ती देखील मळून पोतेऱ्यासारखी झाली आहेत,'' तो म्हणाला.

महंताने पुन्हा खूण करताच एक शिष्य त्याच्याजवळ आला आणि त्याने त्यास नम्रपणे अभिवादन केले. तो त्या शिष्याबरोबर गेला. स्नानगृहाच्या शेजारील खोलीत त्याने सारे कपडे काढले आणि शिष्याने दिलेल्या पीतवस्त्रात तो स्नानासाठी गेला. तेथे जाताच ही जागा विरक्त संन्याशासाठीच आहे का, असा त्याला क्षणभर भ्रम पडला. निळसर रंगाच्या संगमरवरी छतातून जाळीदार नळातून गरम पाण्याचे झरे अंगावर पडू लागताच सुखद अशा स्वच्छतेने तो भारल्यासारखा झाला. अंग पुसून झाल्यावर देखील साबणाचा उत्कट गंध इतका दरवाळला, की त्याला वाटले, असे विलासी आयुष्य सहज मिळत असेल तर जन्मभर येथे राहायची आपली तयारी आहे!

तो बाहेर येताच शिष्याने चंदनी पाटावर ठेवलेली वस्त्रे पुढे करताच तो आश्चर्याने खिळल्यासारखा झाला. त्यातील मुख्य वस्त्र अत्यंत उंची रेशमी असून त्यावर समोर भरजरी पट्टे पायघोळ खाली आले होते आणि कोपऱ्यात दोन्ही बाजूंनी रेशमी धाग्यांनी कुसर केलेल्या कोयऱ्या होत्या. ते सैलसर वस्त्र अंगात घालताच त्याच्या मृदू लालस स्पर्शाने तो मोहरून गेला. तो परत आला, त्या वेळी दुसऱ्या शिष्याने मखमली आवरण असलेले आसन पुढे केले आणि तो समाधानाने बसतो न बसतो तोच आणखी एकाने चांदीच्या ताटात ठेवलेले दूध भरलेले चांदीचेच पात्र व काही फळे आणून समोर ठेवली. त्याने प्रसन्न मनाने उष्ण दुधाचा घोट घेताच रेशमाच्या मृदू स्पर्शात सूर्यप्रकाश जागा झाल्याप्रमाणे तो सुखावला; पण तो लगेच भानावर आला व त्याला एकदम अस्वस्थ वाटू लागले. महंताप्रमाणेच सारे शिष्य त्याच्याकडे स्थिर नजरेने पाहत निश्चल उभे होते.

''ते सुगंधी स्नान, ही वैभवशाली आसनं, वस्त्रं, ही चांदीची मूल्यवान पात्रं –

एकंदरीनं हे सगळं आपण स्वीकारलेल्या विरक्त जीवनाशी फार विसंगत नाही का?'' त्याने भोवती पाहत म्हटले.

''तुम्ही आज येथे अतिथी आहात आणि तुमच्यासारख्या अतिथीचं कोणतंही स्वागत कधी अति होऊ शकत नाही,'' महंत म्हणाला, ''त्याशिवाय असं पाहा, सोन्याचांदीविषयी आसक्ती असू नये, अशीच आमच्या आद्य स्वामींची शिकवण आहे; पण सोनेचांदी सहज समोर आल्यास त्यांना झिडकारून मातीच्याच भांड्यांचा आग्रह धरणं हा देखील एक अहंभावच आहे. मी त्यांच्या त्या भावनेला पोहोचलो नाही; परंतु मला जर मातीच्या भांड्यांतून अन्न मिळालं तर मी ते निर्विकारपणे स्वीकारीन; पण माझी वैयक्तिक अनासक्तीची प्रौढी दाखविण्यासाठी मी समोर आलेलं चांदीचं भांडं बाजूला सारण्याचा जाहीरपणा करणार नाही. पण आज तुमच्या आतिथ्याला एक विशेष कारण आहे हे मात्र मी मान्य करतो.

''तुम्ही मघा एक प्रश्न विचारलात – स्वामींविषयी. त्याबद्दल आता मी तुम्हांला सांगतो. येथील स्वामींची महायात्रा होऊन तीन महिने झाले. आपण येताना जे वृंदावन पाहिलं त्याच ठिकाणी त्यांची देखील समाधी आहे. त्यानंतर पीठ रिकामं आहे व एकशेआठ दिवसांच्या आत नव्या स्वामींची प्रतिष्ठापना करणं मठाचं कर्तव्य आहे. आम्ही सर्वत्र हिंडतो, भेटतो व स्वामींच्या पुनरवताराची चिन्हं कोठे आढळतात का हे पाहतो.''

''म्हणजे एका स्वामींच्या मृत्यूनंतर तुमच्यापैकीच कोणीतरी स्वामी होत नाही तर?'' त्याने उत्सुकतेने विचारले.

त्यावर महंताने मान हलवली व म्हटले, ''एवढंच नाही, तर स्वामींना आपला उत्तराधिकारी देखील ठरवता येत नाही. म्हणून तर एकशेआठ दिवसांचा अवधी असतो. आद्य स्वामींनंतर आलेले स्वामी पाहा. त्या सगळ्यांचीच नावे नंतर 'शिवचरण' अशी असतात. एक स्वामी शेतकरी होते. अनेक वर्षं इस्पितळात पडल्यावर त्यांना आधार उरला नव्हता; पण त्यांना येथे स्वामी होण्याचं भाग्य लाभलं. नंतरचे एक स्वामी पूर्वायुष्यात अत्तरे, जानवी, गंगाजल विकत हिंडणारे होते, तर एक स्वामी पायी रामेश्वर काशीयात्रेला निघालेले प्रचंड जटाधारी बैरागी होते. म्हणजे स्वामी होण्यासाठी कडक तपश्चर्या, कठोर वैराग्य इत्यादी हवंच असं नाही. स्वामींच्या खुणा कोठे प्रकट होतील, स्वामी कोणत्या स्वरूपात दर्शन देतील, हे आम्हा अज्ञ अनुयायांना काय कळणार? तुम्ही आज येथे अतिथी म्हणून आलात. कुणास ठाऊक, स्वामीच तुमच्या रूपानं आले असतीलही. तेव्हा त्यांना जे आतिथ्य आम्ही दाखवलं असतं, तेच तुम्हांला दाखवण्यात आलं इतकंच.''

''पण शेवटी अमुक एक माणूसच तुमच्या स्वामींचा अवतार आहे, हे तरी तुम्हांला कसं समजतं?''

महंताचा चेहरा एकदम नम्र झाला. तो म्हणाला, ''तुमचा विश्वास बसणार नाही, हे मला आताच माहीत आहे. तरी मी सांगतो. स्वामींचं ध्यान करण्याचं आसन खाली आहे. त्यावर बसून अशा माणसानं हात वर केला तर त्याच्या बोटातून बेलाचं त्रिदल उगवतं!''

त्यावर तो अविश्वासाने महंताकडे पाहतच राहिला. मग तो फार मनमोकळेपणाने हसला व म्हणाला, ''तुम्ही मला दिलेली वस्त्रं क्षणभर विसरा; पण एक गोष्ट मात्र मी विश्वासानं सांगतो. तुमच्या स्वामींचं आगमन तुम्हांला अन्यत्र कोठे आढळेल तेथे आढळो; पण ते माझ्यात मात्र दिसणार नाही याची मला खात्री आहे. अहो, माझ्यासारख्या माणसानं प्रत्यक्ष झाड बेल लावला तरी तो टिकत नाही, मग माझ्या बोटातून बेलपानं काय आपोआप उगवणार?''

पण त्यावर महंत हसला नाही हे पाहून तो ओशाळला व गप्प राहिला. महंताने खूण करताच एका शिष्याने त्याच्यापुढील दुधाचे पात्र ताटासह उचलून नेले.

महंत म्हणाला, ''जेवणापूर्वी अद्याप अवकाश आहे, तेव्हा मी तुम्हांला तपोमंदिराची रचना दाखवतो. हे मंदिर स्वामींनी विशिष्ट तऱ्हेनं बांधलेलं आहे. हा जो भाग आहे, तो तुम्हांला विस्तृत दिसला तरी तो मंदिराचा केवळ एक लहान भाग आहे. आपल्यासारखे अतिथी आले तर त्यांच्या स्वागतासाठीच याचा उपयोग केला जातो. मंदिर मुख्यत्वेकरून जमिनीखाली आहे.''

इतका वेळ भोवताली स्तब्ध उभ्या असलेल्या पिवळसर आकृती हळूहळू समोरील अंधाऱ्या चौकटीत निघून गेल्या आणि तो स्वतः आणि महंत यांखेरीज दिवाणखाना रिकामा झाला.

''मंदिराच्या अशा रचनेचं मुख्य कारण असं आहे. आद्य स्वामी पायीच तीर्थक्षेत्रं करत हिंडत असता श्रीशैल पर्वतापाशी आले व त्या ठिकाणी मस्तकात तेजःपुंज हिरा चमकावा त्याप्रमाणं त्यांना साक्षात्कार झाला. भव्य पर्वतशिखराप्रमाणं वाटणारा एक शुभ्र जटाधारी ऋषी त्यांना दिसला व त्यानं स्वामींना सांगितलं – येथून पश्चिमेकडे अरण्यात जा. त्या ठिकाणी तुला पाऊलवाटही मिळणार नाही. एके ठिकाणी तुला पूर्ण वठलेलं एक आंब्याचं झाड दिसेल; परंतु त्याच झाडाला तुला मधाचं पोळं लागलेलं दिसेल. ही खूण स्वीकारून तू निर्भयपणे उजवीकडे जा. तेथील गुहेत ध्यान कर म्हणजे तू ज्ञानी होशील! स्वामी गर्द झाडीतून वाट काढत गुहेपाशी आले. गुहेत अनेक मार्ग होते. काही ठिकाणी तर त्यांना सरपटत जाण्याखेरीज पुढं जाता आलं नाही. नंतर त्यांना गुहेच्या गाभाऱ्यात शिवलिंग दिसलं. ते कोणत्या दगडाचं होतं कुणास ठाऊक; पण ते हाताला अत्यंत मऊ लागत होतं व त्याच्याभोवती उष्ण वाफेचे पिसारे निघत होते. स्वामींनी त्या ठिकाणी चाळीस दिवस साधना केली. परतल्यावर त्यांनी स्वतःच्या ध्यानचिंतनासाठी हे मंदिर मुद्दाम बांधून घेतले. तुम्ही थोड्याच भाग्यवान लोकांपैकी

आहात, कारण स्वामी असताना त्यांच्या पीठापर्यंत कोणालाच जाणं शक्य नव्हतं; पण आता तुम्हांला मात्र साराच पवित्र परिसर पाहता येईल. चला माझ्याबरोबर. चौकटीच्या तेथे मात्र पाऊल काळजीपूर्वक टाका, कारण तेथेच खाली जायच्या पायऱ्या आहेत.''

तो उभा राहिला. पाहतापाहता भोवतालचे सारे विरून स्तब्ध झाले, असे त्याला त्या एकाकी दिवाणखान्याकडे पाहून वाटले. तो चौकटीकडे जाऊ लागताच महंत त्याच्या मागोमाग निघाला व त्याने जाताजाता पिवळा प्रकाश बंद करताच उरलेला दिवाणखाना देखील नाहीसा झाला. प्रथम आपल्यामागे अवजड प्रवेशद्वार बंद झाले, आता भोवतालचा प्रकाश एखादे वस्त्र झटकून घेतल्याप्रमाणे नाहीसा झाला, तेव्हा कोणीतरी आपल्याला हिरावून घेत पुढेपुढे ढकलत आहे असे त्याला वाटू लागले. महंत त्याच्या मागोमाग जाड सावलीच्या आकाराप्रमाणे येत होता. खाली जायच्या पायऱ्या वळतवळत उतरत्या होत्या. अशी चार वळणे घेतल्यावर त्याच्या चाचपडत जाणाऱ्या पावलांना सपाट जागा लागली. त्या ठिकाणी महंताने परिचित हाताने बटण दाबताच लखकन अनेक निळे दिवे उजळले व त्यांच्या झगझगीत प्रकाशामुळे आपण आता पाण्यात उभे आहो असा त्याला भास झाला. परंतु एकाएकी त्याच्या मनात अनामिक भीती निर्माण झाली व त्याने किंचित ओलसर झालेल्या चेहऱ्यावरून हात फिरवला. हे दालन तर नजर पोहोचणार नाही इतके विस्तीर्ण होते. त्याच्या एका बाजूला सर्वत्र दार नसलेल्या अरुंद कोठ्या होत्या आणि तेथे शिरताना निळसर प्रकाश निर्जीव होऊन आत सरकत अंधारात मिसळला होता. खाली उतरून आलेले शिष्य प्रत्येक कोठीसमोर उभे होते व निळ्या प्रकाशात त्यांची वस्त्रे शेवाळ चढू लागल्याप्रमाणे हिरवट दिसू लागली होती आणि त्यावर त्यांची मुंडन केलेली मस्तके पाण्यातच कष्टाने वाढलेल्या फिकट विषारी कंदाप्रमाणे दिसत होती.

महंत म्हणाला, ''कोणत्याही वेळी आम्ही शंभर माणसांच्या जेवण्याखाण्याची, राहण्याची व्यवस्था करू असं मी म्हणताच तुमचा विश्वास बसला नाही; पण पाहिलंत? हे सारे शिष्य येथेच राहतात. त्यांचं चिंतन या ठिकाणी होतं. ती प्रत्येक कोठी त्यांची विश्रांतीची जागा आहे. समोर एक लहान निळा दिवा दिसतो. ती माझी मठी आहे; पण मी काय, इतर शिष्य काय, चटई, अंगावरील वस्त्रं आणि जेवणाचं भांडं यांखेरीज कोणाचीच खाजगी मालमत्ता नाही. आता आपण खाली जाऊ.''

पुन्हा तितक्याच पायऱ्या उतरून येताच आणखी एक प्रशस्त दालन लागले व ते हिरव्यागार प्रकाशाने झळाळले. आता आपण पाण्यात जास्तच खोल उतरून तळाशी वनस्पती वाढलेल्या भागात आलो असे त्याला वाटले. महंत म्हणाला, ''येथील भिंतीतील दारं सरकवता येतात. या ठिकाणी सर्वांच्या भोजनाची व्यवस्था होते. आता देखील काही शिष्य त्या कामात गुंतले आहेत. येथून खाली गेलो की मात्र आपण खुद्द स्वामींच्या पीठापर्यंत जातो. तो भाग म्हणजे मंदिराचा आत्मा आहे.''

पण त्याच्या बोलण्याकडे त्याचे पूर्ण लक्ष नव्हते. तो स्वतःच्याच एका विचारात गुरफटला व चलण्यासाठी महंताने त्याच्या हाताला खूण केली तरी तो क्षणभर रेंगाळला. आपल्याला नेहमी परिचित असलेले या दालनात काय कमी आहे हे प्रथम त्याच्या ध्यानात येईना. नंतर चटका बसल्याप्रमाणे त्याला आठवले. येथे कोठेच खिडक्या नव्हत्या. ''आपण इतके आत उतरलो आहोत, की खिडक्या असणं शक्य नाही हे खरं,'' तो महंताला म्हणाला, ''पण या ठिकाणी हवा तर स्वच्छ खेळत आहे हे कसं?''

''फार चांगला प्रश्न विचारलात. आमच्या मठाचा तो विशेष मी विसरूनच गेलो असतो,'' महंत उत्साहाने म्हणाला, ''तुम्ही आत येताना चार प्रचंड नळ टेकडीच्या टोकापर्यंत गेलेले पाहिले असतील. या प्रत्येक दालनाला तसा एक स्वतंत्र नळ आहे व त्याचं तोंड येथे जमिनीजवळ मोकळं सोडलेलं असतं. अर्थात नंतर त्यालाच दोन-तीन फाटे जोडून दालनात सगळीकडे हवा खेळवली जाते. खुद्द स्वामींच्या ध्यानमंदिरात देखील एक मुख्य नळ व त्याला दोन मोठे नळ जोडले आहेत. म्हणून तुम्हांला एवढ्या खूप खोल जमिनीखाली देखील स्वच्छ हवा मिळते. प्रकाशाचा तर प्रश्न नाही. निळ्या दिव्यापासूनचे खालचे दिवे रात्रंदिवस प्रकाशत असतात.''

''पण नळाची तोंडं तर वर उघडी आहेत. समजा, रात्री एखादं घुबड, वाघूळ आत कोसळलं किंवा टेकडीवरचा दगड पडला तर काय?''

महंत त्याच्याकडे विस्मयाने पाहत राहिला. तो कौतुकाने म्हणाला, ''तुमचे विचार अगदी आद्य स्वामींच्या तऱ्हेनंच चालतात. त्यांनी देखील मला नेमका हाच प्रश्न विचारला होता. त्याचं असं आहे. थोड्या अंतरावर आम्ही सर्व बाजूंनी जाळी लावली आहे. प्रथम जाळी अगदी बारीक होती, तेव्हा सगळं सुरक्षित होतं; परंतु अगदी वरच्या दिवाणखान्यात देखील पुरेशी हवा येईना. म्हणून आम्ही वीतभर चौकोनांची जाळी लावली. पण आमचं खरं संरक्षण त्यात नाही. नळाचे शेवटचे भाग लाकडी असून शेवटी त्यांच्यात तांब्याची वर्तुळं बसवली आहेत. त्या तांब्याच्या वर्तुळात आणि जाळीत सौम्य वीजप्रवाह आहे. त्यामुळं तसा काही धोका निर्माण होण्याची शक्यता कमी आहे. इतक्या दिवसांत जोराच्या वाऱ्यानं एकदा ती जाळी कोसळली. याखेरीज अडचणीचं काहीही घडलं नाही.''

आता खाली उतरायला पायऱ्या नव्हत्या. तेथल्या भिंतीत एक लहान कमान होती व तेथून जाताना बरेच अंतर पाठ वाकवून जावे लागत होते. तशा चालण्याने त्याचे अंग अगदी अवघडून गेले. दोन्ही बाजूच्या भिंती खांद्यांना सारख्या घासटत होत्या इतक्या त्या जवळ होत्या. थोडे उभे राहायला जागा मिळताच त्याला हायसे वाटले; पण त्याने सैलावण्यासाठी हात वर करताच मुठी छतावर आदळल्या व तो वेदनेने कळवळला. त्याचा प्रवास अद्याप संपला नव्हता, कारण खाली अद्याप एक विवर होते. विहिरीप्रमाणे खोल खाली गेलेल्या जागेत दोन्ही बाजूंनी दगडी चौकोनी खुंट्या तळापर्यंत पोहोचल्या

होत्या व त्यावर एकेक पाय ठेवून खाली जावे लागे. तेथे उजव्या बाजूला पुन्हा एक वर्तुळ होते. तेथे आल्यावर महंत म्हणाला, ''येथे उतरताना मात्र काळजी घ्या. खरं म्हणजे आपण उलट उतरत गेलो तर जास्त सोपं होईल. मी प्रथम तुम्हांला दाखवतो.''

महंताने त्याच्याकडे तोंड फिरवले व तो वर्तुळातून उतरू लागताच त्याच्या अंगाने ते भरून गेले. तो पायाखालच्या पायऱ्या शोधत दोन्ही बाजूंनी आधार घेत खाली बुडत चालल्याप्रमाणे नाहीसा होऊ लागला. आता मात्र त्याला वाटले, हे आपल्याला जमायचे नाही आणि नकोही आहे! वेडीवाकडी वळणे घेत अंग अवघडून उतरत असता त्याची हाडे दुखू लागली होती व श्रमाने चेहरा ओला झाला होता. हवा देखील एकदम गोठलेली गडद झाल्याप्रमाणे श्वासोच्छ्वासाला अवजड झाली होती. पण महंताने खालून हाक मारताच अदृश्य दोरीने ओढल्याप्रमाणे तो आत उतरला आणि कसेबसे पाऊल ठरेल अशा पायऱ्यांवर थरथर पाय टेकवत, धापा टाकत तो महंतापुढे उभा राहिला.

ते जेथे उभे होते, तेथे दोघांना उभे राहता येईल एवढी जेमतेम जागा होती. त्यांच्या समोर अंग वळवून तिरपे जाता येईल एवढी फट होती. आतल्या बाजूला लाल मखमली आवरणाचे एक आसन व त्यासमोर तेवढ्याच उंचीचे मेज होते. महंताने तेथील समईच्या वातीसारखा मंद दिवा विझवला; पण नंतर मोठा दिवा लावताच लालभडक प्रकाश उसळला व भोवतालच्या भिंतीवरून ओतत समोरील ध्यानकुटीत भरून राहिला. त्या प्रकाशाने तो दिपला व बावरला. त्याला वाटले, आपण अंधारात उतरून एका विशाल शरीरात निळ्या-लाल रक्तवाहिन्यांतून येथपर्यंत येऊन पोहोचलो आहोत! ही कल्पना इतकी आकस्मिक व विलक्षण होती, की तिच्यामुळे त्याचे अंग थरथरू लागले.

''येथे स्वामी ध्यानसाधनेसाठी बसत. तुम्ही आत जाऊन आसनावर बसून पाहा,'' महंत म्हणाला.

''आणि बोटातून बेलाची पानं उगवतात की काय हे पाहू?'' त्याने थट्टेच्या स्वरात विचारले.

''त्यासाठीच नव्हे. हा दुर्मीळ योग सर्वांच्याच वाट्याला येतो असं नाही,'' महंत समजावण्याच्या सुरात म्हणाला, ''तुम्ही फार बुद्धिवान आहात, हे तर तुम्ही हवेच्या नळाविषयी विचारलेल्या प्रश्नांवरून उघडच आहे; पण अद्याप एक गोष्ट तुमच्या ध्यानात आली नाही; पण कदाचित त्या आसनावर बसल्यानंतर तुम्ही ती ओळखू शकाल.''

त्या अत्यंत अरुंद वर्तुळातून दारासारख्या फटीकडे शिरायला तो अत्यंत नाखूष होता. आता तर त्याच्या अंगाची थरथर वाढली व आतल्या बाजूचा लहान चौकोन प्रकाशित रक्तडोहाप्रमाणे वाटू लागला; पण झोपेत असल्याप्रमाणे तो तिकडे आकर्षित होऊन वाकून आत शिरला. चौकोन इतका लहान होता, की तो आसनावर बसताच दोन्ही बाजूंच्या भिंतीवरील लाकडी तक्तपोशी जणू त्याला चेंगरण्यासाठी अगदी जवळ आल्या.

‘‘आता बेलाची पानं उगवतात की काय ते पाहायला हात देखील वर करता येत नाहीत,’’ तो वेड्यासारखा हसून म्हणाला.

तोच त्याच्यामागे अरुंद वर्तुळापलीकडे अवजड पोलादी दरवाजा सरकला आणि त्याने दचकून मागे पाहताच वर्तुळ बंद झालेल्या डोळ्याप्रमाणे काळेशार झाले.

महंत बाहेरून म्हणाला, ‘‘बेलाचं त्रिदल येईल न येईल; पण आता एक गोष्ट तरी अनिवार्यपणे तुम्हांला उमजली असेल,’’ महंताचा आवाज आता दुरून येत असल्याप्रमाणे वाटत होता व धगधगीत लाल प्रकाशावर वाफेप्रमाणे तरंगत होता, ‘‘ती म्हणजे आता तुम्हीच या मठाचे नवे स्वामी आहात. पूर्वीच्या स्वामींप्रमाणंच तुम्हांला आता उरलेलं सारं आयुष्य याच ठिकाणी घालवावं लागेल. तेव्हा मी काय सांगतो ते नीट ध्यानात घ्या.

‘‘तुम्ही ज्या आसनावर बसला आहात, त्याच्या डाव्याउजव्या बाजूंना चंदनी चौकटी बसवल्या आहेत. समोरील चौकट फक्त माझ्या मठीतूनच वर उचलता येते. तेथे तुम्हांला नियमितपणे दोनदा अल्पोपहार आणि आयुष्यात कधी मिळालं नसेल असं सुग्रास भोजन मिळत जाईल. तुमच्या समोरील मेजाखाली चांदीचं ताट आहे. वाढून आलेलं अन्न घेताना ते ताट परत द्यावं. ध्यानात घ्या, पाठवलेलं अन्न ठरल्या वेळी काही वेळच तुमच्यासाठी थांबेल. त्या वेळी जर तुम्ही ते स्वीकारलं नाही, तर ते परत वर घेतलं जाईल. स्वतःचं ताट आणि स्वतःची वस्त्रं आपणच धुण्यावर आद्य स्वामींचा कटाक्ष असे. इतर दोन चौकटी मात्र तुमच्यासाठीच आहेत. डाव्या बाजूची चौकट वर सरकवल्यास तुम्हांला वर्तुळाकार दार दिसेल. तेथून सरपटत तुम्ही पुढं गेलात तर तुम्हांला स्नानगृह लागेल. त्या ठिकाणी उभे राहून स्नान करता येईल एवढी आणि एवढीच जागा आहे. वरून तुम्हांला सतत गरम पाणी मिळत राहील. तेथील कोनाड्यात उटणी, साबण इत्यादी सुगंधी स्नानाची साधनं आहेत. उजव्या बाजूच्या मार्गानं गेलात तर तुम्हांला झोपण्याच्या जागेकडे जाता येईल. त्या ठिकाणी कोणत्याही चिंतामुक्त माणसाला सुखानं झोपता येईल. प्रकाशाच्या बाबत तर हाच प्रकाश रात्रंदिवस प्रकाशत राहील. एका स्वामींच्या मृत्यूनंतर येथील ताट, वस्त्रं सारं काही त्यांच्याबरोबरच बाहेर येतं. एवढंच नाही, तर त्यांचं अंथरूण देखील नष्ट करण्यात येतं आणि माझा एक अत्यंत विश्वासू सहकारी सारं ध्यानमंदिर स्वतः दोनदा धुऊन काढतो. त्यामुळं येथील सोयींचा तुम्ही निःसंकोचपणानं, स्वच्छपणानं वापर करावा. तुम्हांला आत्ताच काही अडचणी जाणवणार नाहीत; पण त्यांचा देखील आद्य स्वामींनी फार दूरदृष्टीनं आधीच विचार केला आहे. स्नानगृहातील सुगंधी वस्तू संपून जातील, तुमची अंतर्वस्त्रं जीर्ण होतील. आद्य स्वामींच्या जन्मदिनी या वस्तूंचा पुन्हा पुरवठा करावा असा नियम आहे खरा; परंतु आमचा अनुभव असा आहे, की येथे आलेल्या स्वामींची त्याबाबतची आसक्ती कमीच होत जाते. अंगावरील वस्त्रांच्या चिंध्या झाल्या तरी त्यांना त्याची खंत वाटेनाशी होते.

त्यामुळे आम्ही तो नियम बाजूला सारला; पण तुम्हांला तशी गरजच वाटली, तर आपली जीर्ण वस्त्रं तुम्ही अन्न येतं त्या वेत्रिकेत ठेवावी, म्हणजे आम्हांला कळेल.

''पण तुम्हांला सर्वांत जाणवेल ती अडचण म्हणजे तुमच्या वाढलेल्या नखांची. केसामुळं तुमची गैरसोय होणार नाही, उलट त्यामुळं तुमचं स्वामीपण जास्तच खुलेल. पण या ठिकाणी हिंडताना तुम्हांला वाकून सरपटत जावं लागतं. अशा वेळी वाढलेल्या नखांचा अति त्रास होतो, म्हणून तेवढी कापण्याची सवलत आहे. स्नानगृहाच्या दोन बाजूंना तुम्हांला उभं राहता येईल एवढे कोनाडे आहेत. त्यांपैकी एकांत एक धारदार चिमटा लोखंडी पट्टीत बसवला आहे. तो पाहिजे तसा वर-खाली सरकतो; पण तो तेथून निखळून काढता येत नाही. तुमच्या सुखासाठी, स्वास्थ्यासाठी आम्ही प्रत्येक खबरदारी घेतली आहे.''

हे संथपणे येणारे शब्द सगळे आपणालाच उद्देशून आहेत की काय याचा त्याला क्षणभर भ्रम पडला, इतके त्याचे अंग बधिर झाले होते; पण पहिला आघात ओसरल्यावर तो बेभान झाला व ओणवे होऊन त्याने लोखंडी दारावर मुठी आदळत ओरडून म्हटले,

''आता हा मूर्ख विनोद बस्स झाला. आता तत्काळ दार उघड व मला या सापळ्यातून बाहेर काढ.'' त्याने आवेशाने दारावर आदळण्यासाठी मेज उचलण्याची धडपड केली व ती साधत नाही हे पाहून त्याने पुन्हा दारावर ठोठावले.

''स्वामी, आम्ही साऱ्या गोष्टींचा आधीच विचार केला आहे,'' महंत म्हणाला, ''ते मेज तुम्हांला हलवता येणार नाही, कारण ते खाली खिळे ठोकून बसवलं आहे आणि समजा ते निखळलं, तरी त्याचा तुम्हांला काही उपयोग होईल का? तेथे शांतपणे चिंतनात मग्न व्हावं एवढी जेमतेम जागा आहे. निष्काळजीपणानं उभं राहाल तर डोक्याला छत आदळेल, तेथे मेज उचलून तुम्ही जोरानं आदळण्याचा प्रयत्न करणार आणि ते देखील त्या वर्तुळापासून दूर असलेल्या दारावर. लोखंडी दारावर आघात करत तुम्ही आपली सारी शक्ती व्यर्थ उधळत आहात; पण दरवाजा चार इंच जाड पोलादी आहे. तुमच्या भोवतालच्या भिंती चिरेबंद सहा फूट जाड आहेत आणि बहुतेक ठिकाणी अखंड फरशीचा उपयोग केला आहे. आणि भोवतालची जागा एवढी मर्यादित, म्हणून तुम्ही त्रस्त तरी का व्हावं? एक चौरस मैल काय, चौरस फूट काय, हिंडताना विस्ताराच्या मानानं शरीर लहानमोठं होत असतं असं नाही. मग अंग फिरू शकेल यापेक्षा जास्त जागा मागणं वेडगळपणाचं नाही का? शिवाय विश्व व्यापून राहणारा आत्मा या देहात सुखानं राहतो, मग जेथे तो देह सहज फिरू शकतो, त्या ठिकाणी आत्म्याला राहायला अडचण पडू नये, नाही का? आता मी येथून गेल्यावर तुम्हांला कोणाशीही बोलता यायचं नाही, तेव्हा तुम्हांला जर काही विचारायचं असेल तर आत्ताच विचारून घ्या. ज्याप्रमाणं आता तुम्हांला सूर्यप्रकाश दिसणार नाही, त्याप्रमाणं यापुढं माणसाचा स्वर तर राहोच; पण पावलांचा आवाज देखील तुम्हांला ऐकू येणार नाही.''

तो मटकन आसनावर बसला व त्याचे डोळे निर्जीव झाले. त्याला एकदम वाटू लागले, भोवतालचा लाल डोह, त्यावर बाहेरून तरंगणारा स्पष्ट पण निर्विकार आवाज, दोन्ही हातांना थंडपणे चिकटलेल्या व आपणास हळूहळू चिरडून टाकण्याचा इशारा मिळण्याची वाट पाहत असल्याप्रमाणे वाटणाऱ्या भिंती हे सारे स्वप्न आहे. आता आपला आवाज फुटेल आणि मग कोणत्याही क्षणी हे सारे नाहीसे होईल, छातीवरील ओझे विरून जाईल. पण चोंदलेल्या गळ्यातून आवाज फुटणार तरी केव्हा – केव्हा?

''पण मी येथे असा एकाकी – माणसांशी संबंध नाही, सूर्यप्रकाश नाही – मी येथे करू काय, जगू कसा? तुम्ही मला येथे कायमचं का डांबून ठेवलं आहे?'' तो आर्ततेने म्हणाला.

''तू प्रथम हाच प्रश्न विचारणार हे मला पूर्वीच्या अनुभवानं माहीत होतंच,'' महंत म्हणाला.

''आणखी एखाद्याला तर हा प्रश्न कृतघ्नपणाचा वाटला असता. स्वामी म्हणून मी तुमच्यापुढं नम्र आहे; पण आयुष्याचा अनुभव पाहता मी तुम्हांला तू म्हणून संबोधण्याइतके तुम्ही लहान आहात. तू बाहेर राहून तरी काय केलं असतंस? पोटाची खळगी भरायला गुलामाप्रमाणं राबला असतास, टीचभर जागेतच अंग पसरलं असतंस. तुला या ठिकाणी अन्नपाण्याची सोय आहे, झोपण्यासाठी तुला जरूर आहे तेवढी मखमली शय्या आहे. येथे तू एवढ्या जागी कुणाचाही गुलाम नाहीस. मग तुला याहून जास्त काय हवं? आम्ही तुझी काही हत्या करून तुला बळी देणार नाही. उलट, तू जेवढं आयुष्य वर जगला असतास, तेवढं येथे देखील जगशील. येथे तुझ्या सुखासाठी आम्ही खूपच काळजी घेतली आहे. विचार कर, एवढी तसदी तुझ्यासाठी आतापर्यंतच्या तुझ्या आयुष्यात कोणी कधी घेतली होती का?

''आणखी एक पाहा. तू येथे राहिल्यावर तुला बाहेरच्या जगाचा आवाज देखील कधी ऐकू येणार नाही आणि मनात साचवलेलं आठवणींचं जग देखील हळूहळू विरून जाईल. बाहेर महापूर येवो, अगर महायुद्ध होवो, तुला त्या आपत्तींची जाणीव होणार नाही. इतरांच्या यातना तुला छळणार नाहीत. जी दुःखं टाळण्याचं तुझ्यात सामर्थ्य नाही, परंतु जी तुला दृष्टिआड मात्र करता येत नाहीत, अशी दुःखं असहायपणे पाहत आयुष्य ढकलणं ही एक अत्यंत मोठी शिक्षा आहे, असं तुला कधी वाटलं नाही? उलट, जर ती टाळता येणार नाहीत, तर पूर्णपणे ती विसरून जाणं यापेक्षा जास्त मोठं कोणतं सुख माणसाला आपण होऊन निर्माण करता येतं? मग आता सर्व सुखसोयींनी भरलेली ही अलिप्तता तुला अनायासे प्राप्त झाली असता वैतागानं तू तिचा अव्हेर का करणार आहेस?

''शिवाय माणसाला इतर माणसांविषयी जी ओढ वाटते, ती केवळ भ्रामक आहे. अनिवार्यपणे इतरांच्या संगतीत आयुष्य घालवायचं आपल्या नशिबी येत असल्यानं आपण त्या गरजेलाच गोंडस नामरूप दिलं आहे इतकंच. खरं म्हणजे ती आपली क्षुद्र

असहायता आहे. भोवतालच्या माणसांना एकच मुंडी असती तर ती आपण अत्यंत आनंदानं पिरगाळली असती, असं वाटण्याजोगे क्षण तुझ्या आयुष्यात कधी आले नसतील? आपल्या अत्यंत आनंदाच्या क्षणी घाणेरडा किडा चिरडून दुर्गंध पसरवल्याप्रमाणं मत्सरी शब्द थुंकणारी, पाप झालं म्हणून भूकंप होतात म्हणणारी अगर ग्रहणाच्या वेळी चंद्रसूर्याला मुक्ती मिळावी म्हणून स्नान करणारी खुळचट माणसं तुला कधी भेटली नाहीत? संगीताच्या सान्निध्यात मढ्याप्रमाणं बसणारी, काव्यासमोर गरुडपुराण ऐकत असल्याप्रमाणं शेणचेहरा करणारी, गालामधल्या लाल उंडगीला धंद्याला लावून स्वतः साजिंदे बनत खुशामत करून सत्ता अगर संपत्तीनं सजून मिरविणारी, आळ्या पडत चालल्याप्रमाणं बेलाशक उत्पत्ती करत रमणारी माणसं, त्यांची बुचबुच गर्दी – हे सारं ज्याला सहन होतं, आवडतं, त्याचं मन अगदी घोरपड झालं असलं पाहिजे. म्हणूनच थोडा तरी स्वतः विचार करणारा, स्वाभिमान असणारा माणूस स्वतः होऊन या घोळक्यापासून दूर जातो, अगर त्यांच्यातच एकाकी, उपरा ठरतो. घोळक्यापैकीच एक असणं हे तुला जरूर वाटणारं सुख किती फसवं आणि भरताड आहे, याचा तुला लौकरच अनुभव येईल.

"परंतु माझ्या दृष्टीनं सर्वांत मोठा फायदा निराळाच आहे. प्रत्येक कृतीचा पूर्ण विचार करून नंतरच ती करण्याचं सामर्थ्य म्हण, स्वातंत्र्य म्हण, माणसाच्या वाट्याला आलंच नाही. तसलं स्वातंत्र्य असलंच तर ते अगदी क्षुद्र गोष्टींबाबतच असतं आणि तीच नेमकी मनस्तापाची गोष्ट आहे. सारं अंग दारिद्र्यानं विवस्त्र असता कोणीतरी कपाळावर एक चिंधी मिरवावी असलं ते दृश्य! नाहीतर एरव्ही प्रचंड झंझावातात सापडून आंधळेपणानं हातवारे करतच आपण संपून जातो! का केलं? असंच का केलं? इतर काही करण्याची शक्यता होती का? असे प्रश्न सुचायला आपणाला वेळच राहत नाही, इतके आपण त्या व्यापातच गुंतून राहिलेले असतो. ज्या थोडक्यांना हे प्रश्न सुचतात, ती माणसं, मी म्हटले ना, तशी दूर जातात किंवा घोळक्यातच एकाकी राहून झिजतात. मला वाटतं, तू आता चाळिशीच्या जवळ येत आहेस. आता तुझ्या हातून आयुष्य एकदम तडकून किंवा उलटंसुलटं होऊन जाईल, असं काही घडण्याची शक्यता कमीच आहे. आता तुझं पुढील आयुष्य 'पुन्हा वरीलप्रमाणे, पुन्हा वरीलप्रमाणे' या अत्यंत रित्या, मृत शब्दांखेरीज काही नाही. म्हणून आता तुला गेल्या चाळीस वर्षांच्या आयुष्याचा हिशेब निवांतपणे पारखता येईल. प्रत्येक दिवस म्हणजे एक नवं प्रश्नचिन्ह होतं; पण ते घाईत आपल्या ध्यानात कधीच आलं नाही हे तुला जाणवेल. ही संधी प्रत्येकाला मिळतेच असं नाही. जर ती एखाद्यानं नेटानं प्राप्त करून घेतलीच तर तिचा उपयोग करू शकणारं मन तोपर्यंत वठून किडून गेलेलं असतं. आता तुला पूर्ण स्वातंत्र्य आहे, तुला प्रत्येक गोष्ट भिंगाखाली पाहता येईल. माणसानं स्वतःला, इतरांना असं कधी ना कधी भिंगाखाली ठेवून अलिप्तपणे पाहणं जरूर असतं. तुला आणखी काही विचारायचं आहे का?"

"हा कसला मठ आहे? हे शिष्य कोण, कोठून येतात? मी येथे किती दिवस राहायला हवं? माझ्याजवळ थोडा पैसा आहे. मला जर तुम्ही मुक्त केलंत तर तो सारा पैसा मी मठाला देईन."

"तुझी ती सूचना उद्धटपणाची आहे. मठाला तुझ्या पैशाची गरज नाही," ताडकन कठोरपणे महंत म्हणाला; पण त्यानंतर त्याचा आवाज पुन्हा सौम्य झाला, "पण इतर प्रश्न तू ठीक विचारलेस. एका दृष्टीनं हा मठ नसून आश्रम आहे. आम्हांला कोणत्याही तऱ्हेनं माणसाला पतितपावन करून सोडण्याची भोळी आचरट इच्छा नाही. कोणतं तरी एक झाड लहरीप्रमाणं आदर्श ठरवायचं आणि मग त्यापेक्षा उंच झाडाचे शेंडे छाटायचे, त्यापेक्षा कमी उंच झाडाचे शेंडे ताणायचे हे वेड, वेड लागलेल्या कुत्र्यात देखील दिसत नाही. मानवाचे पुष्कळसे गुणदुर्गुण त्याला रक्तमांस आहे, इंद्रियं आहेत, विशिष्ट तऱ्हेचा मेंदू आहे, म्हणून निर्माण झाले आहेत. तेव्हा त्याचं तेच शरीर ठेवून, स्वतः माणूस राहून इतरांना अतिमानव करण्याचा प्रयत्न करणं अत्यंत हास्यास्पद आहे. आपल्या मळक्या हातांनी इतरांचा मळ काढण्याचा तो एक ऐषआरामी डोंबारखेळ आहे. येथले शिष्य कोठून येतात, याला मर्यादा नाही. येथे राहण्याची इच्छा प्रकट करताच त्याला येथे राहता येतं; मात्र येथे एकदा प्रवेश केल्यावर त्याला परत जाता येत नाही. पहिलं एक वर्ष त्याला आपल्या कोठडीतच काढावं लागतं. नंतर त्याला कुंपणाच्या आत हिंडण्याची संधी मिळते. तुझ्या ध्यानात ही गोष्ट आली की नाही कुणास ठाऊक! ते बाहेर हिंडताना नेहमी तिघंतिघं हिंडतात आणि प्रत्येकाचा एक हात दुसऱ्याच्या हाताला बांधलेला असतो. येथे प्रवेश देताना कोणालाही त्याच्या भूतकाळाविषयी काहीही विचारलं जात नाही. मग त्यांपैकी कोणी खुनी, दरोडेखोर असतील, चिरडले जाऊन पराभूत झालेले असतील, तर काहीजण वैभव सोडून आलेले असतील."

"ते तर केवळ अशक्य आहे. वैभव सोडून आपण होऊन असल्या सापळ्यात कोण कशाला येईल?" तो मध्येच म्हणाला.

"ज्या अपार वैभवाचा तिटकारा येऊ शकतो, असलं वैभव तू भोगणं तर राहू देच; पण पाहिलं देखील नसशील. या ठिकाणी पूर्वायुष्याला काडीची किंमत नाही आणि जर तू मला माझ्या भूतकाळाविषयी प्रत्यक्ष विचारलं असतंस, तर मी त्याला उत्तर दिलं नसतं. पण आता सांगतो, अरे, सध्या येथे जेवढे शिष्य आहेत, त्याच्या दुप्पट नोकर तबेल्यात माझ्या जातिवंत घोड्यांच्या तैनातीला होते. सोन्याची नाणी पायाखाली असल्याखेरीज मी पाऊल टाकणार नाही, अशी जर मी प्रतिज्ञा केली असती तर साऱ्या प्रासादभर मी प्रतिज्ञाभंग न करता सुखानं हिंडलो असतो; पण तिकडे पाठ फिरवली आणि आद्य स्वामींच्या मागं आलो. त्यानंतर असेच अकस्मात दर्शन देऊन आलेले तीन स्वामी झाले. आता तुला एकटं वाटायची जरुरी नाही, कारण ते सगळे येथेच आहेत. तुझ्याशेजारी!"

तो एकदम बावरून उठला. त्याचे कपाळ समोरच्या भिंतीला ठेचाळले व तो कळवळत म्हणाला,

‘‘येथे म्हणजे कुठे?’’

‘‘ते नंतर तू आपण होऊन शोधून काढशीलच. प्रथम काही दिवस काळ अनंत वाटेल, गंजाप्रमाणं मनावर चढलेली अस्वस्थता तुला त्रस्त करील, तेव्हा तू आपोआप त्यांना शोधून काढशील. तू आत येताना एक वृंदावन पाहिलंस. प्रत्येक स्वामींना मृत्यूनंतर त्या वृंदावनाखाली पुरण्यात येतं व त्या वेळी आधीच्या स्वामींचे अवशेष येथे आणून जतन केले जातात. त्यामुळं तुला येथे एकटंएकटं कधीच वाटणार नाही. ओठावरील शांत ज्ञानी स्मित मृत्यूच्या समोर टिकत नाही; पण नाक, कान, डोळे इत्यादी इंद्रियं निघून गेल्यावर देखील मृत्यूच्या तडाख्यातून एकच वाचून राहतं. ते म्हणजे कवटीचं हास्य – आणि ते हास्य म्हणजेच आयुष्याबाबतचा माणसाचा अंतिम निर्णय होय.’’

आता तो मरगळल्यासारखा झाला होता आणि हताशतेने त्याचे डोळे ओलसर झाले होते. तो दीनवाण्या आवाजात म्हणाला, ‘‘माझ्या अन्नपाण्याची व्यवस्था केलीत, तशीच आणखी एक सोय करा. मला कागद, शिसपेन्सिल अशी काहीतरी साधनं द्या, म्हणजे मला निदान माझ्याशी तरी बोलता येईल.’’

‘‘नाही, ती साधनं तर तुला कदापि मिळणार नाहीत. शब्द आणि विचार असे बंदिस्त झाले की ते मृत होतात. त्यांचे पंख होण्याऐवजी साखळदंड होतात. जोपर्यंत बोलणाऱ्याचा प्राण त्यांच्यामागं असतो, तोपर्यंतच शब्दांना पंख राहतात; पण त्याच्या मृत्यूनंतर ते केवळ शिलालेख बनतात आणि काही काळानं तर ते लेख पुसून जाऊन त्या शिळांचं अवजड ओझं मात्र अनुयायांच्या गळ्यात कायमचं अडकतं, हे तू कदाचित पाहिलं असशील. म्हणून आद्य स्वामींनी पोथ्यापुस्तकं वाचली नाहीत, लिहिली नाहीत आणि लिहविली नाहीत.’’

‘‘आता शेवटचा एकच प्रश्न. असं जर आहे तर तुम्हांला स्वामी हवाच कशाला? माझा विनाकारण का बळी देता? माझी माणसं शोधाशोध करतील, शोकानं विव्हळ होतील, माझ्याबरोबर त्यांचं आयुष्य तडकून जाईल.’’

‘‘माणसांची ही आणखी एक भ्रांत आहे,’’ महंत म्हणाला, ‘‘कोणी देखील तुझ्याकरिता खंगणार नाही. थोडे दिवस शोधाशोध होईल. कदाचित वर्तमानपत्रात जाहिरात येईल. पण माझं ऐक. आठवड्याच्या आत सगळ्यांच्या भुका ताज्यातवान्या होतील. तू नाहीसा झालास म्हणून काही लोकांना आनंद देखील होईल. तू आपल्यामागं काहीच कायदेशीर व्यवस्था केली नाहीस म्हणून झालेल्या गैरसोयीबद्दल काहीजण तुला दोष देतील. पण बहुतेकांना त्याचं काहीच सोयरसुतक वाटणार नाही. तू काय, मी काय किंवा एखादा सम्राट काय, आम्ही जागा खाली केली की ती रिती न राहता दुसऱ्या एका

बुडबुड्यानं लगेच भरून जाते. स्वामी पाहिजेच कशासाठी म्हणतोस? अरे, नाही म्हटलं तरी माझा इतक्या माणसांशी संबंध येतो. मी स्वतः अमुक म्हणतो असं म्हटलं तर ती आज्ञापालन करणार नाहीत असं नाही; परंतु स्वामींची आज्ञा आहे असं म्हटलं, की माझ्या शब्दांना दैवी झळाळी येते. माझ्याशिवाय स्वामींजवळ कोणीच जाऊ शकत नाही. जेथे फक्त आपल्यालाच प्रवेश आहे आणि जेथे आपल्या शब्दांची रुजुवात करून घेणे इतरांना केवळ अशक्य आहे अशी एखादी विभूती हाती असणं हे धर्माच्या बाबतीत अत्यंत जरूर व फायद्याचं असतं.

"आता मी जातो. यापुढं आपण भेटणार नाही. जर माझाच मृत्यू आधी झाला तर ते तुला येथपर्यंत समजणारही नाही आणि येथे तुझं आयुष्य आधी संपलं तर ते संपल्यावरच मी पुन्हा येथे येईन. तेव्हा ही भेट शेवटचीच आहे."

महंत गेला असावा. तो बधिर मनाने आसनावरच बराच वेळ बसून राहिला. निळ्या लाल अरुंद मार्गाने आपण पुन्हा या गर्भाशयात येऊन पडलो व आता मात्र येथून जन्म नाही, ही भावना त्याच्यातून काही केल्या जाईना आणि ती त्याला पूर्णपणे मान्यही होईना. आपण नाहीसे झाल्यावर खरेच कुणाला कसलीही उणीव भासणार नाही, कोणालाच आपली आठवण राहणार नाही? मग आपली ही इतकी वर्षे म्हणजे एकेक पान फाडून वाऱ्यावर टाकल्याप्रमाणे सारीच अर्थहीन झाली की काय? माझ्या नात्यातील लोकांसाठी मी रक्त आटवले. स्वतःला वहाणा नसताना मी भावाला हौसेने रेशमी सदरा शिवून दिला. अनेक दिवस पैसे साठवून बायकोला डाळिंबी खड्याची अंगठी आणून दिली. एका आजारी मित्राला दोन महिने घरी ठेवून घेऊन त्याची शुश्रूषा केली. त्यांना कोणालाच काही वाटणार नाही? जोराच्या वाऱ्याने एकदा मोगरीचा मांडव चिखलात आडवा झाला, तेव्हा रात्री पावसात तासभर भिजत मी तो फार श्रमाने पुन्हा उभा केला. एका कवड्यावर झडप घालून ससाणा त्याला नेत असता दगड मारत मी त्याच्यामागे धावलो, तेव्हा ससाण्याने कवड्याला जमिनीवर टाकले. हे सारे मोगऱ्याला, कवड्याला आठवेल? की रेशमी सूट हवा असता नुसता सदरा मिळाला म्हणून हिरमुसलेला भाऊ, बोरमाळ हवी असता चिल्लर अंगठीच मिळाली म्हणून चिडलेली बायको, पंचवीस रुपये उसने मागताच माझ्याकडून निराळ्या मार्गाने पैसे उकळतोस असे निर्दयपणे म्हणणारा तो मित्र ही माणसे तेवढ्याच गोष्टी नेमक्या आठवत मला विसरून जातील? मोगऱ्याने तरी मग का मला आठवावे? तो नंतर मोडूनच गेला. ससाण्याने कवड्याला खाली टाकले खरे; पण त्याचा गळा सुरीच्या धारेखाली गेल्याप्रमाणे रक्तबंबाळ झाला होता. त्याला तरी का म्हणून आठवण राहावी? पंढरीला जायचे आहे, पण जवळ पैसे नाही म्हणणाऱ्या फकिरा सुताराला आपण एकदा पाच रुपये दिले. स्वयंपाक करून पोट भरणाऱ्या लक्ष्मीबाईवर चांदीची वाटी चोरल्याचा आळ आला, तेव्हा आपण मालकाच्या घरी जाऊन वाटी शोधून काढली, शेजारच्या राजूला फार दिवस हवे असलेले मोरपीस आपण

आणून दिले – निदान या माणसांना तरी आपली आठवण राहील. पण राहील का? जेथे रक्त विसरून जाते, तेथे निव्वळ शेजारपाजार आठवण ठेवील का?

उलट, आपल्याला मात्र या ठिकाणी किती आठवते! दरक्षणी आयुष्याच्या ठिकऱ्या उडत असता अत्यंत शांत, धैर्याने शेजारी राहिलेली बहीण अपर्णा आठवते. कॉलेजमधला पहिला दिवस. इतकी पुस्तके असलेले वाचनालय पाहून उचंबळून आलेले मन, बावळट गरीब पोषाखामुळे सगळ्यांनी खुळा बाळू म्हणून ओरडत कुचेष्टा आरंभल्यावर पार गारठून गेलो, त्या वेळी एकाकी बसलो असता आलेली मंदा देशपांडे. अत्यंत थोराड आणि सैनिकी वाटणारी. ओळख देखील नसताना ती आली व म्हणाली, ''एवढं मनाला लावून घेऊन बसायचं नसतं येथे! मी यंदा बी.ए. झाले; पण चार वर्षांत डोळ्यांतून पाणी काढलं नाही असा एक दिवस गेला नाही मला! मला पाहून ही भुतं सार्जंट सह्याद्री म्हणायची. पण मी चार वर्षं काढलीच की नाही?'' – ही सारी माणसे, त्यांनी आयुष्याला केलेले मायेचे स्पर्श, त्यांच्या त्या स्पर्शाचे लहान गोल आरसे बसवलेले वस्त्र पांघरून आपण येथपर्यंत निभावत आलो!

त्याला वाटले, महंत म्हणाला, ते एका दृष्टीने बरोबरच असेल का? जगापासून एकदम असे तुटल्यावरच सगळ्याबाबतची दृष्टी अशी स्वच्छ होऊ लागली. इतका वेळ विसरून गेलेल्या घंटा पुन्हा मंदपणे ऐकू येऊ लागल्या. अपर्णा कधी मनातून जाणार नाहीच; पण मंदा देशपांडेची आठवण होऊन किती दिवस झाले? आणि आता ती कोठे असेल? आणि मी शाळेत असता माझे कसलेही चित्र एक आण्याला विकत घेणारा दातारभाऊ – त्याची तरी आठवण किती वर्षांनी आली? आतली एकही कळी कुसकरू नये म्हणून नारिंग देखील हलक्या हाताने सोलणारा हा माणूस तीन महिन्यांच्या वेदनेने तळमळूनच का मरावा?

बुडबुड्याप्रमाणे लाल प्रकाशात वर येणाऱ्या आठवणींनी तो व्याकूळ झाला व मोठ्या प्रयत्नाने त्याने मन दडपले. डोक्यावरच्या छतात जाड चौकोनी काच होती; पण तिच्यामधून येणारा पिंजलेल्या रक्तासारखा प्रकाश बऱ्याच उंचीवरून येत होता. ठिकठिकाणी तेच अनिमिष, रात्रंदिवस पहारा करणारे चौकोनी, तांबडे तटस्थ दिवे! रात्रंदिवस? तो चमकला. आता रात्र झाली असेल; पण असेल का? रात्र झाली म्हणजे काय झाले? किती वाजले असतील – आठ, नऊ, दहा? त्याने कान देऊन काही आवाज येतो का पाहिले; पण आवाज बाहेरून येताना त्या जाड भिंतीबाहेरच मरून जात असावा. आत केवळ शांतता. त्या स्तब्धतेचाच जाड लोखंडी दारासारखा स्पर्श सर्वत्र जाणवत होता. आठ, नऊ, दहा? दररोज असल्या टिंबांना फार महत्त्व होते. याच दगडावर पाय ठेवत दिवसाच्या एका किनाऱ्यापासून दुसऱ्या किनाऱ्यापर्यंत सराईत पल्ला गाठला जात असे आणि रात्री तर आवाजाचे किती ओरखडे असत! झाड हले, रस्त्यावरून बैलगाडी जाई, फांद्यांत पक्षी फडफडत, समोरील घरातील गाईच्या

गळ्यातील घंटा वाजत, एखादे मूल मध्येच रडे, वेड्यासारखे एक कुत्रे वचावचा ओरडे आणि दूर कोठेतरी उग्र बायकोप्रमाणे अंधारावर भुसभुसत आगगाडी निघून जाई; पण हे आता नाही. दिवस उजाडला? सर्वत्र लालभडक प्रकाश आहे. रात्र झाली? सर्वत्र लालभडक प्रकाश आहे. आता काळच अंगावरची दिवसरात्रीची जुनी वस्त्रे काढून लालभडक कफनी घालून माझ्याकडे पाहत बसला आहे.

आणि मी त्याच्याकडे पाहत आहे!

आता येथे घनदाट शांतता आहे. येथे आपणच ओरडल्याखेरीज आवाज उमटणार नाही. सावली सोबत घेऊन आपण हलल्याखेरीज हालचाल नाही. आवाजात, हालचालीत आपण इतके गुंतून गेलो होतो की ते सारे गेल्यावर आपणाला एकदम उघडे वाटू लागले आहे. परिचित, घरगुती आवाजांचे आयुष्याला इतके उबदार अस्तर असते? पहाटेला देवळातील भजनाची टाळ, उतरणीवर गाई चरत असता वाजणाऱ्या दुभत्या घंटा, देसकाराची झनन झनन पायल, जवळून गेलेल्या स्त्रीच्या नव्या रेशमी वस्त्राची सळसळ...

आता हे सारे हिरावले जात असता त्या लाल प्रकाशात आपल्यावरील गंज आणि पालवी दोन्ही जळून जात आहेत असे त्याला वाटले. यासाठीच का माणूस इतका हपापलेला असतो? इंद्रियांना तुच्छ मानतो? मग शेवटी राहणार काय – तर सोललेल्या उदबत्तीतील एक नागडी रेषा? हा आपला मोक्ष आणि आयुष्य म्हणजे त्याचे चिंतन. वस्त्राचे उभेआडवे धागे एकेक काढून टाकायचे आणि मग जे उरते, त्याचे चिंतन करत विरून जायचे! विरून जायला शेवटी मी असतच नाही; चिंतनात आतड्याची पिळवट नाही आणि ज्यात विरावे असे काहीच निर्माण होत नाही. शेवटी, राजाच्या अंगावर वस्त्रच नाही, वस्त्रात राजाच नाही, कारण वस्त्र आणि राजा दोन्ही मुळात नाहीच नाहीत...!

तोच त्याच्या समोरील भिंतीवर हालचाल झाली व लाकडी चौकट वीतभर वर उचलली गेली. तो भयभीत आकर्षणाने तिकडे पाहत राहिला. तेथे वाढून आलेले ताट होते. त्याने वाढलेले ताट बाहेर घेऊन मेजाखालचे ताट कोनाड्यात ठेवले. चौकट पुन्हा खाली सरकली व स्थिर झाली.

त्याने अन्नाचे ताट मेजावर ठेवले. म्हणजे अद्याप फार रात्र झाली नाही तर! आता दिवस-रात्र चांदीच्या ताटांनी मोजावे लागणार! आता त्याला फारशी भूक नव्हतीच; पण ताटाकडे पाहताच उरली भूक तर मेलीच, पण उलट स्पष्ट शिसारी आली. ताटावर लाल प्रकाश होता आणि ते रानटी टोळ्यांच्या अन्नाप्रमाणे दिसत होते. त्याला वाटले, आपण रंगाचे देखील गुलाम आहोत की काय? आपण तांबडी फळे खातो, लाल रंगाचे पेय पितो; पण तांबडा भात, लालभडक दूध मन का नाकारत आहे? त्याने शिणून गेल्याप्रमाणे ताट तसेच बाजूला सरकवले व तो उठला.

डाव्या बाजूच्या वर्तुळात सरपटण्याखेरीज प्रवेश नव्हता. तो अंग ओढत पुढे सरकू लागला तेव्हा तर त्याला वाटले, उभा असता, बसलो असता निदान माणूस तरी होतो; पण आता ती अब्रू देखील उरली नाही. आता माणूस नाही, तर अंधारात जगणारा, वाढणारा, संपणारा एक उरग! निळ्या लाल प्रकाशात उतरत आपण गर्भाशयात आलो, एवढेच नाही तर आता उत्पत्तिमार्गावरून उलट चाललो आहो — माणूस, मग उरग, मग अणुकीटक मग — मग शेवटी शून्य. चिंतनाने शेवटी शून्य; शरीरानेही शून्य!

न्हाणीघरात जेथे प्रत्यक्ष आंघोळ करण्याची जागा होती, तेथे फक्त सरळ उभे राहता येईल एवढाच मोकळेपणा होता. त्या ठिकाणी सर्वसाक्षी लाल दिवा होता. भिंतीवर संगमरवरी फरशी होती आणि एका देवळीत सुगंधी विलासी स्नानाला लागतील अशा वस्तू होत्या. त्याने समोरचा एक नळ फिरवताच उष्ण सुखद पाण्याची एक धार सुरू झाली. त्याने हात धुऊन नळ बंद केला व तो परत येऊन दुसऱ्या मार्गाने सरपटत झोपण्याच्या जागी आला. तेथे भिंतीतच एक आडवी फळी होती आणि तिच्यावर आत कापसाचा पातळ थर असलेली मखमली शय्या होती. ती खालील फळीलाच खिळ्यांनी कायम बसवली होती. त्याने वर चढून अंग पसरले व त्या विमनस्क स्थितीत देखील मखमलीचा मृदू लालस स्पर्श त्याला सुखावह वाटला; परंतु अंग पसरल्यावर पाय समोर भिंतीला लागले व डोक्यावर चारसहा बोटे एवढीच माया राहिली. समोर एक हातावर पुन्हा तीच निर्विकार भिंत. त्याला वाटले, बस्स, आडवे, उभे आणि मांडी मुडपून घातलेली बैठक. याच आता आपल्या तीन अवस्था. आयुष्याच्या दांड्यावरील हा एक त्रिशूळ!

पहिल्या खेपेला त्याला मखमली फळीवर झोप आली नाही. लाल लाटांच्यावर सतत हेलकावे खात असल्याप्रमाणे तो अस्वस्थ जडपणाने मध्येच जागा होत होता. त्याला एकदा वाटले, भोवतालच्या भिंती एकदम दोरखंडाप्रमाणे जाड पिळलेले स्नायू असलेले अजस्र हात झाल्या आहेत. एक दमदार अवजड हात त्याच्या गळ्यावर पडला आणि तो कोपरात दुमडू लागताच एकदम गुदमरू लागल्याप्रमाणे तो फुटक्या आवाजात ओरडला. त्या आवाजाने हात विरून गेले व पुन्हा भिंतीचे रूप धारण करून शहाजोगपणे उभे राहिले; पण त्यांनी पुटपुटून सांगितले — आज नाही तर उद्या! तू येथेच आहेस. आम्ही गळा दाबण्याच्या वेळीच तुझा आवाज फुटून तू नेहमीच जागा होशील असे नाही!...

...लाल प्रकाश थोडा वेळ नाहीसा झाला. आता तो स्नानगृहात उभा होता. भोवतालच्या भिंती त्यांच्यातील काळे धुके विरल्याप्रमाणे पारदर्शक झाल्या आणि त्याला समोर हिरवेगार गवत, त्यांच्यात दिवट्या खोचल्याप्रमाणे दिसणारी लाल-पिवळ्या पानांची झाडे दिसली. थोड्या अंतरावर डोंगराजवळ त्याचे प्रतिबिंब पूर्ण पातिव्रत्याने धारण करणारी नदी होती आणि वर झगझगीत निळ्या आभाळात

एकामागोमाग बगळ्यांच्या रांगा नीरवपणे जात होत्या. नदीच्या या बाजूला विवस्त्र तरुणी जलक्रीडा करत होत्या. त्यातील एक धावत त्याच्यापुढे पारदर्शक भिंतीपाशी आली व मूठ उघडून सोन्याचे नाणे दाखवावे त्याप्रमाणे हसली. बाजूला तिचीच वाट पाहत असलेला पुतळ्यासारखा एक तरुण तेथे आला. केसांच्या पेडात केवडा फिरत जावा त्याप्रमाणे त्यांची शरीरे आसक्त लवचीकपणाने एकमेकांभोवती वळली. नंतर शांत तृप्त तिला घेऊन तरुण झाडांच्या राईत गेला.

त्यांच्याकडे पाहत असता पारदर्शक भिंतीच्या अलीकडे त्याला थंड पाण्याचा स्पर्श जाणवला. पावलाखाली गवताची ओलसर पाती दुमडली. रक्तामांसात सोनेरी उष्ण सूर्यप्रकाश मिसळल्याप्रमाणे दिसणाऱ्या त्या तरुणीच्या आठवणीने त्याचे सारे अंग वासनेने पेटले; पण आता स्फटिकाच्या भिंती जास्तच जवळ सरकू लागल्या. तोच एक अजस्र दैत्य पाण्यातून निघून आभाळापर्यंत पसरला. त्याने हातातील खड्गाने एकेक बगळ्याचे तुकडे करताच नदीचे पाणी लालसर होऊ लागले. मग त्याने जलक्रीडा करत असलेल्या तरुणींना पायाने चिरडले. आता पाणी लाल होऊन भिंतीवर येऊन थडकू लागले. त्याने हाताच्या एका फटकाऱ्याने झाडांचा विध्वंस केला आणि तेथे रममाण झालेल्या तरुण-तरुणीस वर उचलून दुसऱ्या हाताने छेदून टाकले. लाल जळत्या पाण्याचा प्रवाह एकदम वाढला व हजार मार्गांनी आत शिरून छतापर्यंत चढला. हे पाहून तो बेभानपणे ओरडू लागला — मी आता बुडणार! नाकातोंडात पाणी शिरणार! दुरूनच दैत्य महंताच्या आवाजात म्हणाला — तुझ्या नाकातोंडात पाणी शिरणार कसे? तुझे डोके तर येथे माझ्याजवळ आहे. मग त्याने ते डोके जोराने भिरकावले. ते पायऱ्यांवर आदळत, भुयार दारांनी लडबडत त्याच्यापाशी आले आणि आत सतत स्फोट होत असलेल्या वेदनेने त्याला चिकटले. याच वेळी त्याचा आवाज पुन्हा त्याच्या मदतीला आला आणि तो जागा झाला. तीनचार ठिकाणी भिंतीवर आदळून ठणकत असलेले डोके त्याने गच्च दाबून धरले व तो उठून बसला.

बराच वेळ त्याला आपणाला काय होत आहे हे समजेना. मग त्याला कळले, की आपल्याला फार भूक लागली आहे. तो अंग ओढत आसनाकडे आला. मेजावर वाढलेले ताट अद्याप तसेच होते. तो क्षणभर घोटाळला. लाल अन्नावर अद्यापही वासना जाईना. त्याने डावा तळवा दिवा व ताट यांच्यामध्ये धरला. लाल अन्नापेक्षा करडे काळसर अन्न जास्त बरे लागेल का? त्याने एक घास खाऊन पाहिला. त्याला चव वाईट नव्हती. दोन घासांनंतर त्याने डावा तळवा खाली केला. लाल रंगामुळे देखील चव बदलली नाही, हे पाहून त्याने थोड्याच वेळात ताट स्वच्छ केले. ताट धुऊन पुन्हा मेजावर ठेवताना ते झळाळले आणि त्यावरील प्रकाश नाचऱ्या स्वच्छ वस्त्राप्रमाणे भिंतीछतावर हलला. त्याला या गोष्टीचे नावीन्य वाटले. त्याने आता ताट मुद्दामच उचलले व त्याचा कवडसा भोवती फिरवला. भिंतीवर एक अदृश्य हात चाचपडत

असल्याप्रमाणे तो ठिकठिकाणी उजळत गेला. मग त्याने ताट मेजाखाली ठेवले व तो परत अंथरुणाकडे निघाला. जाताना त्याला वाटले, या ठिकाणी टिकायचे असेल, तर आतापर्यंतच्या आयुष्याची कूसच बदलली पाहिजे!

पण काही काळानंतर परिचयाने मखमलीचा लाल स्पर्श देखील शिळा झाला. तो जेवणानंतर अंथरुणावर येऊन पडला खरा; पण त्याला झोप येत नव्हती. त्याला वाटले – आता किती वाजले असतील? रात्र तरी झाली असेल का? की बाहेर टळटळीत ऊन असता आपण रात्रीच्या झोपेची वाट पाहत पडलो आहो? पहिले ताट आले ते रात्रीचे. त्यानंतरचे दुपारचे. मग रात्र, पुन्हा दिवस. पण नंतर मात्र हिशेबात काहीतरी विसरून गेले आणि ताटे येत राहिली तरी काळाने मात्र तोंड लपवले. मग झोपेची वेळ तरी कोणती? शेवटी वेळेचे एकच खरे माप उरते. झोप येते ती झोपेची वेळ, भूक लागते ती खाण्याची वेळ! बस्स. सूर्य अगदी फालतू आहे. त्याचा जठराशी, डोळ्यांशी काही संबंध नाही. तो पडल्यापडल्याच समोरच्या भिंतीकडे पाहत होता. तो उठून बसला व त्याने पुन्हा निरखून पाहिले. त्याच्या एकदम ध्यानात आले, थोड्या उंचीवर भिंतीवर एक सरळ आडवी रेषा आहे, नव्हे, तिला एक बाजू करून एक मोठा चौकोनच वर आहे आणि खालच्या रेषेवर एक लहान कडी भिंतीत रुतवली आहे. इतका काळ आपण येथे झोपतो; पण ही गोष्ट आपल्या ध्यानात आधीच कशी आली नाही याचे त्याला आश्चर्य वाटले. तो उठला व त्याने चौकोनात ठिकठिकाणी थाप मारून पाहिले; पण त्या त्या ठिकाणी आवाज निर्जीव जड होता. त्याने नखाने कडीभोवती जमलेला ओलसर मळ काढला व ती पुढे ओढण्याचा प्रयत्न केला; परंतु ती केसभरही पुढे आली नाही. हिसके देतादेता ती थोडी वर हलली व मग वेगाने सरकून वर गेली. कारण भिंतीवरील सगळा चौकोनच वर गेला होता. पण त्यामुळे प्रकट झालेले दृश्य पाहताच त्याचे अंग एकदम मेणाचे झाले व भयाने तो मागे अंथरुणावर आदळला. भिंतीत मोठा कोनाडा होता व त्यावरील चौकट वर सरकत जाताच आत तीनही बाजूंनी लाल दिवे पेटले होते. कोनाड्यात रेशमी वस्त्राने आच्छादलेली फळी होती आणि समोरच्या बाजूस सारी चौकटभर जाड काच होती. काचेमागे काळ्या मखमलीच्या पडद्यासमोर मांड्यांची हाडे मुडपून बसवलेले तीन सांगाडे होते. लाल प्रकाश खांद्यावरून फासळ्यांतून ओघळून देत ते फिकट सांगाडे त्याचीच इतके दिवस वाट पाहत असल्याप्रमाणे त्याच्याकडे पाहत होते.

आणि ते सगळे रुंद मळकट दातांनी कानापासून कानापर्यंत हसत होते!

एक दोन तीन. हे आपल्या आधीचे स्वामी. वृंदावनाखाली थोडे दिवस राहण्यापुरता त्यांनी वरचा प्रवास केला; पण पुन्हा ते परत आपल्या जागी आले होते आणि इतके दिवस मांसाच्या ओठाखाली दडवलेले हास्य आता मनमोकळेपणाने दाखवत होते. आणि त्यांच्या शेजारी अद्याप दोन जागा रिकाम्या आहेत व त्यांतील एक खास आपल्यासाठी आहे. अंथरुणाच्या फळीपासून तेथपर्यंत फक्त एका हाताचा प्रवास आहे.

आकस्मिक भयाने थरथरत असलेले अंग स्थिर होण्यास त्यास बराच वेळ लागला. त्याने कडी ओढत खाली आणली, तेव्हा लाल दिवे विझत गेले. जमिनीतून उगवलेल्या कंदाप्रमाणे वाटणारे सांगाडे पुन्हा नाहीसे झाले. दार पूर्णपणे खाली येताच वरच्या बाजूला कोठेतरी खट्ट असा आवाज झाला. तो उठला व आसनाकडे आला. शेजारीच ते सांगाडे दारामधून देखील सतत पहारा करत असता, त्या ठिकाणी झोपण्याची कल्पना देखील त्याला सहन होईना. त्याने आसनावर बसून अंग दुमडून घेतले व झोप येते का हे तो आखडलेल्या मनाने पाहू लागला. मग त्याला जाणवले, की आपले कपाळ ओले झाले आहे. त्याने ते बाहीनेच पुसले व तो वेड्यासारखा बसून राहिला. म्हणजे आता गुराप्रमाणे असे बसून झोपायची सवय करायची की काय? उभ्यानेच आंघोळ कपाळी आली. आखडलेली मांडी घालून तास न् तास येथे खुरडत काढावे लागले. निदान अंग पसरायचे तरी सुख होते, ते देखील अखेर हिरावले गेले की काय?

पण मृत्यूच्या त्रिशुळाप्रमाणे वाटणारे तीन स्वामी शेजारीच असता झोप येईल का? त्याला असहाय वाटू लागले; पण त्याचबरोबर बेभान चीड देखील आली. सगळ्यांच्याचकडून मी सांदरीत चेंगरला जाणार आहे की काय? या निर्जीव हाडांनी मी येथे झोपावे, तेथे झोपू नये असे सांगावे असे हे सांगाडे कोण लागून गेले आहेत? मी उद्याचा सांगाडा असलो, तर आज, आत्ता पूर्ण जिवंत आहे. तो तिरीमिरीने उठला व रागाने अंथरुणावर येऊन बसला. भीती घालवण्यासाठी त्याने डोळे मुद्दाम समोरच्या भिंतीवर रोखले व म्हटले, काय माझे करणार ते खुशाल करा! अस्वलाचे कातडे पांघरलेल्या माणसास घाबरावे तसे आहे हे! अरे, वरचे कातडे फेकून दिलेस तर तू देखील त्या माणसासारखाच आहेस. आता आपल्यात फक्त कातडी-मांसाचाच फरक. तो देखील काही काळाचाच आणि नंतर मी देखील तेथे शेजारीच बसणार आहे!

तो आवेशपूर्ण वेडसर डोळ्यांनी पाहत राहिला. त्याने वाढलेले केस कपाळावरून मागे टाकले आणि तो उद्धटपणे अंथरुणावर पडला.

ताटांची चक्रे फिरत राहिली; पण दरवेळी आता काहीतरी विलक्षण घडणार अशातऱ्हेने तो उघडत जाणाऱ्या लाकडी चौकटीकडे पाहत असे. ती पुन्हा बंद झाली की ताणलेले मन एकदम सैल, रिते होत असे, ते पुन्हा जेवण येईपर्यंत! त्या ठिकाणी काय निराळे घडू शकेल याची त्याला कल्पना नव्हती किंवा काय घडावे याबद्दलही काही अपेक्षा नव्हती; पण चौकट उघडू लागताच त्याची उत्कंठा एकदम वाढत असे खरी. एकदा ताट धुऊन आणताना तो मध्येच थांबला. हातावर पडलेल्या तांबड्या प्रकाशात त्याची बोटे काळवंडलेल्या लांब आळ्यांसारखी दिसत होती व त्यांच्यातून लांब नखे बाहेर पडली होती. त्याला वाटले, आता आपल्याला वाढ आहे ती असलीच, एवढीच! स्वतःचाच भाग असलेली, निर्जीव-निरुपयोगी नखे! ती कापण्याच्या विचाराने तो न्हाणीघराजवळ आला. कोठेही जाताना समोर किंवा बाजूला सपाट भुताप्रमाणे त्याची

सावली भिंतीचे कोपरे सामावत सतत त्याच्या शेजारी सरकत असे. येथील दिवा समोरील कोपऱ्यात होता व त्याचा अर्धवट प्रकाश मात्र त्या अरुंद सांदरीत पडला होता. तेथे अगदी सुरुवातीलाच नखे कापण्याचा चिमटा दोन लोखंडी पट्ट्यांत बसवला होता. त्याने एका बोटाचे नख काढले व तो थांबला. त्याला वाटले, प्रकाशच अंधूक आहे की या सतत लाल प्रकाशामुळे आपली दृष्टी एकदम अधू झाली आहे? जेथे भिंतीपलीकडे दृष्टी जाण्याची शक्यताच नाही, त्या ठिकाणी डोळ्यांनी तरी जास्त का राबावे? त्याने पुन्हा निरखून पाहिले; पण बोटांची टोके अस्पष्ट दिसत होती. क्षणभर त्याला काय करावे हे कळेना. मग त्याला ती कल्पना आठवली व तो उत्साहाने हसला. त्याने आसनाकडे जाऊन जेवणाचे ताट आणले व कोपऱ्यातल्या दिव्याखाली भिंतीला टेकवून उभे केले. आता ताटाचा परत फेकलेला प्रकाश उजळून नेमका त्या चौकटीवर पसरला. हे पाहून त्याने आनंदाने चुटकी वाजवली व तो लहान मुलाप्रमाणे हसला. पण आणखी एक नख काढून होते न होते तोच ताट घरंगळले व आवाज करत जमिनीवर स्थिर झाले. त्याचा कवडसा त्या अरुंद जागेत फिरला व वरच्या छतावर थांबला.

पण त्या वेळी त्याच्या अंगातून वीज चमकली आणि तो खिळल्यासारखा झाला. प्रकाश सरकताना मागल्या काळसर भिंतीवरून सरकला होता आणि त्या क्षणिक उजाळ्यात देखील त्याला लिहिलेल्या पाच-सहा ओळींप्रमाणे काही आडव्या रेघोट्या भिंतीवर दिसल्या होत्या. त्याने पुन्हा ताट तिरपे ठेवले व कवडसा वळवून भिंतीवर घेतला. त्या हातभर रुंद फरशीवर मऊ पातळ बुरा चढला होता. त्याने हात फिरवताच ती थोडी स्वच्छ झाली; पण तिच्यावरील वेड्यावाकड्या ओरखड्यातून एक शब्द स्पष्ट होईना. जरा स्पष्ट पाहण्यासाठी तो पुढे सरकला की त्याच्याआधीच पुढे सरकलेल्या सावलीत त्या ओळी नाहीशा होत. त्या ओळी कुणीतरी मुद्दाम कोरल्याप्रमाणे समांतर होत्या; पण त्यावरील अक्षरे मात्र जिवंत होत नव्हती. त्याने डोळे ताणून बराच प्रयत्न केला; पण एके ठिकाणी 'मी' हे अक्षर सोडले तर त्याला काहीच उमगले नाही. अगदी पहिल्या दिवशी अतिशय हताशतेने त्याने ठिकठिकाणी मुठी मारून पाहिल्या होत्या, तशी निराशा आता त्याला वाटू लागली व तो आवेशाने फरशीवरच मूठ आपटू लागला; पण त्या ओळी मात्र तशाच स्तब्ध गूढ राहिल्या. पुन्हा एकदा सांगाड्यांच्या अंतिम हसण्याच्या सहा ओळी!

भोवती हताशतेने पाहत असता त्याला ओळींच्या वरच्या बाजूने एक बाण ओरखडलेला दिसला. त्याने बाणाच्या टोकाजवळ चाचपून पाहिले; पण ती जागा तर राहू देच, सगळी फरशी तपासून पाहिली, तरी अभेद्य स्पर्शाखेरीज त्याला काहीच जाणवले नाही. त्याचे अंग एकदम सैल झाले व तो तेथेच गुडघे दुमडून बसला. काही सांगावयाचे नव्हते तर त्या ओळी तरी का प्रकट झाल्या? तो बाणच आहे की केवळ योगायोगाने उमटलेली आकृती आहे? त्याला काहीच सुचेना. तो पुन्हा वैतागाने उठला आणि त्याने

फारशी आशा न बाळगता उरलेल्या भिंती चाचपून पाहिल्या. तोच त्याला एकदम काहीतरी सुचले. छताचा अखंड दगड व समोरील भिंत जेथे एकत्र आली होती, तेथे फट असण्याची शक्यता होती. त्याने हात उचलून समोरील कड तपासली. सर्वत्र तोच मळकट रंग होता व मध्ये फट असल्याची काही खूण दिसत नव्हती. त्याने बोटे दाबत एका कोपऱ्यापासून पुढे आणली आणि इकडच्या टोकाजवळ येताच तो थरकला. तेथील वीतभर जागा मऊ ओलसर गुळगुळीत होती. त्याने वाढलेल्या नखाने कोरून पाहिले तो एक टवका निघाला. त्याला त्याचा वास एकदम परिचित वाटला, कारण तो तुकडा साबणाचा होता. त्या ठिकाणी साबण वर घासून बुजवलेली फट होती. त्याने आत बोटे सरकवून गंजून गेलेली पत्र्याची एक चपटी डबी बाहेर काढली व थरथरत्या पावलांनी तो आसनाकडे आला. बराच वेळ ती डबी उघडण्याचा त्याचा निश्चय होईना. जणू अभेद्य तटबंदीला तडा गेल्याप्रमाणे तो जरी तिच्याकडे आनंदाने पाहत होता, तरी तो स्वतःला बजावत होता – हां, फार अशा धरू नको, नाहीतर एकदम खचून जाशील. कदाचित आपल्या येथल्या हालचालींवर अदृश्य नजरही असेल अशी भीती वाटून त्याने डबी पटकन उचलली व इकडेतिकडे बावरून पाहिले. तो सरपटत न्हाणीघराकडे निघाला; पण जाताना वाटेतच थांबून त्याने डबी उघडली व हात तेवढेच बाहेर घेऊन तिच्यात पाहिले. डबीत झिजून अर्ध्या झालेल्या दांड्याचा चांदीचा एक लहान त्रिशूळ, पुष्कळ घड्या घातलेला कागद व वाळल्या पानाच्या तुकड्यात चिकटवून बसवलेली एक मोठी काळी गोळी होती.

त्याने कोवळ्या हाताने कागदाची घडी उलगडली. आधीच कागद चुरगाळलेला व डबीत बसवण्यासाठी लहानलहान घड्या घातल्याने तर सगळी गिचमीडच होती. कागदाच्या एका बाजूला मधूनमधून लिहिलेली शाईची अक्षरे आणि आकडे स्पष्ट दिसत होते; पण शिसपेन्सिलीने लिहिलेला मजकूर मात्र सारे पान भरून बिब्बा उतल्याप्रमाणे सर्वत्र वाहवला होता. त्याने कागद अगदी डोळ्यांजवळ धरून वाचून पाहिला.

''मित्रा,

''हे वाचणारा तू कोण आहेस हे मला माहीत नाही आणि मी कोण हे तुला देखील कधी माहीत होणार नाही. फार झालं तर माझा सांगाडा तुला कधी दिसला तर दिसेल. त्यात आणि तुझ्या इतरांच्या सांगाड्यात फारसा फरक नाही, तेव्हा मी तुला कधी दिसणारच नाही. मी हयात असता मला तुझ्या अस्तित्वाची खबर देखील नव्हती; पण मी माझ्या मृत्यूनंतरच तुझ्याशी बोलावं असंच लिहून ठेवलं होतं. मी पेशानं एक कीर्तनकार आहे. मला शब्द ऐकू येतात तेच मुळी दिंडी-साक्या-आर्यांमध्ये! आणि अशी कीर्तनं करत मी पायीच यात्रा करत निघालो होतो. एका संध्याकाळी मी बहुधा तुझ्याप्रमाणंच या ठिकाणी अतिथी म्हणून आलो. त्यानंतरचं तुला सांगायला नको. मी त्रिशूळपंथी दीक्षा घेतली होती. त्यामुळे त्रिशूळ पूजन व हातात त्रिशूळ धारण हा माझ्या जीवनाचा भाग होता. स्नानाच्या वेळी माझे कपडे, पडशी, त्रिशूळ सारं मागं ठेवावं लागलं; पण माझी एक

जुनी सवय मला या क्षणी जीवदायक ठरली. मला अफूचं व्यसन होतं व तिच्याशिवाय माझं आयुष्य शेणाचं झालं असतं. त्याचप्रमाणं मला माझ्या साक्या-दिंड्या लिहिण्यासाठी शिसपेनीचा तुकडा अगदी हाताशी असल्याखेरीज मला फार अस्वस्थ वाटे. म्हणून माझ्या पूजेचा त्रिशूळ, शिसपेनीचा तुकडा आणि अफू या माझ्या आयुष्याच्या तीन रेषा, या वस्तू डबीत ठेवून मी ती डबी माझ्या जटांत ठेवत असे. माझ्या प्रवचनात दक्षिण भारतात असलेली एक विनोदी म्हण मी नेहमी सांगत असे – तुरुंगात आणि सासऱ्याच्या घरी जाताना नेहमी एक शिसपेन स्वतःजवळ लपवत जा. कोणत्या वेळी चिठ्ठी पाठवावी लागेल हे सांगता येत नाही! माझ्या पडशीत कागदाचे पाचपन्नास तुकडे असत. शिवाय मला वाटे, कागद काय कोठेही मिळतील, अगदी रस्त्याच्या कडेला देखील ते पडलेले असतात; पण ही माझी कल्पना किती चूक होती हे मला नंतर समजलं.

''येथे माझं दार कायमचं बंद झाल्यावर ती डबी माझ्याजवळ राहिली यात माझं केवढं भाग्य आहे हे मला समजून आलं. प्रथम हताशतेनं मला चार दिवस हलवलं नाही. मी केवळ अफूवर जगलो. काहीतरी भाराभर लिहीन म्हटलं तर जवळ बोटभर शिसपेनीचा तुकडाच तेवढा होता. पण नंतर मी निराशेनं खचलो नाही, याला एकच कारण होतं. हे सारंच आता असह्य झालं, तर ते फेकून देण्याचा मार्ग सुदैवानं माझ्यापाशी होता. बाहेर असताना मी आठवडाभर अफूशिवाय जगलो नसतो; पण आता ती समोर असताना देखील ती अखेरच्या दिवसासाठी एक अमोघ शक्ती म्हणून तरी बाजूला ठेवून मी तिला स्पर्श केला नाही, इतका मी पिळवटून गेलो होतो. पूर्वी अफू मला जगण्यासाठी लागे, आता मला मरणासाठी तिची गरज होती. कुणास सहज दिसणार नाही अशा ठिकाणी काही लिहून ठेवावं म्हणून मी तास न् तास त्या दगडावर रेघोट्या ओढत बसलो. माझा पूजेचा त्रिशूळ माझ्यासाठी उलटी लेखणी होऊन राबला व अर्धवट झिजला; पण त्या दगडाचे हृदयच पाषाणाचं! एक उभी रेषा उमटवताना हाताचं हाड पिळवटून धाप लागे. वर्तुळं तर कधी जमलीच नाहीत. शेवटी मी तो नाद सोडला, कारण ते सारंच इतकं अस्पष्ट होतं, की माझं मलाच काही दिसेना. शिवाय मी गेल्यावर ती अक्षरं तशीच राहतील म्हणून तरी कशावरून? रंगाचा पातळ हात फिरला तरी सारं व्यर्थ होईल. मी मनात म्हटलं, माझ्या अज्ञात मित्रा, जर तुझ्या नशिबी असेल तर डबी ठेवलेली जागा तुला मिळेल. हा अस्पष्ट बाण अंधारात मारलेला बाण आहे. त्याचं-तुझं नातंच असेल तर तो तुझ्याशी बोलेल, नाहीतर नाही. माझे हात तर आता थकले. या वेळी मी कागदाच्या एका तुकड्यासाठी अर्धा प्राण दिला असता. हातात शिसपेनीचा तुकडा उचलून मी अनेकदा तो निराशेनं खाली फेकला होता. नंतर ताकद संपत चालली. जगण्याची सारी ईर्ष्याच सरत चालली. मी म्हटलं – गोळीपैकी तुझा वाटा स्वीकारण्याची वेळ आली आहे; पण याच वेळी एक चमत्कार घडला. श्रीपादाला टोपी घेतली बारा आणे –''

वाचताना तो मध्येच थांबला व खुळ्यासारखा पाहत राहिला. श्रीपादाला बारा

आण्याची टोपी? कोण श्रीपाद? पण मग तो गुदगुल्या झाल्यासारखा हसला. ती अक्षरे तेवढीच शाईची होती. त्यांना आपल्याबरोबर घेऊनच शिसपेन पुढे गेली होती. "– मी आसनावर बसलो होतो. तेथेच हवा खेळवण्यासाठी असलेल्या पन्हाळाचं खालचं तोंड आहे हे तुला माहीत आहेच. कधीतरी त्यातून एक पान घरंगळत येई, कधी गवताची काडी. मी ते सारं जपून ठेवत असे, कारण सूर्यप्रकाश, आभाळ पाहून माझ्याकडे आलेली ती चिन्हं होती. मी शून्य दृष्टीनं पाहत असता एकदम वीज पडल्यासारखं झालं. आज तेथून कागदाचा एक गोळा उतरला होता. मी त्यावर इतक्या वेगानं झेप घेतली, की डोकं भिंतीवर आदळलं व मागं फेकला गेलो. डोक्याला केवढं टेंगूळ आलं हे मला त्या वेळी जाणवलंच नाही. अगदी हलक्या हातानं मी तो कागद उलगडला. त्यावर सतत दाबून हात फिरवत मी तो बराचसा सरळ करून घेतला व लिहायला बसलो. माझा हात इतका थरथरत होता, की एक अक्षर सरळ लिहिता येईना. सारं आयुष्य जर या एवढ्या कागदावर उतरायचं असल्यास तू काय लिहिशील? मला तर एखाद्या प्रचंड पुरातच अडकल्यासारखं वाटलं. एकदा वाटलं, मला फार दिवस लिहायचं होतं ते एकलव्याचं अथवा शंबूकाचं आख्यान, त्याचं टिप्पण करावं; ऊर्मिलेविषयी लिहावं; पण त्यांची सुरुवात करण्याइतकं देखील आता मला आयुष्य उरलं नव्हतं. सौ.चे बाळंतपण, सुईण एकवीस रुपये. आता उरला होता तो तुला निरोप सांगण्यापुरताच त्राण. मला माझ्या नात्यागोत्याचं कुणी सुद्धा नाही. मी आयुष्यात फक्त आख्यानं लिहिली आणि ती तर पडशीत राहिली. आता तुला एवढाच निरोप आहे. माझा वाटा घेतल्यावर आता ही अफूची गोळी हवी असल्यास तुझ्यासाठी आहे. तू जरी माझ्यासारखाच अफिणी असलास तरी तुला ती पुरून उरेल. आता एकच शेवटची गोष्ट. ज्यातून सुटण्याचा मार्ग आपल्याच हातात आहे, ते आयुष्य कितीही निर्दय असलं तरी ते आपणाला चिरडू शकत नाही. नमस्कार!" त्यानंतर पुन्हा शाईत लिहिलेले शब्द : सौ.चे और्ध्वदेहिक सतरा रुपये. चि. कावेरीच्या मुलाचे बारसे, बाळोती चार रुपये. मंगलाला लग्न आहेर पाच रुपये. गायचारा पाच आणे.

आणि अखेरचे शब्द – बिडी एक आणा.

बाहेरच्या या उलाढालींनी, भोवतालच्या अभेद्य भिंती फोडून आलेल्या या शब्दांनी तो चिरडल्यासारखा झाला. त्याने कागद डबीत ठेवला व ती अंगावरच्या कपड्यात दडवून तो अंथरुणावर येऊन पडला. आपणाला मृत्यूचा मार्ग दाखवून जीवन सुसह्य करणारा हा जटाधारी कोण? आणि तो काय, आपण काय येथे झिजत असता बाहेरील जग मात्र आपल्या विविध चिरंतन ऋतूंमधून कालक्रमणा करत होते. श्रीपादाला बारा आण्याची टोपी मिळाली. काळी की तपकिरी? ती त्याला आवडली का? बाळंतपण, मृत्यू, सौभाग्यवती बाळंतपणात मेली की नंतर? आणि मूल? ते जन्मताच मेले की मेल्यावर जन्माला आले? चि. कावेरी कोण? बहुधा मुलगी नसावी. मग घरी स्वतःचे मूल

गेले असताही तिच्या मुलाच्या बारशाला बाळोती घ्यावीत इतकी माया त्या मुलीने त्याला कशी लावली? त्याच पानावर बारसे आहे, लग्न आहे, कोठेतरी अंधाऱ्या गोठ्यात बसून रवंथ करणारी गाय आहे व तिच्यासाठी पाच आण्याचा गायचारा आहे. जटाधाऱ्याने मृत्यू स्वतः स्वीकारला व आपणाला दाखवला आणि तिकडे उत्पत्ती, विवाह, नाश हे सारे घडले – आणि तरी शेवटी काय – तर एक आण्याच्या बिड्या! कोणीतरी अशाच अभेद्य पण भिंतीआड पिचत असता त्याच्या हातात एक आण्याच्या बिड्या! शेवटी एक आण्याच्या बिड्या, तीन सांगाड्यांचे रात्रंदिवस पसरलेले हसणे एवढेच! श्रीपाद, कावेरी, मंगला ही माणसे कोण? हिशेब ठेवणारा कोण? जटाधारी कोण – आणि मी तरी कोण? आता कदाचित श्रीपाद स्वतःच मोठा होऊन जन्म, बाळंतपण, मृत्यू, लग्न, आहेर यातून बाहेर पडत एक आण्याच्या बिड्या ओढत बसला असेल! पण हे सारे चपखल जमले ते या एवढ्याशा कागदावर. जटाधाऱ्याने लिहिलेली आख्याने कुठल्यातरी तळ्याविहिरीत पडली असतील व सतत हसणाऱ्या सांगाड्याप्रमाणे पाण्यात सतत पोहत राहणारे मासे त्यांच्यावरून आपल्या सावल्या सरकवत हिंडत असतील. माझ्या कपड्यांचा एक तुकडा कावळ्याने आपल्या घरट्यासाठी उंच झाडावर नेला असेल. आपल्या वहाणा नावाबरोबरच बोटे तुटून गेलेल्या एखाद्या महारोग्याच्या पायावर बसून भलतेच रस्ते तुडवीत असतील आणि सदऱ्याची चांदीची बटणे कुठल्यातरी व्यसनी माणसाच्या अंगावर शोभून चार दिडक्यांकरिता शरीर विकणाऱ्या एखाद्या कसबिणीच्या उरावर रुतली असतील. हजार गिजबिज रेषा; पण कुठे न चुकता अशातऱ्हेने नेमक्या मिळून जातात. समुद्राच्या शिंपल्यात शेताची माती जमून तिच्यात डोंगरवेलीचे बी रुजावे आणि तिचे लहान फळ आभाळीच्या पाखराने खुडून न्यावे, असले हे विलक्षण गारूड! आणि आपली काड्याची पेटी – तिच्यामुळे मंदिरातील निरांजन पेटले असेल की एखादी चिता भडकली असेल?

की ती देखील एक आण्याच्या बिड्या पेटवतच संपून गेली असेल?

तो कल्लोळ ओसरल्यावर मात्र त्याला एकदम ताजेतवाने वाटू लागले आणि अंगात नवी ऊब पसरत जाऊन फार उत्साह वाटला; पण त्याला एक उत्सुकता वाटली – या तीन सांगाड्यांपैकी माझा उपकारकर्ता कोण? त्याने भिंतीतील कडी वर सरकवण्याचा प्रयत्न केला; पण काही केल्या ती वर सरकेना. वर उंचावर कोणीतरी ती चौकट कायमची बंद करून टाकली होती. तीन हसणाऱ्या कवट्यांचे दृश्य आयुष्यात एकदाच पुरे असा निर्णय झाला असावा. तो भिंतीकडेच निरखून पाहत बसला व ताटावरील लाल कवडशाप्रमाणे त्याची नजर त्याच्यावरून फिरू लागली. यातील जटाधारी कोण? अर्थात शेवटचा सांगाडा असला पाहिजे. नाहीतर गोळी आपल्याआधीच कोणीतरी वापरली असती; पण कुणास ठाऊक, तो दुसरा सांगाडा देखील जटाधाऱ्याचा असेल. नंतरच्या स्वामीला जर ती जागाच सापडली नसेल तर? आणि आद्य स्वामीलाच महंताने असे बंदिस्त केले नसेल

म्हणून तरी कशावरून? तुमच्यापैकी जटाधारी कोण होते? त्याने आर्ततेने म्हटले. त्याला तीनही सांगाडे आठवले; पण त्या सगळ्यांच्याच चेहऱ्यावर तेच उमजलेले, गूढ हास्य होते – तुझे उत्तर आम्हांला माहीत आहे; पण ते तुझे तूच ओळख?

पण यावर आणखी एका विचाराने तो चरकला. या तिघांपैकी कोणाचाही सांगाडा जटाधाऱ्याचा असेल, तर निदान सारे नाहीसे झाल्यानंतर का होईना, उरलेला चेहरा तरी आपल्याला एकदा दिसला. त्याला या भिंतीतून देखील आपली कृतज्ञता जाणवेल. पण याखेरीज जागा रिकामी आहे, कारण एक स्वामी अद्याप वृंदावनाखाली आहे आणि तोच खरा जटाधारी असेल तर? ही कल्पना मात्र त्याला फार निर्दय वाटली. म्हणजे ज्याने आपणाला मृत्यू दाखवून वाचवले, त्याची अशी भेट देखील आपल्या नशिबी नाही. इतकेच नव्हे, तर तो येथे परत येईल तेच मुळी आपण वर वृंदावनाखाली गेल्यावर! हा भूतकाळामधून आलेला आवाज सांगाडा होऊन देखील आपणाला भेटणार नाही. अनंत गिजबिज रेषा अचानक, नेमक्या तऱ्हेने भेटून जातात. भेटून जातात? की ज्या रेषा भेटायला हव्यात त्याच नेमक्या अगदी जवळून जाऊन न भेटताच विरून जातात?

मग अखेर हा गोलक आहे तरी कसला? क्षणाक्षणाला भीषण स्फोट करत अनेकरंगी चांदण्या आभाळात फेकणारा; पण आभाळातील चांदण्यांचा विध्वंस करणारा, एका बाजूला सहस्र डोळ्यांची रास धारण करणारा तर दुसऱ्या बाजूला निव्वळ रित्या खोबण्यांच्या दैवी खुणांची चाळण मांडणारा, एका बाजूला खडक वितळवणाऱ्या धगीने पेटलेला तर दुसऱ्या जागी अंगातले रक्त गोठवणारा थंडगार –

हा गोलक आहे तरी कसला? की तो कसला आहे हे सांगता येत नाही हेच अखेरचे खरे उत्तर? फार तर त्याच्याकडे पाहत हाडे मुडपून सतत रुंद हसत बसता येते किंवा त्याच्याकडे पाहत अलिप्तपणे एक आण्याच्या बिड्या ओढता येतात, किंवा डोळे भाजणाऱ्या त्या गोलकापासून निसटण्यासाठी निर्जीव काळ्या गोळीला शरण जाता येते; परंतु ही काही प्रश्नाची उत्तरे नव्हेत. ही तर त्या प्रश्नाने स्वच्छ गोल भिंगाप्रमाणे टिपलेली चित्रे आहेत आणि शेवटी राहते काय? तर सगळे नोंदून, पण काहीच अंगाला लावून न घेता निर्लेप, निर्विकार राहणारे हे एवढेच भिंग.

पूर्णात् पूर्णम् उदच्यते।

पण डबी सापडल्यानंतर त्याचा काही काळ फार उत्साहात गेला. त्याची झोप बिनघोर होती आणि ताटात आणखी थोडे अन्न आले असते तर ते देखील त्याने संपवले असते. कोणत्याही क्षणी ते खाली टाकता येईल अशी जाणीव असली की कोणतेही ओझे अवजड होत नाही, हे त्याला जाणवले होते व त्याच्या हालचालीत नवी कळा आली होती. दहा-बारा जेवणे झाली, ताटे फिरली. त्याने काळजीपूर्वक नखे काढून घेतली; बराच वेळ घेत ऊन पाण्याने स्नान केले व वाढलेली दाढी आणि केस बोटांनीच विंचरल्यासारखे केले. कफनीवर कसलातरी डाग पडला होता, तो त्याने बराच वेळ

पाण्याखाली घासून घालवला व जरीच्या पट्ट्यातील एक तार अर्धवट तुटली होती ती त्याने सलगपणे काढून टाकली. त्याला वाटले, शेवटच्या दिवशी आपण अंथरुणावर आडवे होऊ, तेव्हा आपल्यात काही हताश चिरडलेले दिसता कामा नये. त्या वेळी उलट महंतालाच फसल्याची जाणीव व्हायला हवी. त्याला वाटले पाहिजे, हा माणूस येथे देखील जिद्दीने जगला आणि आपण होऊन मेला. हा मेला अगर संपला नाही. तो केवळ थांबला – असा नेटकेपणा आपल्यावर दिसला पाहिजे!

त्या दिवशी तो आंघोळीसाठी जात असता स्वतःशी म्हणाला, 'आज तू अगदी गोपीचंद स्नान कर. का, तर आज तुझा वाढदिवस आहे! अरे, पण आता दिवस आहे की रात्र आहे हे देखील जेथे कळणं अशक्य, तेथे आज अमुक एक दिवस असून वाढदिवस आहे हे कशावरून? जर दिवसाची गणना नाही, तर आज वाढदिवस नाही, हे तरी मग कशावरून? तू ठरवशील तो दिवस तुझा वाढदिवस!' त्यावर तो किंचित हसला होता. त्याने मग खरोखरच सुखाने स्नान केले व अंग कोरडे करून तो बाहेर आला. तेथल्या चिंचोळ्या भागात तो पावले कोरडी करण्यासाठी खाली वाकला आणि त्या क्षणी पायाखाली स्फोट झाल्याप्रमाणे त्याचे आयुष्य पुन्हा एकदा हादरून गेले. त्याचा त्यावर क्षणभर विश्वास बसला नाही. सावकाश गुडघे टेकून त्याने पुन्हा निरखून पाहिले. न्हाणीघराच्या बाहेर कोपऱ्यात थोडी फट पडली होती व तिच्यातून बोटभर लांब एवढी कसल्यातरी रानवेलाची फांदी बाहेर आली होती आणि तिला गोल पाच पाने होती.

तो विस्मयाने तिच्याकडे पाहतच राहिला. ही जागा जमिनीखाली अगदी पाताळात असल्याप्रमाणे इतकी खोल आहे. भोवती खाली अखंड फरशी, दगड घालून ती अभेद्य केली आहे आणि तरी हे बीज उतरत येथे आले आणि साऱ्याला तुच्छ लेखत हिरव्या नम्र डौलाने बाहेर पडले. त्याचे मन एकदम आदराने भरून गेले आणि गुडघे टेकून त्याच्याकडे पाहत असता आपण लीन होऊन त्याला अभिवादनच करत आहो असे त्याला वाटले. त्याच्या स्वतःमध्ये नव्या जीवनाचे कारंजे फुटले व तो आनंदाने हसला. त्याने परत जाऊन पूजेचा त्रिशूळ आणला व फांदीभोवतालची जागा कोरायला सुरुवात केली. फटीच्या आत निबर वाढलेले बोटभर जाड खोड होते. दगडाची कड थोडी झिजताच त्याने ओंजळभर पाणी तेथे टाकले व त्या पाच पानांकडे जणू ती आपलीच विजयपताका असल्याप्रमाणे अभिमानाने पाहिले.

लाल प्रकाशात वेलाचा दांडा हळूहळू पुढे वाढू लागला. पाने दहा झाली. खोडाला आणखी एक धुमारा फुटला; पण वेल पुढे सरकू लागताच मागील एकदोन पाने गळून पडली व कोवळा दांडा तांबूस, निबर होऊ लागला. आता त्याने सांदर घासून गोल केली होती व आता वेलाचा दांडा उसाएवढा झाला तरी अडचण नव्हती. वेल वाढू लागताच तर त्याचा उत्साह वाढला व जणू त्याच्यातील रस पुढे सरकत असता ऐकायला यावा असा प्रयत्न करत असल्याप्रमाणे तो गुडघे दुमडून तेथे बराच काळ राहू लागला. त्याने

पडलेले एक पान चुरगळून त्याचा वास पाहिला. पावसाळ्यात भिजलेली गाय गोठ्यात येताच तिच्यापुढे नुकताच कापलेला हिरवा चारा टाकल्यानंतर जो एक संमिश्र शिवारवास येतो, तसला त्याला वास होता. त्याला वाटले, कसला वेल आहे हा? याला फुले येत असतील? कसल्या रंगाची?

पण केवळ उत्सुकता म्हणूनच हे प्रश्न त्याच्यापुढे आले. एवढ्या ईर्ष्येने हा वेल वाढत आहे याचाच त्याला खरा हर्ष होता. आता वेलाच्या दांड्यालाच कोंभ फुटले व त्याचे तोंड झुबकेदार पानांनी भरले. हवा येण्यासाठी असलेल्या पन्हाळाचे तोंड केवळ एका हातावर होते आणि ते अंतर वेलाने तोडावे यासाठी तो वेलापेक्षाही अधीर झाला होता. झोप संपली की त्याची पहिली धाव वेलाकडे होऊ लागली. आदल्या भेटीपेक्षा जास्त प्रगती दिसली नाही की तो थोडा निराश होत असे. दुधाची पात्रे येत. दोनदा ताटे उगवत, मावळत. दोन झोपेमधील अंतर म्हणजे एक रात्र संपे.

अखेर तो वेल पन्हाळाच्या तोंडाजवळ आला. त्या दिवशी आनंदाने त्याला एका जागी बसवेना. त्याने ताट अर्धवट सोडले. त्याने त्रिशूळ आणला व त्याचा उभा आधार घेत त्याने पानांना हलकेच उचलले व हलकेच पन्हाळात सोडले. हा पूजेचा त्रिशूळ – त्याने अक्षरे लिहिण्याचा प्रयत्न केला, वेलासाठी सांदर मोठी केली आणि आता वेलाचे जीवन मार्गी लागताना तो त्याचा आधार ठरला होता. वेल फुलेल, फळेल आणि मग एक दिवस वरच्या ओझ्याने हा त्रिशूळ जमिनीवर पडेल. आपल्याप्रमाणेच. स्वतः फुले-फळे न निर्माण करताच!

वेलाच्या आयुष्यातील या क्षणी त्याचे मन भारल्यासारखे झाले. हा वाढेल; पण याला कसली फुले-फळे येतील हे मात्र आपणाला कधी पाहायला मिळणार नाही. त्याला भविष्य आहे, आपणाला साधे वर्तमान देखील नाही. त्याने काळजीपूर्वक पाने आत सरकवली खरी; पण त्याचा हात क्षणभर रेंगाळला. ही पाने आत जाऊन वाढत वर चढू लागली की येथे मात्र आपणाला काहीच हिरवट दिसणार नाही. हे जाणवून त्याचे मन थोडे खिन्न झाले. एक काहीतरी पूर्णपणे संपून गेल्यासारखे त्याला वाटले व काळाचा एक तुकडा एकदम निर्जीव होऊन गेला.

भारलेल्या मनानेच तो परत आला व आसनावर बसला. त्याला वाटले, यापुढे आपण आता तिकडे गेलो नाही तरी चालण्याजोगे आहे. आपल्या दृष्टिआड देखील तो वेल वाढत जाईल, त्याला कोंभ फुटतील आणि एक दिवस सारा नळ भरून जाऊन वेगाने वर चढणाऱ्या प्रवाहाप्रमाणे वेल वर प्रकाशात जाईल!

सारा नळ भरून म्हणताच त्याची धुंदी एकदम उतरली व मागून येऊन सांगाड्याने खांद्यावर हात ठेवल्याप्रमाणे त्याचे डोळे भयभीत झाले. तो जागच्या जागी बधिर होऊन बसला. नुकतेच ताट आले होते; पण त्याने त्याच्याकडे नुसते पाहिले. वेल सतत वर वाढत जाईल हे खरे; पण ते घडेल ते आपला स्वतःचा एक श्वास शोषण करून, हे त्याला

आधी उमगले नव्हते. वेलावर सूर्यप्रकाशाचा शिडकाव होईल; परंतु एक दिवस अदृश्य प्रवाहाप्रमाणे खाली उतरत असलेली हवा बंद होईल!

म्हणजे आता एकच मार्ग आहे. तू जगणार आहेस की वेल वाढणार आहे? पांढऱ्या, पिवळ्या, निळ्या, हिरव्या प्रकाशातून दडपत तांबड्या तळात ढकललेला तू जगणार की अंधारातून ईर्ष्येने वर प्रकाशाकडे निघालेला हा वेल जगणार? लाल दिवा, त्या प्रकाशात भीषण दिसणारे अन्नाचे ताट व त्याची झगझगीत गोल कड ही सारी आपल्याकडे उत्सुकतेने पाहत आहेत, असा त्याला भास होऊ लागला. इतकेच नाही तर जरा अंतरावर असलेले तीन सांगाडे देखील आपले उत्तर ऐकण्यासाठी अधीर झाले आहेत असे त्याला वाटू लागले. त्याने ताटातील अन्न चिवडल्यासारखे केले; पण आता त्याची भूक संपली होती.

अखेर त्याचा निश्चय झाला; पण आता त्यात पहिल्या दिवसाचा निराश आततायीपणा नव्हता की नवथर फेसाळलेला आनंद नव्हता. सारेच रंग बाजूला सारून स्थिर झालेल्या समंजस संधिप्रकाशासारख्या मनाने त्याने ताट बाजूला केले. त्याने कफनीचे एक टोक उचलले व रेशमी सुताने भरलेली कोयरी मेजावर घेतली. काळजीपूर्वक शोधून त्याने तिच्यातील एक लांब धागा तोडला व पाचसात शिते वर दाबून त्याने तो नळाच्या तोंडावर चिकटवला. त्यातून येणाऱ्या हवेच्या प्रवाहामुळे धागा तत्काळ जोराने जमिनीशी समांतर झाला व थरथरू लागला. त्याला वाटले आता अखेर आपण हे घटिकापात्र घातले आहे आणि मुहूर्ताचा क्षण आला की आपण तयार आहो.

त्यानंतर त्याने स्नान पूर्वीप्रमाणेच सावकाश सुखाने चालू ठेवले. त्याच्या जेवणातही खंड पडला नाही व अंथरुणावर पाठ टेकताच झोप येत होती; पण हे सारे आपण न करता दुसरेच कोणीतरी करत असून आपण सावलीप्रमाणे सारे केवळ पाहत आहो, असा एक अलिप्तपणा त्याच्यात आला. पूर्वी तो ज्या नियमितपणे वेलाकडे जात असे त्याच नियमितपणे तो आता चारसहादा थरथरणाऱ्या धाग्याकडे पाहत असे; पण आता त्याच्या नजरेत स्वच्छ निर्विकारपणा होता. आता लाल प्रकाशाने भरलेल्या जीवनाची तो धागा म्हणजे एक नाडी आहे हे त्याला माहीत होते, तरी ती हळूहळू पण अटळपणे दुर्बळ होत जाणार आहे, ही जाणीव देखील त्याच्या मनात उथळ पाण्यात पडलेल्या झगझगीत नाण्यासारखी स्पष्ट होती.

धागा आता जमिनीकडे कलू लागला होता. अंथरुणात पडल्यापडल्या त्याला अनेकदा वाटे – वेल आता केवढा झाला असेल? त्याला आता तरी फुले फुलली असतील का? की सूर्यप्रकाशाचा किमयास्पर्श झाल्यावरच तो चमत्कार घडू शकेल? त्या चित्राकडे तो मनातल्या मनात पाहत असतानाच अनेकदा ढवळलेल्या पाण्यातील बिंबाप्रमाणे चित्र फुटून जाई. तो मध्येच घाबरा होऊन उठून बसे, पत्र्याची डबी उघडून पाहत दिलास घेई व मग शांतपणे पुन्हा एकदा धाग्याकडे नजर टाकून येई.

मग एक दिवस त्याला जाणवले, की आतील हवा एकदम कुंद, अवजड झाली

आहे. न्हाणीघरापर्यंत जाऊन आले तरी छाती दडपल्यासारखी होऊन आपल्याला धाप लागत आहे. तो आसनाकडे आला व आता काय दिसणार याची कल्पना असताना देखील त्याला थोडा धक्का बसला. धागा आता नळाच्या तोंडावर निर्जीवपणे पडला होता व मधूनमधूनच त्याची किंचित हालचाल होत होती.

आता त्याचे मन निपटून गेल्याप्रमाणे झाले होते. तो न्हाणीघराकडे गेला. त्याने नीट तऱ्हेने नखे कापून घेतली व केस बोटांनी विंचरून ठेवले. त्याने थंड पाण्याचा नळ अगदी थोडा चालू केला व आपले ताट त्याखाली भिंतीला टेकून तिरपे ठेवले. पाणी थेंबथेंब ठिपकत ताटावर पडू लागले; पण ते नेहमीप्रमाणे मागे न वळता ताटावरून ओघळत बाहेर आले व वेलाच्या मुळाकडे पसरले. आता मूळ चांगले मनगटाएवढे जाड झाले असून धीटपणे पुढे आले होते. त्याने त्याला एकदा स्पर्श केला व नकळत त्याची बोटे तेथे रेंगाळली. तो परत अंथरुणाकडे आला. मखमलीवर एके ठिकाणी सुरकुती पडली होती. ती त्याने साफ केली. ''तुमच्यापैकी कोणीही जटाधारी का असेना; पण तुमचे उपकार अनंत आहेत. ज्योत पूर्ण विझण्याआधीच आपणाला ती चिमटीनं विझवता येते हे तुम्ही मला सांगितलेत व मार्ग दाखवला,'' तो स्वतःशी म्हणाला व त्याने समोरील भिंतीला नमस्कार केला.

तो मांडी घालून अंथरुणावर बसला. येथे तर हवा अगदी जडशिळा झाली होती व श्वासोच्छ्वास करताना कापडाचा खरबरीत पट्टाच श्रमाने आतबाहेर होत आहे असे त्याला वाटू लागले होते; परंतु आता त्याच्या डोळ्यांसमोर मात्र एकच दृश्य होते – हिरव्या रसाच्या उत्साहाने शेकडो पाने धारण करून वर चढत असलेला आपला वेल!

त्याला वाटले –

तू असाच वर जा.

अंधाऱ्या सांदरीतून निघालेलं तुझं आयुष्य न चिरडल्या जाणाऱ्या ईर्ष्येनं वरवर जाऊन एका तृप्त क्षणी सूर्यप्रकाशाला भेटू दे.

तुला जर फुलं येतील –

आणि तुला सोन्याच्या लहान पेल्यांसारखी फुलं यावीत व त्यांच्या स्पर्शानं पराग सांडून बोटांची टोकं पिवळी सुगंधी व्हावीत.

तुला जर फुलं येतील, तर अशा सहस्र फुलांना घेऊन तू तुझ्यावर वाकलेल्या आभाळाला सामोरं जा व त्याच्या निळ्या साक्षीनं तू त्यांच्यात सूर्यप्रकाश साठवून घे.

तुला जर फळं येतील –

आणि तुला दर पानाआड लहानसं लाल फळ यावं व ते इतकं रसरशीत असावं, की त्या प्रत्येकाच्या लाल रंगात सूर्यप्रकाशाचा एकएक कण सतत सुखानं नांदत राहावा.

तुला जर फळं येतील, तर त्यांच्यासह तू क्षितिजाकडे पाहा. कारण तू अशा अंधारातून त्याचाच शोध घेत त्याच्याकडे आला आहेस.

मग तुझ्या बीजांची फळं सर्वत्र विखरून त्या तुझ्या विजयाच्या खुणा सर्वत्र रुजू देत.

जर कणाएवढ्या प्रकाशाचा काजवा तुला कधी दिसला तर तू त्याचं स्वागत कर.

त्या कणाच्या अभिमानानं त्यानं रात्रीच्या अमर्याद अंधाराला आव्हान देऊन त्याचा एक कण जिंकून प्रकाशित केला आहे.

आभाळात एखादं लहान पाखरू उडताना दिसलं तर तू त्याला आतिथ्य दाखव.

कारण दोन कोवळ्या पंखांच्या आत्मविश्वासानं ते आभाळाला किंचित मागं रेटत आहे.

जर कधी एखाद्या मुलानं तुझं एक रसरशीत पान घेऊन दुमडून ते पुन्हा आडवं उघडलं व पानाचा आरसा केला; किंवा कधी तुझं पिवळं फूल तोडून बोटं पिवळ्या धुळीनं माखून घेतली; अगर तुझं एक लाल फळ खुडून ते दोन बोटांत चेंगरत रसाचा लाल धागा काढला, तर तू त्याच्यावर क्रुद्ध होऊ नकोस.

कारण, कुणास ठाऊक, अब्जामध्येच एक आढळणारं असं ते मूल असून ते देखील भोवतालच्या अंधाऱ्या अजस्र भिंती फोडून सूर्यप्रकाशाकडे येण्याची कधीतरी धडपड करणार असेल.

आणि तसं असेल तर ते तुझ्या रक्तानात्याचंच आहे.

म्हणून तू त्याच्यावर क्रुद्ध होऊ नकोस.

एक पान गेल्यानं तुला दारिद्र्य येणार नाही.

एक फूल गेल्यानं तुझं सौदर्य उणं भासणार नाही.

एक फळ नाहीसं झाल्यानं तुझ्या आयुष्यात नैराश्य येणार नाही.

इतकं तुला वैभव आहे. इतकं वैभव तुला मिळो!

या साऱ्यात मला विशेष सुख आहे, कारण तुझं एक पान म्हणजे माझा एकेक श्वास आहे. म्हणून तू म्हणजे मीच स्वतः आहे. मी संपलो नाही तर मी केवळ बदललो आहे.

तू आपलं सारं सामर्थ्य घेऊन आभाळाखाली सूर्यप्रकाशात वर आला आहेस एवढं इतरांना समजू दे.

मी अंधारात लाल प्रकाशात दडपून चिरडला गेलो नाही, तर मीच हिरव्या कारंजाप्रमाणं वर आलो आहे, हे देखील इतरांना कळू दे.

म्हणून तू असाच वर जा.

नंतर त्याने डबी उघडली व गोळी तोंडात टाकली. त्या वेळी त्याच्या निश्चयी शांत मनावरून एकच सावली मावळत्या सूर्यबिंबावरील पाखराप्रमाणे सरकून गेली. त्याला

वाटले, माझ्या आधीच्या स्वामीने माझ्याकरिता हा उपकार करून ठेवला; पण आपण मात्र कुणासाठी मागे काहीही ठेवू शकत नाही. आपण इतरांच्या उपकाराने जगलो आणि अशाच एका उपकाराने थांबून जात आहो. आता वेलात श्वास घालून मी वर निघालो. तेथे तरी मला माझे ऋण फेडता येईल का?

तो तसाच पडून राहिला. आता वरची भिंत खाली उतरून छाती चेंगरली जाऊ लागली. इतके दिवस विनाघाई वाट पाहत असलेल्या भिंतीचे दोरखंड स्नायू असलेले हात झाले व ते त्याला चिडवू लागले; पण अशा दर वेळी मदतीला आलेला त्याचा स्वतःचा आवाज आता संपून गेला होता. इतक्या दिवसांत प्रथमच बाहेरचा एक ध्वनी ऐकू येऊ लागला. कोठेतरी पडघम वाजू लागला होता. त्याचा आवाज ऐकू येऊ लागताच तो मोठ्याने म्हणून लागला – तू असाच वर जा. तुझ्या पिवळ्या फुलांत सूर्यप्रकाश साठवून घे. आभाळाला सामोरं जा.

पण आता पडघमचा आवाज अगदी जवळ येऊन एकदम वाढला. त्याबरोबर लाल प्रकाशात लाटा थरथरू लागल्या. आता त्याचा आवाज ऐकू न येता ओठांची नुसती हालचाल चालू राहिली.

आणि दाट पंखांच्या सावलीसारख्या झोपेत शेवटी तो देखील शांत होऊन सौम्य हसण्याखाली खालचे अंतिम हास्य तात्पुरते झाकून तो निश्चल झाला.

दीपावली : १९७३

कै री

मोटारस्टँडवरून दवाखान्याकडे येताना मळकी चड्डी घातलेले, बटणे नसलेल्या सदऱ्याचे एक पोर पुढे आले; पण श्रीपूमामाने त्याला नको म्हणत बॅग हातात घेतली व आम्ही चालू लागलो. रस्ता पांढरट धुळीचा होता आणि असली माती मी पूर्वी कधी पाहिली नव्हती. आमच्या गावात एकदा बाहेरून फिरून खेळून आले, की सदरा आणि पाय लालभडक होऊन जात; पण येथे बघावे तर सगळीकडेच जळाल्याप्रमाणे राख दिसत होती आणि मधूनच मी पावलांनी मुद्दाम धूळ उडवत होतो. रस्त्याच्या दोन्ही बाजूंना मधूनमधून बोटभर काट्यांचे, लाल फळांचे फड होते व त्यांतून सूं सूं आवाज करत, शेपट्या सारख्या वळवळत भस्सदिशी डुकरे बाहेर येत. हे देखील मला फार नवीन होते. पण श्रीपूमामा मात्र कशाकडे न पाहता, काही न बोलता चालला होता. वाटेतच त्याची एक वहाण तुटली, तेव्हा तो एक पाय ओढू लागला आणि तो अगदी दमून गेला.

दवाखान्याच्या मोठ्या इमारतीमागे खूप अंतरावर तानीमावशीचे घर होते. श्रीपूमामाने बॅग आत ठेवली व तो निमूटपणे अंग आवळून बसला. तानीमावशी धावतच बाहेर आली व मला मिठी मारून एकदम रडू लागली. मला त्या वेळी काय करावे हे समजेना. मला तर फार भूक लागली होती व मळके हातपाय थंडगार पाण्याने धुवायचे होते; पण तानीमावशी तर सारखे हुंदकेच देत होती.

''याच वेळी नशिबानं कसा दावा साधला बघ श्रीपू,'' ती मला तसेच जवळ धरत म्हणाली, ''आभाळ फाटल्याप्रमाणं पाऊस बघ. तुझं पत्र आलं तेव्हा तोंडात पाण्याचा थेंब न घालता ओढ्याकाठी जाऊन बसले, खोटं सांगत नाही तुला! पण दोन दिवस इकडच्या मोटारी इकडे, तिकडच्या तिकडे! दोन दिवस पाण्याला उतार नाही. सोलापूरकडून जायचं म्हणजे तीनचार दिवस लागले असते, आणि तिकडे देखील पाऊस नसेल तर! दोन दिवस मी तश्शी बसून होते आणि व्हायचं ते होऊन गेलं. कमळीची काही भेट झाली नाही अखेरपर्यंत!''

त्या वेळी श्रीपूमामा आईशेजारी बसून तानीमावशीची वाट पाहत होता. आई शुद्धीवर होती, तोपर्यंत तानी आली नाही काय, म्हणत या कुशीवरून त्या कुशीवर होत होती. शेवटच्या दिवशी तिची शुद्ध गेली व तिचे डोळे काचेच्या गोट्यांसारखे झाले. नंतर ती कोणालाच ओळखेना व ती काय बोलत आहे हे कोणालाच समजेना. श्रीपूमामाने रात्री तिला चमच्याने दूध घातले, ते तिच्या ओठांवरून दोन्ही बाजूंनी बाहेर पडले. पहाटेला ती वारली. नंतर श्रीपूमामाने मला बरोबर येऊ दिले नाही. मी घरात एकटाच होतो. आई नाही हे प्रथम मला जाणवलेच नाही; पण तिच्या रिकाम्या जागेकडे नजर जाताच मात्र भाजल्याप्रमाणे मला समजले – आई नाही, एवढेच नाही तर ती आता कधीच परत येणार नाही. मग मात्र माझे अंगच गळाले. श्रीपूमामा परतला त्या वेळी मी झोपलो होतो; पण माझे गाल पाण्याने ओले झाले होते.

"तिच्या घरात लग्न झालं, त्या वेळी मीच अंथरूण धरलेलं. नाना वारले त्या वेळी हे आजारी आणि आता तीच गेली तेव्हा ओढा आडवा आला. लग्नं झाल्यावर आम्ही दोघी निरनिराळ्या दिशेनं गेलो बघ. दोन डोळे शेजारी, भेट नाही घरादारी! शेवटी तिला फार यातना झाल्या काय रे श्रीपू?"

श्रीपूमामा जागच्या जागी उगाचच हलला. तो म्हणाला, "तुला मी आता खोटं कशाला सांगू तानी? सातआठ दिवसांतच ती एका हाताने उचलण्यासारखी झाली. नाना गेल्यावरच ती खरं म्हणजे संपली. पोर होतं म्हणून शिजवायची, दोन घास गिळायची इतकंच. अग, कोणाची तरी गाय व्याली म्हणताच ओळखदेख नसता तिकडे सूपभर तांदूळ पाठवणारी ती बाई, लोकांच्या घरी स्वयंपाक खाऊन आनंदानं जगणार होय?"

"थोडे दिवस तिला इथं आणून ठेवावं असं मला फार वाटायचं. सारखा जीव तुटायचा बघ माझा," तोंड पुसत तानीमावशी म्हणाली, "पण नंतर माझं मीच म्हणायची, इथली घाण तरी तिला समजायला नको."

मला वाटू लागले, ही आता उठते की नाही? तानीमावशी आईइतकी गोरीपान नव्हती. ती सोललेल्या बदामासारखी होती आणि तिच्या हनुवटीवर गोंदलेले हिरवे टिंब होते. तिच्या कानांतील कुड्यांचे बारीक मोती अगदी झिजून सैल झाले होते. गळ्यात मळक्या दोऱ्याच्या मंगळसूत्राबरोबर एक फिकट पिवळ्या मण्यांची बोरमाळ सोडली तर तिच्या अंगावर दागिना नव्हता. अखेर तानीमावशी थांबली व मला आत घेऊन गेली.

तानीमावशी फक्त एकदाच आमच्या घरी आली होती. भाऊरावांची पहिली नोकरी गेली, दुसरी मिळाली, तेव्हा इकडे येताना ती आमच्यात एक दिवस राहिली होती. त्या वेळी तिने लाल टोपपदराचे लुगडे नेसले होते. तिने मला उगाचच कडेवर घेतले. तिला त्या वेळी देखील जुन्या देवघराचा वास होता. आईने मग भाऊरावांसाठी मुद्दाम केनाच्या पानांची भजी केली होती; पण त्यांतील आम्हांला मात्र काहीच मिळाले नाही. खरे म्हणजे मी आणि सुम्मीने जैन बस्तीच्या मागे जाऊन धुंडाळून ती पाने आणली होती; पण मलाच

मात्र एवढेसे बुडकुलीएवढे एकच भजे मिळाले आणि त्यात देखील पान नव्हते. मी म्हणालो, ''आई, हे असलं कसलं भजं?'' तर आईने उलट मलाच चिमटा काढला व म्हटले, ''ओरडून खापऱ्या उडवू नको कारट्या! पानं सगळी संपली आणि पानाशिवाय भजं खाल्लंस तर डोक्यावर काही शिंग उगवायचं नाही. आधीच एक शिंग आहे तुला!'' सुम्मीने ते ऐकले व ती तोंड झाकून सारे जेवण होईपर्यंत हसत होती. संध्याकाळी तानीमावशी गेली. जाताना मलाच तेवढा तिने एक आणा हळूच दिला आणि म्हटले, ''ये कधीतरी आमच्या घरी!'' मी तो आणा सुम्मीला दाखवला. तिला काहीच मिळाले नव्हते. सुम्मी बसली चरफडत!

तानीमावशीचे घर फार जुने होते आणि लहान होते. घरात भिंतीवर एकही फोटो नव्हता, स्वैपाकघरात एका लाकडी कपाटाआड झोपायची जागा होती आणि त्याच ठिकाणी माळ्यावर जुने सामान होते. जुन्या बुट्ट्या, शिंकी, एक मोठा डेरा, मोडका पाळणा, बादली. माजघर देवघर काही नाही. बाहेरच्या बाजूला फक्त एक खोली. मी हात उंच केला तर हाताला लागेल एवढे एक सीताफळाचे झाड अंगणात होते व त्यावर दोन लहानसर पण काळी पडलेली फळे होती. तानीमावशीने मला आत नेले व एका वाटीतून लाडू दिला. तो फार घट्ट होता व तो मला फुटता फुटेना. मी म्हटले, ''तानीमावशी, असला कसला ग हा दगडासारखा लाडू? मला नको.'' त्यावर काही न बोलता मान खाली घालून तिने तो बाजूला सरकवला व मूठभर शेंगदाणे माझ्यासमोर ठेवले. ''आता एवढं खाऊन घे. मग तासाच्या आत स्वैपाक होईल.''

तिने चूल पेटवताच आत सारे धुराने भरून गेले व मी बाहेर आलो. श्रीपूमामा अद्याप तसाच बसला होता. मी त्याच्याजवळ बसत म्हटले, ''अरे, ही कसली काळी सीताफळं?''

तो एकदम डिवचल्याप्रमाणे जागा झाला व म्हणाला, ''आँ? काय म्हणालास?'' पण तो सीताफळाविषयी काहीच बोलला नाही. त्याने मला जवळ घेतले व म्हटले, ''आता इथंच शाळेत जायचं, दररोज अभ्यास करायचा, वाटेल त्या पोरांत भटकायचं नाही, समजलं? आणि तानीपुढं कसलाही हट्ट करायचा नाही.''

मग मला समजले, श्रीपूमामा चार दिवस देखील येथे राहणार नाही. तानीमावशीने फार आग्रह केला; पण तो त्याच दिवशी निघाला. जेवणे झाली. मला भातात दूध लागे; पण आज तानीमावशीजवळ दूध नव्हते. मी भात तसाच सोडला. आता मला झोप यायला लागली होती व मी बाहेरच्या खोलीत पसरलो. श्रीपूमामाने हाक मारत म्हटले, ''मी येतो रे, दिवाळीच्या सुट्टीत येऊन भेटतो पुन्हा – आणि सांगितलेलं चांगलं ध्यानात ठेव.'' त्याने वहाणांच्या पट्टीला सुतळी बांधली होती; पण पायरी उतरताना तो ठेचाळला व ती तटकन तुटली. त्याने वहाणा काढल्या व बाजूला सीताफळाजवळ टाकल्या आणि तो अनवाणीच निघाला.

"एक दिवस राहिला असतास, तर लखू चांभारानं शिवून दिल्या असत्या," तानीमावशी म्हणाली.

"नाही ग, त्यांच्यात आता काही उरलंच नाही. उलट आता मला मोकळं वाटतं बघ, पाय काही फाटत तुटत नाहीत," तो म्हणाला; पण त्यावर तो का हसला नाही कुणास ठाऊक! मी परत येऊन जाजमावर पडलो. तानीमावशी मात्र अंगणात बराच वेळ तिकडे पाहत उभी होती. नंतर ती माझ्याजवळ आली व तिने मला उठवले. "आत झोप चल. येथे नको. ही त्यांची खोली आहे आणि त्यांना तू इथं आलेलं आवडणार नाही."

तिने आतच माझ्याकरिता एक कोपरा झाडून त्या ठिकाणी एक चटई टाकली व तिच्यावर जुनेऱ्याची घडी पसरली. कपाटात ती लोणच्याची बरणी, बाटल्या, चहापुडीचा डबा ठेवत असे; पण तिने माझ्याकरिता खालचा खाना रिकामा केला व म्हटले, "यात तू तुझं सामान ठेवत जा."

मग मी बॅग उघडली. श्रीपूमामाने माझी पुस्तके, एक वही, कपडे व्यवस्थित ठेवले होते. पेन्सिली, शिसपेन यांची डबी देखील ठेवून त्याने आठवणीने त्यात एक जुने ब्लेड ठेवले होते; पण सर्वांत खाली काहीतरी रंगीत दिसताच मला फार नवल वाटले. तो एक नवा करकरीत रंगीत भोवरा होता व सोबत त्याची जाळी देखील होती. मी मागे एकदा त्याला म्हटले होते, 'मला सीतारामसारखा एक भोवरा पाहिजे'; पण नंतर ते माझ्या ध्यानात देखील राहिले नाही आणि आता श्रीपूमामाने तो हळूच माझ्या बॅगेमध्ये ठेवला होता. मी म्हटले, आता श्रीपूमामा पुन्हा भेटल्यावर सांगितले पाहिजे – माझी चांगलीच गंमत केलीस की!

मी सारे सामान खान्यात भरले व मऊ जुनेऱ्यावर पडलो. त्याचा स्पर्श होताच तानीमावशीने कुरवाळल्याप्रमाणे अंग सैलसर आळशी झाले. थोड्या वेळाने दवाखाना बंद झाला व त्याच्यासमोरील अंगणात मोठा चौकोनी दिवा लागला. भाऊराव मग घरी आले. त्यांनी बाहेर कोट काढून ठेवताना माझ्याकडे पाहिले; पण ते माझ्याशी एक शब्द बोलले नाहीत. केव्हा आलास हे तरी त्यांनी मला विचारायला हवे होते; पण ते तानीमावशीला म्हणाले, "म्हणजे अखेर ही ब्याद येऊन पडली म्हणायची!"

"निदान हे अन्न उकिरड्यावर न पडता आपल्याच रक्ताच्या माणसाकडे जातं," तानीमावशी म्हणाली. भाऊरावांनी तिच्याकडे रागाने पाहिले; पण नंतर काही न बोलता ते जेवू लागले.

दुसऱ्या दिवशी रविवार होता. आवारातच दूर चिंचेचे एक मोठे झाड होते. त्याखाली तानीमावशीने खरकटी भांडी नेऊन ठेवली. तेथील तारेच्या कुंपणामागे ओढा होता; पण आता उन्हाळा असल्यामुळे ओढ्यात सारी वाळूच भरली होती. पलीकडे मात्र पानमळे, शेते दिसत होती व मधूनमधून मोटेचा कर्र कर्र आवाज येत होता.

"आणखी थोडे दिवस जाऊ दे बघ, पाऊस सुरू झाला, की ओढ्याला असं पाणी

येतं, की ते थेट चिंचेपर्यंत येतं,'' तानीमावशी अभिमानाने म्हणाली. मी अद्याप एकही ओढा, नदी जवळून पाहिली नव्हती. अंगणातच एवढ्या जवळ पाणी म्हणताच ते मला फार आवडले आणि पावसाळा एकदा केव्हा सुरू होतो, असे मला वाटू लागले.

नऊ-साडेनऊ वाजता भांडी घासण्यासाठी तुळसा आली. तिला बघितल्यावरच मला राग आला. ही असली कसली मोलकरीण? तेथल्या पद्धतीप्रमाणे तिने जमिनीवर लोळणारे लुगडे नेसले होते व ती चालली की फट्क फट्क धूळ उडत असे. तिने नाकात नथ अडकवली होती, तिच्या डोक्यावरचा पदर सारखा पडत होता आणि ती पान चघळत होती. पान चघळणाऱ्या बायका नेहमी हलकट असतात असे नाना नेहमी म्हणत. मोलकरणीने मोलकरणीसारखे दिसावे. ही बया तर नाटकातल्या बाईसारखी दिसत होती. ती जवळ आली व पान एका गालात गोळा करून म्हणाली, ''काय रे, तुझं नाव काय?''

मी लगेच म्हणणार होतो, 'माझं नाव तुझं बोडकं!', तोच तानीमावशी दारातून ताडकन म्हणाली, ''सांभाळून बोलावं, तुळसा, माणसानं! त्याला अरेतुरे बोलायचं नाही. तो माझ्या बहिणीचा मुलगा आहे. इथं शाळेकरिता आलाय.''

तुळसाने तिच्याकडे उद्धटपणे पाहिले व ती हसली. ''व्हय बाय, सगळ्यांनीच पायरी बघून पाय उचलावं.''

तानीमावशीचा चेहरा उतरला, ती एकदम आत गेली. भाऊराव गाणे गुणगुणत बाहेर आले. त्यांनी देखील सकाळीच पान खाल्ले होते. त्यांनी दहाबारा चांगली रसरशीत पाने व मूठभर सुपारी पुढे केली व तुळसाला म्हटले, ''ही पानं वाळत जाऊन अगदी खराब होत आहेत. बघ तुला चालतात का!''

तुळसाने पाने घेतली व कमरेला खोचलेल्या लाल चंचीत खुपसली. पाने मुळीच वाळली नसून स्वच्छ, चांगली, राघूच्या पंखासारखी होती.

त्या दिवशी संध्याकाळी मला फार कंटाळा आला. मी म्हटले, ''तानीमावशी, इथं किल्ला, मशीद असलं काही बघण्याजोगं नाही होय?''

तिला एकदम शरमल्यासारखे वाटले. ''नाही रे, हे गाव अगदी साधं आहे. हां, तू राजेसाहेबांची विहीर बघून येतोस का? जाऊन ये, फार दूर नाही. मी त्या पाराप्पाच्या रतनला हाक मारते. तो तुला घेऊन जाईल.''

तेथूनच तिने हाक मारली. दवाखान्याच्या आवाराबाहेर धनगरांच्या झोपड्या होत्या. त्यातून माझ्याएवढाच एक पोरगा बाहेर आला व ओरडला, ''काय व्ह बाय?''

''अरे, याला राजेसाहेबांची विहीर दाखव. बसून पोरगा कंटाळला बघ. आणि तिथं मोर दिसले तर ते देखील दाखव त्याला. नंतर तुला मी शेंगदाणे देते, जा.''

मी रतनबरोबर गेलो. ओढा ओलांडून एक शेत मागे टाकल्यावर ती विहीर होती. भोवती पिसासारख्या पानांची खूप झाडे होती व त्यांच्या खाली पडलेल्या फुलांवरून जाताना मऊ गालिच्यावरून चालल्यासारखे वाटत होते. विहीर फारच प्रचंड होती व

आत सगळीकडे हिरव्या दाढीप्रमाणे भिंतीतून झाडी उगवली होती; पण विहीर एकदा पाहिल्यानंतर मग पाहण्याजोगे तिच्यात काहीच नव्हते.

''आत पारवाळं हायीत,'' रतन म्हणाला. त्याने एक दगड दबकदिशी पाण्यात टाकताच एकदम फडफड आवाज होऊन शंभर पारवाळे एकदम वर उडाली, गोलगोल फिरली व पुन्हा आत उतरून घुम घुम करू लागली.

''वरल्या बाजूला गणेशाचं एक देऊळ व्हत्तं,'' एका बाजूला हात दाखवत रतन म्हणाला, ''व्हय, एकदा ते पडलं, ते सगळं आतच गेलं. पानी जास्त उतरलं की गणेशाची सोंड दिसतीया वरून!''

मी भोवती न्याहाळून पाहिले; पण मला मोर काही दिसले नाहीत. मी त्याबद्दल रतनला विचारले तर तो हसायला लागला. तो म्हणाला, ''मोरं काय असं वाटेल त्या वेळी दिसत्यात?'' त्याने मध्येच चुटकी वाजवली, ''अशी येत्यात, अशी जात्यात. हिरवी निळी वीज असत्येय राव ती वीज!'' पण तो बोलताना एकदम थांबला व त्याने समोर झुडपात बोट दाखवून डोळ्याने मला खूण केली. मग तो म्हणाला, ''बघितल्यात? मोर. एकच व्हतं!''

''कुठाय? कुठाय?'' मी विचारले.

''कुठाय कुठाय काय?'' तो हसत म्हणाला, ''ते गेलं सुद्धा!'' मला तर हलणाऱ्या झुडपाखेरीज काहीच दिसले नाही.

पंधरा मिनिटांतच मी परत आलो व म्हटले, ''तानीमावशी, त्या विहिरीत काय ग बघायचं?'' ती म्हणाली, ''आता मी तरी काय करू, सांग बाबा! गावच असं रायवळ पडलं!''

तानीमावशी सतत दोन दिवस सकाळी बाहेर गेली होती, तेव्हा मी आजूबाजूला फिरून पाहिले. दवाखाना बराच मोठा होता व त्याच्या एका बाजूला लाकडाची जाळी मारलेल्या घरात डॉक्टर राहत होते. मी त्यांना अद्याप पाहिले नव्हते. आवाराच्या बाहेर पायऱ्यापायऱ्यांची विहीर होती. संध्याकाळ झाली की तुळसाप्रमाणे लुगडी नेसलेल्या बायका पायऱ्या उतरून खाली जात व एकएक विहिरीतून उगवल्याप्रमाणे मातीच्या घागरी डोक्यावर ठेवून वर येत. मग वडाच्या पारंब्यांआड खिडकीमागे असल्याप्रमाणे लाल सूर्य दिसे आणि अंधार पडू लागताच जणू कोणी त्यांना मुद्दाम बोलावणे पाठवल्याप्रमाणे न चुकता ओढ्याच्या काठावरून घुबडे ओरडू लागत.

तानीमावशी आली व म्हणाली, ''अरे, उद्यापासून शाळेत जायचं. मी तुझं नाव घालून मास्तरांना सांगून आले आहे.''

मग मी पाटी काढून कोळशाने घासून ठेवली व एका काड्याच्या पेटीत पेन्सिली घातल्या. तानीमावशीने हातानेच माझे केस मागे परतवले व ती माझ्याबरोबर शाळेत आली. शाळेभोवती तशीच राखेसारखी धूळ होती. मी वर्गात बसताच इतर पोरे टकाटका

बघतच राहिली. तानीमावशी परत फिरताच आपण तिच्या मागोमाग घरी पळत सुटावे असे मला वाटू लागले; पण पोरे हसतील म्हणून मी जागेला चिकटून राहिलो. मास्तरांचे नाव होते देशपांडे. ते नेहमी हातात छडी घेऊन हिंडत व मध्येच कोणाच्यातरी पायावर सपकन मारत; ते एक गणित घालत व परसात जाऊन बिडी ओढून येत. पहिल्या दिवशी काहीच अभ्यास झाला नाही, शुद्धलेखन नाही, कविता नाहीत, काही नाही. मी परत येताना माझ्याबरोबर नारायण आणि रामचा आले. नारायणाच्या बापाचे किराणी दुकान होते तर रामच्याचा बाप शिंपी होता. दोघेही त्याच वर्गात दोनदोन वर्षे नापास झाले होते. दोनचार दिवसांतच मला त्या शाळेचा कंटाळा आला. तेथे घरून लिहून आणायला सांगत नसत, त्यामुळे माझे अक्षर सुरेख आहे हे अजून कोणालाच समजले नाही; मात्र शुक्रवारी पाटीवर एक एक काढून सरस्वतीची पूजा करून गूळफुटाणे वाटत असत.

आमच्या वर्गात मोहज्जन नावाचा एक दांडगा मुलगा होता. तो शाळेला येताना पाटीपुस्तके काही न आणता फक्त विटीदांडू घेऊन येत असे. सगळी मुले त्याला घाबरत, त्याच्या पुढेपुढे करत. एकदा मधल्या सुट्टीत मी उगाच उभा होतो. तर बळवंत नावाच्या पोराने मला मागून मोहज्जनच्या अंगावर ढकलले. तेव्हा मी त्याच्यावर कोसळून त्याचे पाऊल तुडवले. तेव्हा मोहज्जन संतापला व त्याने काडकन माझ्या मुस्कटात दिली. थोडा वेळ माझ्या डोळ्यांसमोर लालभडक झाले व मी भिंतीला टेकून गप्पगार राहिलो; पण नंतर मात्र मला फार राग आला. माझी काहीच चूक नसता मी कशाला खाऊ मार? मोहज्जनलाच जर कोणी असे मागून ढकलले असते, तर त्याने काय केले असते? पण बाकी सारी मुले बाजूला राहून हसत होती व तो माकड्या बळवंत तर त्याच्यापुढे उड्या मारत होता. मी डोके खाली केले आणि धावत जाऊन मोहज्जनच्या पोटात असे आदळले की तो खालीच पडला व धापा टाकू लागला.

''अरे तू पोरगा आहेस की बोकड आहेस?'' तो उठत म्हणाला. मला वाटले, मला तो पुन्हा मारणार. म्हणून मी मुठी घट्ट धरून उभा होतो; पण तो म्हणाला, ''पण तू पोरगा मात्र पक्का आहेस बघ. चल आपण आजपासून दोस्त झालो. तुला कुणी पुन्हा ढकललं तर सांग, त्याची पन्नीच करतो. पकड त्या डुकऱ्या बळवंताला –''

पण मी त्या जागी थांबलोच नाही. खरे म्हणजे मोहज्जन उठला, त्याच वेळी माझे पाय थरथरू लागले होते. तो जर जोरात ओरडला असता तर मी पालीप्रमाणे धप्पदिशी खाली पडलो असतो. मी दप्तर घेऊन जो पळालो, तो थेट घरी अंगणात येऊन थांबलो. तानीमावशी सोप्यावरचा केर काढत होती. तिने माझ्याकडे पाहिले व म्हटले, ''संपली शाळा एवढ्यातच? काय झालं शाळेत?''

''कुठं काय झालं? काही नाही. मीच लौकर आलो ग,'' मी दप्तर स्वैपाकघरात अडकवत तिची नजर चुकवत म्हटले. मग तिने चहा ऊन करून बरोबर अर्धी भाकरी खायला दिली व ती कामाला लागली. रात्री जेवण झाल्यावर मी चटईवर पडलो, तेव्हा ती

स्वैपाकघरात काम करत असता मी पडल्यापडल्याच पाहत होतो. तिने खरकटी भांडी उचलून बाजूला ठेवली. अद्याप काम बरेच होते; पण ते अर्ध्यावर सोडून ती आली व माझ्याशेजारी बसली. तिने माझ्या तोंडावरून हात फिरवला व म्हटले, "हं, आता सांग, काय झालं शाळेत? तुझा चेहरा लाल होता आणि डोळे तर अगदी घाईला आले होते." मग मला मात्र अगदीच राहवले नाही व मी तिला सगळे भडाभडा सांगून टाकले.

"तुझा असला स्वभाव बघितला, की पुढं तुझं कसं होणार याचीच मला काळजी वाटते बघ," ती म्हणाली.

"मी तरी उगाचच मार कशाला खाऊ, तूच सांग तानीमावशी?" मी म्हणालो.

"यावर तानीमावशी काय बोलणार? तिचं तर तोंडच गेल्यासारखं झालंय," ती म्हणाली.

मला दोन सदरे होते. तानीमावशी एक दिवसाआड ते स्वतः धुऊन मला ते स्वच्छ देत असे. बाकीचे कपडे, भाऊरावांचे धोतर, त्यांचा टॉवेल हे सारे तुळसाकडे जात असे; पण माझ्या कपड्यांना मात्र तिने तुळसाचा हात लावू दिला नाही. मी त्या दिवशी स्वच्छ सदरा घालून शाळेत गेलो; पण ते निंगूला पाहवले नाही. त्याचा सदरा नेहमी पोतेऱ्यासारखा असे व पाटीला पाणी लावल्यावर तो ते ओच्याने पुसत असे. त्याने शाईची दौत घेतली व तिचे ओले बूच माझ्या पाठीवर दाबले. तेव्हा ढबू पैशाएवढा डाग उमटून आत अंगाला देखील शाई लागली. मी रागाने उरलेली शाई पच्चदिशी त्याच्या अंगावर टाकली खरी; पण माझा सदरा खराब झाला याची मात्र मला फार हुरहुर लागली. घरी येऊन मी तानीमावशीसमोर उभा राहिलो तर मला डोळ्यांतले पाणी आवरले नाही. तिने सदरा काढून पाहिला व ती काळजीने गप्प झाली.

"आता रे कसं? तुला तर दोनच सदरे आहेत. झट्दिशी दुसरा शिवावा म्हटलं तर माझ्याजवळ चार आणे देखील नाहीत. येऊ नये इतकं घरात येतं; पण घराला एक वाळवीच लागून बसलेय नव्हे?"

ती सदरा हातात घेऊन बराच वेळ बोलत राहिली. मी तर थंडीने काकडू लागलो. ते नंतर तिच्या ध्यानात आले व तिने एक जुनी धाबळी माझ्या अंगावर टाकली. "हे बघ, मी हे आताच्या आता पाण्यात भिजत घालते. मग चिंच घासून धुतलं की जाईल डाग," ती उत्साहाने उठत म्हणाली.

तिने सदऱ्याचा तेवढाच भाग पाण्यात भिजवला व त्यावर चिंच लावून तिने तो अर्धा तास घासला. डाग जरा फिकट झाला खरा; पण अजूनही तो पाठीवर वाघाच्या डोळ्यासारखा दिसत होता.

"आता पुढं रे?" ती खाली बसत म्हणाली.

मी तरी पुढे काय सांगणार? म्हणून मी देखील म्हणालो, "पुढं काय ग तानीमावशी?"

ती थोडा वेळ विचार करत बसली. नंतर तिने हसून एकदम चुटकी वाजवली. ''आपण असं करू. सदरा तसा जुनाच आहे. तेव्हा तो डाग तेवढा सरळ कापून टाकू. मग त्या ठिकाणी माझ्याजवळ एक पांढरं कापड आहे, त्याच्यावर फुलपाखराची चित्रं आहेत, त्याचा एक तुकडा मी शिवून देते. कसं?'' ती म्हणाली.

पाठीवर चित्र असलेला सदरा म्हणताच मला फार गंमत वाटली. भाऊराव त्या दिवशी लौकरच आले. तानीमावशीने त्यांचे ताट एकदमच सगळे वाढून त्यांच्यापुढे ठेवले व ती त्यांना विसरून गेली. मग ते कपडे करून पुन्हा बाहेर पडले. ते कोठे जाणार म्हणून तानीमावशीने विचारले नाही, केव्हा येणार हे त्यांनी सांगितले नाही. मग तानीमावशी सुई, दोरा, कात्री घेऊन चिमणीपाशी बसली. चिमणीतून सारखा धूर येत होता व मला मधूनमधून पेंगल्यासारखे होत होते. तिने मला गदागदा हलवून उठवले व म्हटले, ''बघ तरी, कसा अप्रूप झाला आहे तुझा सदरा!''

मी खाडकन जागा झालो. सदऱ्यावर लाल पंखांचे फुलपाखरू बघून तर तो घालून मी केव्हा शाळेत जातो असे मला झाले. तानीमावशीचे डोळे जागरणाने लालसर झाले होते व ती दमली होती. ती तशीच जमिनीवर आडवी झाली. मी म्हटले, ''अग असं का! जाजमावर झोप की सरळ.''

''कशाला आता? आणखी तासातच तर पुन्हा जुंपायचं आहे घाण्याला,'' श्वास सोडत ती म्हणाली.

मी शाळेत जाताच नारायण ओरडला, ''अरे, तुझ्या पाठीवर फुलपाखरू बसलंय!'' चिंतामणी देखील म्हणाला, ''होय रे होय, थांब, मी त्याला पकडतो.'' तोपर्यंत आणखी दोन पोरे आली. मला तर हसूच आवरेना. मी म्हटले, ''घ्या, कोणीही पकडून त्याला काड्याच्या पेटीत ठेवा. अगदी घट्ट! मग ते सोन्याचं होईल!'' पण ते फुलपाखरू चित्रातले आहे म्हणताच ती पोरे खुळीच झाली. चिंतामणीने विचारले, ''असलं फुलपाखरू कुठं मिळतं?'' मी आपले दडपून सांगितले, की ते श्रीपूमामाने मुंबईहून आणले आहे. ''मग मला देखील आणून दे की आणखी एक!'' तो तोंड पसरत म्हणाला.

माझे फुलपाखरू सगळ्यांनी हात लावून पाहिले म्हणताच तानीमावशी फार खूष झाली; पण त्यानंतर मोहज्जनने आपल्या सदऱ्यावर पुढच्या बाजूला झाडाचे मोठे चित्र असलेला तुकडा लावला. चिंतामणीने मुलींच्या परकरावर असतात तसले एक फूल बिल्ल्याप्रमाणे सदऱ्याच्या खिशावर शिवून घेतले. पण खरी कमाल बळवंतने केली. त्याला फूल, झाड असले काहीच मिळाले नाही; पण त्याच्या गंजीफ्राकवर वाघाचे चित्र होते. तेव्हा तो एक दिवस नुसता गंजीफ्राकच घालून शाळेत आला. तेव्हा देशपांडे मास्तर छडी घेऊन त्याच्या मागे लागले, त्या वेळी बळवंत इकडेतिकडे पळू लागलेला पाहताच आम्ही हसूनहसून बेजार झालो. मी पळत घरी आलो व दप्तर सोप्यालाच टाकत

ओरडलो, ''तानीमावशी, बाहेर ये. तुला एक गंमत सांगायची आहे.''

ती कसलेतरी पीठ चाळत होती. ती पांढऱ्या हातानेच बाहेर आली व माझ्या शेजारी बसली. मग मी तिला सगळी हकिकत सांगितली. तेव्हा तर ती मला पांढऱ्या हातानेच ढकलतढकलत लहान मुलीप्रमाणे खिदळू लागली. त्या वेळी मला तानीमावशी एकदम निराळी लहानसर दिसली. हसताना तिच्या हनुवटीवरील गोंदणे स्वच्छ ताणून चमके. ती इतकी हसली, की हसून तिचे डोळे ओलसर झाले; पण तिचे पिठाचे हात मला ठिकठिकाणी लागून पीठ ती चाळत नसून मीच चाळत असल्याप्रमाणे दिसू लागलो. तसे मी म्हणताच तर तिने मला जोराने ढकलले व ती खाली पडून हसत राहिली. मला वाटले, आता तानीमावशी अगदी लहान मुलीप्रमाणे हसते, खेळते. मग खरोखरच लहानपणी ती कशी असेल बरे?

मला त्या वेळी सुम्मीची एक गंमत आठवली. मी म्हटले, ''एकदा सुम्मीनं देखील –''

सुम्मीचे नाव काढताच तानीमावशी एकदम विझल्यासारखी झाली आणि तिच्या हनुवटीवरील दाणा वाळलेल्या मुगासारखा झाला. तिने गप्पकन माझ्या तोंडावर हात ठेवला.

''तिचं नावसुद्धा काढू नकोस माझ्यापुढं!'' ती म्हणाली.

''का ग? इतका तिच्यावर तुझा राग होता?''

''राग नव्हे रे,'' माझ्याकडे न पाहता ती म्हणाली, ''आमच्या लहानपणी गणपतीच्या आरतीसाठी ताम्हणात रांगोळी काढावी लागे. त्या वेळी कमळी ताम्हण घासून लालभडक करून त्यात पातळ गंधाची रांगोळी दुर्वांच्या टोकानं काढत असे आणि शेवटी मग तिच्यावर अगदी नाजूक अशी श्री काढायची. नंतर तिला सुम्मी झाली ती देखील तसल्याच श्रीसारखी – कोवळी, शांत वासाची! त्या पोरीची आठवण झाली की अंग एकदम कोळसा झाल्यासारखं वाटतं. म्हणून म्हणते, ते नाव माझ्यापुढं काढू नको, खेळताखेळता भुताची खोली उघडू नको.''

त्याच शनिवारी शेजारच्या हरेश्वरला सहल काढण्याचे देशपांडे मास्तरांनी ठरवले व प्रत्येकाला चारचार आणे आणायला सांगितले. श्रीपूमामाने दिलेल्या पैशांपैकी माझ्याजवळ फक्त दहा पैसे उरले होते; पण खरे म्हणजे आधी मला त्या पोरांबरोबर कुठे जायचेच नव्हते म्हणून मी म्हटले, ''मी येत नाही, माझ्याजवळ पैसे नाहीत.'' तर मास्तरांनी उगाचच माझ्या पायावर छडी मारली व म्हटले, ''तू काय इतका भिकारडा आहेस की काय? भाऊराव तर हातावर चवली पडल्याखेरीज दवाखान्यातलं फुकट औषध देखील देत नाही की! जा आणि मुकाट्यानं पैसे आण, नाहीतर उद्या या शाळेत पाऊल ठेवू नकोस.''

''मी सहलीला येणार नाही, माझ्याजवळ पैसे नाहीत,'' मी पुन्हा पण जास्त जोराने

म्हणालो. तेव्हा मास्तर मोहज्जनला म्हणाले, ''अरे त्या बाजीरावाला उचल आणि बाहेर फेकून दे.''

मोहज्जन सावकाश उठला; पण माझ्याकडे येताच त्याने मला जाण्याची खूण केली. माझा चेहरा एकदम तापला व डोक्यात भणभणू लागले. मी दप्तर गुंडाळले व ताडताड भर उन्हात बाहेर पडलो. तेव्हा मोहज्जनने एकदम गडबड केली व जणू मला धरण्यासाठीच तो दारापर्यंत धावला. तोपर्यंत मी रस्त्यावर होतो. त्याने मला हाक मारली; पण मी मागे वळून देखील पाहिले नाही.

तानीमावशी दुपारचे काम करून आडवी झाली होती. माझ्या तोंडाकडे पाहताच तिने मला बाजूला बसवून घेतले व म्हटले, ''असं उन्हातान्हातून का आलास? आणि रडायला काय झालं? तू आता मोठा झालास, याहून मोठा होणार, असं रडत राहिलास तर मग पुढं काय करणार?''

''मग त्यांनी भिकारडा का म्हणावं मला सगळ्या वर्गात? माझं अक्षर सगळ्या वर्गात चांगलं आहे, माझ्याइतक्या कविता कुणालाच पाठ म्हणता येत नाहीत; मग त्यांनी मला भिकारडं म्हणावं?''

तानीमावशी थोडा वेळ गप्प राहिली. नंतर ती म्हणाली, ''तू दुपारी कधी त्या वडाच्या सावलीत झोपला आहेस? असल्या उन्हात त्या ठिकाणी इतकं शांत वाटतं म्हणतोस! जाऊ या आता?''

मी संध्याकाळी पुष्कळदा त्या ठिकाणी जात असे, तेथल्या पारंब्यांचा झोका करत असे; पण दुपारी कधी तेथल्या गवतावर आडवा झालो नव्हतो. आम्ही त्या ठिकाणी आलो. तानीमावशी तशीच बसली; पण मी मात्र गवतावर पसरलो. तेव्हा झाड उघड्या छत्रीप्रमाणे एकदम वर गेले आणि आभाळापर्यंत पोहोचले. ऊन तुकड्यातुकड्यांनी अंगावर आले आणि एक लहान तुकडा तर माझ्या डोळ्यातच शिरून चमकू लागला. मला वाटले, आता आपल्याला अंगच नाही, ते गवतातच विरघळले आणि हा कोण पोरगा आरामात येथे पडला आहे असे वाटून हे झाड म्हाताऱ्या दाढीवाल्या आजोबासारखे आपल्यावर वाकून पाहत आहे.

पण मध्येच मास्तरांनी आपल्याला हाकलून घातले हे मला आठवले व मी तानीमावशीला म्हटले, ''पण मला हाकलून का घालावं शाळेतून?''

''त्यांचं म्हणणं थोडं खरं आहे. काही पेशंटकडून दोनदोन चारचार आणे येतात. पुष्कळजण खुषीनं देखील देतात. सगळा पैसा घरीच आला असता, तर आपलं काही वाईट नाही; पण दैव देतं आणि कर्म नेतं अशी आपली स्थिती! तू येथे येऊन इतके दिवस झाले, मी तुझ्याकरिता काहीतरी गोड केलं आहे का सांग?'' बोलताबोलता ती एकदम गप्प झाली.

आता मला एकदम भीती वाटू लागली. मला वाटले, आता तानीमावशी कोठूनतरी

चार आणे मागून आणणार व सहलीला जा म्हणून मला सांगणार! मला भटकायला खूप आवडते; पण त्या पोरांबरोबर मात्र मला जायचे नव्हते आणि आता देशपांडे मास्तर असताना तर अगदी शपथ ते नको होते.

"हे बघ, ती तुझी सहल गेली मसणात!" तानीमावशी एकदम म्हणाली, "तू आणि मीच जाऊया एकदा हरेश्वरला! तिथे देखील कधीतरी मोर दिसतात. आपण एक लहानशी एक्का गाडी करू. मग कसं असावं माहीत आहे? बरोबर पुष्कळ भाकऱ्या आणि भरल्या मसाल्याची वांग्यांची भाजी!"

मी एकदम उठून बसलो आणि म्हणालो, "आणि खूप दही देखील?"

तिने मान हलवून म्हटले, "होया, अगदी मडकं भरून घट्ट दही. तुला एक मडकं आणि मला एक स्वतंत्र मडकं. नाहीतर तू खादाड, माझं देखील दही तू खाऊन टाकशील. शिवाय डांगराचं पीठ."

"डांगराचं पीठ? म्हणजे काय?"

"तुला अद्याप डांगराचं पीठ माहीत नाही, खुळ्या!" मला चापट मारत ती म्हणाली, "ते एक पीठच. त्यात दही घालावं, बारीक चिरलेले कांदे आणि बरोबर कोवळ्या मिरच्या." माझ्या तोंडाला तर पाणीच सुटू लागले. मी तिचा हात गच्च धरला व म्हटले, "मग करवंद अगर चिंच घातलेली झकास चटणी हवी."

"होय तर, चटणीशिवाय कसली रे भाकरी?" तानीमावशी देखील गवतावर आडवी होत म्हणाली, "देवळाजवळ मोठं तळं आहे; पण पाणी गुडघाभर. वाटेल तेवढं त्यात खेळावं आणि देवळाच्या मागं झरा आहे. तिथलं पाणी प्यायचं म्हणजे भांड्यातून नाही. तर बाजूला पालथं पडायचं व ओंजळीओंजळीनं पाणी प्यायचं. जाताना वाटेत आंब्याची झाडं आहेत. त्यांना पानापानाबरोबर कैऱ्या लागतात. त्या फोडून आत मीठ, लाल चटणी घालून खायच्या. हां, कैऱ्या खाताना चटणी हिरवी चालायची नाही, लालच पाहिजे बरं का!"

"पण ते आंबे आपले म्हणून कोणी रागावत नाही?" मी अविश्वासाने विचारले.

"अरे, त्या रानात कोण कोणाचे आंबे? ढीगभर पडून वाया जातात. पण पडलेले आंबे खाण्यात गंमत नाही. झाडावरून तोडलेला आंबा हाताला कसा उबदार लागतो, माहीत आहे? कमळी तर लहानपणी कैऱ्यांसाठी जीव टाकायची; पण तिला झाडावर चढण्याचं धैर्य नव्हतं. मग झाडं धुंडाळत परकर खोचून वर चढायचं हे एक मला कामच होऊन बसलं! आणि मग मी आणून दिलेल्या कैऱ्या खाऊन झाल्यावर उलट मलाच ती जंगली म्हणत चिडवत राहायची. असली बघ तुझी आई झगडघंटी –" तानीमावशीने माझ्या डोक्यावर चापट मारली व ती मोठ्याने हसली.

सुम्मीचे नाव काढताच खाडकन गप्प राहणारी तानीमावशी आईविषयी मात्र इतक्या मनमोकळेपणाने बोलत आहे याचे मला फार नवल वाटले. जणू आई आता या वेळेला

घरातच कैऱ्या खात बसली आहे! आईच्या लहानपणाच्या हकिकतीविषयी मला काहीच माहिती नव्हती. आई बोलत बसायची ते दादाशी, सुम्मीशी; आमच्याशी नाही. मी म्हणजे घरातले लोणचे! पण परकर खोचून झाडांत आंबे तोडत हिंडणारी तानीमावशी त्या वेळी कशी दिसत असेल, याचे चित्र पाहण्याचा मी प्रयत्न करू लागलो. नंतर बराच वेळ तानीमावशी काहीच न बोलता गप्प होती; पण मी एकदम जागा झाल्याप्रमाणे तिच्याकडे पाहत राहिलो, कारण आता ती एकदम हुंदके देऊन रडत होती. मी म्हटले, ''अग गाडीबिडी करायचं खर्चाचं असलं, तर आपण जाऊया नको. राहिलं. मला हरेश्वर नको, काही नको.''

ती चटकन उठून बसली व तिने माझा दंड पकडला. ती म्हणाली, ''हे बघ, असं कधी म्हणत जाऊ नको. असा जर दरवेळी हात मागं घेऊ लागलास, तर आयुष्यभर तुझे हात रिकामेच राहतील. सरळ मिळालं नाही, तर ओरबाडून घ्यायची तयारी पाहिजे. गाडी मिळाली तर बरंच झालं, नाहीतर तू आणि मी चालत जाऊ. आहे तर सारं सातआठ मैल. वाटेत कुठंतरी मोटवणीजवळ बसून गूळ-शेंगदाणे देखील खाऊ. देऊळ, तळं, वाटेवरची कैऱ्यांची झाडं, थंडगार पाणी, ही तर काय कोणाच्या बापाची नाहीत ना? होय की नाही?''

मी लगेच म्हटले, ''छट्, ती काय कुणाच्या बापाची असणार?''

''एवढंच वाटलं बघ, मी कधी देवाकडे फारसं मागितलं नाही; पण जे अगदी थोडं मागितलं, ते देखील त्यानं दिलं नाही, म्हणून मला त्याचा पुष्कळदा राग येतो. मला काय घोडागाड्या, वाडा, अंगावर पासरीभर सोनं पाहिजे होतं? पोटापुरतं खायला असावं. एखाददुसरं पोर असावं स्वतःचं, आपला म्हणता येईल असा संसार असावा. एवढ्यावरच मी बाभळीच्या झाडाप्रमाणं आनंदानं टिकले असते. डोकंभर प्रकाश, पाऊलभर ओल. बस्स, एवढ्यावरच ते झाड समाधानानं जगतं, वाढतं. मला एकदा हे सगळं मिळालं देखील होतं; पण इथे आले आणि जी कीड लागली ती अगदी मुळासकट!''

काल तानीमावशी लहान मुलगी होऊन मला कोपराने ढकलत हसत होती. आता तिने मलाच आपल्याएवढे मोठे केले होते. मी श्रीपूमामाच असल्याप्रमाणे ती बराच वेळ बोलत होती. ती पुष्कळ बोलली. त्यातले मला बरेच समजले नाही हे खरे; पण सगळे मला समजत असल्याप्रमाणेच मी हूं हूं करत होतो.

नंतर ती हसली व नेहमीची तानीमावशी झाली. ती म्हणाली, ''हे बघ, ऊन आता उतरलं आहे. आज कशी झाली तरी शाळा चुकलीच. तेव्हा कुठंतरी जाऊन फिरून ये. फार दूर जाऊ नको. हा रस्ता सरळ नाथाच्या देवळाला जातो. तेथून वळलास की वाटेत ओढा लागतो. मग ओढ्यातूनच सरळ वर ये. जा, बसून राहू नको असं घुत्तासारखं! हां, त्या राजेसाहेबांच्या विहिरीकडं एकटं जायचं नाही. गेलास तर पायांची कांडं करून देईन बघ उसासारखी!''

मी त्यावर उडीच मारली. मी त्या रस्त्याने कधी गेलोच नव्हतो. पुष्कळदा पारप्पा धनगर त्या रस्त्याने आपल्या मेंढ्या घेऊन जात असे. धूळ उडायची व तिच्यात मग मेंढ्या वितळून जात; पण नंतर बराच वेळ बें बें असा त्यांचा आवाज मात्र ऐकू येत असे. पारप्पा एकदा सांगत होता, वाकड्या टोकाच्या उंच काठीने पाला काढायचा एवढेच काम. मग टेकड्या ओलांडत भटकायचे; भटकायचेच भटकायचे! मला फार वाटत असे, आपण देखील दोन भाकरी बरोबर घ्याव्यात आणि एका रविवारी पारप्पाबरोबर संध्याकाळपर्यंत फिरून यावे. मी तानीमावशीला विचारले तर ती इतकी हसली, की मला तेथून पळूनच जावे असे वाटू लागले.

"वेडा की काय तू? मेंढरापाठीमागून आणखी एक दोन पायांचं मेंढरू!" मला कोपर मारत ती म्हणाली, "आधी बें बें करायला शीक दोन दिवस मेंढ्यांच्या शाळेत जाऊन!" ते ऐकून मलाही हसू आले होते.

मी उठलो व दवाखान्याबाहेर पडलो. मी वळेपर्यंत तानीमावशी पाहत उभी होती, मग ती घरात गेली. मी अद्याप एकटाच कोठे बाहेर पडलो नव्हतो, त्यामुळे प्रथम मला नवीन वाटले; पण मग संध्याकाळच्या वाऱ्यात अंग भुरभुरले व नुसते पळत सुटावे असे वाटू लागले. नाथाच्या देवळातील घंटा जवळ ऐकू येऊ लागली; पण आज मी देवळात गेलो नाही. देवळात कधी काही फारसे बघण्याजोगे नसतेच आणि तेथे माणसे उगाचच घंटा फार वाजवतात. देवळामागे ओढा होता; पण तो येथेही घराजवळच्याप्रमाणे कोरडाच होता. एका ठिकाणी दोन मुली वाळूत खळगा काढून वाटीने पाणी भरत होत्या. मी देखील गुडघाभर वाळू खसाखसा बाजूला केली. प्रथम वाळू थोडी ओली झाली व नंतर थंडगार स्वच्छ पाणी साचले. मला वाटले, तानीमावशीबरोबर येथे देखील एकदा आले पाहिजे. भाकरीला जाड लोणी माखावे, त्यावर लालसर लसूण चटणी पसरावी आणि मग ताजे पाणी काढून येथल्या येथेच ते प्यावे. मुली निघून गेल्यावर सारे रिकामे झाले. मी वाळूतूनच पुढे आलो. आता वळल्यावर दूर दवाखान्याची विहीर देखील दिसायला लागली होती.

समोरच झाडांमधून राजेसाहेबांची विहीर दिसत होती. मला वाटले, तिकडे एकदा जाऊन यावे. फक्त पाच मिनिटे. कुणास ठाऊक, आज मला एकट्याला देखील मोर दिसतील आणि तो देखील एक मोर नव्हे, तर पाचपंचवीस! पण लगेच मला तानीमावशीचे शब्द आठवले – एकटा गेलास तर पायांची कांडे करून देईन! तानीमावशी काही पाठीत एक घुमका देखील घालायची नाही, हे मला माहीत होते; पण जायला भीती वाटली खरी. मी विचार केला, मी विहिरीकडे कुठे जातोय? मी तिच्यापासून लांब राहून फक्त मोर पाहणार आहे. एवढ्यात माझे पाय ओढा ओलांडून झाडांच्या हिरव्या सावल्यांत येऊन पोहोचले होते. मी अगदी गप्प राहून सगळीकडे पाहिले; पण कुठेच मोर दिसले नाहीत. खाली पडलेल्या फुलांत मात्र एक भारद्वाज ऐटीत

एकेक पाऊल टाकत काहीतरी वेचत होता. मी आल्यावर त्याने एक लाल डोळा माझ्यावर रोखला व तो झाडावर चढला. मग दोन बदामी पंख पसरून तो काळेपणाने उडून गेला. मी आता समोरच्या झुडपामागे एकदा पाहून घरी परतणार होतो; पण माझा हात झुडपात तसाच राहिला. पलीकडे बांधावर दोनचार झाडे होती. एवढ्या अंतरावर देखील मी त्या दोघांना ओळखले. भाऊराव तेथे बसले होते आणि त्यांच्या समोरची बाई नक्कीच तुळसा होती. आता तिच्या डोक्यावर पदर नव्हता. ती हसत होती व भाऊरावांना पान देत होती. आता माझे पायच एकदम गेले. समोर दवाखाना अगदी जवळ होता; पण मला तिकडे त्यांच्या समोरून जाववेना. मी उलट रस्त्यानेच धावत परत आलो व बाहेर कट्ट्यावर बसलो. काही वेळाने तानीमावशी बाहेर आली, ''अरे देवा, केव्हा येऊन बसलास रे तू चोरट्याप्रमाणं? आणि पळत यायची काय एवढी घाई होती?'' ती प्रेमाने माझे केस विसकटत म्हणाली.

मी आत गेलो व माझ्या अंथरुणावर जाऊन पडलो. मला तिच्याकडे मान वर करून बघवेना; पण तिला समोर बघितल्यावर सगळे सांगितल्याशिवाय राहवेना.

''तू काय बघितलंस, हे शाळेत कुणाला सांगू नको, बरं का?'' तानीमावशी म्हणाली. तिचा चेहरा एकदम उतरलेला शिळा दिसला. मग मात्र मला वाटले, आपण हे तिला सांगायला नको होते. ती त्याआधी कशी स्वच्छ दिसत होती – आता ती एकदम आजारी असल्याप्रमाणे वाटत होती.

दुसऱ्या दिवशी शनिवार, सकाळची शाळा होती. तानीमावशीने मला उठवले व आंघोळ करायला सांगितले. मला तर आता त्या शाळेत पाऊल देखील टाकायचे जिवावर आले होते. तानीमावशी केस विंचरून आंघोळ करून तयार झाली होती. मी कपडे घालत असतानाच तिने मला बाहेर ढकलले व म्हटले, ''चल, मला परत यायचं आहे लौकर.''

ती झपाझप चालत असता आवार संपेपर्यंत मी तिच्या मागून उड्याच मारत गेलो. ती थांबली व मागे वळून पाहतच राहिली. ती म्हणाली, ''तू काय एखादी बेडकी होऊन बसलास की काय रात्री?''

''अग, मी तरी काय करू? तूच एकदम मला बाहेर ढकललंस की मी कपडे घालत असता! तेव्हा चड्डीच्या एका पायात दोन्ही पाय गेले बघ,'' मी म्हणालो. मी चड्डीचा मोकळा पाय उजव्या हातात धरला होता. ते पाहून ती एकदम हसायला लागली; पण त्यामुळे मला सुद्धा फार बरे वाटले.

''मग घाल तरी ती सरळ आता!'' ती म्हणाली; पण ती आता सरळ घालायची म्हणजे पुन्हा काढून घालण्याखेरीज शक्य नव्हते. ''पण रस्त्यावर कशी काढू ग?'' मी म्हटले.

पण त्यावर आता मात्र तिने खरोखरच एक हलकासा घुमका माझ्या पाठीत घातला

व आवाराच्या भिंतीतील एका खांबाकडे बोट दाखवून ती पुढे चालू लागली. पण ती अद्याप स्वतःशीच हसत होती. मी त्या आडोशाला झटकन चड्डी सरळ घातली व धावत तिच्या मागोमाग गेलो.

शाळा भरली होती; पण देशपांडे मास्तर दारातच छडी घेऊन उभे होते.

"पैसे आणलेस काय रे?" त्यांनी दरडावून विचारले. त्यावर मी काही बोललोच नाही तरी तानीमावशी मला म्हणाली, "तू गप्प बस. मध्ये बोललास तर पाय मोडीन." तिचा आता अवतार बघून मी देशपांडे मास्तरपेक्षा तिलाच जास्त घाबरलो. ही कुठली दुर्गाई मरगाई तानीमावशी समोर आली कुणास ठाऊक!

"नाही, मी सांगते तुम्हांला," पुढे सरसावत तानीमावशी म्हणाली, "आणि कुणाला भिकारडा म्हणता तुम्ही भर वर्गात?"

"चार आणे देण्याची ऐपत नाही, तर तोंड तरी कशाला करता इतके?" देशपांडे फार उद्धटपणे म्हणाले. सगळ्या पोरांनी पाट्या खाली टाकल्या व दारात ढिम्म गर्दी झाली.

"तुम्ही तोंड सांभाळून बोला. तुमच्या झुरळासारख्या मिश्यांना घाबरणारी बाई नाही मी. कमिटीच्या वशिल्यानं मास्तर होऊन बसलात. कधी शाळेत पाढे नाहीत, परवचा नाही, काय शाळा आहे की धर्मशाळा आहे? म्हणे सहल काढतो! उद्या नाटकं करा पोरांपासून पैसे उकळून. हरेश्वरलाच जायचं, तर काय आमचे आम्हांला पाय नाहीत? त्याला तुमची चार आणेवाली मिरवणूक कशाला पाहिजे बरोबर?"

हातवारे करत तानीमावशी जोराने बोलत होती, पोरे तर टकाटका पाहतच राहिली; पण तानीमावशीचे अद्याप संपले नव्हते.

"तुम्हांला चार वाक्यं तरी सरळ वाचता येतात का? ऐका – ध्यायेदाजानुबाहुं धृतशरधनुषं बद्धपद्मासनस्थं, पीतं वासो वसानं नवकमलदलस्पर्धिनेत्रं प्रसन्नम्! – हे मी तुम्हांला एका कागदावर लिहून देते, न चुकता एकदा वाचून दाखवा, मग म्हणा दुसऱ्याला भिकारडा! तुम्ही कधी शिवलीलामृत अध्याय ऐकला तरी आहे का?

"माथा जटांचा भार। तृतीय नेत्र वैश्वानर। शिरी झुळूझुळू वाहे नीर। अभयंकर महाजोगी॥ चंद्रकळा तयाचे शिरी। नीळकंठ खट्वांगधारी। भस्म चर्चिले शरीरी। गजचर्म पांघुरला॥ नेसलासे व्याघ्रांबर। गळा मनुष्यमुंडांचे हार। सर्वांगी वेष्टित फणिवर। दशभुजा मिरवती –"

तानीमावशीने तेथल्या तेथे सारा अकरावा अध्याय त्यांना खात्रीने म्हणून दाखवला असता; पण त्यावर आत जाताजाता देशपांडे मास्तर म्हणाले, "तू बाई जर एवढी शंकराचारीण आहेस, तर त्या पोराला आणलंस कशाला शाळेत? तूच शिकव त्याला घरी चुलीपुढं बसवून!"

पोरांना गबागबा ढकलून तानीमावशी आत शिरली आणि म्हणाली, "तू, तू बाई

असं एकेरी बोलू नका मास्तर! जा, मीच शिकवीन त्याला. तू, तुझी शाळा आणि सहल ढुंगणात घालून घे. टाक माझ्या पोराचा दाखला आत्ताच्या आत्ता!''

रस्त्याने कमिटीचे महादू पाटील चालले होते. त्यांनी नेहमीप्रमाणे जरीचा रुमाल काखेत मारून आपले पांढरे केस उघडे टाकले होते. सगळा गोमगाला ऐकून ते आत आले व म्हणाले, ''कंपाऊण्डरीण बाई, काय झालं एवढं?''

''...तर! हा मास्तर मला भिकारडा म्हणतो. शाळेत पोराला कशाला आणलं म्हणतो. शाळा कुणाच्या सासऱ्याची दौलत आहे काय?''

पाटील देखील थोडे दचकलेच. ते म्हणाले, ''बरं बाई, तुम्ही घरी चला. मी पाहून घेतो सगळं.''

''मला आत्ताच्या आत्ता दाखला पाहिजे,'' पाय आपटीत तानीमावशी म्हणाली. मी एकदम घाबरलो. आता या शाळेत यायचे म्हणजे माझ्या जिवावर आले होते खरे; पण दाखला काढायचा म्हणजे शाळाच बंद. मग पुढे काय?

पाटील म्हणाले, ''मी स्वतः संध्याकाळपर्यंत तुमचा दाखला आणून देतो. मग तर झालं ना? आता चला घरी.''

मग तानीमावशी सैल झाली. तिने मला हाताला धरले व आम्ही परतू लागलो. थोड्या वेळाने मोहज्जन धावत मागून आला व त्याने शाळेतच राहिलेली माझी दौत मला दिली. ''सहलीला कोण जातंय बघतो, त्याची पन्नीच करतो बघ,'' तो मला म्हणाला. पण मग आम्हांला काय बोलावे हेच सुचेना. मी मुकाट्याने निघून गेलो व मोहज्जन परत शाळेत गेला.

''तानीमावशी, आता पुढं ग?''

''तू घाबरू नकोस. आणखी एक शाळा आहे. जरा लांब आहे येथून मैल-दीड मैलावर. तुला सवय होईपर्यंत मी येत जाईन तुझ्याबरोबर. बसू दे तो माकड आपली शाळा घेऊन!''

मग सोमवारी सकाळी लौकरच आम्ही निघालो. या नव्या शाळेकडे जायचे म्हणजे कुंभार आळीमागच्या वाटेने बाहेर जावे लागत होते. वाटेतच डुकरे बसली होती आणि पायाने डिवचल्याखेरीज बाजूला सरकत नव्हती. एक मोठे कुत्रे वस्कन आमच्या अंगावर ओरडले, तेव्हा तानीमावशीने त्याला एक दगड मारला. आम्ही बाहेर पडलो तेव्हा माझे पाय दुखायला लागले. आता वाट रंगीत पट्टीप्रमाणे टेकडीवर चढली होती. तानीमावशी देखील आता धापा टाकू लागली होती. ती मध्येच थांबली व म्हणाली, ''ही टेकडी मागे टाकली, की तुझी नवी शाळा आलीच बघ.''

पण आम्ही टेकडी उतरून आलो तरी शाळा कुठे दिसेचना. ''अरे, ती नव्हे काय समोर?'' तानीमावशी बोट दाखवत म्हणाली.

समोर गवताचे छप्पर असलेली मोठी जागा होती. तसली शाळा बघितल्यावर मी

लगेच तानीमावशीला म्हणणार होतो, मला असली शाळा नको; पण मी गप्प राहिलो. आम्ही तेथे गेल्यावर मास्तरच पुढे आले व त्यांनी दोन पोरांना उठवून तानीमावशीला बसायला जागा दिली. तिने मास्तरांना सगळी हकिकत सांगून टाकली. मास्तरांनी कोट घातला नव्हता. त्यांच्या अंगात लांब हाताचा, कॉलर नसलेला सदरा होता व त्यातून त्यांची बारीक मान वर आली होती. त्यांच्या टाचा तानीमावशीप्रमाणेच फुटल्या होत्या.

"आमची शाळा अगदी नवीन आहे, लहान आहे. हा मुलगा आला तर बरंच होईल," मला जवळ बोलावत मास्तर अतिशय सावकाशपणे म्हणाले. मग तानीमावशी हसली व परत जायला निघाली.

तो दिवस कसा तो संपेना. एकाच ठिकाणी पहिलीपासून चौथीपर्यंत पोरे होती. एका कोपऱ्यात मडक्यात पाणी होते, तरी सगळी पोरे पच्चदिशी पाटीवर थुंकत. मास्तर चौथीच्या पोराकडे गेले, की पहिलीची पोरे पाटीवर गुणिले-शून्याचा खेळ खेळत. एकदा बाहेरून एक रेडकू आले आणि सगळ्यांना ढुशा देऊन मडक्यात तोंड घालून गेले. मी खाली बघत काहीतरी लिहू लागलो, की कोणीतरी पटदिशी माझ्या डोक्यावर खडा मारत असे. संध्याकाळपर्यंत मी अगदी रडकुंडीला आलो. मला वाटले, श्रीपूमामा येईल आणि मला घेऊन जाईल तर बरे होईल. तानीमावशी फार चांगली आहे खरे; पण मला असली शाळा नको. मी मनातल्या मनात त्याला पत्र देखील लिहू लागलो – मला येथे फार कंटाळा आला आहे. मला घेऊन जा. तानीमावशीला देखील घेऊन जा, ती एकटीच रडत बसते; पण मी हे बघितले आहे म्हणून तिला सांगू नको. तिला देखील येथे फार कंटाळा आला आहे...

मग शाळा सुटली. इतर पोरे भराभरा पळाली. मला एकट्यालाच तेवढे टेकडी ओलांडून या बाजूला यायचे होते. आधी येतानाच माझे पाय भरून आले होते आणि त्यात कुंभाराच्या आळीमागून जायचे म्हणजे माझ्या अंगावर काटाच आला. मला अजून डुकरांची सवय झाली नव्हती. तोच, "सुटली होय रे शाळा?" असा तानीमावशीचा आवाज ऐकू आला. ती दूर एका निंबाच्या झाडाखाली बसली होती. तो आवाज ऐकताच माझा कंटाळा एकदम धुऊन गेला व थंडीत गरम कोट घातल्यासारखे वाटले. मी मनातल्या मनात श्रीपूमामाला लिहिलेले पत्र फाडून टाकले व तिचा हात धरत म्हटले,

"हं, चल आता लौकर."

"अरे, अरे थांब, मला एवढं चालायची सवय नाही," ती गुडघे दाबत उठत म्हणाली, "तुझे देखील पाय गेले की नाही आज, खरं सांग? आता घरी गेल्यावर खोबरेल लावून गरम पाणी ओतून घेऊ पायांवर."

घरी गेल्यावर सगळे ठीक होईल हे खरे; पण आता जड पिल्याप्रमाणे पाय घेऊन जायचे कसे, हेच मला समजेना. आम्ही परतलो त्या वेळी संध्याकाळ झाली होती.

वडाच्या मागे लालभडक रेशमी पडद्याप्रमाणे प्रकाश दिसत होता आणि काळ्या पारंब्या त्यावर उभ्या सापासारख्या दिसत होत्या.

पण भाऊराव अंगणातच येरझाऱ्या घालत होते. आम्ही आत यायच्या आधीच ते तानीमावशीवर खेकसले, ''चांगला तमाशा करून ठेवलास गावभर! शाळेत जाऊन मोठी शिवलीलामृत म्हणणारी! जो तो थांबून मला विचारत आहे. कुठं तोंड वर करायला जागा ठेवली नाहीस.''

''तोंड वर करायला आधी तरी कुठं जागा होती? आणि त्या वेळी काही तो माझा हातगुण नव्हता,'' मला आत ढकलत तानीमावशी म्हणाली.

''हे बघ, तुला एक सांगतो, त्या पोरासमोर माझ्याशी उद्धटपणा करू नको. माझ्या सहनशक्तीला देखील मर्यादा आहेत.''

''आणि मी देखील काही शेणामातीची पांडवपंचमीची गौळण नाही. मला देखील मन आहे, हे कधीतरी कळलं का तुम्हांला?''

''ते काही नाही. उद्यापासून त्याला शाळेत घेऊन जायचं बंद कर. पाहिजे तर तो येथल्या शाळेत जाईल, नाहीतर परत जाईल आपल्या मामाकडे. नसती ब्याद नको आम्हांला,'' भाऊरावांनी सांगितले व ते खोलीत गेले.

तानीमावशी आत आली, तेव्हा तिचा चेहरा भडकला होता. तिने कुडचाभर तांदूळ काढले आणि खिडकीपाशी झराझरा हात फिरवत ते निवडले. चुलीत खसपस केल्यावर दोन लालभडक निखारे निघाले. तिने त्यांच्यावर दोनचार तूरकाड्या टाकल्या. जाळाने जीभ दाखवली व थोड्याच वेळात चुलीभोवती हातभर लांब लाल प्रकाश पसरला. ती चुलीपुढे बसली; पण ती पाणी केव्हा गरम करून माझ्या पायांवर ओतणार हे मला समजेना. तिने त्या रात्री मला नुसता भात व लोणचे दिले. ती स्वतः काही न खाता आडवी झाली. मी तिला हलवून म्हटले, ''तू काही खात नाहीस, होय ग?''

''आज मला काही नको. तू झोप आता,'' ती म्हणाली. चुलीपुढे फार वेळ बसल्यामुळे तिचे अंग गरम लागत होते.

दुसऱ्या दिवशी भांडी घासायला तुळसा फार उशिरा आली. त्या वेळी आमचे जेवण झाले होते. तेव्हा भाऊराव लगबगीने आले व तानीमावशीला म्हणाले, ''आज त्याला शाळेत पोहोचवायचं नाही काय? आटप लौकर. उशीर होईल त्याला – कालचं बोलणं राहू दे बाजूला. त्याचं कशाला उगाच नुकसान करायचं?''

तानीमावशी काही बोलली नाही. तिने दप्तर माझ्या खांद्यावर अडकवले व ती माझ्याबरोबर निघाली. वाटेत ती एक शब्द देखील बोलली नाही. टेकडी चढून आल्यावर ती थांबली व म्हणाली, ''आता जातोस तू पुढं?'' मी न बोलता मान हलवली. तेथून शाळा दूर असली तरी वाट सरळ होती. मी निघताच ती परतली व टेकडीमागे नाहीशी झाली.

दोनचार दिवसांतच मास्तरांनी मला दुसरीच्या पोरांच्या पाट्या तपासायला सांगितले. त्यांनी एक गणित घातले होते. दोन पैशांना सहा आंबे, तर दोन आण्यांना किती? मी पाट्या तपासू लागलो. तर काय, सगळीकडे भम् भोपळा! अर्जुन आला व म्हणाला – ''माझं गणित बरोबर दे, उद्या तुला मी मक्याचं कणीस आणून देतो.'' जोताने तर आताच खिशातून एक लांब पेन्सिल काढली. पण त्यांना बरोबर कसे देणार? सगळ्या पोरांचे एकच उत्तर – अठ्ठेचाळीस आंबे. मी सगळ्या पाट्यांवर गुणिले गुणिले करून चूक लिहिले. मी म्हटले – ''अरे सगळ्यांचीच उत्तरं अठ्ठेचाळीस कशी?'' तर अर्जुन म्हणाला – ''कशी म्हणजे? आम्ही सगळ्यांनीच उद्धवची पाटी बघितली. आम्ही नेहमीच त्याची पाटी बघतो.'' मी चूक म्हणताच उद्धव मात्र रागावला व म्हणाला – ''मी आता तुझ्याशी बोलणार नाही.'' बाकीच्यांना काही वाटले नाही; पण ते देखील गप्पच बसले.

मग मास्तरांनी मला वाचायला सांगितले. जाधव मास्तर स्वतः फारच सावकाश बोलत व मध्येच पानी, नाचन्याची भाकरी, साधू वानी असे उच्चार करत. त्यातही ते कधी जलद बोलू लागले, की त्यांचे त-त प-प होऊन शि-शि-शिलांगण, को-को कोकणात, भ-भ भरपूर पाऊस असे होऊ लागे. खरे म्हणजे बहुतेक सगळी पोरे तसेच बोलत; पण मास्तरांनी चुकून व्हाना, विस्नू म्हटले की तोंड झाकून हसत. मधल्या सुट्टीत तर सगळी पोरे 'म्हा म्हाद्या, टा टाक की चें चेंडू –'' म्हणत ओरडत, धिंगाणा घालत. मी पुस्तक उघडून वाचायला उभा राहिलो. मला उद्धव व इतर पोरांना हसवायचे होते, म्हणून मी वाचायला सुरुवात केली, ''पान सात, धडा तिसरा. झासीची रानी लक्षुंभाई फार शानी आणि सूर होती. प प परंतु –''

मी वाचायला सुरुवात करताच म्हटल्याप्रमाणे पोरे खदखदा हसली. मास्तर समोरच उभे होते. उंच गळ्याचे. बारीक उघड्या पायांचे. त्यांनी माझ्याकडे शांतपणे पाहिले व शेजारच्या पोराला पुढे वाचायला सांगितले. मला वाटले, ते येणार व माझा कान चांगला पिरगाळून कानोल्यासारखा करून टाकणार; पण मास्तरांनी काहीच केले नाही, तेव्हा मात्र मुद्दाम शेणात पाय घातल्यासारखे मला वाटले व मला मान वर करून पाहायला होईना. नंतर परवचा झाली व एकदाची शाळा सुटली. आता मला येथून एकदा सुटायचे होते; पण सारे सांगितल्यावर तानीमावशी काय म्हणेल याची मला भीती होती. ती आली आहे की नाही हे न पाहता मी धूम ठोकणार होतो. मी लगबगीने दप्तर खांद्याला लावले, तेव्हा मास्तर आले व माझ्या खांद्यावर हात ठेवून म्हणाले, ''तू जरा थांब.''

मला वाटले, आता आली कंबक्ती! मला एकट्याला गाठून आता मास्तर मला फोडून काढणार! पण त्यांच्याजवळ छडी दिसली नाही, हे एक बरेच होते. मी घाबरत म्हटले, ''मास्तर मला दूर दवाखान्यात जायचं आहे. मग रात्र होईल.''

''घाबरू नको. हवं तर मी तुला अगदी घरापर्यंत पोचवीन. नाहीतरी संध्याकाळी मी थोडं फिरून येतोच,'' ते म्हणाले, ''मी तोंड धुतो व मग जाऊ. तूही चल आता माझ्याबरोबर.''

शाळेला लागून तसल्याच छपराची एक खोली होती, तेथे मास्तर राहत होते. त्यांनी हिरवे कुलूप काढले. आत जमिनीवर एक चटई होती व कोपऱ्यात लहान वळकटी उभी केली होती. एका बाजूला चूल असून दोनचार भांडी होती. भिंतीला लागून एक खोके होते व त्यावर अंथरलेल्या कापडावर शिसपेन, कागद होते आणि वरच्या फळीवर दहाबारा पुस्तके होती. भिंतीवर एका म्हाताऱ्या खेडवळ बाईचा फोटो होता. मास्तरांनी पाणी बाहेर नेऊन पाय धुऊन घेतले व नंतर आत येऊन खाकी विजार घातली. ''असल्या धुळीत हिंडायचं तर खाकी विजार फार छान!'' ते हसून म्हणाले. त्यांनी धोतराची घडी घातली आणि दाराला कुलूप लावले.

''आज रात्री माझा उपवास असतो. तेव्हा स्वैपाक नाही, काही नाही, आराम!'' ते म्हणाले.

आम्ही चालू लागलो. मास्तरांनी माझ्या खांद्यावर हात ठेवला. सहज म्हटले, ''तुझं अक्षर छान आहे, तुला पुष्कळ कविता येतात. मी तुझ्याएवढा होतो त्या वेळी मी गुरं राखत होतो आणि मला एक अक्षर लिहायला येत नव्हतं –''

ते आतड्याने बोलत होते. एकदा मला वाटले, त्यांनी मला एक मुस्कटात द्यावी आणि चालता हो म्हणून माझ्यावर ओरडावे.

''तू राजेसाहेबांची विहीर बघितलीस?'' मास्तरांनी एकदम विचारले. मी नुसतीच मान हलवली. ''ती विहीर राजेसाहेबांच्या आठवणीसाठी राणीसाहेबांनी बांधली. राणीसाहेब अगदी गोऱ्यापान आहेत, हातभर दागिने घालतात आणि त्यांचे वीस नोकर आहेत. बघ, तुला पाहिजेत तर त्या तुला घरी घेऊन जायला मिळतील. एवढंच, की तुला तुझ्या मावशीला बदली द्यावं लागेल. हूं म्हटलास तर चल, आताच्या आता राणीसाहेबांची घोडागाडी तुझ्या दारात आणतो. मग काय म्हणतोस?''

मला एकदम फार राग आला. मला वाटले, मास्तरांनी हवे तर मला झोडपावे; पण हे काय बोलणे झाले? ती कुठली राणीसाहेब कुणास ठाऊक! म्हणे हातभर दागिने घालते. दोन्ही पायभर दागिने घालेना का, तानीमावशीच्या हनुवटीवरील गोंदण्याची तिला सर यायची नाही. मी चिडून काही बोलण्यासाठी थांबलो व मास्तरांकडे पाहिले. मास्तर हसत होते. तेव्हा माझ्या ध्यानात आले, की मास्तर माझी थट्टा करत होते.

''मी कित्येकदा पानी, लोनी, कनसं म्हणतो म्हणून तू माझी चेष्टा केलीस. अरे, ती माझी भाषा आहे. लहानपणापासून अठ्ठावीस वर्षं मी ती बोललो, तिच्यावर वाढलो, ती झाली तरी एक भाषाच आहे. माझ्या खोलीत एका म्हातारीचा फोटो बघितलास नव्हे तू? ती माझी आई. ती रस्ते झाडायची. एक चिमणी माझ्यापुढे आदळून ती मला रात्री उशिरा पुस्तकासमोर बसवायची; पण तिला आयुष्यभर कृष्ण म्हणायला काही आलं नाही. ते तर माझं नाव आहे; पण शेवटपर्यंत मी तिचा किसनाच राहिलो. आता तिला देऊन टाकून दागिने घालणाऱ्या राणीसाहेबांना घेऊ होय रे पोरा? ही भाषा बरोबर, की ती बरोबर याचा

तू मोठा झाल्यावर विचार कर. आता ते जाऊ दे. पुस्तकात काय लिहिलं आहे, तसं बोलायला, म्हणायला यायला पाहिजे, हे देखील खरंच आहे. म्हणून पुष्कळदा तसलं बोलणं घालवण्याचा प्रयत्न करतोच मी, करतो की नाही? पण काही वेळा ते साधत नाही. आणि मी तोतरा आहे, हे काय मी मुद्दाम देवाजवळून मागून आलो होय? आणि हे बघ, मी फार शहाणा आहे असं मी म्हणत नाही. इथल्या इथं माझ्यापेक्षा शहाणी खंडीभर माणसं आहेत. मला येतं तेवढं शीक. तेवढं झालं की दुसऱ्या जास्त शहाण्या माणसाकडे जा. अरे, तू माझ्यापेक्षा जास्त शहाणा झालास, तर मला काय वाईट वाटेल होय? हो की मोठा बारीस्टर, मग मी तुला पकडून आणून तुलाच अध्यक्ष करतो. मग तूच वाट आमच्या पोरांना बक्षिसं! कुठलाही माणूस गांवढळ असला तरी त्याच्यात एक तरी गुण असतो. तू आगगाडीचं स्टेशन बघितलंस?''

मी म्हटले, ''होय, येताना मी आगगाडीनंच आलो अर्ध्यापर्यंत.''

''हां, तर स्टेशनवर पन्नास ठिकाणची तिकिटं असतात. तुला जिथं जायचं आहे, तेवढं तिकीट घ्यावं माणसानं आणि जावं. आता माझंच बघ. मला सायकलवर बसायला येत नाही, गाणं म्हणता येत नाही, चित्रं काढता येत नाहीत; पण मला दोरीची पिशवी विणता येते, रंगीत कागदांच्या पट्ट्यांची चटई करता येते. मला गुलाबाची कलमं छान करता येतात. तसा मी पायीच खूप भटकलो आहे. अगदी रायगडला जाऊन एक नमस्कार टाकून आलो आहे. तुला यातलं काही आवडलं, तर शिकून घे. मी संपल्यावर दुसरीकडे जा. आणखी एक तुलाच म्हणून सांगतो. मी पुष्कळ लिहितो सुद्धा. कागद आपलं म्हणणं फार शांततेनं ऐकून घेतो. मी तोतरा आहे, मी पानी म्हणतो म्हणून तो मला हसत नाही...''

आता मात्र मला रडू आवरले नाही. जाधव मास्तरांच्या हातात छडी नव्हती, त्यांनी रागाने मला शिव्या दिल्या नव्हत्या; पण मला डोळ्यांत पाणी आवरेना.

''तू तर वेडाच आहेस. रडायला काय झालं? पोरपणी असं चुकतंच; पण ते चुकलं एवढं ओळख म्हणजे झालं. आता बघ, तुझं अक्षर छान आहे, तू देखील का काही लिहीत नाहीस? 'माझे आवडते झाड' यावर वीस ओळी लिही. अगर तुला आवडती माणसं असतील.''

''होय, आहेत की. अगदी पाच माणसं आहेत,'' मी डोळे पुसत म्हणालो.

''पाच?'' एकदम थांबून मास्तर म्हणाले, ''पोरा, तू किती भाग्यवान आहेस याची तुला कल्पना नाही. मला एकच माणूस मिळालं होतं.''

''पाच म्हणजे सध्या दोनच आहेत. आई, नाना, सुम्मी आता नाहीत; पण तानीमावशी, श्रीपूमामा आहेत.''

''मग असं कर, तू तुझ्या मावशीवरच लिही. मग मी तुला घरी गूळ, शेंगा, खारीक देईन आणि स्वच्छ चांगलं लिहिलंस तर मी तुला एक बदाम देईन. मग आण लिहून आणि

दे उद्या. उद्या नव्हे. उद्या रविवार, सोमवारी दे. आता बघ, टेकडीवरून जाशील पलीकडे एकटा?''

मी हो म्हटले व थांबलो. देशपांडेंनी मला छडी मारली तेव्हा तोंड घट्ट करून मी रडू आवरले होते. भिकारडा म्हटल्यावर मला राग आला होता; पण डोळ्यांत पाणी दाखवले तर त्यांचा विजय होईल म्हणून मी अगदी ताकाच्या खांबासारखा घुम्म राहिलो आणि आता कशाला काही नसता डोळ्यांतील पाणी थांबेना. मास्तर परत फिरले होते. मी टेकडी उतरून खाली आलो तेव्हा तानीमावशी येताना दिसली. ती सारखी धापा टाकत होती.

''मढं काढलं त्या कुत्र्याचं, सारखं अंगावर यायला लागलं!'' ती म्हणाली, ''एक तरवड फांदी घेऊन त्याला असं झोडपून आले, की ओरडत पंढरपूरपर्यंत पळालं असेल! म्हणून उशीर झाला. आणि आज काय करून बसलास? डोळ्यांत गंगाजमुना दिसतात.''

मी तिचा हात पकडला व मोठ्याने हसलो, ''हे तसलं काही नाही, निराळं आहे. ती एक माझी गंमत आहे.''

येताना मी तानीमावशीवर काय लिहावे हे आठवत होतो – मागचा भात स्वतःच कालवून खाताना तितकासा बरा लागायचा नाही, पण तोच भात तानीमावशीने कालवून त्यात लोणच्याचा खार घातला की सारा संपून आणखी भूक राहत असे; मला रामरक्षा येते, पण तिच्यासारखी नाही; एरंडाची नळी घालून केलेले तिचे साबणाचे फुगे माझ्यापेक्षा मोठे होतात; श्रीपूमामाला सांगून तिच्यासाठी वहाणा आणायला हव्यात, नाहीतर वाळूचे कण तिच्या टाचांत जातात व मग ती सुई घेऊन रात्रभर टाच कोरत बसते; तिला एक खुरपे देखील हवे, आता ती एक मोडकी पळी घेऊन सीताफळाच्या झाडाभोवती उकरते व घागरभर पाणी ओतते; तिला निळे लुगडे छान दिसते, पण ते आता फार विटले आहे. मी मोठा झाल्यावर पैसे मिळवू लागल्यावर तसले नवे झगझगीत चमकणारे लुगडे तिला घेऊन देणार आहे; तिला कधीतरी पंढरपूरला जाऊन यायचे आहे, त्यासाठी देखील मी तिला पैसे पाठवीन. पण तिला अद्याप गलोलाने दगड मारता येत नाहीत आणि शाईने लिहिताना तिच्या बोटांना फार शाई लागते.

तानीमावशीने मला एकदम ढोसताच मी भानावर आलो.

''कुठं लक्ष आहे रे मडक्या तुझं?'' तिने हसत विचारले, ''बघितलास नव्हं?''

''काय बघितलास?'' मी उत्सुकतेने विचारले, तर तिने माझ्या डोक्यावरच हात मारला व त्यामुळे माझी टोपी खाली जाऊन घट्ट बसली.

''काय म्हणजे माकडाचं लग्न!'' ती म्हणाली, ''आता कसा मैलभर पिसारा असलेला मोर गेला समोरच्या बांधावरून आणि बघितलास काय म्हणून विचारल्यावर तू उलट विचारतोस क्याय?''

आता एवढ्या जवळून मोर गेला आणि मला तो दिसला नाही म्हणताच मी चिडलो.

''मोर मलाच का दिसत नाही?'' मी रागाने तिला विचारले.

''आता त्यावर डोकं आपटत बस,'' ती पुन्हा हसून म्हणाली, ''अरे, मोर कुणाला केव्हा दिसावा याबद्दल काही न्याय आहे होय? दिसला तर तो दुसऱ्याला दाखवावा, नाही दिसला तर तक्रार करू नये.''

परंतु मोर रतनला दिसतो, तानीमावशीला दिसतो; पण मला मात्र तो दिसत नाही याचा माझा राग कमी झाला नाही. मी मोर पाहिले आहेत असे सगळ्यांना सांगायला मला फार आवडले असते.

आम्ही घराजवळ आलो, तेव्हा तुळसा घरातून बाहेर पडली. ती असल्या वेळी कधी घरी यायची नाही आणि भाऊराव देखील या वेळी घरात नसत. तिला पाहूनच तानीमावशी दगडासारखी झाली. तुळसाकडे पाहत ती ओरडली, ''तुझं काम बाहेर आहे. माझ्या घरात पाऊल टाकशील तर पाय मोडून देईन.''

''हां, तोंड सांभाळून बोला बाय, भांडी घासणारी म्हणून वाटेवरची माती हाय काय मी?'' हात नाचवत तुळसा म्हणाली, ''त्यांनीच आत येऊन चा घे म्हटलं म्हणून मी आत पाऊल टाकलं. नाहीतर माझं काय अडलंय पायताण?''

''आणि उद्यापासून कामाला देखील येऊ नको. दुसऱ्या हज्जार मिळतील,'' तानीमावशी म्हणाली. रागाने तिचे ओठ थरथरत होते.

''घ्या की ठेवून तुमचं तुमाला काम! गेल्या खेपेला बंद केलं, तर नाक घासत घरी बोलायला आला की तुमचाच नौरा!'' एकदम वाईट हसून तुळसा म्हणाली. यावर भाऊराव खोलीबाहेर आले व म्हणाले, ''तू जा आता. मी बघून घेतो, नाहीतर इथंच चव्हाटा होईल.''

तुळसा पुन्हा हसली आणि होळी मिरवणुकीतील रंगीत हिजड्याप्रमाणे अंग वळवत निघून गेली.

तानीमावशी मला तेथेच थांबवून आत गेली व तुळसाने चहा प्यालेली कपबशी उचलून तिने दवाखान्याच्या भिंतीवर दणादणा फेकली. तिचे पांढरे तुकडे खाली वाळूत पडले; पण तिचा राग तेवढ्यावरच थांबला नाही. तिने भाऊरावांची कपबशी देखील तशीच भिरकावून दिली. आता घरात कपबशीच उरली नाही. त्यानंतर ती भाऊरावांसमोर उभी राहिली व शांतपणे म्हणाली, ''मी इतके दिवस सारं सहन केलं; पण आज मात्र अति झालं. आता या घरात मी तरी राहीन नाहीतर ती येसवा तरी!''

भाऊरावांनी बाहेर जायला कोट घातला होता. त्यांनी उगाचच मिशा साफ केल्यासारखे केले आणि ते पच्चदिशी म्हणाले, ''तू देखील त्या इरेला पडू नयेस. तू किंवा ती एवढंच ठरवायचं असेल, तर माझं काय उत्तर येईल हे तुला माहीत आहे. आत जा

मुकाट्यानं.'' ते बोलले व लगेच बाहेर पडले.

रागाने ताणलेली तानीमावशी एकदम विझल्यासारखी झाली व कमरेवर ठेवलेले तिचे हात खाली पडले. ती सैलपणे आत आली आणि स्वैपाकघरातील भिंतीला टेकून बसली. मी दप्तर आत टाकले, कंदील लावून दिव्याला नमस्कार केला व मग उगाचच तिला चिकटून बसलो.

''मला वाटलं होतं, मी जाते म्हणताच तरी ते वठणीवर येतील,'' ती पोकळ आवाजात म्हणाली, ''पण त्यांनी मलाच जा म्हणून सांगितलं की! आता मात्र माझ्या आयुष्याची निरीच सुटली.'' तानीमावशी बोलत होती; पण ते माझ्याशी नव्हते, कारण ती मोठ्या डोळ्यांनी समोरच्या कंदिलाकडे पाहत होती. त्या रात्री तिने स्वैपाक केला नाही. सकाळचीच भाकरी शिल्लक होती. तिच्याबरोबर थोडे ताक देऊन तिने मला जेवण दिले आणि अद्याप उशीर झाला नव्हता, तरी मला तसेच रागावून झोपवले. नंतर तिने दिवा बारीक केला; पण ती तशीच बसून होती. मी मध्येच एकदा जागा झालो, तेव्हा देखील दिवा जळत होता आणि तानीमावशी देखील तशीच ताठ डोळ्यांनी बसून होती.

मग मी जागा झालो ते तानीमावशीच्या ओरडण्याने. ती बाहेरच्या खोलीसमोर उभी राहून ओरडत बोलत होती, ''मी ती कधीच देणार नाही. तिनं वापरलेला कप देखील घरात नको होता आणि अंगावरची माळ मी तिला देऊ?''

''उगाच गावगन्ना करू नकोस,'' भाऊराव म्हणाले; पण त्यांचा आवाज देखील मोठाच होता. ''ती पंढरपूरला जाणार आहे, तीनचार दिवसांकरिता मागितली आहे तिनं. दे तेवढ्यासाठी.''

''माझी माळ घालूनच ये आलीस तर, असं सांगितलं आहे की काय सटवीला त्या विठोबानं?'' तानीमावशी म्हणाली, ''मग तो पंढरपूरचा विठोबा नसेल, कुठल्यातरी गल्लीतला उंडगा विठोबा असेल आणि ती माळ काही तुमच्या घरातली नव्हे. तिकडून मला मिळालं म्हणजे हातात फक्त पोळपाट व केरसुणी. ती माळ मला लग्नात कमळीनं दिली आहे. मी जीव देईन; पण माझी माळ देणार नाही. माझं मढं पाडा आधी, मग घ्या ती!''

तानीमावशी आत आली, तेव्हा मी जागा झालो हे तिच्या ध्यानात आले. ''आणि तू गप्प झोप रे. मध्येमध्येच उठून बसून नको गोठ्यातल्या वासरासारखं,'' ती म्हणाली. तिने माझे पांघरूण उगाचच सारखे केले तेव्हा ती सारखी धापा टाकत होती.

भाऊराव तरातरा चालत दवाखान्याकडे गेले व खडाखडा करत त्यांनी दवाखाना उघडला व दिवा लावला. बाटल्यांचा आवाज झाला. मग थोड्या वेळाने पुन्हा तसाच आवाज करत दवाखाना बंद करून ते परत आले व त्यांनी एक पुडी तानीमावशीपुढे फेकली.

''मरतो मरतो म्हणणारे असले मी पुष्कळ बघितले आहेत,'' ते म्हणाले, ''तुला मरायचं आहे ना, घे हे औषध. चार माणसांना पुरून उरेल बघ. असल्या धमक्यांनं मी

कंटाळून गेलो आणि आता बऱ्या बोलानं ती माळ दे –''

तानीमावशी ताडकन उठली खरी; पण भाऊरावांनी तिला भिंतीकडे ढकलले व तिच्या गळ्यात हात घालून माळ हिसकावून घेतली. त्याबरोबर तिच्या गळ्यातील मंगळसूत्राचा जुना दोरा देखील तुटला व काळे मणी माझ्या अंथरुणापर्यंत पसरले. तानीमावशीला भिंतीवरच्या शिंक्याची तार ओरबडली व कपाळावर रक्त दिसले. का कोणास ठाऊक, मला त्या वेळी फार संताप आला. मी अंगावरचे पांघरलेले जुनेरे फेकले व भाऊरावांचा हात घेऊन मी त्याला कडकन चावलो. ते दणणदिशी फिरले व पाऊल माझ्या अंगाला लावून त्यांनी मला अशा जोराने ढकलले की समोरच्या भिंतीवर जाऊन आदळलो आणि डोक्यातील मुंग्या अंगभर झणझणल्या. मग वेंधळ्याप्रमाणे उभ्या असलेल्या तानीमावशीने चटकन कपडे वाळत घालण्याची काठी हातात घेतली. आता तिचा आवाज मोठा नव्हता की तो कापतही नव्हता. ती म्हणाली, ''ठीक आहे, शेवटी असंच व्हायचं होतं तर! पण त्या पोराला जर पुन्हा हात लावशील तर, आईची शपथ घेऊन सांगते, की मी तुझ्या अंगाचा शेणकाला करून टाकीन.''

भाऊराव एकदम मागे सरकले; पण नंतर त्यांनी माळ एकदा हातात उडवली व ते खोलीत निघून गेले. तानीमावशी माझ्याजवळ आली व म्हणाली, ''तुला कुठं लागलं का?''

माझे आदळलेले डोके अद्याप झणझणत होते; पण मी म्हणालो, ''नाही.'' तिने पुन्हा माझ्यावर पांघरूण घातले. मला वाटले, हे सारे घालायचे का तानीमावशीच्या वर्णनात? मग मीच म्हटले – नको, कारण मग भाऊरावांचे नाव घालावे लागेल. आता मला भाऊरावांचे नाव देखील नको होते. भाऊराव हलकट होते.

मी असा झोपतो न झोपतो तोच तानीमावशीने मला हलवून उठवले व म्हटले, ''उठ रे, चार वाजले बघ. नाथाच्या देवळात घंटा वाजायला लागल्या आहेत.''

''अग, पण आज रविवार. शाळा नाही, काही नाही,'' मी डोळे चोळत म्हणालो; पण तिने मला हाताला धरून चक्क उठवून बसवले. स्वैपाकघर चांगले उबदार होते, कारण तिने मोठा जाळ लावला होता व त्यावर मोठे पातेले ठेवले होते.

''जा, बाहेर जाऊन ये, मग आंघोळ कर. आज मी तुला न्हायला घालणार आहे,'' ती म्हणाली.

आत जेवढे गरम होते, तेवढेच बाहेर थंड होते. मी कुडकुडत आत येऊन बसलो. तिने घसाघसा तेल लावून अंग हाडे अगदी सैल करून टाकली. सगळे गरम पाणी तिने माझ्यावर घातल्यावर मात्र अंग कापसाच्या बोंडासारखे झाले. मग आपल्या लाकडी फणीने तिने माझे केस विंचरले व कपाळावर गंधाची टिकली लावली.

मी म्हटले, ''तानीमावशी, आज कसला सण आहे?''

सारे शांत होते तरी तिला माझे शब्द ऐकू गेले नाहीत. आतापर्यंत उजाडले होते.

तेव्हा तिने दिवा काढला. तिने आज चहाबरोबर पोहे केले; पण त्यात खोबरे नसल्याने ते खडखडीत झाले होते. मी म्हटले, ''तानीमावशी, हे पोहे नकोत मला. दगडासारखे आहेत.''

''घरात बघ खोबरंच नाही आज,'' ती कळवळून म्हणाली.

आणखी थोडे उजाडले की मी लिहायला सुरू करणार होतो. तोपर्यंत मी कागद, शिसपेन काढून ठेवली. तिला टोक काढायचे होते. दप्तरात कुठेतरी ब्लेड होते; पण मी नखानेच टवके काढून ती नीट केली. रात्री झोपेत तानीमावशीविषयी मला आणखी खूप आठवले होते. तिने तळलेले सांडगे कुरकुरीत जाईच्या फुलासारखे स्वच्छ पांढरे होतात; काकणे घालून घेतल्यावर ती कासाराला नमस्कार करते; रात्री झोपताना ती हळूच 'आस्तिक आस्तिक काळभैरव' म्हणते आणि संध्याकाळ झाल्यावर मीठ, तेल विकत आणत नाही...

पण तोच तानीमावशीने मला हाक मारली. मी म्हटले, ''आज अभ्यास फार आहे. शिवाय मी एक गंमत लिहिणार आहे.'' पण त्यावर ती हसली नाही. उलट ती म्हणाली, ''आज अभ्यास राहू दे. जरा इकडे ये.''

तिने एका लहान गाठोड्यातून चांदीची वाटी व सोन्याचे चारपाच लाखमणी काढले. वाटी मला देत ती म्हणाली, ''ही वाटी बघून घे. ती पुन्हा तुला बघायला मिळायची नाही. काय लिहिलं आहे तिच्यावर?''

मी ती बारीक अक्षरे वाचून पाहिली. तिच्यावर लिहिले होते – 'तानीस भेट – कमळी'.

''तुझ्या बारशाला आले होते, त्या दिवशी कमळीनं मला ती भेट दिली होती,'' ती म्हणाली. तिने मणी व वाटी एका फडक्यात घातली. ''मी आता बाहेर जाऊन येते. तोपर्यंत तू कुठं जाऊ नकोस.''

ती बाहेर पडल्यावर मी लिहायला बसलो. तेव्हा मला एक ताव पुरला नाही. मला वाटले, मास्तर काय म्हणतील? वीस ओळी लिही म्हणताच दोन ताव भरायला आले की! पण मी तसाच लिहीत गेलो. तोपर्यंत शिसपेन मोडली. आता मात्र ब्लेडने तासल्याखेरीज टोक येणार नव्हते. मी दप्तर शोधले तर आत पुस्तकेच नाहीत. मला फार नवल वाटले. मग उठून मी बॅग बघितली. तर श्रीपूमामाने भरली होती, तशीच तानीमावशीने माझी पुस्तके, कपडे, पाटी आत ठेवून बॅग भरली होती. तळाशी रंगीत भोवरा तसाच होता. कारण तो बाहेर काढायचा मला प्रसंगच आला नाही. शाळा एकदाची संपली की माझ्याशी बोलत तानीमावशीने मला भोवऱ्याचा विसर पाडला होता. तानीमावशी फार उशिरा घरी आली. आल्याबरोबर मी तिला विचारले,

''हे काय, माझं सामान का भरलंस?''

''कारण तू आज दुपारी दोन वाजता परत गावाला जाणार आहेस.''

''म्हणजे श्रीपूमामाचं काय पत्र आलं होय?''

''पत्रबित्र काही नाही. आत्ता सुट्टीही फार दूर नाही आणि घरी गेल्यावर श्रीपू तुला समजावून सांगेल सगळं,'' ती म्हणाली. ही तानीमावशी निराळी होती. तिचा चेहरा आता विसकटल्यासारखा होता व ती माझ्याकडे न बघता बोलत होती.

''अग, पण मला अजून स्टेशन वगैरे काही माहीत नाही,'' मी म्हटले.

ती माझ्याजवळ आली व बसली. आता माळ तर गळ्यात नव्हतीच; पण तुटलेले मंगळसूत्र देखील तिने पुन्हा ओवले नव्हते. त्यामुळे तिचा गळा फार उघडा दिसत होता. ''हे बघ, तू आता मोठा व्हायला शिकलं पाहिजेस. मी तुला किती दिवस पुरणार! इकडेतिकडे विचार, शीक. सगळं आपोआप येत जातं मग. नंतर तर तुला सगळं एकट्यानंच सांभाळावं लागेल. त्या वेळी आपणाला माहीत नाही, म्हणून तू गप्प राहणार की काय! आज मी इब्राहिमला तुला गाडीत बसवून द्यायला सांगते. तो माझ्या थोड्या ओळखीचा आहे.'' तिने माझ्या तोंडावरून हात फिरवला आणि ती उठली.

तिने घाईघाईने भात शिजवला व त्यावर आज मुद्दाम मेतकूट टाकले. आज तिला काय लहर आली होती कुणास ठाऊक; पण मी एवढा मोठा, पण आज तिने मला घास घातले. ती मघाशी म्हणाली होती, तू आता मोठा व्हायला शिकले पाहिजेस म्हणून! आता तीच मला लहान करून घास भरवत होती. शाळेतल्या पोरांनी पाहिले असते तर फजितीच उडाली असती; पण मी म्हटले, इथे कोण आलेय बघायला! आणि असली लहर तानीमावशीला पुन्हा कधी येणार कुणास ठाऊक! ती स्वतः जेवली नाही, की तिने काही खाल्ले नाही. तिने पदरानेच माझी टोपी पुसली व बॅग उचलून ती म्हणाली, ''चल.''

मला एकदम मी लिहिलेल्या कागदांची आठवण झाली. मी म्हणालो, ''अग पळत जाऊन मी हे ताव तेवढे जाधव मास्तरांना देऊन येऊ का?''

त्यावर तिने मान हलवली, ''आता वेळ नाही रे. मोटार तिकडच्याच रस्त्यानं जाते. तेथे मोटार थांबवायला सांगून बघू इब्राहिमला.''

मी ते ताव चांगले घडी करून सदऱ्याच्याच खिशात ठेवले, तोच तानीमावशी पुन्हा म्हणाली, ''चल, आटप लौकर.'' मी तिला तेथेच वाकून नमस्कार केला व आम्ही बाहेर पडलो. या हातातून त्या हातात करत तानीमावशीने मोटारस्टँडपर्यंत बॅग आणली. तेथे अद्याप मोटार आली नव्हती. रंगीत पाण्याने भरलेल्या सोडावॉटर बाटल्या टांगलेल्या एका हॉटेलात माणसे ये-जा करीत होती व दुसऱ्या बाजूला निंबोण्या नि पिवळ्या झालेल्या जमिनीवर निंबाखाली चारपाच बाया-पुरुष अंग आखडून वाट पाहत बसले होते. तानीमावशीने बॅग खाली ठेवली व ती मला चिकटून बसली. मग एकदम जोराने तिने मला कुरवाळले व पदराने डोळे पुसून घेतले. तिचे डोळे लाल, ओलसर होते.

''हे बघ पोरा, तू आता जाणार. चांगलं मन लावून शीक आणि मोठा हो. हां – मध्येच बोलू नकोस. तू शहाणा आहेस, तू शिकणार आणि मोठा देखील होणारच हे मला

माहीत आहे. मागं मला खूप वाटायचं, घरात पोरं असावीत, त्यांच्या सतत आई आई म्हणण्यानं आपण कौतुकानं हैराण होऊन जावं. पण एक झालं, ते दोन महिन्यांतच नाहीसं झालं. मग तुझ्यासारखा पोरगा कमळीनं पाठवला आणि तू देखील आता परत चाललास. शेवटी आपला शेर असतो, तेवढंच आपल्याला मिळतं हेच खरं. काही करायला झालं नाही, काही नाही. तू इतक्या वर्षांनी येऊन चाललास; पण तुला एक नवा सदरा शिवून देण्याची माझी ताकद राहिली नाही.'' तानीमावशीने एकदम पदराखालून माझ्या दप्तराची पिशवी काढली व बॅग उघडून तिच्यात घातली. ''तू जाताना काही गोडधोड विकत तरी घ्यावं म्हणून बघितलं, तर आजच धनाजीचं दुकान बंद. तो कसल्यातरी जत्रेला जाऊन बसलाय. म्हणून तू तसंच जाऊ नयेस म्हणून घरातलीच साखर यात ठेवली आहे बघ. श्रीपूला म्हणावं, काही करायला त्राणच उरला नाही.''

तिने मला घट्ट धरताच माझ्या खिशातील कागद चुरगाळले. तोच मोटार आली आणि समोरच उभी राहिली. तानीमावशीने तोंडावरून पदर फिरवला व ती इब्राहिमकडे गेली. तो दातात बिडी धरून केस विंचरत उभा होता.

''हे बघा, या पोराला तेवढं बेळगावकडच्या गाडीत बसवून द्या. नवीन आहे, मेहेरबानगी होईल. नंतर तो आपल्या स्टेशनवर उतरेल आपणच.'' त्यावर इब्राहिमने बिडी हातात धरली व मान हलवली.

''अग त्याला शाळेजवळ मोटार थांबवायलाही सांग की हातासरशी,'' मी तिला डिवचून म्हटले; पण ते तिला समजलेच नाही. तिने बॅग आत ठेवली व मला आत ढकलले. मग तिने चोळीतून एक नोट काढून तिकीट काढले व मला दिले.

''सांभाळून ठेव. इब्राहिमकडे आगगाडीचे पैसे दिले आहेत. आणि हे घे दोन आणे तुला, वाटेत फारच भूक लागली तर काहीतरी विकत घे; पण दुसऱ्यांनी दिलेलं काही खाऊ नको, वाटेत गाडीमधून उतरू नको,'' तानीमावशी म्हणाली. तिने दोन आण्याचे एक नाणे माझ्या खिशात टाकले व पुन्हा एकदा माझ्या तोंडावरून हात फिरवला.

मग मात्र ती अगदी सैल होऊन खाली वाळू जळत असता तशीच उभी राहिली. त्या वेळी मला तिचा चेहरा अगदी रिकामा, आपण घर सोडून जाताना जुने घर दिसते त्याप्रमाणे टाकलेला दिसत होता. मला वाटले, तिने आता भाऊरावाजवळ राहू नये. तो हलकट आहे. तिने माझ्याबरोबर सरळ श्रीपूमामाकडेच यावे. ती तशीच काही न बोलता ओलसर डोळ्यांनी माझ्याकडे पाहत राहिली. मग मोटार सुरू झाली. मी हात हलवून येतो म्हटले, तेव्हा ती तशीच गुडघे उंचावून खाली बसली व डोके खाली घालून रडू लागली. मग मोटार निघाली.

लहान अरुंद रस्त्यावरून मोटार निघाली. वाटेत चिरचिरत डुकरे बाजूला होत. झिपऱ्या सोडलेल्या एका पोरीने मध्येच भाकरीचे गाठोडे आणून इब्राहिमला दिले. मोटार गावाबाहेरून शाळेच्या मागच्या बाजूला वळली. दूर अंतरावर शाळेजवळच मास्तर

धुतलेले धोतर झटकत वाळत घालत होते. मी ओरडलो, मास्तर! मास्तर! मी इब्राहिमला देखील म्हटले, "अहो, जरा येथे मोटार थांबवा –" पण त्याला ते ऐकायलाच गेले नसावे. मी मास्तरांना पुन्हा हाक मारली व खिशातून कागद धरून खिडकीबाहेर धरले. एवढ्या अंतरावर त्यांना हाक पोहोचली की नाही कुणास ठाऊक; पण ते मोटारीकडे पाहत थांबले. मी ताव तसेच खिडकीबाहेर टाकले, ते उडत शाळेच्या आवाराच्या कडेला तरी जाऊन पडले. मास्तर ते खात्रीने उचलून वाचतील. मग कधीतरी मुद्दाम टेकडी उतरून तानीमावशीकडे जातील व सगळे सांगतील. मग तानीमावशी म्हणेल, "वा, बराच लबाड होता की पोरगा!" पण ती आनंदाने हसेल, तिच्या हनुवटीवरील हिरवा गोंदलेला ठिपका अंगठीतल्या हिरव्या खड्याप्रमाणे चमकेल. मग मी हे सारे पाहायला येथे नसलो म्हणून काय झाले? ती खात्रीने हसेल आणि त्या वेळी, आत्ताच आपण झाडावरची उबदार कैरी झाल्याप्रमाणे मोहरातल्या लहान गोटीसारखी दिसणारी तिची हनुवटीवरील हिरवी खूण देखील तानीमावशीबरोबरच अगदी सुरेख हसेल.

तोच कोणीतरी 'मोर! मोर!' म्हटले व दुसऱ्या बाजूच्या खिडक्यांकडे माणसांनी गर्दी केली. मी देखील उठलो; पण वाकून पाहत असलेल्या माणसांच्या गर्दीत मला खिडकीपर्यंत देखील पोहोचता आले नाही. मग लगेच ती माणसे पुन्हा आपापल्या जागी येऊन बसली.

"निदान आठदहा तरी असतील, नाही?" कोणीतरी म्हटले; पण एक रुमालवाला माणूस मागे वळत म्हणाला, "आठदहा? काय वेडं की काय तुम्ही? अहो, पंचवीसच्या खाली एक कमी असले, तर उजवा कान कापून देईन. डावा कान काय, कानफाट्या देखील कापून देईल! आमचंच शिवार नव्हं होय ते? दररोज बघतो की आम्ही तो कळप!"

पंचवीस मोर आपला डोळे असलेला हिरवट पिवळा पिसारा आणि निळी मान मिरवत समोरून झग्‌दिशी आले होते आणि झग्‌दिशी निघून गेले होते; पण मला मात्र ते पाहायला मिळाले नाहीत.

स्टेशनसमोरच मोटार थांबली. मोटारीत मी खिडकीजवळ बसलो होतो व खिडक्यांना काचा नव्हत्या. त्यामुळे स्वच्छ सदऱ्यावर वीतभर राखी माती जमली होती. ती मी झाडत होतो, तोपर्यंत इब्राहिमने तिकीट आणले. त्याने माझ्याच डोक्यावर बॅग दिली व मला बकोटीला धरत आत नेले. मग ढकलतच त्याने मला समोरच्याच गच्च भरलेल्या डब्यात कोंबले. तेथे बसायला तर जागा नव्हतीच. मग मी बॅगेवरच एका कोपऱ्यात चेंगरून घेत बसलो.

"ए, तुझ्याजवळ पैसे आहेत?" खिडकीतून इब्राहिमने विचारले.

मला आणखी पैसे कशाला पाहिजे होते? तानीमावशीने दिलेले दोन आणे मला पुरे होते.

‘‘आहेत, तानीमावशीनं मला दोन आणे दिले आहेत,’’ मी म्हणालो.

‘‘आण ते इकडे. मी काय कोरड्या गळ्यानं जाऊ की काय?’’ तो म्हणाला. मी त्याला माझे दोन आणे देताच तो स्टेशनवरच्या चहाच्या दुकानाकडे गेला. तेथे ताटात पिवळीधमक भजी होती. त्यांतील एक उचलून तो खात असता मला देखील एकदम भूक लागली. ती भजी मऊ, गरम, मसालेदार असावीत.

मला कोणीतरी हलवून उठवले, त्या वेळी वेडेवाकडे झोपून माझी मान अगदी अवघडून गेली होती. माझे स्टेशन आले होते. लोकरीची गरम टोपी घातलेल्या म्हाताऱ्याने मला हलवले नसते, तर मी तसाच गेलो असतो पुढे! त्यानेच विचारले होते, म्हणून मी त्याला कोठे जाणार हे सांगितले होते, हे बरेच झाले होते. मी बॅग उचलली व ती सरळ डोक्यावर घेऊन निघालो. आता रात्र बरीच झाली होती व रस्त्यावर कुणी नव्हते; पण हा रस्ता पायाखालचा होता, गाव माझेच होते. मी श्रीपूमामाकडे आलो, त्या वेळी मला घाम आला होता आणि डोक्यावरची बॅग जड झाली होती. मी बॅग उतरून श्रीपूमामा म्हणून हाक मारली; पण एक नाही, दोन नाही; पण नंतर बघतो तो काय? दाराला कुलूप. आता एवढ्या रात्री जायचे कुठे? माझे पाय तर कापसाचे होऊन बसले होते. मी कट्ट्यावर बॅग ठेवली आणि आराम झोपलो. आता निदान पाय तरी अवघडत नव्हते, की कोणी पेंगतपेंगत येऊन आपल्यावर आदळत नव्हते.

श्रीपूमामा सकाळी फार उशिरा आला. मला पाहताच तो तोंड उघडे टाकून बघतच राहिला. कुलूप काढताना तो म्हणाला, ‘‘तू बावळटच आहेस. आजूबाजूला जरा चौकशी करायची. मी कोपऱ्यावरच्या किल्लेदारच्या दुकानात होतो. आज त्याचं दुकान बंद असतं, म्हणून आत आम्ही पत्ते खेळत होतो.’’

त्याने मला समोर बसवले आणि विचारले, ‘‘का आलास तू? पत्र नाही काही नाही. तानी अशी धाडायची नाही कारण असल्याखेरीज.’’

खरे म्हणजे मला आता फार भूक लागली होती. तानीमावशी मला या वेळी काही ना काही खायला देत असे. मी भूक लागली म्हणताच त्याने एका पातेल्यात असलेला थंडगार भात काढला व त्यावर चमचाभर दूध टाकले; पण मला तो कोरडा घट्ट भात गिळेना.

‘‘मी तुला नंतर रोटभाजी आणून देतो; पण आधी सगळं सांग,’’ तो म्हणाला. मी त्याला सगळे सांगून टाकले. तुळसाविषयी, तानीमावशीची माळ घेतली त्याविषयी, भाऊरावांनी तिच्यापुढे टाकलेल्या पुडीविषयी, मोराविषयी.

तो ताडकन उठला व वेड्याप्रमाणे इकडेतिकडे हिंडू लागला. त्याने खिशातून पुष्कळशी चिल्लर काढली व माझ्या हातात घातली. तो घाईघाईने म्हणाला, ‘‘तूच जाऊन रोटभाजी आणून खा. मला बाहेर जायचं आहे. तू जर झोपणार असशील, तर आतून कडी लावू नको.’’

तो तसाच गेला. कोठे कशासाठी देव जाणे. मी दार नुसते ओढून घेऊन भटाच्या हॉटेलमधून दोन पैशांची भाजी व एक मोठा रोट आणला. तेवढा संपल्यावर कुठे पोट शांत झाले. मग मी जाजम पसरले, श्रीपूमामाची टेकायची उशी घेतली आणि आखडून गेलेले अंग पसरून दिले.

मी जागा झालो त्या वेळी श्रीपूमामाने दिवा लावला होता व तो मशिनीजवळ भिंतीलाच टेकून बसला होता. त्याची उशी मी घेतली होती.

''आणखी काही तिनं सांगितलं नाही?'' जणू तो इतका वेळ बाहेर न जाता इथेच असल्याप्रमाणे त्याने विचारले.

''काही सुद्धा नाही. मी केव्हा परतायचं हे देखील सांगितलं नाही. येताना पुडाभर साखर मात्र दिली तिनं. आता बक्कळ महिनाभर चहा पाहायला नको,'' मी सांगितले.

श्रीपूमामा स्वतःशीच घुम्म बसला होता. थोड्या वेळाने तो म्हणाला, ''पंचेचाळीस वर्षं मी गुरासारखा राबलो, आणि तेवढ्यात काय केलं? तर निव्वळ पोटाचा खळगा भरत आलो बघ. अरे, अचानक पाहिजे झालं तर आज मला पंधरावीस रुपयांची ऐपत नाही. आज वीस ठिकाणी मी भटकलो, दातांच्या कण्या केल्या, तेव्हा कुठे सतरा रुपये जमले. एकानं तर मोठ्या जिकिरीनं मला आठ आणे दिले. हे मशीन, माझ्या पोटाची गिरणी; पण त्याचं कर्ज दहा वर्षांत फिटेना. मग कमळी-तानीला हात उचलून काही द्यायचं तर दूरच. हे बघ, मी उद्या दुपारच्या गाडीनं तानीकडं जातो आणि तिला पुढं घालूनच घेऊन येतो. त्याआधी गाडीच नाही. तू या डब्यात पैसे आहेत ते घेऊन आऊबाईकडं जेवायला जात जा. रात्री रोटभाजी घे आणि दार उघडं टाकून भटकू नकोस उंडग्याप्रमाणं. शिवाय...''

मला झोप आवरेना व तो काय सांगतो हे कानावर पडत असतानाच मी पेंगू लागलो.

दोन वाजण्यापूर्वी गाडीच नव्हती; पण अकरा वाजल्यापासून श्रीपूमामा सारखा येरझारा घालत होता, सारखा समोरच्या घरातील घड्याळाकडे पाहत होता. मग एक वाजताच तो बाहेर पडला व झपाझपा चालू लागला. तो कोपरा वळून गेला असेलनसेल तोच पोस्टमन आला आणि त्याने एक पाकीट खोलीत टाकले. मी टोपी घालून धावत गेलो. श्रीपूमामा तोपर्यंत वीणापाणीच्या देवळापर्यंत गेला होता. मी धापा टाकत पत्र त्याला दिले. पत्र म्हणताच तो घाबरला आणि मटकन देवळाच्या कट्ट्यावर बसला. त्याने मोठ्या, कोरड्या डोळ्यांनी पत्र वाचले व तो ताडताड परत आला. मी आत येताच तो घोगऱ्या आवाजात म्हणाला, ''तानीमावशी गेली. झोपली ती उठलीच नाही.''

त्याने रागाने पाण्याचे भांडे लाथाडले व त्यामुळे खोलीभर पाणी झाले. त्याने चिंध्यांचा ढिगारा उधळला व काही चिंध्या रंगीबेरंगी पिसाप्रमाणे माझ्या अंगावर येऊन पडल्या. मशिनीला तेल घालायचे नळकांडे खिडकीत होते, ते देखील त्याने खाडकन भिंतीवर आदळताच त्यातील तेल डचमळले आणि भिंतीवर तेलाचा डाग पडला.

''मूर्ख, बेअकली, अक्कलशून्य!'' तो ओरडत म्हणाला, ''मी काय मेलो होतो, की काय माझे हात झिजले होते? हात झिजवायला मला फारशी माणसं नाहीत, हेच उलट माझं फुटकं नशीब. कशाला राहायचं होतं त्या घाणीत? मला एक माणूस काही जड नव्हतं. लाथ मारायची त्या घरावर, त्या माणसावर आणि यायची होतीस तू सरळ या ठिकाणी!''

मला पहिल्यांदा वाटले, श्रीपूमामा मलाच शिव्या देत आहे; पण नंतर माझ्या ध्यानात आले, की तो तानीमावशीला कावत आहे. ती गेली आणि ती गेल्यावर तो तिच्यावर असे रागावत आहे, याचे मला फार वाईट वाटले; पण तो असा पेटला होता, की एक शब्द बोलायचे मला धैर्य नव्हते.

त्याने पत्र टराटरा फाडून टाकले व तो पुन्हा खोलीभर फिरू लागला. ''मी काय सांगतो हे चांगलं ध्यानात ठेव. भिंतीवर अगदी तीन बोटं लावून ठेव चुन्याची! कधीतरी जाऊन त्या राक्षसाला एकदा तरी झोडपून आलो नाही, तर माझं नाव श्रीपाद त्र्यंबक जोशी नव्हे. माझे बाप दोन!''

त्यावर तो एकदम माझ्याजवळ आला व हिसक्याने त्याने मला उठवले, ''जा, तू बाहेर खेळ मारुतीच्या देवळात!'' तो खोलीच्या मध्ये पाय पसरून उभा राहिला आणि पैलवानाप्रमाणे उडी मारून त्याने शड्डू मारला. तो म्हणाला, ''तू घाबरू नकोस. मी आहे की! तू आणि मी मिळून अजूनही त्या भडव्या नशिबाला टांग मारू. जा, तू थोडा वेळ देवळात खेळून ये.''

त्याने मला जवळजवळ ढकलतच बाहेर घातले व धाडदिशी दार लावून कडी लावून घेतली. मी देवळाकडे निघालो. मला वाटले, नरसू, राजाराम तेथे असतील, त्यांच्याशी बोलायला मिळेल. मी तानीमावशीबरोबर हरेश्वरला गेलो नाही; पण तेथे खरेच गेलो होतो असे सांगून मी तळ्यातील कमळे, मोर आणि कैऱ्या यांचे वर्णन करणार होतो. तसे माझ्या ध्यानात आले आपण येताना टोपी घातली नाही आणि टोपी घातल्याखेरीज देवळात कसे जायचे? मी परत आलो. श्रीपूमामाला पुन्हा दार उघडायला सांगायच्या ऐवजी खिडकीतूनच त्याच्याकडून टोपी घ्यावी म्हणून मी खिडकीपाशी आलो; पण मला श्रीपूमामाला हाक मारायचे मन झाले नाही. कारण चिंध्यांच्या ढिगावर तोंड टाकून श्रीपूमामा लहान मुलाप्रमाणे एकटाच रडत होता.

मी देवळात गेलो नाही. बाहेरच एका बाजूला उंबराचा पार होता. तेथली फरशी दुपारी उन्हात फार तापत असे; पण संध्याकाळी मात्र ती निवत येऊन नुसती उबदार होत असे. अशा वेळी जाऊन तिच्यावर बसायला मला फार बरे वाटत असे. शिवाय त्या वेळी वर शांत वारा लागे. मी तेथे जाऊन बसलो, त्या वेळी तेथे आणखी कुणी नव्हते.

तेथे आणखी कुणी नव्हते हे खरे नव्हे. भोवती सगळीकडेच तानीमावशी होती – मला ढकलून हसणारी; मास्तरांना चोख रामरक्षा म्हणून दाखवणारी; दमून धापा टाकत

शाळेकडे येणारी; कपबश्या कडाकडा फोडणारी; आईची शपथ घेऊन हातातील काठीने हाडे मोडायला शांतपणे उभी असणारी तानीमावशी; आणि मोटार सुटल्यावर भर उन्हातच गुडघ्यात मान घालून एकटीच बसलेली तानीमावशी!

आणि आता बरेच राहून गेले. मला हरेश्वरला जायला मिळालेच नाही. पालथे पडून मी तेथल्या झऱ्याचे पाणी ओंजळीने प्यालो नाही. मी तिच्यावर लिहिलेल्या वर्णनाची गंमत तिला कळलीच नाही. निळ्या माना हलवत क्षणात नाहीशा होणाऱ्या डौलदार, रानमोकळ्या मोरांचे चित्र तर माझ्या डोळ्यांवर कधी उमटलेच नाही.

झाडावरूनच उबदार, गुळगुळीत कैरी काढावी. ती मुठीनेच फोडून तिच्यावर मीठ तिखट – हां, लाल तिखट, हिरवे नव्हे – घालून ती खावी. ते तर अगदीच राहून गेले. आता हे मात्र कधी होणारही नाही.

कारण तानीमावशी गेली व जाताना माझी मीठ तिखटाची कैरीच ती आपल्याबरोबर घेऊन गेली.

सुगंध : १९७३

वीज

वाळलेल्या पानांच्या ढिगाऱ्यातून एक सुरकुतलेला हातच तेवढा बाहेर यावा, त्याप्रमाणे काळम्माचे देऊळ अगदी जुन्या काळातून बाहेर टिकले होते. वस्ताद इराण्णाने अलीकडेच आवारात फरशी टाकली होती व तिथल्या अजस्र जुन्या वडाभोवती पार बांधून दिला होता, एवढाच त्याला नवा स्पर्श झाला होता. देवळाचा मुख्य भाग तर अगदीच पुराणा होता. त्याच्या मागे कुठल्यातरी प्राचीन, आता अगदी नष्टांश झालेल्या किल्ल्याचा एक बुरूज ओबडधोबड मोठे दगड दाखवत उभा होता. तेथे खणताना काही वर्षांपूर्वी एक फुटका शिलालेख मिळाला होता. हातात फायली घेतलेली रुमालवाली शहाणी माणसे आली आणि त्यांनी भिंगातून बघूनबघून तो वाचला. त्यात कोणत्यातरी सावकाराने एका जंगमाला दोन एकर जमीन दिली होती, एवढी माहिती होती. मग काही जणांनी तो फुटका शिलालेख देवळाच्या आवारातच एका भिंतीवर सिमेंटने सांधून बसवला. त्याच्यावर नंदी महादेवाची आकृती होती, म्हणून देवळात येणारी माणसे त्या ठिकाणी तेल-फुले टाकू लागली. थोड्याच दिवसांत दोन अडीचशे वर्षांपूर्वीचा सावकार आणि जंगम दोघेही तेलकटपणात बुडून गेले आणि नावगाव नसलेला, कोरलेला नंदी मात्र जाताना हात लावून नमस्कार करण्याची देवळातील आणखी एक जागा होऊन बसला. वडावर लालभडक फळे येत त्या वेळी त्या ठिकाणी कावळ्या-कवड्यांची एकच गर्दी उसळे आणि शुक्रवारी-मंगळवारी देवीला आलेल्या माणसांच्या अंगावर दोनचार तरी अर्धवट खाल्लेली फळे पडत. संध्याकाळपर्यंत सर्वत्र तसल्या फळांचे एक जाजमच होत असे आणि दुसऱ्या दिवशी सकाळी दुखऱ्या अंगाने गोदाक्का झाडणी घेऊन आली, की कावळ्यांची मढी ओढून काढत ती फळे झाडून टाकताना तिच्या पाठीची कणीक होऊन जात असे.

आज सकाळी उठून झाडणी घेऊन ती आवारात आली, तेव्हा तर ती अगदी शिणून गेली होती. आता आवाराच्या कडेला असलेल्या झाडांची देखील वाळली पाने

सगळीकडे पसरली होती. काम सुरू करायच्या आधी ती क्षणभर थांबली. आज अंथरूण सोडायचे तिच्या अगदी जिवावर आले होते. तिला वाटले, असे थंडीत उठून पाठ मोडत काम करायचे आता आपले वयच नव्हे. आज सदाशिव जगलावाचला असता तर एव्हाना त्याला नोकरी लागून वरची जागा मिळाली असती. कदाचित तो हेडक्लार्क देखील झाला असता. त्याचे लग्न होऊन घरात नातवंडे खेळली असती. पण ते सारे सारवल्याप्रमाणे विसकटून गेले आणि भल्या पहाटेला आपल्या हातात ही झाडणी आली.

झाडणी आणि बळवंतमास्तर!

''गोदाक्का, चहा झाला नव्हं?'' आवाराच्या दारातून नागव्वाने तिला विचारले. मळकट नथ नेहमी नाकात अडकवलेल्या नागव्वाचे अगदी दारातच केळी-उदबत्त्या-नारळाचे दुकान होते. देवीच्या वारी तेवढे दुकानात हे जिन्नस दिसत. एरवी त्या ठिकाणी नागव्वा डाळ-तांदूळ निवडत बसे, अगर उन्हात टाकलेले धान्य राखे.

''कुठला चहा नि काय!'' गोदाक्का म्हणाली, ''ते काळं मांजर – मढं काढलं त्याचं ओढून! सारखं दूध पिऊन जायला सोकावून बसलंय! काल रात्री चहाला थेंब, भाताला थेंब असं दूध राखून ठेवलं होतं मी आणि त्या सुकड्यानं ते सगळं पिऊन टाकलं बघ! चहा देखील नशिबात लिहिलेला असावा लागतो!''

गोदाक्काने बळवंतमास्तर कुठे दिसतो की काय पाहिले. ओवरीतच असलेल्या धर्मशाळेत दार असलेली जी एकच खोली होती, तेथे ती स्वतः राहत असे; पण बळवंतमास्तर मात्र वडाखाली पारावर अगर बुरुजाआड कट्ट्यावर असा कुठेतरी रात्र काढीत असे. गोदाक्का उठायची त्या वेळी तो अद्याप झोपलेला असे. तिने हाक मारली की तो उठून बसे व आपण इथे कसे काय याचे आश्चर्य वाटल्याप्रमाणे तो तिच्याकडे पाहत राही; पण मग लगेच तडक उठून तो देवळासमोरच्या विहिरीकडे जात असे व तेथे साखळी लावलेल्या डबड्याने पाणी ओढून बदाबदा आंघोळ करीत असे. वरून पाऊस ओतत असला तरी त्याची ही थंड पाण्याची आंघोळ कधी चुकली नाही. त्यानंतर आपली रद्दी शेजारी घेऊन तो एकदा पारावर बसला, की मग संध्याकाळपर्यंत पाहायला नको. कारण दुपारच्यानंतर देवळाच्या आवारात पोरे जमू लागत.

गोदाक्काने नेहमीच्या जागांवरून नजर फिरवली; पण आज बळवंतमास्तर आत्ताच पारावर येऊन बसला होता व त्याच्या हातात एक जुने फाटके मासिक होते. शेजारी तसलीच हातभर उंच रद्दी होती व त्यात एखाददुसरे पाने गेलेले पुस्तक सुद्धा होते. छापलेले पान दिसले की बळवंतमास्तरांचे डोळे अधीर होत व त्यातील अक्षर न् अक्षर वाचल्याखेरीज त्याला सैल वाटत नसे. देवळापुढचा रस्ता ओलांडला की जरा अंतरावर चारसहा दुकाने, भिंतीवर कावेने स्वस्तिक काढलेली बसकी घरे आणि धाकटे मोटारस्टँड होते. रात्री झोपायच्या आधी दकानादुकानात जाऊन बळवंतमास्तर मिळेल ती रद्दी गोळा करून आणीत असे व आधी नेलेली रद्दी परत करीत असे; पण सिद्रामच्या किराणी

दुकानातला कागद कधी रामू चव्हाणाच्या बिडीपानपट्टीच्या दुकानात गेला नाही, की धर्मू परटाच्या धुलाई दुकानातले वर्तमानपत्र दासप्पाच्या 'रामदास हॉटेला'त अगर नामू महालेच्या सलूनमध्ये गेले नाही. त्या माणसांना बळवंतमास्तराच्या फेरीची इतकी सवय झाली होती, की जर त्याला यायला उशीर झाला तर ती कुणाकडून तरी थोडे कागद देवळाकडे पाठवून देत व मग दुकानाला फळा लावत. एवढेच नाही, तर हे सगळे पलीकडच्या गल्लीपर्यंत सगळ्या पोरांना देखील माहीत होऊन चुकले होते आणि ती देखील कधीतरी एखादे साप्ताहिक अगर आठदहा पाने उरलेले पुस्तक आणून बळवंतरावाच्या पुढ्यात टाकीत व मग हक्काने एखादी गोष्ट सांगण्याबाबत त्याच्यामागे लागत.

आज बळवंतमास्तराला आधीच उठलेला पाहून गोदाक्काला विस्मय वाटला. ''हा आधीच उठलाय की! जळ्ळी झोपेत वेळच कळली नाही मला आज!'' ती म्हणाली. तिने तेथूनच बळवंतमास्तराला हाक मारून म्हटले, ''अरे, आज चहा नाही! मांजरानं सगळं दूध मटकावलं, मढं काढलं त्याचं!''

वर न पाहताच बळवंतमास्तराने मान हलवली व तो वाचतच राहिला.

''त्याला चहा मिळाला काय, न मिळाला काय, सारखंच की!'' कळवळ्याने गोदाक्का म्हणाली, ''काहीतरी घासभर नेऊन ठेवलं तर पुष्कळदा रात्रभर तस्सं राहतं डब्यात! दुसरीकडे कुठं खातो म्हटलं तर ते देखील नाही. दुसरीकडून आलेल्या खाण्याला तो हात देखील लावत नाही.''

नागव्वाने चेहरा उगाच लांब केला. ''करायचं काय, गोदाक्का? नशीब म्हणायचं! आपली ओटी अशी निघाली म्हणून गप्प बसायचं झालं तोंड आवळून!'' ती म्हणाली. खरे म्हणजे नागव्वाची दोन शेते होती, अंगावर सरी-वाक्या होत्या आणि ती स्वतः कशाबाबतच कधी तोंड आवळून गप्प बसली नाही; पण कोणत्याही गोष्टीत ती तत्काळ तात्पर्य काढू शकत असे. त्यामुळे तिला शहाणी म्हणून आजूबाजूला फार मान होता.

गोदाक्का त्यावर काही न बोलता वाकून झाडणी मारू लागली. तिने पानांचा ढीग ढकलतढकलत आवाराच्या दगडी उंबऱ्यापर्यंत आणला व तेथून हाताने उचलून बाहेर कुंडात टाकला. काम संपल्यावर शिणलेला निःश्वास सोडून ती आत येऊ लागली, तेव्हा रस्त्यावरून गंगी गाय देवळाकडे वळली व पायरीजवळ थांबली.

''आलीस होय गंगे!'' गोदाक्का आपुलकीने म्हणाली, ''बस आता बिनघोर तुझ्या जागेवर. आज रविवारच आहे.'' पण गंगी गाईला तसे सांगण्याची गरजच दिसली नाही. तिने पाय दुमडले व ती पायरीवरच ऐन दारात ऐसपैस पसरली व शांतपणे रवंथ करू लागली. गोदाक्काने गाईच्या कपाळावरील पिंपळपानाकडे बोट दाखवले व म्हटले, ''नागव्वा, हे पान बघितलंस? गाय वीत असताना जर विजा कडकडत असतील तर असला दुसऱ्या रंगाचा डाग अंगावर उमटतो बघ वासराच्या.''

''होय, खरंच गोदाक्का!'' नागव्वा जाणत्या आवाजात म्हणाली, ''मागं आमच्या

घरी एक गाय होती पांढरी; पण तिच्या पाठीवर काळी घागर उमटली होती आणि ती एक लहान घागरभर मोप दूध द्यायची. देवाची करणी म्हणायचं झालं!''

गंगी गाय मुळात कोणाची होती कुणास ठाऊक; पण देवीला आलेल्या लोकांनी टाकलेल्या केळीच्या साली खात ती जी एकदा देवळाच्या दारात उभी राहिली ती कायमचीच. मी काळीभोर गाय एखाद्या मोठ्या बैलाप्रमाणे दिसत होती व तिच्या कपाळावर पांढरे पिंपळपान असून त्याला बोटे फुटल्याप्रमाणे वर पाच लहान फाटे फुटले होते. गंगी गाईने चुकून देखील देवळाच्या आवारात पाऊल टाकले नाही; परंतु बसायला तिला देवळाची रुंद पायरीच का इतकी आवडत असे कुणास ठाऊक! कारण रात्रभर ती गावात भटकत असली, तरी सकाळी मात्र ती येथे हजर होऊन पाय सोडून पायरीवर बसली की हलायची गोष्ट नको. नागव्वाच्या पोराने तिला एकदा काठीने बदडले, पंधरावीस पोरांनी हड-हड करीत गोंधळ घातला; पण जणू काहीच घडले नाही अशा मोठ्या काळ्या कवड्यांसारख्या शांत डोळ्यांनी ती तशी बसून राहिली. मंगळवारी-शुक्रवारी मात्र आत जायला माणसे ताटकळत. गोदाक्का चरफडत दोनचारदा जाऊन बळवंतमास्तरला सांगे. मग तो उठून गाईजवळ येई. बळवंतमास्तराने अंगावरून हात फिरवत, 'ऊठ ग बये गंगे! गाईनं असं म्हशीसारखं पडायचं असतं होय?' असे काहीतरी म्हटले की ती हडबडून उठत असे व नागव्वाच्या दुकानाशेजारी आडोशाला बसून अलिप्त राहत असे. पायरीवर मोठ्या माणसांना तेवढीच अडचण होत असे; पण छोटी पोरे मात्र गंगी गाईवर बेहद्द खूष असत. काळ्या ढगाप्रमाणे गंगी पायरीवर बसली, की ती तिच्या अंगावर एका बाजूने चढून दुसऱ्या बाजूला लोळून पडत आणि तसे करताना तिचे मऊ मखमली कातडे थरथरले की ती हुळहुळल्यासारखी होऊन खिंकाळत. पण शुक्रवार-मंगळवार सोडले तर इतर दिवशी मोठी माणसे क्वचितच आवारात येत व संध्याकाळी तेथे खेळण्यासाठी पोरांचीच झिम्मड उडे.

आणि वाचनात हरवलेला बळवंतमास्तर काय किंवा हरवण्यासाठी वाचनाची देखील गरज नसलेली गंगी गाय काय – दोघांची पोरांना कधीच कसली हरकत नव्हती.

दुपारी गोदाक्काने एका डब्यात काहीतरी खायला आणून ठेवले व ती परत जाऊन खोलीत उघड्या थंड जमिनीवरच आडवी झाली. मास्तराने एका हाताने डबा उघडून वाचतावाचताच दोनचार घास खाल्ले व डबा झाकून ठेवला. त्याने अल्मीन वाडग्यातील पाण्याने हात धुतला व पुस्तकाचे पान परतवले. वडाची सावली हळूहळू फिरली आणि तो जेथे बसला होता तेथे ऊन येताच डाव्या हाताने रद्दी पुढे सरकवीत तो पुढे सरकला. आता दारात एकदम गोंधळ सुरू झाला व दोनतीन पोरे किंचाळत गाईच्या पाठीवरून लोळत अलीकडे आवारात आली. पाहतापाहता घोळका वाढला व त्यातला श्रीधर मास्तराकडे धावत येताच इतर पोरेही बळवंतमास्तराकडे आली आणि पाखरांप्रमाणे एकमेकाला खेटून गरम वाटणाऱ्या फरशीवर फतकल घालून बसली; पण मास्तराचे लक्ष

अद्याप दाराकडे होते. कारण पांगळा वासू गाईवरून यायची धडपड करीत होता. अखेर त्याने गाईचे एक शिंग पकडले, तो दुसऱ्या बाजूने खाली घसरला आणि जमिनीवर तळवे टेकवत बळवंतमास्तराकडे आला.

''आलास होय वासू? बस की!'' मास्तर आतड्याने म्हणाला.

श्रीधरने एका फाटक्या मासिकाची सुरळी मास्तराला दिली व म्हटले, ''मास्तर, जेवण झालं?'' मास्तरने मान हलवताच वासूने विचारले, ''काय खाल्लंत मास्तर आज?'' बळवंतमास्तराने आठवायचा प्रयत्न केला; पण त्याला एकही जिन्नस आठवेना. त्याने हळूच डबा उघडून पाहिला व तो वासूकडे पाहून हसला. ''आज वांग्याची भाजी, भाकरी आणि लोणचं होतं. मला वांगी फार आवडतात.''

''मग आता गोष्ट सांगा आधी. लांबलचक, कधी न संपणारी,'' श्रीधर म्हणाला. त्याने आज मासिक आणले होते. म्हणून आज त्याला ऐट वाटली व तो पारावर बसला.

बळवंतमास्तराने ऐसपैस मांडी घातली व भोवताली बसलेल्या पोरांच्या घोळक्याकडे पाहून घेतले. केस विसकटलेली, भोळसर दिसणाऱ्या चेहऱ्यांची ही पोरे आत्ता गप्प बसली आहेत; पण नंतर तीच वात्रटपणे खिदळू लागणार हे त्याला माहीत होते. त्यामुळे तो स्वतःशीच हसला. मग त्याने वासूला पुढे बोलावले. गोष्टी ऐकायला पोरे जमू लागली की इतर वासूला नेहमी ढकलीत आणि तो दोन्ही हात टेकीत पुढे सरकू लागला की त्याला कोपरानेच मारीत मागे ठेवीत. मास्तरांच्या खास बोलावण्याने वासू खुलला व सगळ्यांसमोर पुढे बसत दिमाखाने म्हणाला, ''मास्तर, आज रामाचीच गोष्ट पुढं सांगा. रामानं धनुष्य उचललं. हं पुढं —''

''मग रामानं शिवधनुष्य उचललं नि त्याला दोरी अडकवण्यासाठी ते वाकवलं. तेव्हा काय झालं माहीत आहे?'' डोळे मोठे करीत मास्तराने विचारले. तेव्हा एकट्या वासूने मान हलवीत 'नाही' म्हणून सांगितले. बळवंतमास्तर ताडकन उठला व त्यांच्या समोर येऊन उभा राहिला. त्याने धनुष्य वाकवण्याचा आविर्भाव करीत हात उंचावून खाली आणला व दातओठ खात, तोंडाने कर्रर्र कर्रर्र असा आवाज करीत उडी मारली. ''तर हे धनुष्य असा आवाज करीत मोडून पडलं,'' तो म्हणाला.

बळवंतमास्तराने स्वतःच धनुष्य मोडल्याप्रमाणे छाती फुगवली, तेव्हा त्याच्या बाजूच्या बरगड्या जास्तच स्पष्ट झाल्या. तो अभिमानाने इकडेतिकडे पाहू लागताच पोरे एकमेकाला डिवचू लागली. वासू मात्र त्याच्या शब्दांवर लटकत असल्याप्रमाणे हावऱ्या डोळ्यांनी पाहत होता. त्याने उत्सुकतेने विचारले, ''मग पुढं काय झालं?''

बळवंतमास्तर त्याच आवेशात ताठ उभा होता. काही क्षणांनी तो एकदम सैल झाला व त्याने विसरभोळ्या चेहऱ्याने विचारले, ''पुढं काय झालं? कशाच्या पुढं? हां हां! गोष्टीत पुढं होय?... तो आवाज ऐकल्यावर त्याने आनंदाने उद्गार काढले, 'अहाहा! आता महाराज सुखरूप पोहोचले. आता मी सुखानं प्राण सोडतो.' ''

त्यावर पोरे आवाज न करताच पण रुंद तोंडांनी हसू लागली. वासू थोडा ओशाळला. मास्तराला ही पोरे हसतात याचा त्याला फार राग येत असे; पण काही वेळा खुद्द त्याचे त्यालाच हसू आवरत नसे. आता त्याने मोठ्या प्रयत्नाने हसू आवरले व विचारले, ''कोणी प्राण सोडला मास्तर?''

बळवंतमास्तर समोर दृष्टी हरवून पाहत उभा होता. थोडा वेळ तसाच गेला. आणखी एका पोराने तोच प्रश्न विचारताच तो भानावर आला. ''कोण म्हणजे? तुम्ही पोरं आहात की भुतं रे?'' त्यांच्यापुढे हात नाचवत तो म्हणाला, ''कोण म्हणजे बाजी प्रभु देशपांडे! मग महाराजांना फार शोक झाला आणि त्यांनी उद्गार काढले, 'गड आला; पण सिंह गेला!' ''

आता मात्र दोन पोरे सरळ हसू लागली; पण बळवंतमास्तराचे तिकडे लक्ष नव्हते. त्याने डोळे गरगरवत आवेशाने बुरुजाकडे हात दाखवला व म्हटले, ''आधी लग्न कोंडाण्याचं, मग रायबाचं! तो गडापुढं तलवार घेऊन उभा राहिला नि त्यानं टोपलीतून एक मोठी घोरपड बाहेर काढली.''

''घोरपड?'' वासू घाबरून म्हणाला, ''मास्तर, घोरपड म्हणजे काय?'' इतर पोरांनी देखील कधी घोरपड पाहिली नव्हती. मास्तराने कपाळाला एक आठी घातली व आठवण्याचा प्रयत्न केला; पण त्याने देखील ती कधी पाहिली नसल्याने त्याच्या डोळ्यापुढे कसलेच चित्र येईना.

''काय करायची तुला घोरपड घेऊन? तू काय तिला घेऊन कोंडाणा चढणार की काय?'' बळवंतमास्तर एकदम खेकसला. आतापर्यंत दाबून ठेवलेले पोरांचे हसणे वासूच्या दिशेने उधळले व वासू शरमून रडकुंडीला आला. मग मात्र मास्तर कळवळला नि वासूला म्हणाला, ''त्या पोरांकडे लक्ष देऊ नको रे! तुला आकाशदिवा करायचा आहे ना? मी तुला तो बांधून देईन. आपण मस्त फिरता आकाशदिवा करू हत्तीघोड्यांचा!''

परंतु इतर पोरांना वासूच्या आकाशदिव्यात रस नव्हता. धोब्याच्या श्रीपतीने उतावीळपणे म्हटले, ''मास्तर, आकाशदिवा राहू दे. गोष्ट राहिलीच की बाजूला!''

बळवंतमास्तराने मान हलवली व सारे विसकटलेले मनातल्या मनात जुळवण्याचा प्रयत्न केला. त्याचे अंग एकदम ताठले. त्याने दोन्ही हात बाजूला पसरले व फुगवलेल्या खोट्या आवाजात म्हटले, ''त्यानं तीनदा म्हटलं, 'तिळा उघड, तिळा उघड, तिळा उघड!' आणि पाहतापाहता समोरील गुहा खाडकन उघडली आणि आत रत्नांचा, सोन्याच्या नाण्यांचा पर्वताएवढा ढीग दिसला. त्यांच्यावर प्रकाश पडून आग पेटल्यासारखी झाली...''

पण आता पोरांचे लक्ष गोष्टीवरून उडाले. कारण आता दूर कोठेतरी बँड वाजू लागला होता व आता एकदम वासराप्रमाणे उधळून सारख्या उड्याच मारत राहावे असे वाटणारा त्याचा आवाज हळूहळू देवळाकडेच येत मोठा होत होता. दोन पोरे दाराकडे धावली व गंगीपलीकडे देखील गेली. ती सगळीच आता जाणार असे दिसू लागताच

मास्तराने दोघांना खांद्याला गच्चकन धरून थोपवून धरले.

"अरे सर्कस! सर्कशीची मिरवणूक आली नव्हं!" श्रीपती मोठ्याने ओरडला व तेथून वेगाने निसटला. मग मात्र उरलेल्या पोरांच्या पायात वारे सुटले. वासू देखील हात टेकत लपालपा सरकू लागल्यावर मास्तर गप्प राहिला व परत पारावर येऊन बसला.

"मास्तर, तुम्ही बघत नाही हत्तीघोडे?" वासूने मध्येच थांबून विचारले खरे; पण उत्तराची वाट न पाहता तो गंगीजवळ गेला व तिला टेकून हवेत उडवल्या जाणाऱ्या तांबड्या-पिवळ्या-हिरव्या जाहिरातींकडे आशाळभूतपणाने पाहू लागला.

बळवंतमास्तर पारावर बसला होता, तेथून दरवाजामधून मिरवणूक थोडी दिसत होती. प्रथम पूर्ण लाल पोषाख केलेले बँडवाले अजस्र झगझगीत वाद्ये घेऊन पुढे सरकले व नगाऱ्यावर आदळत असलेली लोकरी चेंडू असलेली दांडी घुमघुम वाजत निघून गेली. मग पांढऱ्या-लाल पट्ट्यांनी रंगवलेली सोंड असलेले हत्तीचे तोंड दिसले; पण नंतर वरच्या अंबारीचा खालचा पट्टा तेवढा दिसला. असला तालेवार भव्य प्राणी! एखाद्या सैन्यात तो उग्रपणाने ढालगज शोभला असता. आता तो कपाळावर तिकिटांच्या दरांचा फळा घेऊन निर्विकारपणे पुढे सरकत होता. मागून एक मोटार आली. तिच्यावर माणसाचा पोषाख घातलेले एक माकड मोठ्या उत्साहाने वेड्यावाकड्या उड्या मारीत होते. पुन्हा जाहिराती उधळल्या आणि रंगीत पिसांप्रमाणे तरंगत किंचाळणाऱ्या पोरांच्या घोळक्यात पडल्या. हळूहळू आकाशदिवा फिरल्याप्रमाणे मिरवणूक संपली आणि बँडचा खणखणीत पितळी आवाज झिजत जाऊन विरून गेला.

पण आता मास्तराच्या डोळ्यांमागच्या मैदानात सर्कसचा तंबू पडला होता. पायऱ्यापायऱ्यांनी चढत गेलेल्या बाकांवर बळवंतमास्तर वर्गातील पोरे घेऊन बसला होता. अतिशय लांब, सैल पोषाख केलेले, नाकाच्या टोकाला लाल गोळे असलेले विदूषक आले. उलटसुलट कोलांट्या खात, धबाधब आपटत त्यांनी पोरांना हसवले व ते निघून गेले. मग समोरचा काळा मखमली पडदा उघडला व एकदम वीज चमकल्याप्रमाणे मास्तराला झाले. गोऱ्यापान मांड्या आणि तसलेच हात दाखवत, चकमकचकमक आवळ पोषाख घातलेली ती बाहेर आली व पाहतापाहता दोन खांबांत ताणलेल्या तारेवर चढली. मग तिने हातात एक बांबू आडवा धरला व तोल सावरून ती चांदीची रेषा ओढल्याप्रमाणे झरझर इकडून तिकडे सरकली. तंबूचा मधला खांब सरळ उंच गेला होता. तेथील झोपाळ्यावर झोके घेताना ती चांदण्याच्या पुंजक्याप्रमाणे दिसत होती. तेथून तिने खाली उडी घेताच बळवंतमास्तराचे काळीज लकलकले; पण ती सुरीच्या झगमग धारेप्रमाणे खाली आली व तिने अलगद तिथला झोपाळा दोन्ही हातांत धरला. त्या वेळी तिचे तांबूस-सोनेरी केस उंचावले व तिची रेखीव मान सुबक संगमरवरी पात्राच्या गळ्याप्रमाणे दिसली. लोखंडी मोठ्या सळया असलेल्या पिंजऱ्यात ती गेली. वाघसिंहाच्या पिंजऱ्याचे दरवाजे उघडले व तिने इशारा देताच सिंह बाहेर आला. मग

सिंह नसून आडमाप वाढलेला गावठी बोका असल्याप्रमाणे तो अंग सावरीत चारी पाय जवळ घेऊन निमूटपणे स्टुलावर बसला. हातातील चाबकाच्या मुठीने तिने वाघाच्या पिंजऱ्यावर खटखट केले. तशी पिवळ्याधमक आगीत काळ्या पोलादी तलवारी तापत आहेत असा दिसणारा वाघ बाहेर आला व समोरच्या स्टुलावर चढला. मग त्यांच्यात मध्ये राहून तिने लवून सर्वांना अभिवादन केले. तिच्या शेजारीच गुडघ्यापर्यंत काळे चकचकीत बूट घातलेला तो धिप्पाड देखणा पुरुष उभा होता. त्याच्या छातीवर चारसहा पदके लखलखत होती आणि चेहऱ्यावर गवी रेड्याच्या शिंगाप्रमाणे अक्कडबाज रुंद मिश्या पसरल्या होत्या. त्याच्याकडे पाहताच बळवंतमास्तरला स्वतःचा विसर पडला. त्या पुरुषाऐवजी आपणच तिच्या शेजारी ऐटीत उभे आहोत व ती आपल्याकडे पाहत, आपल्यासाठीच खास झगझगीत लाल हसत आहे असे त्याला वाटू लागले व त्याचे हात एकदम थरथरू लागले. मग पुरुषाने खूण करताच वाघ पिंजऱ्यात गेला. सिंह स्टुलावरून उतरला खरा; पण पिंजऱ्यात जाण्यापूर्वी त्याने गर्जना केली व एक पंजा त्याच्यावर उगारला. तोच ती पुढे आली आणि तिच्या हातातील काळ्या कातडीचा लांब चाबूक तिच्या स्पर्शाने काळी वीज झाल्याप्रमाणे कडाडला. सिंहाने निमूटपणे पंजा खाली केला व तो पिंजऱ्यात गेला. गर्जना ऐकून बळवंतमास्तर बसल्या जागी वितळल्यासारखा झाला होता; पण सिंह आत गेल्यावर त्याला हायसे वाटले व तो मध्येच एकदा पोरावर खेकसला. नंतर आणखी दोन झोपाळ्यावरची कामे झाली व शेवटी चंद्रज्योतीचे चक्र फिरवल्याप्रमाणे गोल फिरून तिने हसून सगळ्यांना अभिवादन केले नि ती काळ्या पडद्यात विझून गेली.

बळवंतमास्तराने पोरे गोळा केली व तो परतला. त्या रात्री तो जेवला नाही. ''तुला बरं वाटत नाही, होय रे?'' म्हणत गोदाक्काने चौकशी करताच तो उगाचच डाफरला. तिने मुकाट्याने आपले ताट देखील बाजूला ठेवले व अन्न झाकून ठेवल्यावर ती एक जुनेरे पांघरून झोपली. बळवंतमास्तराच्या खोलीत रात्रभर दिवा होता. त्याने तीनचार कागद लिहून फाडून टाकले. त्याने तीन दिवसांची रजा काढली. त्या दिवशी तो दोन्ही खेळांना सर्कशीत जाऊन बसला. एकदा वस्त्रात बंदिस्त राहायला नाखूष असलेल्या धुंद गोऱ्या अंगावर चांदण्या असलेले हिरवे वस्त्र, एकदा त्या केसात इंद्रधनुष्यात नक्षत्रे उगवल्याप्रमाणे वाटणारी चमकणाऱ्या रंगीत खड्यांची माळ, लालभडक मखमलीवर भरजरी तिरप्या रेषा व तिच्या अंगाभोवती त्यावरील प्रकाशाच्या काड्या, येथपर्यंतही धग पोचवणारा मांड्यांचा आकार (आणि येथूनच त्यांच्यावर फिरणारी उतावीळ बोटे)... चारपाच दिवसांनी सर्कस निघून गेली. बळवंतमास्तराने नोकरी सोडली व गोदाक्काला एका अक्षराने न सांगता तो सर्कशीबरोबर निघून गेला.

दोनतीन वर्षांनी तो गोदाक्काची चौकशी करत इकडे परतला. त्याची दाढी वाढली होती आणि तोंड अनेक दिवस उघड्यावर पडलेल्या नारळाच्या गुडगुडीप्रमाणे अगदी

सुरकुतले होते. दार उघडल्यावर त्याला पाहताच दगडासारखी होऊन गोदाक्का पाहतच राहिली. मग तिने त्याला आत बोलावले, हातपाय धुवायला पाणी दिले आणि स्वतःकरता वाढून घेतलेली ताटली त्याच्यापुढे सरकवली. त्याने खाली मान घालून बेचवपणे घास गिळले व पाणी पिताना त्याच्या अशक्त गळ्यातील गाठ व्याकूळ झाल्याप्रमाणे वरखाली झाली. चटईवर अंग मुटकळून पडताना तो म्हणाला, ''तू जेवणार नाहीस?''

गोदाक्काने ताटली उचलून बाजूला ठेवली व रात्रीत खरकटे वाळून खट्टर होऊ नये म्हणून तिच्यात पाणी ओतले. नंतर ती मान हलवीत म्हणाली, ''आज सोमवार आहे. आयताच उपवास घडला.'' त्यावर तो काही बोलला नाही. त्याने भिंतीकडे तोंड वळवले व तो ताठर डोळ्यांनी पडून राहिला. गोदाक्काने दिवा मालवला व काड्याची पेटी बाजूला ठेवली. पण तो थोड्या वेळाने उठला. त्याने पुन्हा दिवा लावला व तो शेजारी ठेवत तो आडवा झाला. दिवा रात्रभर बारीक जळत राहिला. तो उठायच्या आधीच पहाटे गोदाक्का उठली व तिने त्याचा सदरा धुण्यासाठी नेला. तो अगदी रापून गेला असून मानेवर बोंदरा झाला होता. खिशात पैपैसा कसलेही नाणे नव्हते. होता तो एक दुमडलेला चकचकीत फोटो. त्यात ती चाबकाची मूठ व त्याचे टोक एकत्र धरून, सिंहावर हात ठेवून ऐटीत उभी असलेली दिसत होती. याच निर्लज्ज नागड्या येसवेने पोराचा सत्यानाश करून टाकला की! – तिला वाटले. तिने रागाने तिला व सिंहाला फाडून तुकडे केले व डोणीजवळच्या पाण्यात ते टाकून त्यांच्यावर थुंकली. सदरा इतका मळलेला होता, की साबणाचा तुकडा संपला. घासूनचोळून तिचे अशक्त खांदे दुखू लागले, तरी तो उजळला नाही. आणखी दोनचार धुणी तरी हवीत तो उजळायला! असा विचार करीत तिने तो वाळत घातला. पण या साऱ्या धडपडीची काही गरज नव्हती. तिने 'सदरा वाळला' म्हणून सांगितले तरी बळवंतमास्तराने त्याला हात लावला नाही की चित्राविषयी काही विचारले नाही. तो तेव्हापासून एक पंचाच खांद्यावर आडवातिडवा टाकून बरगड्या दाखवीत हिंडू लागला. धुतलेला मळका सदरा ज्या ठिकाणी अडकवलेला होता, त्याच ठिकाणी टांगत राहून पुन्हा धुरकटून मळून गेला...

त्या रात्री बळवंतमास्तर एकदम जागा झाला व कान देऊन ऐकू लागला. प्रथम त्याला वाटले, आपल्याला केवळ भास झाला. तो पुन्हा अंग आखडून झोपण्याच्या तयारीत होता; पण आता पुन्हा आवाज ऐकू येताच तो एकदम उठून बसला व त्याचे अंग वारुळासारखे झाले. दुरून गाईच्या ओरडण्याचा आवाज ऐकू येत होता. त्याने लगबगीने देवळात नेहमी रात्री टांगलेला कंदील काढला व पळतच तो बाहेर आला. आवाज माळ्याच्या विहिरीकडून येत होता. देवळाच्या मागे काही अंतरावर ही माळ्याची विहीर होती. एके काळी या अरुंद वेड्यावाकड्या विहिरीला पंप होता व कोणा माळ्याने

भोवती भाजीपाला लावला होता; पण आता मात्र थेट टेकाडापर्यंत सारे वैराण होते व त्या माळ्याने बांधलेले खोपटे मात्र रिकामे उभे होते. विहिरीला कठडा नव्हता. उगाच दोनचार जुने वासे कसेबसे एका बाजूला खोचलेले होते इतकेच. पुष्कळदा पोरे जमिनीवर पालथी पडत व खाली वाकून आत दिसणाऱ्या गोल डोळ्यासारख्या पाण्याकडे पाहत. तो उपद्व्याप घरी कळून ज्याचे ढुंगण चांगले सडकले गेले नाही असे एक पोर काही त्या भागात आढळले नसते.

बळवंतमास्तर घाबरा झाला. त्याने जाताजाता सिद्रामला उठवले व तो पुढे गेला. सिद्रामबरोबर रामू चव्हाण, दासप्पाच्या हॉटेलमधील दोन नोकर व आणखी एकदोन माणसे आली. विहिरीवर अंधारच फडफडत असल्याप्रमाणे दचकून उठलेली कबुतरे फडफडत होती; परंतु विहिरीत मात्र दोनचार हातांखाली काही दिसत नव्हते.

"गंगीच दिसत्येय रे मास्तर!" कपाळावर हात मारीत सिद्राम म्हणाला. "पण सकाळ होईपर्यंत काय करणार माती? आमच्या दुकानात दोर आहे, तो तरी आणून ठेवतो तोपर्यंत."

तो गेल्यावर रामू चव्हाण काहीतरी पुटपुटत तेथेच विड्या ओढीत बसला. सिद्रामने दोराचा गुंडाळा आणल्यावर ती दोन बोट जाड दोरी पाहून रामू संतापला व सिद्रामवर खेकसला, "सिद्राम! तू तर दीड पंडितच आहेस बघ! असल्या दोरीनं विहिरीतून काय उंदीर काढायचा की तुझं दोन आणे नारळाएवढं पोकळ टकलं रे?"

मग देवीच्या रथाचे अजस्र दोर आणण्यासाठी दोघेतिघे धावले. परत येताना लहान पिंपाएवढे उंच असे दोन दोराचे वळसे आणताना त्यांची छातीच दडपून गेली. मास्तर मेणासारखा होऊन खोपटाजवळ बसला आणि निर्जीव डोळ्यांनी सारे पाहत राहिला. आता गाईचे ओरडणे जास्तच वाढले व ते ऐकताना आपलेच आतडे तुटत आहे असे प्रत्येकाला वाटू लागले. रामूने लहान दोर बांधून कंदील विहिरीत सोडून पाहिले. गाय गंगीच होती; पण ती पाय पसरून, मान मोडून मध्येच अडकून पडली होती. आता मात्र सिद्रामला राहवेना. त्याने मोठा एक दोर आत सोडायला सांगितले व तो स्वतः साप-किरड्डू काही न म्हणता दोन्ही बाजूंच्या कोनाड्यांत पाय टेकत खाली उतरला. पण गाय मध्येच वळून अवघडली होती आणि तिचा एक पाय तसल्याच एका कोनाड्यात गच्च अडकला होता. कोठूनही दोर खाली घालून गुंडाळून वर घ्यायला जागा नव्हती. सिद्राम वर आला व जणू तोच नालायक ठरल्याप्रमाणे खाली मान घालून निघून गेला. गाईचे अंग फाडणारे ओरडणे इतरांना ऐकवेना व ती हळूहळू पांगली. बळवंतमास्तर मात्र कंदील बाजूला ठेवून रात्रभर तेथेच बसून राहिला. थोड्याथोड्या अंतराने गाईचे आर्त ओरडणे घागर फुंकल्याप्रमाणे घुमत त्याच्या कानावर आदळत होते. त्याला आता डोळ्यांतले पाणी आवरेना. पहाटेला तो बुरुजामागच्या गवतबाजारात गेला व त्याने हात भरून तेथे पडलेले पिंजर आणले. ते त्याने विहिरीत टाकताच गाईच्या अंगावर पडले.

गाय संध्याकाळपर्यंत घोगऱ्या आवाजात ओरडत राहिली. त्यानंतर तिचा आवाज फार अस्पष्ट झाला व नंतर तर पूर्णपणे थांबला. त्याबरोबर एकदम काहीतरी तुटून गेल्याप्रमाणे सारे एकदम भयाण, नीरव झाले. आजूबाजूच्या लोकांपैकी कुणी जेवण घेतले नव्हते. सिद्राम पुन्हा विहिरीत उतरला. आता कुठेही दोर बांधला तरी गंगीची काही हरकत उरली नव्हती. त्याने तिच्या मानेभोवती दाव्याप्रमाणे मोठा दोर बांधला. जिवंत असताना कधी दावे न घेतलेल्या गंगीला आता दावे मिळाले. वरच्या लोकांनी दोर ओढताच तिचे अंग हलून सांदर मिळाली. मग तिच्याभोवती दुसऱ्या दोराची गुंडाळी करून सिद्राम वर आला आणि दहाबारा माणसे, पोरेटोरे मिळून सगळ्यांनी गाईला वर काढले. त्याआधी तिला काढले असते तरी ती जगली नसती. कारण तिच्या डोळ्यांतून रक्ताची धार लागली होती व पुढचे दोन्ही पाय काटक्यांसारखे मोडले होते. इतका वेळ मुडदुसाप्रमाणे असलेला बळवंतमास्तर आता कामाला लागला. टेकाडाजवळ एक मोठा खळगा होता, तोच त्याने कोरून मोठा केला. आणखी दोन माणसे आली, माती निघाली आणि गंगी त्या ठिकाणी कायमची आडवी झाली. आता तिला बळवंतमास्तर देखील 'गंगे, अशी काय पडलीस म्हशीसारखी?' असे म्हणणार नव्हता. त्याने ढिगाऱ्याढिगाऱ्याने माती ढकलली. भोवती चार वाशांचे कुंपण केले. मग देवळाजवळून दोनचार तुळशीची रोपे व झेंडूची झाडे आणून त्याने तेथे लावली. बदाबदा दोन घागरी पाणी त्यांच्यावर ओतेपर्यंत अर्धी रात्र होऊन गेली होती.

पण त्या दिवसापासून बळवंतमास्तर बदलला आणि त्याचे देऊळ जवळजवळ सुटले. त्याने माळ्याचे खोपटे थोडे झाडून घेतले व बांबूच्या चिरफळ्यांवर चिखल फासून गिलावा केल्यासारखा केला. त्यामुळे फटीतून चिंबून येणारे बोचरे वारे बरेच कमी झाले. गोदाक्का सकाळी एक डबा ठेवून जात असे. संध्याकाळी ती आपण होऊनच तो डबा उघडून पाही. त्यात काही नसले तर मात्र एका द्रोणात तिच्याकडून भात येत असे. तिने एक चिमणी व काड्याची पेटी आणून ठेवली. तिने स्वतःसाठी काय केले हे तिने बळवंतमास्तराला कधी सांगितले नाही, की त्याने तिला कधी विचारले नाही; पण तिने आपली चटई खोपटात आणून टाकली व जोशी डॉक्टराकडून एक जुनी चादर आणून तिची व्यवस्थित घडी चटईवर ठेवली.

खोपट्याला थोडा आकार आल्यावर मात्र बळवंतमास्तर झपाट्याने कामाला लागला. सकाळी दिसू लागते न लागते तोच तो फावडा व बुट्टी घेऊन मागच्या टेकाडाकडे जाऊ लागला. तेथील माती कराकरा उकरून त्याने माळ्याच्या विहिरीत टाकायला सुरुवात केली. पहिल्या दिवशी त्याने संध्याकाळपर्यंत तीस फेऱ्या केल्या खऱ्या; पण तोपर्यंत त्याच्या खांद्यांची हाडे पिचून गेल्यासारखी होऊन गेली होती व हातांवर पैशापैशाएवढे जळजळीत पोके उठले होते. दुसऱ्या दिवशी चटईवरून उठूच नये असे वाटण्याइतके अंग आंबून गेले, तरी निश्चयाने तो उठला व नेटाने फेऱ्या टाकू

लागला. काही वेळा रस्त्यावर कचऱ्याचे ढीग दिसत दिसत, तेव्हा बळवंतमास्तर ते तेथल्या तेथे बुट्टीत भरून विहिरीत टाकी. हे काहीजणांनी पाहिले व ते मुद्दाम मास्तराला बोलावू लागले. अमूलचंद मारवाड्याने घराभोवती कैक वर्षे साचलेला कचरा बळवंतमास्तराकडून काढून घेतला. मद्दूभटाने आपले परसू स्वच्छ केले आणि पांडू चुरमुरेवाल्याने तर बळवंतमास्तराला सरळ उकिरडाच दाखवून टाकला. एक दिवस मास्तर टेकाडात उकरत असता सिद्राम त्याच्याकडे गेला व त्याने मास्तराचे हात हातात घेऊन त्यांचे तळवे पाहिले. आता खरबरीत तळव्यांवर जाड दड्डे पडली होती.

"मास्तर, वेडा की काय तू?" सिद्राम कळवळून म्हणाला, "अरे, शंभर गाड्या बक्कळ माती टाकल्याशिवाय विहिरीला धूप लागायचा नाही! तुझ्या या कानकोरण्याएवढ्या बुट्टीनं ती भरेल होय? जा, शहाणा असलास तर फावडं आत टाक आणि पड जा गप्प! कशाला जाळत बसलायस रक्त तुझं!"

"तुला तुझं फावडं पाहिजे असेल तर घेऊन जा," बळवंतमास्तराने फावडे त्याच्यापुढे टाकत पोक्तपणाने म्हटले.

"फावडं गेलं खड्ड्यात! पाहिजे तर तूच घे ते कायम. मी तुला कागदावर बक्षीसपत्र करून सही करून देतो!" सिद्राम चिडून म्हणाला, "तू रात्रंदिवस पायांच्या गवतकाड्या नाचवीत विहीर भरणार! ऐका हो ऐका! लोक हो! हा पेद्रू भीम बळवंतमास्तर तीन मिनिटांत विहीर बुजवणार! ऐका!"

बळवंतमास्तराने एक उडी मारली व केळीच्या सोलपटासारख्या दिसणाऱ्या मांडीवर शड्डू मारला. तो म्हणाला, "अरे, तू नुसतं बघत तरी राहा. मी काय उद्याच मरणार नाही. मला माझी दोरी माहीत आहे. दररोज मी पंचवीस फेऱ्या टाकल्या तर वर्षात विहीर भरेल. नाहीतर मी कान कापून देईन!" यावर सिद्रामचे म्हणणे काय आहे हे ऐकण्यासाठी तो सिद्रामकडे आवेशाने पाहू लागला.

परंतु सिद्रामने शरणागती पत्करली. त्याने हताशपणे हात उडवत म्हटले, "कर बाबा काय करतोस ते! तूच एक जगात शहाणा! आम्ही सगळे म्हणजे परटाची गाढवं! मग तर झालं?"

बळवंतमास्तराचे वाचनाकडचे लक्ष कमी झाले. खोपट्यात येऊन पडलेल्या रद्दीतील एखाददुसरा कागद पडल्यापडल्या त्याने चिमणीच्या उजेडात वाचला न वाचला तोच पेंग येऊन डोळे गप्पकन मिटत. त्यामुळे रद्दी आपण होऊन त्याच्याकडे येईनाशी झाली. खोपटाभोवती हुंदडायला जागा नव्हती, म्हणून पोरे खालीच देवळाच्या आवारात राहिली. एकदा वासू मात्र तळवे टेकत इकडे आला होता; पण एके ठिकाणी कमरेएवढा चढ होता. तेथून सरकताना तो घसरून खाली पडला व त्याचे तळवे किसल्यासारखे झाले, तेव्हा त्याचेही येणे बंद होऊन गेले.

पण पंधरावीस दिवसांतच मास्तराचा त्राण संपला. डोके आता दाट चिखल

झाल्याप्रमाणे जड झाले व थोडा खोकला येताच बरगड्या पसरून तुटल्यासारख्या होऊ लागल्या. गोदाक्काने कुठूनतरी गवती चहा आणला, निलगिरीचे तेल आणून छातीला लावले. तिसऱ्या दिवशी ताप निघाला खरा; पण बळवंतमास्तर पिळून टाकल्यासारखा झाला. आज गोदाक्काला चिपटभर वासाचे तांदूळ मिळाले होते व तिने बळवंतमास्तरासाठी वाटीभर आटवल केले होते. ते घेऊन येत असता वाटेत पांडू चुरमुरेवाल्याने तिला हाक मारली व म्हटले, ''मास्तराकडेच निघाला नव्हं? तर त्याला म्हणावं उकिरडा पुन्हा भरलाय. आणखी पाहिजे तर गोठ्यात सुद्धा ढीग काम आहे.'' त्यावर त्याच्या दुकानाजवळ उभी असलेली दोन माणसे हसली. इतकेच नाही, तर जरा अंतरावर झाडू मारीत असलेली, सदा पान चघळत कोणाकडेही पाहून हसणारी सायबी काम थांबवून उभी राहिली व मोठ्याने खिदळत म्हणाली, ''सांगा वो बाई. माझं काम बी तुंबून राह्यलंय नव्हं!''

गोदाक्काला अंगावर एकदम घाण पडल्यासारखे झाले. ''तुझं मढं काढलं ओढून! उंडगी कुठली!'' असे संतापाने पुटपुटत ती पाय आपटत पुढे गेली. तिला एकदम अनावरपणे वाटले, असेच का घडले? अगदी हाताशी आलेला सदाशिवच असा तडकाफडकी का मेला? आज तो असता तर धर्मशाळेत इतरांची मिंधी होऊन राहायची पाळी आपल्यावर आली नसती. त्याच्याऐवजी बळवंतच मेला का नाही?

पण हा विचार येऊन जाताच ती खाडकन भानावर आली व तिला फार शरम वाटली. तिने गालांवर आळीपाळीने बोटे मारून घेतली व तसली पीडा टळावी म्हणून कानांवर बोटे मोडली. ती खोपटात आली, तेव्हा निर्विकारपणे चटईवर पडलेल्या बळवंतमास्तराकडे प्रथम तिला पाहवेना. तिला वाटले, 'माझं मन नासल्यासारखं झालं होते बघ. मी तरी काय करू? भलतंच मनात आलं. माझ्यावर रागावू नकोस. तू माझ्याच ओटीचा आहेस. तू आहेस तसाच मला तू पाहिजेस!'

गोदाक्काने आटवलाचे भांडे बाजूला ठेवले व ती खाली बसली. ती म्हणाली, ''थोडं गरम आटवल आहे. खातोस?''

''आत्ता नको. नंतर बघतो,'' बळवंतमास्तर म्हणाला.

''हे बघ बळवंता, मी एक सांगायला आले आहे,'' ती काकुळतीने म्हणाली. ''माझी शपथ आहे तुला. खणाखणीचं हे काम तू बस्स कर. आधीच तुझं खाणंपिणं बैराग्यासारखं. तसल्यात असली जड कामं होतील होय?''

''सवय नाही म्हणून थोडा त्रास झाला,'' बळवंतमास्तर म्हणाला, ''पण सवय काय होईल हळूहळू. सगळंच कधी ना कधी अंगवळणी पडतंच की नाही? पण एक दिवस ती विहीर भरून तिच्यावरून दोनतीनदा चालल्याशिवाय मी राहणार नाही.''

गोदाक्का म्हणाली, ''मग पावसाळा होईपर्यंत तरी निदान थांब. मग आणखी दोनचार माणसं जमतील. तुलाही मदत होईल.''

बळवंतमास्तर बराच वेळ बोलला नाही. मग तो आपण होऊनच म्हणाला, "बरं पावसाळा जाऊ देत; पण मला माणसंबिणसं कोण नको. तो वसा फक्त माझाच आहे, माझा मी पाहून घेईन."

जाण्यापूर्वी गोदाक्काने तिथली रद्दी व्यवस्थित ठेवली व झाडणीचा मुडगा घेऊन त्यातल्या त्यात केर काढून भरून टाकला. मग चादर झटकून बळवंतमास्तराच्या अंगावर टाकली आणि उरलेली वाळून गेलेली गवती चहाची पाने काळजीपूर्वक गुंडाळून घेऊन ती परतली.

आता एकदोन दिवस संध्याकाळी वारे सुरू झाले होते. टेकाडाला वळसा घालून वारे धावत सुटे. ते प्रथम खोपटावर आदळे, मग पुढे पसरून देवळाकडे जाऊन मोठ्या वडाची पाने खुळखुळवून सोडे. मग एक दिवस आभाळ काळसर होऊन त्यावर पिठाची बोटे पुसल्याप्रमाणे विजा मंदपणे चमकल्या, दोनचार जोराच्या सरी आल्या व आभाळ स्वच्छ झाले; पण तेवढ्यानेच खोपटे थंडगार झाले आणि बोट दाबताच ते किंचित आत जाण्याइतकी जमीन मऊ झाली. त्या पावसाने खड्ड्यावरची झेंडूची झाडे ताडमाड वाढली आणि तुळस एकदम तरारली. त्या झाडांना बोटबोटभर मंजिऱ्या सुटल्या आणि त्यातील बी तेथेच पडून रुजून त्या ठिकाणी तुळशीचे कोवळे रानच्या रान वाढले; पण कोणीही तेथील तुळस खुडली नाही, की एखादे रोपटे उचलून आपल्या अंगणात परसात लावले नाही. रात्री हिंडत गोकर्ण झेंडूची पाने खात, तुळस पायाखाली मोडत हिंडणारी गंगी गाय आता तुळस-झेंडूखाली गेली होती आणि तिची तुळस आता कुणालाच नको होती.

पण थोड्याच दिवसांत एका संध्याकाळी, दुपारी तापून लखलखत असलेले आभाळ पाहतापाहता काळे झाले. वाऱ्याचा जोर एकदम वाढला आणि कोपऱ्यातल्या चार खांबांवर आधारलेले खोपटे रेटल्यामुळे तिरपे होऊ लागले. मग पहिली वीज कडाडली, तेव्हा दोन बोटे जाड रेषा आभाळच तडकल्याप्रमाणे थेट मध्यापर्यंत उमटली, तिला फाटे फुटत गेले, सर्वत्र लालसर प्रकाश उजळला आणि नंतरच्या कडाडण्याने पायाखालची जमीन हादरून ती थरथर बळवंतमास्तराच्या अंगभर पसरली. त्याने वीज प्रकट होताच डोळे गपकन झाकून घेतले, तेव्हा त्याच्या डोळ्यांत तशीच हिरवी रेषा बराच वेळ तरंगली. तो त्या दृश्याने बेभान झाला. तो उठला. त्याने चटई गुंडाळून कोपऱ्यात उभी केली आणि तो खोपट्याच्या दारातच येऊन बसला. पुन्हा तसाच कडकडाट झाला व तोच मृदू पण झपाटलेला प्रकाश त्याच्या अंगावर पडताच बळवंतमास्तर स्वतःशीच हसला. त्याला त्या प्रकाशात दिसलेले देऊळ, आतील निर्जन आवार, घुसळल्याप्रमाणे वाटणारा वड – सारे पुन्हा अंधारात गेले.

आता त्याच्या डोळ्यासमोर टेकाडाएवढ्या लाटांनी उसळलेला समुद्र होता व टिकल्यांएवढी दिसणारी माणसे असलेल्या चार होड्या लाटांना खालून जाऊ देत

हेलकावत पुढे जात होत्या. थोडे दूर गेल्यावर मधूनमधून उडत असलेल्या पाण्याचा कारंजा त्यांना दिसला. त्या ठिकाणी वाट चुकून आलेल्या पर्वताप्रमाणे वाटणारे देवमाशाचे अजस्र शरीर शांतपणे पसरले होते. होड्यांतील कोळ्यांनी काळ्या-चकचकीत तेलकापडाचे कपडे घातले होते व त्यांमधून त्यांचे डोळे मात्र दिसत होते. जवळ येताच त्यांच्या हालचाली एकदम संथ झाल्या आणि देवमाशाजवळ सरकताना त्यांची वल्ही पाण्यातल्या पाण्यातच नीरवपणे हलू लागली. बळवंतमास्तराच्या होडीतील पुढच्या भागात स्वतःच भाल्याप्रमाणे दिसणारा उंच कोळी उभा राहिला व त्याने दोरीला बांधलेला काटेरी टोकाचा भाला मागे पसरलेल्या हाताबरोबर पेलून धरला. होडी किंचित पुढे येताच त्याचे शरीर ताणल्यासारखे झाले. तो किंचित वाकला व साऱ्या सामर्थ्याने त्याने भाला त्या आभाळापर्यंत गेल्याप्रमाणे वाटणाऱ्या शरीरात फेकला. माशाच्या दोन हात चरबी असलेल्या अंगात देखील ती वेदना कोठेतरी जाणवली व त्याने एकदम सुरुंग मारला. सारी वल्ही एकदम झपाटल्याप्रमाणे सुरू झाली आणि दरदरा ओढत नेल्यामुळे होडी पाण्यावर सुसाट वेगाने निघाली. रिंगणाचा दोर इतक्या वेगाने उलगडू लागला, की ओलसर लाकडातून हात भाजणाऱ्या वाफा निघू लागल्या. मासा श्वासासाठी पुन्हा वर आला, त्या वेळी पाणलोटाप्रमाणे त्याच्या पाठीवरून पाणी ओघळले व एक होडी त्या प्रवाहात उलटी होऊन तिच्यातील काळ्या टिकल्या पाण्यात नाहीशा झाल्या. माशाच्या राक्षसी शेपटीच्या तडफडण्याने लाटा उसळल्या. तिचा एक तडाखा दोन होड्यांवर पडताच दोन्ही होड्यांच्या चिरफळ्या हवेत उडाल्या व सगळीकडे फेकल्या गेल्या. ते भीषण दृश्य पाहून पहिल्या होडीतील दोघांचे अवसान गळाले. वल्ह्यांसकट त्यांनी पाण्यात वेड्यावाकड्या उड्या टाकल्या आणि पांढरट, पिसाळलेल्या पाण्यात ते नाहीसे झाले.

"त्याची काही चूक नाही. वीस वर्षं मी दर्यावर शिकार करतोय; पण असला राक्षसी मासा मी पाहिला नाही आणि इतका चवताळलेला मासाही पाहिला नाही," उरलेला एकटा तो कोळी म्हणाला.

"म्हणूनच त्याची शिकार करण्यात अर्थ आहे," बळवंतमास्तर शांतपणे म्हणाला, "शिकार हा केवळ धंदा नाही, तर तो एक धर्म आहे. दिव्य आहे –"

पण त्याचे पुढचे शब्द तसेच राहिले. समोरच देवमाशाचे उघडे तोंड उसळीने वरवर चढले आणि खडकात कोरलेल्या गुहामंदिरातील खांबांच्या रांगा दिसाव्यात त्याप्रमाणे त्याचे पिशाच्च दात दिसले. आता त्या उंच कोळ्याचे पायच गेले व तो उडी टाकण्यासाठी वळला. बळवंतमास्तराने त्याला आवरण्याचा प्रयत्न केला; पण त्याला बाजूला ढकलून कोळी पाण्यात गेला. मग एकच वल्हे हलवत बळवंतमास्तराने होडी वेगाने बाजूला घेतली आणि मासा प्रचंड वर्तुळाने अगदी जवळून गेला. आता त्याने दुसरा भाला उचलला आणि अगदी जवळून माशात फेकून तत्काळ मागचा चाप

ओढला. हा भाला पोकळ असून त्याच्या पुढील भागात सुरुंगपूड भरली होती. क्षणभर काही झाले नाही; पण नंतर अस्पष्ट धाडदिशी आवाज झाला आणि माशाचा एक तुकडा रक्त टाकीत बाहेर पडून पाण्यात आदळला. पुन्हा दोरी सरसरत गेली व छातीवर आदळलेल्या लाटांच्या पाण्याने त्याचे डोळे बंद झाले. इतका वेळ हाच क्षण पाहण्यासाठी अधीर होऊन उसळल्याप्रमाणे वाटणाऱ्या लाटा आता विरल्या आणि समुद्रही साचलेल्या तवंगाप्रमाणे चकचकीत जाड झाला. दोरीचा ताण आता सैल झाला, कारण रेघारेघा असलेले पांढरे पोट कुशीवर दाखवीत देवमासा तिरपा पालथा झाला होता आणि तेथील मोठ्या कोनाड्याएवढ्या भगदाडातून लाल रंगाच्या लांब चिंध्या लोंबत होत्या. बळवंतमास्तराने होडी मागे वळवली. दूर अंतरावर त्याचे जहाज उभे होते. तेथील वरच्या भागावर आता अनेक कंदील हलू लागले होते. आता एक होडी खाली उतरली व कंदील घेऊन दोन माणसे इकडे येऊ लागली. आल्यावर त्यांनी सोबत आणलेले दोराचे टोक माशाच्या शेपटीला बांधले. खुणेसाठी त्यांनी कंदील हलवताच जहाजाकडून दोर ओढला जाऊन माशाचे धूड हळूहळू तिकडे सरकू लागले. बळवंतमास्तराने आपली होडी जहाजाला लावली व तो दोरशिडी चढून वर आला. त्याला पाहताच सारेजण अत्यंत अदबीने बाजूला झाले व त्याच्याकडे पाहू लागले; पण देवमासा एकहाती मारणे हे काही विशेष महत्कृत्य नसून ते आपले एक साधे कर्तव्यच होते, असले शौर्य म्हणजे केवळ आपला एक स्वभावच आहे, अशा बेफिकिरीने बळवंतमास्तर पुढे गेला; परंतु तो लगेच थबकला. कप्तानाची खोली होती होती तिथे उंचावर प्रकाश होता व त्या ठिकाणी ती उभी होती. तिच्याच अंगातून प्रकाश येत असल्याप्रमाणे तिच्याभोवती मृदू प्रकाशाचे वलय होते. तिने पायापर्यंत पोचणारे, गळ्याशी बांधलेले राजवस्त्र खांद्यावर टाकले होते. तो जवळ येताच तिने वस्त्राची गाठ सोडली. तेव्हा ते झगझगीत रेषांनी तिच्या पावलाभोवती पडले. लालसर कमळाच्या कळीत वीज भरल्याप्रमाणे दिसणारे तिचे उघडे हात व मांड्या स्पष्ट झाल्या. तिने लालसेने अंगाशी बिलगलेले हिरवे अर्धवस्त्र घातले होते व त्यावर हजार चांदण्या चमकत होत्या. ती बळवंतमास्तराशी बोलली नाही; पण तिने मान हलवताच तिचे सोनेरी केस हलले. तिचे कोरीव लाल ओठ पसरले आणि ती त्याच्याकडे पाहून झगझगीत हसली...

ती देखील एकदा बळवंतमास्तराकडे पाहून हसली होती. झोपाळ्याची कामे बहुधा खेळाच्या शेवटी असत. ती झाल्यावर ती आपल्या लहान तंबूत आली की तिला ताबडतोब आपल्या निळ्यापिवळ्या पाखरांचा पिंजरा समोर लागे. मग त्यांच्याशी खेळत त्यांना काहीतरी खाणे देत तिचा चहा होत असे. तिच्या साऱ्या सवयी अत्यंत आतुरतेने टिपून घेतलेल्या बळवंतमास्तराला हे माहीत होते. ती आत जाताच एकदा त्याने न सांगता लगबगीने पाखरांचा पिंजरा आणला व नम्रपणे दारातूनच तिच्यापुढे

केला. तिने त्याला खुणेनेच आत यायला सांगून पिंजरा टेबलावर ठेवण्यास सांगितले. मग तिने झटक्याने सोनेरी केस हलवले. त्याच्याकडे पाहत ती असेच झगझगीत मादक हसली होती. चांदण्या चमकत असलेला आवळ हिरवा पोशाख... ते धुंद गोरे हात...

पण आता आभाळ तर गडद काळे झाले होते. वारा किंचित थकला होता; पण अद्याप वड मात्र अंगात आल्याप्रमाणेच फडफडत होता. थोड्याच वेळात, काही दिवसांपूर्वीची सर म्हणजे केवळ टेहेळणीसाठी पाठवलेल्या क्षुद्र दासाप्रमाणे वाटावी अशा जोराने पाऊस सुरू झाला. पावसाच्या धारा जाड दोराप्रमाणे दणादणा आदळू लागल्या. भोवताली ओहोळ सुरू झाले व वेगाने विहिरीकडे धावू लागले. वाऱ्याबरोबर पाण्याचा शिडकावा मास्तराच्या अंगावर होऊ लागला. पण तो तसाच दारात बसून होता आणि खुळ्या डोळ्यांनी आभाळाकडे पाहत होता. थोड्याच वेळात पुन्हा लख्खन जांभळा प्रकाश पसरला. चिटपाखरू नसलेले देवळाचे आवार क्षणभर अंधाराबाहेर आले, ठिकठिकाणी साचलेली डबकी आरशाच्या लहानमोठ्या तुकड्यांप्रमाणे चमकली आणि दुसऱ्याच क्षणी एक पाऊल पुन्हा मागे सरकल्याप्रमाणे सारे अंधारात गेले.

समोरचा सपाट प्रदेश अशाच पण जास्त धगधगीत प्रकाशाने भरला होता. समोर काही अंतरावर एकमेकांवर चढत गेलेल्या सात बुरुजांचा एक प्रचंड दुर्ग होता. अगदी वरच्या बाजूला एका मनोऱ्यात अरुंद उंच नक्षीदार खिडकीत मात्र पिवळा प्रकाश दिसत होता. बळवंतमास्तराने घोड्याचा लगाम खेचताच घोड्याची गती कमी झाली. वादळवाऱ्याप्रमाणे धावल्याप्रमाणे घोड्याचे अंग ओलसर निथळत होते आणि शुभ्र फेसासारखी आयाळ अधीर लाटेप्रमाणे थरथरत होती. तो निःशब्द अंधारात पुढे जाऊ लागताच दुर्गाकडे जाणाऱ्या दगडी रस्त्यावर घोड्याच्या पावलांचा तेवढा आवाज होऊ लागला. तो भव्य प्रवेशद्वारापाशी येताच थबकला. कारण आता हिरवट झगझगीत चिलखत-शिरस्त्राण घातलेल्या एका भव्य रक्षकाने रस्ता अडवला होता. त्याच्या हातात रुंद पात्याची तलवार होती. तिच्यावर एकदा विजेचा प्रकाश पडला होता; पण मूळ वीज नाहीशी झाल्यावर देखील तो प्रकाश पोलादातच बंदिस्त झाल्याप्रमाणे ती तलवार तेजाळ दिसत होती.

"तू बाजूला हो, मला आत जायचं आहे," बळवंतमास्तर म्हणाला. त्यावर रक्षक ढगाच्या गडगडण्याप्रमाणे हसला व त्याची तलवार प्रत्यक्ष विजेप्रमाणेच चमकली. रक्षक म्हणाला, "सिंहाचा मुखवटा फोडून तिच्या मुक्ततेसाठी तिची मोहनिद्रा घालवणारा माणूस अद्याप जन्माला यायचा आहे!" रक्षकाने उजव्या बाजूला हात दाखवला व म्हटले, "तो ढीग पाहिलास? तुझ्याचप्रमाणं आत जाण्याची मूर्ख इच्छा बाळगून आलेल्या माणसांच्या कवट्यांचा तो ढीग आहे! त्यात आता आणखी एका कवटीची भर पडणार इतकंच."

"तो माणूस जन्मला आहे, इतकंच नव्हे तर आत्ता तो तुझ्यापुढंच उभा आहे!" बळवंतमास्तर धीटपणे म्हणाला, "ढिगात एका कवटीची भर पडणार हे निश्चित; पण ती कुणाची असणार, तुझी की माझी, एवढाच आता प्रश्न आहे."

त्यावर रक्षकाने आपला अजस्र भाला उचलला. विजेची वाकडी रेषाच त्याने आपल्या बलवान हातांनी दाबून सरळ करून घेतल्याप्रमाणे त्याचा भाला तेजस्वी होता. त्याने फेकलेला भाला घोड्याच्या पायाजवळच जमिनीत घुसला. घोडा संतापाने मागच्या पायांवर उभा राहिला व त्याच्या डोळ्यांत अंगार दिसला. त्याची आयाळ डिवचलेल्या सर्पासारखी उसळली आणि त्याच्या शरीरातील ईर्ष्येची धग बळवंतमास्तराच्या अंगात पसरली. त्याने घोड्याला इशारा देताच तो शुभ्र वाऱ्याप्रमाणे धावला. मास्तराने आपली तलवार काढली व रक्षकाच्या डोक्यावर प्रहार करताच ती त्याला चिरत गेली. रक्षकाची निर्जीव शकले जमिनीवर पडली. तो दुर्गाच्या प्रवेशद्वाराजवळ येताच दरवाजा आपोआप उघडला. आत वळसेवळसे घेत वर गेलेला संगमरवरी जिना होता व त्यावरून मंद प्रकाशाचा प्रवाह खाली उतरत आहे असे वाटत होते; पण जिन्याच्या दोन्ही बाजूंच्या अंधारात मात्र मोठी काळसर हिरवी पाने असलेल्या रानवेली वाढल्या होत्या व त्यांच्यात ढालीएवढी कोळिष्टके होती. त्याने आत पाऊल टाकताच काळ्या लांब पंखांचे पक्षी पंख फडफडावीत वेलींत गेले, निखाऱ्यासारख्या डोळ्यांचे कोळी मागे सरले आणि जिन्याच्या दोन्ही बाजूंना असलेल्या सुबक खांबांपैकी एकावर वेटोळे घालून असलेला पांढऱ्या ठिपक्यांचा अजगर लांबट संथपणाने उतरून अंधारात तोंड ओढत मागच्या मागे नाहीसा झाला.

बळवंतमास्तर तीनशे पायऱ्या चढून पिवळाधमक प्रकाश असलेल्या खिडकीपाशी आला. त्या ठिकाणी तो विस्मयाने थांबला. तेथे स्फटिकाच्या पारदर्शक भिंती होत्या व त्यांवर मध्यभागी जीभ बाहेर काढलेल्या सिंहाचा उग्र मुखवटा होता. आतल्या बाजूला सोनेरी वस्त्राने आच्छादलेला चबुतरा होता व त्याच्यावर दोन्ही हातांनी फुलांचा गुच्छ छातीशी धरून राजकन्या निद्रित दिसत होती. तो क्षणभर दाराजवळ थांबला व तिच्या चेहऱ्यावरील तलम वस्त्रातून दिसणाऱ्या शांत रेखीव चित्राकडे पाहत राहिला. नंतर त्याने तलवारीने सिंहाच्या मुखवट्यावर प्रहार केला. त्या आघाताने मुखवट्याचे तुकडे झाले, तेव्हा सारा प्रासाद हादरून थरथरला. आत रत्नपात्रात निळसर ज्योती उमटल्या. मागून मधुर संगीताचे स्वर ऐकू येऊ लागले आणि तो फुलांचा गुच्छ दीर्घकाळपर्यंत साठत आलेल्या लालसेने जागा झाल्याप्रमाणे सर्वत्र सुगंध पसरला. हळूहळू उमलू लागल्याप्रमाणे राजकन्येचे डोळे उघडले व फुलांचा गुच्छ घेऊन ती उभी राहिली. त्याने तिच्यासमोर गुडघे टेकले व आडवी तलवार तिला नजर करीत नम्रपणे अभिवादन केले. तिने अंगावरील रेशमी वस्त्र दूर करताच टिकल्या बसवलेल्या निळ्या वस्त्रात आग्रहाने बसवलेल्या धुंद शरीराचा उभार स्पष्ट झाला व ती हसली. तिने फुले त्याच्याकडे फेकताच

त्याने ती कृतज्ञतेने झेलली. मग उष्ण रक्तामांसाचे एक गीत नीरवपणे प्रकट होऊन विरून जावे त्याप्रमाणे ती मागच्या बाजूला असलेल्या पायऱ्या डौलाने चढत काळ्या पडद्याआड निघून गेली. त्याने फुलांचा उत्कट वास घेतला. गुलाबांचा तालेवार मिजाशीचा गंध, त्याला जाईच्या फुलांच्या कोमल वासाची पद्मिनी कलाबतू... परंतु ओंजळभर शीतल रत्नांत तापलेल्या सोन्याच्या नाण्याचा स्पर्श जाणवावा, त्याप्रमाणे त्याला त्या वासात देखील जाणवला तो तिच्या गोऱ्या, उभार उराचा प्रत्यक्ष गंध...

तिने देखील असेच एकदा फुलांचा गुच्छ त्याच्याकडे फेकून हसून पाहिले होते. असाच निळा चमक्यांचा पोशाख तिचे हात व मांड्या यांच्यामध्ये अंग झाकत, पण त्याचा आकार अत्यंत स्पष्ट करीत दिमाखाने चमकत होता. त्या दिवशी कोणी विशेष पाहुणे प्रेक्षक म्हणून आल्याने आपल्या झोपाळ्यावरील कामात तिने थोडा बदल केला होता. तंबूच्या मध्यभागी दोन झोपाळ्यांमध्ये एक मोठे लोखंडी वर्तुळ टांगले होते व त्याच्याभोवती चिंध्या पेटवल्या होत्या. अगदी वरच्या झोपाळ्यावरून तिने मत्स्यकन्येप्रमाणे अंग वळवून खाली झेप घेतली आणि तिची झगझगीत रेषा नेमकी त्या वर्तुळातून ओवल्याप्रमाणे खाली निघून खालच्या झोपाळ्यावर सहजपणे स्थिर झाली. साऱ्या तंबूवर टाळ्यांचा कडकडाट झाला; परंतु भयाने बधिर होऊन दारातच बाजूला उभ्या राहिलेल्या बळवंतमास्तराचे हात मात्र हलले नाहीत. मग पाहुण्यांनीच तिला फुलांचा गुच्छ भेट दिला. पडद्यातून जाताना तिने खेळकरपणे तो बळवंतमास्तराकडे फेकला व ती निघून गेली. त्या वेळी देखील ती हसली होती. कदाचित केवळ बळवंतमास्तरासाठीच. त्याने पाकळ्या वाळून कोळ होईपर्यंत ती फुले जपून ठेवली होती आणि एक दिवस त्याच्या परोक्ष कुणा आडदांडाने तो गुच्छ कचरा म्हणून फेकून दिला होता...

बळवंतमास्तर खिळलेल्या डोळ्यांनी पाहत बसला होता. आता तर सगळीकडेच भयाण अंधार भरला होता. त्यात देवळाच्या आवारातील कंदिलाच्या प्रकाशाचा पिवळा थेंब तेवढा दिसत होता आणि तो सारखा हलत होता. पावसाच्या धारा बोटभर जाडीच्या वाटू लागल्या होत्या. आता बळवंतमास्तराचे अंग पुरे भिजले होते आणि काकडून कापू लागले होते. त्याने गुडघे अगदी जवळ घेतले व त्यांच्याभोवती हात गुंडाळून अंग आखडून घेतले. वडाची पाने आता असहायपणे विव्हळत असल्याप्रमाणे वाटत होती. वारा आता पिसाटल्यासारखा झाला व त्याच्यात आता गंगीच्या शेवटच्या ओरडण्याची आर्तता ऐकू येऊ लागताच बळवंतमास्तर एकदम व्याकूळ झाला.

देवळातील कंदील सारखा हलत होता. तो मध्येच खाली उतरला व बळवंतमास्तराकडे येऊ लागला. ते पाहून मास्तर चमकला व अंग आवळीत मोठ्या डोळ्यांनी पाहत राहिला. थोड्या वेळाने कंदील अगदी जवळ आला, तेव्हा त्याला

गोदाक्काचे उघडे पाय व चिखलाने भरलेली पावले दिसली. दोन गोणपाटांची शिवलेली कुंची डोक्यावर टाकून ती आली होती; पण येथे येईपर्यंतही भिजून गेली होती. बळवंतमास्तराला दारात बसलेले बघून ती म्हणाली, ''हे रे काय अभंड, बळवंता! वेडा की काय तू? नुकताच ताप उतरलाय आणि तू खुशाल सरळ पावसात बसतोस की!''

तिने त्याला आत ढकलले व चटईवर बसवून त्याचे अंग पंच्याने घसाघसा पुसले. बळवंतमास्तर निर्विकारपणे बसून होता. तिने पंचा झटकला आणि पसरून दोरीवर टाकला. मग ती गाईप्रमाणे पाय दुमडून त्याच्यापुढे बसली व समजावणीच्या स्वरात म्हणाली, ''असं कसं करतोस तू अकरीत काहीतरी? आज देशपांड्यांच्या काकूंनी एक जुना गळपट्टा दिलाय. हिरवा-पिवळा आहे. एकदोन ठिकाणी भोकं पडली आहेत; पण तसा चांगला घट्ट आहे. थोडा मळला आहे; पण उद्या सकाळी मी तो धुऊन देते. तो तरी निदान वापर गळ्याभोवती, छातीला गरम राहील. हे बघ बळवंता, माझं ऐक, आज एक दिवस माझ्या खोलीत झोप. बघतोस नव्हं कसल्या भयाण विजा चमकत आहेत त्या? तू पायाळू आहेस म्हणून काळीज फाटतं बघ, चल येतोस?''

बळवंतमास्तराने न बोलता मान हलवली व तो शून्यपणे दारातून बाहेर पाहू लागला. तिने आपला हात झिडकारला व म्हटले, ''कसला तुझा हट्ट देव जाणे! मग निदान दार बंद करून तरी झोप. तुला गरम पाणी वगैरे काही पाहिजे का?''

बळवंतमास्तर गप्पच राहिलेला पाहून मात्र ती हताश झाली व उठली. कंदील घेऊन ती निघाली तेव्हा तिचे काड्यांसारखे पाय आणि विरलेली ओली पावले तेवढी प्रकाशात दिसली. या अंधारात आपले अंगच कोठेतरी हरवले आहे असे वाटून ते शोधीत असणाऱ्या एखाद्या मोठ्या पक्ष्याप्रमाणे ती दिसत होती. कंदील दूरदूर गेला व किंचित खाली उतरून देवळाच्या आवारात गेला.

आणि पुन्हा पूर्वीप्रमाणे पिवळसर प्रकाशाचा ठिपका घेऊन इकडून तिकडे हलू लागला.

गोदाक्का गेल्यावर बळवंतमास्तराने दार उघडले व तो पुन्हा दारात येऊन बसला. पावसाच्या धारा वाऱ्याने एकदम तिरप्या झाल्या आणि त्याच्या शहारलेल्या अंगावर पाण्याचा पुन्हा शिडकावा झाला. पुन्हा डोळे दिपवणारा लखलखाट झाला. देवळाचे गोपुर, त्याच्याहीपेक्षा उंच वाढलेला वड यांच्यापासून खोपटाच्या बरोबर वर सारे आभाळ दिवसाप्रमाणे स्पष्ट झाले व त्या लाल प्रकाशात आवारातील फरशीच्या रेघोट्या देखील दिसून गेल्या. रात्रीने क्षणभर उघडलेला डोळा पुन्हा मिटला. मागून दूर कोठेतरी एखाद्या पर्वताचा कडा कोसळल्याप्रमाणे आवाज झाला आणि त्याच्यात पावसाच्या धारा सुद्धा स्तब्ध झाल्या; परंतु पुन्हा सारे शांत होताच त्यांनी आपला आवाज शोधून काढला व त्या निर्भयपणे खाली उतरू लागल्या.

बळवंतमास्तराच्या डोळ्यांसमोरून घोगरेपणाने ओरडणारी रात्र नाहीशी झाली व तिच्याबरोबर रांगोळीतील ठिपके पुसल्याप्रमाणे देऊळ, त्याचे आवार, तेथे घुमणारा वड – सारेच अदृश्य झाले. आता समोर आभाळाच्या उरात रुतत गेल्याप्रमाणे उंच गेलेले हिमाच्छादित शिखर होते. येथून हात वर केला तरी त्याचे टोक मोडून एक तुकडा हातात घेता येईल इतके ते जवळ वाटत होते आणि तेथे पाऊल ठेवले की जगातील अत्युच्च शिखर मानवाच्या पायाखाली येणार होते; पण अद्याप हजार फुटांचा उभा निसरडा प्रवास समोर होता. त्याने आपल्या सहकाऱ्यांकडे पाहिले. एकाचा जेवढा दिसत होता तेवढा चेहरा सुजून मेलेल्या माशाप्रमाणे पांढरा फटफटीत दिसत होता आणि पाठीवरील सामान न काढताच तो पालथा पडला होता. उरलेले दोघे बाजूलाच अरुंद वाटेवर खडकाला टेकून उभे होते.

"आता माझ्याच्यानं एक पाऊल उचलवत नाही. माझा त्राण संपला," एकजण म्हणाला.

"मला वाटतं, आपण इथूनच परत फिरावं. आता झटकन रात्र पडेल आणि आज जर कालच्याप्रमाणंच हिमवादळ झालं, तर त्यात रात्र काढण्यापेक्षा मी या कड्यावरून खाली उडी मारणं पसंत करीन," दुसरा निश्चयाने म्हणाला.

बळवंतमास्तराने समजूतदारपणे मान हलवली. काल तो महान पर्वतच घुसळून जात असल्याप्रमाणे वादळ चवताळले होते आणि या ठिकाणी येऊ पाहणाऱ्या सगळ्या उद्धट मानवांवरचा राग आता तावडीत सापडलेल्या या थोड्यांवर काढत होते. सगळीकडे मेल्या जगावर कफन उलगडल्याप्रमाणे फिकट वातावरण होते. जणू वादळाला आपण दिसू नये म्हणून ही सात माणसे अंग लहान करून प्रकाशाची वाट पाहत थांबली होती. रात्रीच्या वेळी एकदम गडगड आवाज सुरू झाला व वरून खाली येतायेता तो समुद्रगर्जनेसारखा झाला. सारी हवा अतिथंड; पण त्यामुळेच हाडांत आग पेटवणाऱ्या पांढऱ्या धुळीने भरून गेली. आवाज घुमघुमत खालच्या दरीत विरला. हवा थोडी निवळल्यासारखी झाली; पण त्याचे तीन सहकारी फुंकून टाकल्याप्रमाणे नाहीसे झाले होते व त्यांनी आडोशासाठी बांधलेल्या कापडाची दोरी मात्र खडकात ठोकलेल्या खिळ्याला धरून हातभर आयुष्याने राहिली होती. आता सोळा सहकाऱ्यांपैकी तिघे राहिले होते आणि त्यातही एकाचे आयुष्य त्या दोरीएवढेच उरलेले दिसत होते.

परंतु आता त्याच्यावर मात्र ईर्ष्येची धुंदी चढली होती. इतक्या जवळ आल्यावर आपल्याकडे कुत्सितपणे पाहत असलेल्या शिखराला पाठ दाखवणे त्याला कमीपणाचे वाटले. तो शांतपणे म्हणाला, "तुमचं म्हणणं खरं आहे. खाली नेईपर्यंत तो टिकणार नाही; पण तुम्ही त्याला घेऊन परत जा. तुम्ही माझ्याबरोबर फार सहन केलंत. माझ्यासाठी आपला जीव पणाला लावलात. पण या क्षणापासून तुम्ही मुक्त आहात. तुम्ही परत फिरा."

एकाला विस्मयाने बोलता येईना. काही वेळाने तो म्हणाला, ''आणि तू? तू एकटाच पुढं जाणार? वादळात तू गवताच्या काडीसारखा होशील. आताच शिखर काळवंडू लागलं आहे. रात्रीपुरता देखील कुठे आडोसा नाही. आणि तशात तू एकटा जाणार!''

बळवंतमास्तराने खांद्यावरील पट्ट्यात बोटे फिरवीत पाठीवरील ओझे सैलावून घेतले व तो म्हणाला, ''तुम्ही इतकी सरळ माणसं आहात! तुमच्यासारखे सहकारी मला मिळाले, हा माझ्या आयुष्यातला सर्वांत मोठा आणि बहुधा शेवटचाच आनंद आहे. पण मी काय म्हणतो हे तुम्हांला पटणार नाही. कदाचित समजणारही नाही. मी स्वभावानं एक जुगारी आहे. एकएक सावध पाऊल टाकत, मागंपुढं पाहत, क्षण मोजत, कातडीला एक ओरखडा देखील काढणार नाही एवढं पोटापुरतं यश घेऊन बसण्याचा माझा स्वभाव नाही. पत्त्याचं एक नेमकं पान उलटण्यावर सारी जिंदगी पणाला लावणाऱ्याचा माझा पिंड आहे. मला हवं असलेलं जर पान उलटलं तर साऱ्या आभाळातली चांदण्यांची उधळण मी अंगावर घेईन. नाहीतर मी कुत्र्यापेक्षाही कंगाल होईन. याचसाठी मी एकटाच पुढं जाणार आहे. इथं निवाऱ्याला जागा नाही तरी चिंता नाही. कारण आता मला जी विश्रांती मिळेल ती शेवटचीच आणि आपल्याला शेवटच्या विश्रांतीसाठी कसली जागा मिळेल याचा विचार करण्याचा क्षण केव्हाच नाहीसा झाला आहे. जर सकाळी मी तुम्हांला शिखरावर दिसलो तर तुम्हांला देखील फार अभिमान वाटावा. कारण तुमचं साहाय्य नसतं तर मी इथपर्यंतही येऊ शकलो नसतो. उलट मी जर दिसलो नाही तर आपला संबंध एवढाच होता असं समजा. पण मला जरी यश मिळालं नाही तरी शेवटच्या क्षणी देखील मला अभिमान वाटेल, की निदान तुमच्यासारखे चोख धैर्याचे मित्र मला आयुष्यात लाभले. आता मात्र आपले मार्ग वेगळे आहेत.''

त्याने दोन सहकाऱ्यांच्या खांद्यावर हात थोपटले व किंचित वाकून तिसऱ्याकडे पाहिले; पण तेथे डोळ्यांत हालचाल दिसली तरी ओळखीची चमक दिसली नाही. त्याने एक निःश्वास सोडला व तो वर जाण्यासाठी वळला.

आता पुढे खिळ्यांना आधार देण्यासाठी मोठा खडक नव्हता आणि चाचपडत सरकताना बोटांना नेट सापडत नव्हता. आता एकदम अंधारू लागले. त्याने मध्येच थांबून मागे वळून पाहिले. त्याच्या दोन सहकाऱ्यांनी कापडाची झोळी करून तिच्यातून तिसऱ्याला खाली सोडले होते व ते सावकाश, खडकाचा आधार घेऊन खाली उतरत लहानलहान होत होते. त्याला वाटले, आता मात्र मागचे बंध सुटले. आता आपण व शिखर यांच्यामध्येच शेवटचा डाव उरला. त्याने चिंबून गेलेली हाडे सावरली; पण आता त्याला स्वतःचे भान सुटले होते. एका ठिकाणी लहान खडकाच्या नळकांड्यात दोन्ही बाजूंना पाय रेटत तो केव्हा वर चढून आला आणि सरपटत केव्हा शिखरापर्यंत पोचला याची त्याला स्वतःलाच स्मृती नव्हती. शिखराजवळच्या रुंद जागेवर तो उभा राहताच शेवटचे पीस असल्याप्रमाणे दिसणारे उरलेले शिखर त्याच्या खांद्याला लागले. त्याने

हाताच्या एका झपाट्याने वर साचलेल्या हिमाचे वीतभर टोक झटकून टाकले आणि तसे करताना या दुर्गम शिखराची शान आपण वीतभर उतरवली या कल्पनेने त्याला फार समाधान वाटले; पण आता अद्याप न जाणवलेले श्रम उफाळून आले व एक श्वास घेताघेता छातीत निवडुंग उगवत असल्याप्रमाणे वेदना होऊ लागल्या. त्या ओझ्याखाली तो कोसळणार होता, तोच त्याचे शरीर एकदम ताजे झाले. वाऱ्याच्या झुळुकीबरोबर तोच परिचित, धुंद रक्ताचे लाल उष्ण मद्य करणारा सुगंध येऊ लागला होता. त्याने डोळे ताणून समोर पाहिले. शिखराच्या शुभ्र रेषेजवळच समोर एका हातावरच त्याहीपेक्षा शुभ्र वस्त्र असलेली, सोनेरी केस वाऱ्यात हलत असलेली ती उभी होती. तिच्या बाह्य तलम वस्त्रातून तिची गोरी काया निर्लेप दिसत होती. आता तिचे आतील वस्त्र लालभडक मखमलीचे होते आणि ते उघड्या हातांचा, मांड्यांचा डौल घेऊन भरजरी फुले मिरवत होते.

बळवंतमास्तर उभा राहिला आणि म्हणाला, ‘‘मी हे शिखर जिंकलं आहे. ते भाग्य मिळवणारा मीच पहिला मानव आहे. ते मी तुला अर्पण करण्याची प्रतिज्ञा केली होती. त्यासाठी मी आलो आहे.’’

तिने आपला चेहरा पूर्णपणे त्याच्याकडे वळवला. तिचे सोनेरी केस किंचित हलले व पुन्हा गौर, रेखीव मानेवर स्थिर झाले. ती म्हणाली, ‘‘तू आला आहेस हे मला माहीत आहे; पण मला तुझी भेट नको. कारण तू भेकड आहेस, हिणकस आहेस.’’

सारे शरीर नासल्याप्रमाणे तो स्तब्ध झाला. काही क्षणांनी त्याने धीटपणे म्हटले, ‘‘मी भेकड? ज्याच्यासमोर होडी ढकलण्याचं धैर्य सागरावर जन्मलेल्या, सागरातच मरणाऱ्या कोळ्यांत देखील नव्हतं, तो देवमासा मी भाल्यानं मारला. कवट्यांचा ढीग रचणाऱ्या त्या काळपुरुषाची मी एका प्रहारानं शकलं केली, शेकडो जणांचा बळी घेणारं हे अप्राप्य शिखर मी हस्तगत केलं. तरी देखील मी भेकड?’’

‘‘ते सारं मी पाहिलं आहे; पण तुझं धैर्य ठराविक साच्यातलं, शिळ्या पुराणपठडीतलं आहे. रंगीत चित्र घेण्यासारखं ते केवळ अगदी गावठी आहे. खरं बावनकशी धैर्य दाखवण्याचा एकच प्रसंग तुझ्या क्षुद्र आयुष्यात आला होता आणि तू तो दारिद्र्याला दिलेल्या सोन्याच्या नाण्याप्रमाणं हरवून बसलास! तू त्या गाईला कधीच मदत केली नाहीस.’’

त्या आरोपामुळे तो व्यथित तर झालाच; पण त्याला थोडा संतापही आला. तो म्हणाला, ‘‘जे करता येण्याजोगं होतं ते सगळं आम्ही केलं; पण ती मान मोडून अशीच अडकून पडली की तिला दोर देखील आम्हांला घालता येईना. मी सारी रात्र तिथंच बसून होतो. मी त्या दिवशी पाण्याचा घोट देखील घेतला नाही. यापेक्षा काय केलं असता तिला मी वाचवू शकलो असतो?’’

‘‘ती गाय आपल्याला तू वाचवावंस म्हणून ओरडत नव्हती, तर तू तिला सोडवावंस म्हणून हंबरत होती, ही साधी गोष्ट तुला कधी समजली नाही. अनेकदा आयुष्यात असा

एक क्षण येतो, की त्या वेळी आपण इतरांची मदत मागतो ते त्यांनी आपलं संकट कमी करावं म्हणून नव्हे, – कारण त्या वेळी इतरांची मदत आपल्याला तशी उपयोगी पडण्याच्या अवस्थेपलीकडेच गेलेली असते – तर त्यांनी आपल्याला नाहीसं करून वेदना नाहीशा कराव्यात, आपल्याला मुक्त करावं म्हणून आपण त्यांच्याकडे धावतो. गाईचा आवाज केवळ तुझ्यासाठीच होता हे तुला आतड्यात जाणवलं नाही? तू यावंस आणि गळ्यातली शीर चिरून आपल्या वेदना संपवाव्यात म्हणूनच ती रात्रंदिवस आक्रंदत होती.''

''मी त्या गाईला चिरणार?'' तो चकित होऊन म्हणाला, ''मी जसा आहे तसाच मला स्वीकारणारा तो मूक प्रेमळ जीव! मी तिची हत्या कशी करणार?''

''त्याच ठिकाणी तुझं खरं धैर्य दिसलं असतं. अरे, तिच्याविषयी निर्विकार असताना एखाद्या खाटकानं देखील तिची हत्या केली असती; पण जे अतिशय जिव्हाळ्याचं असतं, त्याची देखील स्वतः हत्या करण्याचे प्रसंग आयुष्यात येतात आणि अपार प्रेम असतं म्हणून अशा जीवघेण्या प्रसंगी हत्या करावी लागते. असा हा एकच क्षण तुझ्यासमोर आला होता आणि नेमक्या त्याच वेळी तू भेकड, भेंडाळलेला निघालास.''

''पण एका साध्या गाईच्या प्रसंगानं तू माझी परीक्षा करणार की काय?'' त्याने अस्वस्थपणे विचारले.

''साधी गाय?'' ती त्वेषाने म्हणाली, ''मग तुझ्यासारख्याच्या आयुष्यात काय चंद्रसूर्य येऊन एकमेकांवर आदळतील, की वीज तुझ्या घरचं पाणी भरायला विहिरीचा दोर होईल? आणि ती गाय साधी नव्हती. मी तिच्या कपाळावर तळवा उमटवला होता हे तू कधी पाहिलं नाहीस?''

आता जणू त्याच्याशी बोलणेच संपले अशातऱ्हेने तिने खांद्यावरील वस्त्र काढले व बाजूला टाकले. त्या आतूनही दिसणारे तिचे अवयव आता तर अत्यंत उन्मादकरित्या उघड झाले. तिच्या उरावरील उभारात चमकणाऱ्या रेषांत आता प्रकाश देखील अत्यंत अधीर, आसक्त झाल्याप्रमाणे चंचल झाला होता. तिच्याकडून येणारा सुगंध जास्तच गडद झाला. तिने मानेवरील केसांचा फणा जणू समोर आरसा असल्याप्रमाणे हाताने उंचावला. तिने हात वर करताच तिचे ऊर देखील किंचित उंचावले. नितळ, केतकीपानाप्रमाणे दिसणाऱ्या कमरेवरील भागात नाजूक हालचाल झाली. आतापर्यंत वासनेने धुमसत असलेल्या त्याचे अंग एकदम पेटलेल्या ज्योतीप्रमाणे झाले. तो एक पाऊल पुढे झाला व हात पसरून त्याने आवेगाने तिला मिठीत घेतले. तिच्या इतके दिवस झुलवणाऱ्या उष्ण सुगंधाने तो बेभान झाला. त्याच्या हावऱ्या बोटांना तिच्या मुलायम शरीराचा अनेक ठिकाणी दाहक स्पर्श झाला आणि तिच्या कोरलेल्या लाल ओठांची देखील ओझरती भेट होऊन त्याचे अंग क्षणभर धगधगीत भरतीने बुडून गेले.

क्षणभरच.

तिने जोराने त्याला मागे ढकलताच तो खाली पडला. तो हत्तीसारख्या दिसणाऱ्या खडकापुढून खाली घसरला. त्याच्या हालचालींनी भुकटीसारखे हिम घोड्यांच्या मानांसारख्या लाटांनी उधळले व हवेत तरंगून पुन्हा खाली बसले.

''पण माझं ऐकून तरी घे,'' तो आर्ततेने म्हणाला; पण आता तिचे अंग संतापाने विजेप्रमाणे धगधगू लागले होते. ते जास्तच पेटत गेले आणि ती विजेची रेषा होऊन नाहीशी होताच कडकडाटाने सारी पर्वतउतरण थरारून गेली.

बळवंतमास्तराने तिला देखील असेच मिठीत घेतले होते आणि तिने पेटत्या डोळ्यांनी त्याला असेच जमिनीवर ढकलून दिले होते...

त्या दिवशी सर्कशीच्या खेळाचा शेवटचा दिवस होता व एक दिवस सोडून मुक्काम हलणार होता. मोठ्या उंच पिंजऱ्यात वाघसिंहाची कामे चालली होती. तिच्या हातातील चाबकाच्या आवाजाने सिंह स्टुलावर बसले. वाघसिंह समोर येऊन ती त्यांच्यावर हात ठेवून मध्ये उभी राहिली. नंतर वाघ निमूटपणे काळेशार पट्टे हलवत पिंजऱ्यात गेला. एका सिंहाने काही तक्रार केली नाही; पण दुसरा सिंह मात्र थोडा रेंगाळला. तेव्हा मालकाने आपला चाबूक फटकारला. त्याचे टोक सिंहाच्या पाठीवर आदळले. सिंहाने तंबूच्या चिंध्या करणारी गर्जना केली. प्रेक्षक तर गोठल्यासारखे झाले. बळवंतमास्तराचे पाय एकदम भेंडाळले व तो मटकन खाली बसला. सिंहाने मालकावर उडी मारली व त्याला खाली पाडून त्याच्या चेहऱ्या-गळ्यावर दोनदा पंजे हाणले. तिने सपासप आपला चाबूक सिंहावर चालवला. इतर रक्षक धावत आले. पिस्तुलाचे बार वाजले व सिंह परत पिंजऱ्यात गेला. पण मालकाच्या छातीभर रक्त झाले होते. तिने त्याला ताबडतोब आपल्या तंबूत नेण्यास सांगितले. मग तिने शांतपणे झोपाळ्याची कामे सुरू केली. सैरावैरा उठलेले प्रेक्षक पुन्हा बसले व सारे शांत झाले. तिने नेहमीप्रमाणे काम संपवले. अभिवादन करताना ती नेहमीप्रमाणेच हसली आणि पडद्यापर्यंत जाईतो डौलात चालत गेली; पण बाहेर पडताच मात्र ती धावत आपल्या तंबूकडे गेली. तेथे आता पाचसहा माणसे उभी होती व आतून येणारे मालकाचे घोगरे ओरडणे असहायपणे ऐकत होती. मॅनेजरने तोपर्यंत लष्करातला गोरा डॉक्टर आणला होता. त्याने मालकाला ताबडतोब हॉस्पिटलमध्ये न्यायला सांगितले होते. ती येताच इतर माणसे आदबीने दूर झाली. तिने डॉक्टरला सरळ विचारले, ''मला खरं सांगा. हॉस्पिटलमध्ये तरी त्याला कितपत आशा आहे?''

डॉक्टराने थोडा विचार केला व मान हलवली. ''गळा जवळजवळ खलासच झाला आहे. शिवाय मेंदूत रक्तस्राव होण्याची शक्यता आहे. चोवीस तासांपेक्षा जास्त आशा नाही.''

तिने मुठी घट्ट आवळल्या व म्हटले, ''मग त्याला हॉस्पिटल नको. मरायचं असेल तर तो आपल्या तंबूतच मरेल.''

तिने इतरांना जायला सांगितले. आता मालकाचे ओरडणे त्यांनाही असह्य होऊ लागले होते. ती माणसे पांगली व दूर तिकीटविक्रीच्या शेडमध्ये जाऊन बसली. तिने एक खुर्ची आणवली व ती एकटीच तेथे बसून राहिली. तिने मध्ये हात हलवलेले देखील बळवंतमास्तराला दिसले नाही, इतकी ती स्तब्ध बसून होती. मालकाच्या वेदना आता एकदम वाढल्या असाव्यात. कारण तो मधूनच पण दीर्घपणे, ओळख न पटणाऱ्या फुटक्या आवाजात ओरडत होता. ती चेहऱ्यावर काही न दाखवता तशीच बसून राहिली.

मग ती उठली व आपल्या लहान तंबूकडे जाऊन लगेच परत आली. तिची उजवी मूठ बंद होती. ती आत गेली व तिने आतला दिवा मोठा केला. थोड्या वेळाने ती बाहेर आली व पुन्हा तिने खुर्चीवर आपला पहारा सुरू केला.

आतले विव्हळणे आता कमी होऊन थांबले. ती एकदा आत जाऊन आली. तिने तंबूचा दरवाजा उगाचच सरळ केला व ती आपल्या तंबूकडे परतली. वाटेत तिचे लक्ष दोरांच्या ढिगाला टेकून बसलेल्या बळवंतमास्तराकडे गेले. न थांबता ती त्याला म्हणाली, ''माझा पिंजरा घेऊन ये.''

बळवंतमास्तर घाईघाईने पिंजरा घेऊन आला. फार रात्र झाल्याने पाखरे अंगाला अंग लावून झोपली होती. आता ती पिंजऱ्याच्या हालचालीने पंख फडफडावू लागली. तो आत येताच तिने टेबलाकडे बोट दाखवले व म्हटले, ''त्या वाटाण्याच्या शेंगा थोड्या सोल. आज मी त्यांना काहीच खायला दिलं नाही.''

तो शेंगा सोलत उभा असताना त्याने चाचरत विचारले, ''मालकांचं कसं आहे? त्यांना झोप लागली वाटतं?''

तिने पडद्यामागे घेऊन जाण्यासाठी उचललेले कपडे पुन्हा खुर्चीवर टाकले व ती स्तब्ध राहिली. नंतर ती म्हणाली, ''मालकांचं संपलं. तासापूर्वी. पण इतक्यात तू सांगू नकोस इतरांना. एवढ्यात उजाडेल. मग सगळ्यांना बोलवून आण.''

ती तशीच आरशापुढे उभी होती. सवयीप्रमाणे तिने पाठीवरील साखळी खाली ओढली व तिचे खांदे उघडे झाले; पण पुन्हा मध्येच थांबून ती म्हणाली, ''मला काही झालं तर असली मदत करायला मात्र आता कुणी उरलं नाही.''

तिचा सुगंध त्याला जाणवू लागला होता आणि तिच्या मखमली वस्त्रावरील जरीच्या रेषा तर तापल्यासारख्या चमकत होत्या. बळवंतमास्तर थोडा पुढे झाला व म्हणाला, ''असं म्हणू नका. मी तुम्हांला वाटेल ती मदत करायला तयार आहे.''

तिने चमकून त्याच्याकडे पाहिले व म्हटले, ''तू?''

पण आता त्याचे लक्ष तिच्या गोऱ्यापान नितळ उराकडे होते. तो वेगाने पुढे गेला व त्याने हात पसरून तिला मिठीत घेतले. तिच्या लाल ओठांना त्याचा हावरा आसुसलेला स्पर्श झाला.

तिने त्याला ताडकन मागे ढकलले. त्याने टेबलाचा आधार घेण्याचा प्रयत्न केला,

तेव्हा पिंजरा खाली पडला पाखरे भेदरून पंख फडफड वाजवीत चीत्कारू लागली. तिने त्याला लाथ मारली व ती संतापाने म्हणाली, ''नादान डुक्कर! चालता हो आधी! आता पुन्हा इथं कधी दिसलास तर तुकडे करून शिकारखान्यात टाकीन!''

''पण माझं ऐकून तरी घे,'' तो काकुळतीने म्हणत असतानाच तिने हातात चाबूक घेतला व त्याच्या अंगावर फिरवला. काळा नागच वीज होऊन अंगावर आदळल्याप्रमाणे चाबकाचा स्पर्श होताच तोंडावरून पाठीवर आगीची पाऊलवाट उमटली. पुन्हा चाबूक अंगावर पडायच्या आतच बळवंतमास्तर बेभानपणे बाहेर पळत सुटला होता. तपकिरी-पांढऱ्या रंगाच्या घोड्यांच्या आयाळमाना, त्यांचे पाय बांधलेल्या काढण्या, समोरील गवत सोंडीने उचलून पाठीवर टाकत किंचित झुलणारे हत्ती व त्यांच्या पुढच्या पायांना बांधलेला मांडीएवढा साखळदंड, रानजनावरे, शिळे मांस, लीद, भिजून कुजलेले गवत यांचा उग्र, कुंद वास, गॅसबत्तीचे खांब, पालथ्या घातलेल्या रिकाम्या बादल्यांची उतरंड – या साऱ्यांच्या उभ्याआडव्या भेंडोळ्यांतून अंगावर जळता वळ घेऊन बळवंतमास्तर आंधळेपणाने धावत सुटला आणि अखेर त्याचे कोणीच काही ऐकून न घेतलेला तो मैदानाभोवतालच्या अंधारात नाहीसा झाला...

बळवंतमास्तर खोपटाच्या दारातच अवघडून बसला होता. आता पावसाचा रटरट आवाज सतत चालू होता; पण ओझावलेल्या आभाळात बराच वेळ रेषा उमटली नाही. तो फार अधीर झाला. येथपर्यंत वीज कदाचित पोचणार नाही, म्हणून तो बाहेर आला व ओतत असलेल्या पावसात उभा राहिला; पण आता आभाळच थकल्यासारखे दिसत होते व ते मधूनमधून धापा टाकत असल्याप्रमाणे अगदी खाली कोठेतरी पुसट प्रकाशाचा पट्टा दिसून नाहीसा होत होता. बळवंतमास्तर उतावीळपणे पुढे गेला व मागच्या पाऊलवाटेने बुरुजावर जाऊन उभा राहिला. तो आशेने वर पाहू लागला. ''एकदाच पुन्हा लखलखाट होऊ दे! एकदाच पुन्हा वीज चमकू दे! एकदाच माझं ऐकून तरी घे!'' तो चिडून म्हणाला व मुठी आवळून त्याने दोन्ही हात आभाळाकडे फेकले. त्याला वाटले, मळकट कडेपाटासारखे हे आभाळ फोडून एकदाच वीज दिसली, की आपण बाणाप्रमाणे आभाळातून चांदण्यांमधून जाऊ. मग एखाद्या ग्रहावर आपण पाऊल ठेवताच ती पुन्हा दिसेल किंवा लाटांचे तांडव चालू असताना खेळण्यासारखे हेलकावणारे गलबत आपण धैर्याने विक्राळ खडकांमधून किनाऱ्याला सुखरूप लावू. मग त्या स्वर्गसुंदर बेटावर पाऊल ठेवताच पिवळसर वाळूवर ताटाएवढी द्राशाळाची फुले असलेल्या बनात ती उत्सुक, खुणावत असलेल्या भरगच्च अंगाने आपली वाट पाहत असेल. मग ती आपले एकदाच ऐकून घेईल आणि म्हणेल, ''माझं चुकलं. मी फार अन्याय केला.''

पण आता आभाळात कसलाच प्रकाश उरला नव्हता. जुने गोणपाट भिजवून

निथळत टांगावे तसा पाऊस मात्र अविरतपणे पडत होता. वाऱ्याने थोडी उसंत दिली होती खरी; तरी देवळातील कंदील इकडून तिकडे मंदपणे हेलकावत होता.

तोच क्षितिजाजवळ आभाळ उसवल्याप्रमाणे झाले. तेजाची रेषा चढत गेली. तिला उपरेषा उमटल्या आणि सर्वत्र जांभळसर प्रकाश एवढ्या ऐश्वर्याने पसरला, की बळवंतमास्तराला वडाचे पान न् पान स्पष्ट दिसले व दुसऱ्या क्षणी अंग थरकवणारा कडाड् आवाज झाला. त्याचे डोळे आकस्मिक उजेडाने दिपले. ते उघडून त्याने मोठ्या उत्सुकतेने भोवती पाहिले; पण मग तो निराशेने निर्जीव झाला. आता त्या प्रकाशामुळे काहीसुद्धा झाले नाही. तो पूर्वी उभा होता त्याच ठिकाणी चिखलासारख्या अंधारात तो आताही उभा होता आणि पावसाची जड ओसंड तशीच चालू होती; परंतु अद्याप त्याची आशा संपली नव्हती. त्याने पुन्हा आभाळाकडे पाहत त्वेषाने मूठ वळवली. आता एकदादोनदा वीज चमकली; पण तिचा पुसटही स्पर्श त्याला झाला नाही. सण संपल्यावर शिळा सण असावा, त्याप्रमाणे तो प्रकाश धुणासारखा फिकट होता. काही वेळाने तर पावसाच्या धारा जाऊन झिमझिम मात्र राहिली. वरच्या गडद जागी ढगामध्ये चाई पडल्याप्रमाणे विरळपणा दिसू लागला. तो हळूहळू पसरू लागला व काही अंतरावर तर आभाळ उघडे पडून एखाददुसरी चांदणी ओलसर प्रकाशकणाने चमकू लागली. वारा तर आता नाहीसाच झाला होता आणि वडाची पाचसहा पाने निव्वळ सवय म्हणूनच मधूनमधून फडफडत होती इतकेच.

बळवंतमास्तर पूर्णपणे झिडकारला गेला होता.

जळून राख झालेल्या पण आकार न बदललेल्या शेणकुटाप्रमाणे त्याला वाटले. तो पायवाट उतरून खोपटाकडे आला. पावसात राहून आपण काकडून गेलो हे त्याला आता जाणवले. त्याने चिमणी लावण्यासाठी चाचपडत काड्याची पेटी शोधली. ती त्याला मिळाली; पण त्याच्या ओल्या हातानेच ती ओली झाल्यामुळे एकही काडी पेटेना. त्याला वाटले, आता ती खडखडीत कोरडी असती तरी ती आता आपल्या हातून पेटली नसती. आपल्यातील वीज आता मेली आहे. त्याने अंदाजाने हात फिरवताच त्याला अद्याप दमट असलेला पंचा हाती लागला. त्याने त्यातल्या त्यात अंग कोरडे करून घेतले; पण थंडी आता हाडापर्यंत पोचली होती. त्याने तोच पंचा अंगाभोवती गुंडाळून घेतला व गुडघे उभे करून, खाली मान घालून स्वतःला स्वतःमध्ये पुरून घेतले.

तो जागा झाला त्या वेळी स्वच्छ उजाडले होते; पण त्याची मान अगदी अवघडून गेली होती. त्याने ती इकडून तिकडे हलवत तिचा तेढा घालवण्याचा प्रयत्न केला. मग त्याच्या ध्यानात आले, की गोदाक्का आली आहे. तिने वरखाली पळसाचे पान घालून आणलेले अल्मीनचे पातेले खाली ठेवले व ती बसली.

''बरं झालं बाबा, तू ठीक आहेस. नाहीतर तू असला, आणि रात्री तर आभाळ फाटल्यासारखं झालं होतं,'' ती निःश्वास सोडून म्हणाली, ''चहा घेतोस नव्हे एवढा?

रात्री काय दोन घास खाल्लेस की नाही कुणास ठाऊक!''

'चहा नको' म्हणून सांगण्यासाठी त्याने नुसती मान हलवली व बाजूला पाहिले. वाशांच्या चिरफळ्यांवर थापलेली माती चिकट खपल्यांनी जमिनीवर पडली होती. जमिनीवर ओल तर पसरली होतीच; पण छपरातून पाण्याचा एक ओहोळ उतरून वाहत सरळ दारापर्यंत गेला होता. बळवंतमास्तर लगबगीने उठला व वाचायला गोळा केलेला पुस्तक-मासिकांच्या रद्दीचा ढीग उचलून त्याने चटईवर ठेवला. तो परत येऊन बसताच गोदाक्काने पुन्हा म्हटले, ''चहा घेतोस नव्हे. नाहीतर त्याचा थंड काला होऊन जाईल.''

पुन्हा 'नको' म्हणून सांगायचाही त्याला कंटाळा आला. आता अंग तापून डोक्यात ठणठण ठोके पडू लागले होते. त्याने पातेलेच उचलले व तो गुळाचा काळसर चहा संपवला. तो अद्याप गरम होता. त्यामुळे नाही म्हटले तरी त्याला ताजे वाटू लागले.

''काल रात्री वडावर वीज पडली, तुला माहीत आहे?'' दोन्ही हातांच्या मुठी गालावर टेकीत गोदाक्का म्हणाली, ''एक बाजू जळून काळीमिट्ट झाली. देवळाची एक भिंत देखील थोडी चिरली बघ.''

न समजणाऱ्या डोळ्यांनी त्याने गोदाक्काकडे पाहिले. थोडे कण्हत, जमिनीवर हात दाबत ती उठली व पातेले घेऊन जायला वळली. ती जात असताना बळवंतमास्तर न बोलता पाहत राहिला. चिमणीच्या पायांसारखे काडीपाय. पसरलेली अशक्त पावले. तिच्या जुनेऱ्याच्या पदराच्या टोकाला गाठ होती. त्याला वाटले, पूर्वीप्रमाणेच आता देखील ती आपले सारे पैसे पदराच्या गाठीत बांधूनच हिंडते.

ती गेल्यावर मात्र तो वात झाल्यासारखा उठला. त्याने कागदाच्या ढिगाऱ्यांपैकी निवड करून तीनचार भाग केले व ते सुतळीने निरनिराळे बांधले. गंगी विहिरीत पडल्यापासून त्याने फारसे काही वाचले नव्हते. आता एका जुन्या मासिकात आभाळाचा सारा निळा रंग चोचीने पिऊन टाकण्यासाठी निघाल्याप्रमाणे दिसणाऱ्या विमानाचे चित्र पाहताच तो रेंगाळला; पण वाचू लागताच डोळ्यांपुढची अक्षरे पुसट होऊन नाहीशी होऊ लागली व डोक्यातील आवाज वाढला. तेव्हा त्याने वाचण्याचा प्रयत्न सोडला. त्याने गठ्ठे खांद्यावर घेतले व दुसऱ्या हातात बुट्टी-फावडे घेऊन तो बाहेर पडला. आता त्याला ज्याचे कागद त्याला पोचवायचे होते.

मोठा गठ्ठा सिद्रामच्या दुकानातला होता. सिद्राम उठून दुकानाच्या फळीवर निंबकाडी चावत बसला होता. मास्तराने फावडे-बुट्टी दुकानाच्या फळीवर टाकली व कागद आत टाकले. ''का रे मास्तरा! लौकरच आज?'' सिद्रामने चूळ टाकीत विचारले, ''आणि फावडं का आणलंस परत?'' बळवंतमास्तर काही बोलत नाहीसे पाहून तो पुन्हा म्हणाला, ''म्हणे वडावर वीज पडली काल. तू बघून आलास? नसेल तर चल, बघून येऊ.''

मास्तराने मान हलवली व म्हटले, ''तू हो पुढं. मी नंतर येतो.''

बळवंतमास्तराने दासप्पाचे कागद हॉटेलमध्ये टाकले. दासप्पा कसलातरी हिशेब करीत होता. तो बळवंतमास्तराशी बोलला नाही की त्याने मान वर करून पाहिले नाही. धर्मूचे धुलाईदुकान बंद होते. मास्तराने दार ठोठावताच अंगावर चादर घेऊन धर्मू बाहेर आला तेव्हा मास्तराने रद्दी आत टाकली.

"फेक त्या कोपऱ्यात! मास्तर, तू एक वेडपट आहेस बघ!" तो चिडून म्हणाला, "आधी रात्री पत्र्यावर सारखा पाऊस पडून झोप नाही आणि त्यात तू पहाटेलाच येऊन बस माझ्या बोडक्यावर!"

त्याने फट्दिशी दार लावताच बळवंतमास्तर खोपट्याकडे परतला. त्याने चादर, मळके जाजम, चटई यांची गुंडाळी करून खांद्यावर घेतली. हातात त्याने चिमणी व झाडणीचा मुडगा उचलताच खोपटे एकदम रिकामे होऊन कंगाल दिसू लागले; पण शेवटी कोपऱ्यात नव्या दोरीचे पेंडके दिसताच तो चपापला. सिद्रामने त्या दिवशी आणलेली दोरी तशीच राहिली होती. तो देवळात भेटला तर ती तेथेच त्याला द्यावी म्हणून त्याने ती उचलून घेतली.

तो प्रथम विहिरीकडे आला. आत पाहताच त्याला जास्तच रिते वाटले; पण फार चीडही वाटली. इतके दिवस राबून त्याने विहिरीतल्या कमरेपर्यंतच्या पाण्याचा घट्ट चिखल करून तिचा थोडा नक्षा उतरवला होता; पण जणू त्याचे काम नासवण्यासाठीच कालचा पाऊस आला. मोठमोठे दहाबारा ओहोळ विहिरीत उतरले होते आणि अर्धी विहीर लाल पाण्याने टमाम भरली होती. पाणी वर चढल्याने काही कोनाड्यांतील कबुतरांच्या घरट्यांचे गवत बाहेर येऊन पाण्यावर तरंगत होते. बळवंतमास्तराने दोरी बाजूला ठेवली व चटई, चिमणी, झाडणी सारे एकेक पाण्यात फेकून दिले. ते सारे स्वीकारून पाणी पुन्हा एक झाले. नंतर तो तरातरा टेकाडाकडे गेला व त्याने बिंदग्याएवढा एक दगड शोधून काढला. तो नेटाने दोन्ही हातांनी छातीशी धरत तो परतला. त्याने पाय रुंद ठेवले व ओठ आवळत मोठ्या कष्टाने दगड विहिरीत टाकला. विहिरीचा डोळा फुटल्याप्रमाणे तिच्यातून उसळलेले पाणी जवळजवळ काठापर्यंत उडाले व आतील प्रकाशाचे तुकडे झाले; पण हळूहळू पाण्याची हालचाल थांबली, तुकडे पुन्हा जुळले आणि दगड देखील गिळून विहीर विनापश्चात्ताप पूर्वीसारखी निर्विकार झाली.

दोरी उचलून बळवंतमास्तर देवळाच्या आवारात आला. आंघोळीला तो मागच्या वाटेने येऊन तसाच परत जात असल्यामुळे तो कितीतरी दिवसांत येथे प्रथमच येत होता. नागव्वाच्या दुकानाशेजारी तोच केळ्यांचा वास होता. आवारातील कोपऱ्यात नारळाच्या शेंड्यांचा ढीग होता आणि देवळासमोरची नागशिळा तेलकट कुंकवाने तशीच लाल होती. देवळासमोरचा कंदील आताही मंदपणे डोलत होता. काल रात्री त्याच्या प्रकाशाचा पिवळा तुकडा दिसत होता; पण आकार अंधारात विरला होता. आता त्याला आकार होता; पण आता पिवळा प्रकाश नव्हता. आज रविवार होता; पण

वडावर वीज पडली ही बातमी पसरली होती व पोरांची गर्दी जमली होती. मोठी माणसे देखील अधूनमधून येत आणि वडाच्या जळून काळवंडलेल्या भागाकडे खुळ्याप्रमाणे पाहत राहून निघून जात. बळवंतमास्तराने जळलेल्या फांदीकडे पाहिले न पाहिले व तो हिरव्या भागाखाली पारावर बसला. रविवार असल्यामुळे चुरमुऱ्याची भट्टी आज बंद होती. म्हणून पांडू चुरमुरेवाला आपल्या भडभुंजा कपड्यांतच समोरच्या कट्ट्यावर येऊन बसला होता. त्याच्याबरोबर आणखी दोनतीन माणसे होती. पांडू दिसायला एखाद्या म्हशीने उंचावरून खाली शेणाचा पो टाकल्याप्रमाणे होता. त्याच्या मोठ्या पोटावर सदरा नेहमी अभ्रा घातल्याप्रमाणे दिसे. पांडूने इतरांची विडी नाकारली व सदऱ्याचा खिसा चाचपडत एक चुरगळलेली सिगारेट काढून ऐटीत पेटवली.

पोरांचे लक्ष बळवंतमास्तराकडे गेले व ती धावत आली. त्यांपैकी काही आता वाळलेल्या फरशीवर धस्सदिशी बसली.

"बळवंतमास्तर, सर्कशीमधला घोडा कसा फिरतो, हे दाखवा की एकदा करून!" एक पोर सलगीने म्हणाले.

मास्तराने ते ऐकल्या न ऐकल्यासारखे केले. पोरांवरून नजर फिरवीत त्याने विचारले, "वासू दिसत नाही कुठं?"

"वासू आजारी पडून आहे मास्तर. महिनाभर त्याची शाळा देखील बंद आहे," त्या पोराने सांगितले.

"वासू असता तर बरं झालं असतं. त्याला माझ्या नकला फार आवडतात," बळवंतमास्तर म्हणाला.

"आम्हांला देखील त्या भयंकर आवडतात मास्तर," दिलीपकुमार म्हणाला व इतरांकडे पाहून त्याने डोळे मिचकावले. तेव्हा इतर चारपाच पोरे देखील ओरडली, "आम्हांला सुद्धा आवडतात!"

हा दिलीपकुमार म्हणजे नागव्वाचे निबर मुर्दाड कार्टे. त्याचे खरे नाव भीमू की अर्जुन असे काहीतरी होते; पण इंग्रजी शाळेत गेल्यावर त्याने कपाळावर झिंज्या आणल्या व तो दिलीपकुमार होऊन बसला. त्याचे ते घाणेरड्या केसांनी झाकलेले, बकऱ्याच्या ढुंगणासारखे तोंड पाहताच बळवंतमास्तराच्या डोक्यात सळकले व त्याची मुंडी पिरगळून टाकावी असे त्याला वाटून गेले.

"अरे पोरांनो, मास्तराला काय पळता येणार घोड्यासारखं, कपाळ!" पांडू दुरूनच म्हणाला, "इंग्लंडच्या बादशहाला ते करता येत नाही. मग ते मास्तराला येईल?"

त्याच्या बोलण्याचा तत्काळ परिणाम झाला. मास्तर डिवचल्याप्रमाणे ताडकन उभा राहिला व म्हणाला, "अरे जा रे जा! मोठा आला आहे बादशहावाला! मला घोड्यासारखं पळता येत नाही काय? मग बघ तर!"

बळवंतमास्तराने पंचा गळ्याभोवती गुंडाळून सोगा पाठीवर आयाळीप्रमाणे टाकला

व दोन्ही बाजूंना कानावर दोनदोन बोटे उंचावून घोड्याचे कान करून घेतले. मग किंचित वाकून त्याने वडाभोवती उडतउडत तीनचार फेऱ्या घातल्या. मध्येच एकदा खिंकाळल्याचा आवाज केला. पांडू त्यावर हसला व पोरांनी जाम टाळ्या वाजवल्या. ''मास्तर, हे जिराफाचं पळणं झालं. घोड्याचं कुठलं?'' एक वीतभर पोर टाळ्या वाजवीत असतानाच म्हणाले.

''माकडा, तुला घोडा माहीत नाही की जिराफ माहीत नाही,'' बळवंतमास्तर वेडावीत म्हणाला, ''जिराफ असं असतं बघ!'' त्याने हात उंच करून पंच्याचा बोळा बोटांत धरला व मग ती जिराफाची मान हलवत लांबलांब टांगा टाकत तो वडाभोवती फिरून पुन्हा समोर आला व समाधानाने म्हणाला, ''जिराफ असं असतं.''

आता पाचसहा माणसे आली. वडाकडे पाहून झाल्यावर ती तेथेच रेंगाळली आणि पोरांच्या मागे थांबली.

''मास्तर, तुम्ही 'सिंह पकडल्याची गोष्ट सांगतो' म्हणाला होता, ते राहिलंच की!'' एका पोराने नवाच विषय काढला.

बळवंतमास्तर खुषीने मांडी ठोकून बसला. त्याने दोरीचा गुंडाळा सोडला व एका टोकाला गाठीगाठी मारीत सरकफास केला. त्याने तो सरकवून-ओढून तपासला व समाधान झाल्यावर तो बाजूला ठेवून दिला. त्याने सगळ्यांकडे पाहून घेतले व तो म्हणाला, ''एकदा काय झालं, सिंह पिंजऱ्यातून निसटला. तंबूत माणसांपोरांची ही गर्दी! बाहेर घोडी बांधलेली. करणार काय? सिंहाची गर्जना ऐकून एक माणूस पुढे होईना. मग मी हातात फक्त एक दोरी घेऊन दबतदबत पुढे गेलो आणि त्याच्याभोवती अस्सा फास टाकला!'' त्याने दोरीचा फास दूर फेकून ओढून घेत ओठ आवळत म्हटले, ''सिंहानं पळायचा प्रयत्न केला; पण मी दोरी घट्ट धरून जमिनीला असा नेट लावला, की तो मांजराच्या पिलाप्रमाणं मऊसूत आला. मग मी त्याच्याजवळ गेलो आणि अशी काडकन त्याच्या मुस्कटात दिली, की चांगली जन्मभर आठवण राहावी. तेव्हापासून त्याची चुई नाही की कुई नाही.''

सिंहाच्या मुस्कटात म्हणताच काही पोरे गप्पगार झाली; पण पांडू मात्र मोठ्याने खिदळला. तो म्हणाला, ''पोरांनो, मास्तरानं पुढचं काहीच सांगितलं नाही. त्यानंतर तो सिंह इतका मेंगा झाला! मास्तराची पाठ खाजू लागली, की मास्तरानं शीळ वाजवायचाच अवकाश बघा! मग स्वतः पिंजरा उघडून सिंह मास्तराकडं यायचा आणि मग मास्तरानं त्याचा पंजा उचलून पाठीवर ठेवला, की तो निमूटपणं पाठ खाजवून परत पिंजऱ्यात जायचा!''

पोरे तर त्यावर हसलीच; पण मोठ्यांपैकी देखील एकादोघांनी हसून पांडूला साथ दिली. आता माणसांची गर्दी वाढू लागली. आज शुक्रवार-मंगळवार नसतानाही वस्ताद इराण्णा मुठीजवळ वळवलेला जाड सोटा हलवत देवळात आला होता. त्याने प्रथम

आवाराच्या उंबऱ्याला हात लावून नमस्कार केला व तो देवीकडे गेला. मग त्याने जळलेल्या फांदीकडे पाहिले व तो शिलालेखाजवळच्या कट्ट्यावर काठी आडवी टाकून बसला. इराण्णा नेहमी काव घातलेली लुंगी नेसत असे आणि नेहमी काखा फुगवून समोरच्या अदृश्य प्रतिस्पर्ध्यावर चाल करीत असल्याप्रमाणे चालत असे.

''मास्तर, त्या हत्तीची गोष्ट देखील केव्हास्नं अर्धीच राहिली. तो पाण्यात जाऊन बसला, एवढंच मागं सांगितलं तुम्ही!'' एक तरतरीत चेहऱ्याचे पोर पुढे सरकत म्हणाले.

पांडूच्या शब्दांनी चिडल्यासारखा झालेला बळवंतमास्तराचा चेहरा निवळला. तो म्हणाला, ''होय होय, ते सांगायचं राहून गेलं खरं. त्या हत्तीचं नाव होतं प्रताप. तो पाण्यात शिरला. दोन तास झाले, चार तास झाले; पण तो हलायला तयार नाही. त्याचा नेहमीचा माहूत आत गेला. तेव्हा प्रताप एवढ्या रागाने ओरडला, की माहूत अंकुश पाण्यातच टाकून बेडकाप्रमाणं उड्या मारीत बाहेर आला. मग सगळ्यांनी मला सांगितलं, 'बळवंतमास्तर! बघ बुवा, आता तुझ्याशिवाय मामला मिटायचा नाही.' मग मी एक साधा वासा घेतला आणि पाण्यात जाऊन प्रतापला असं डिवचलं, की तो धावतच बाहेर आला. त्यानं पुन्हा असा उपद्व्याप करू नये म्हणून मी त्याच्या पाठीत वासा असा लगावला की त्याचे सात तुकडे झाले.''

''हत्तीचे सात तुकडे झाले?'' उसवलेल्या उशीसारख्या दिसणाऱ्या एका पोराने आश्चर्याने विचारले.

''हत्तीचे नव्हे रे! वाशाचे सात तुकडे झाले,'' बळवंतमास्तर विनयाने म्हणाला.

''सात तुकडे नसतील; साडेसात असतील,'' पांडू हसत म्हणाला व त्यावर दिलीपकुमारने शिट्टी वाजवली.

''तर काय सांगत होतो,'' मास्तर पुढे म्हणाला, ''तेव्हापासून मी दिसलो, की प्रताप ची ची करीत तोंड फिरवायचा. हत्ती काय, सिंह काय, मनगट घट्ट असावं लागतं!''

पांडूला पुन्हा चेव आला. त्याने एका पोराच्या पाठीवर थाप मारली व म्हटले, ''आता देखील त्यानं सगळं सांगून टाकलं नाही. पक्का बेरका आहे बळवंतमास्तर! झालं काय, तर चार तास पाण्यात बसून हत्तीनं सारं तळंच पिऊन टाकलं. त्याला बाहेर काढून मास्तरानं पाठीत एक वासा हाणताच काय झालं माहीत आहे? हत्तीनं सारं पाणी बाहेर टाकून दिलं. पुढून पाणी, मागून पाणी! असे लोंढे सुरू झाले म्हणता! बघताबघता त्या ठिकाणी खाऱ्या पाण्याचं एक नि गोड्या पाण्याचं एक अशी दोन आवळीजावळी तळी तयार होऊन बसली नव्हं का!'' यावरचा हसण्याशिड्यांचा गोंधळ थांबल्यावर तो म्हणाला, ''अगदी हुच्चच आहे मास्तरडं! म्हणे वाशाचे सात तुकडे झाले!''

बळवंतमास्तर उठला व ओठ आवळत पांडूपुढे येऊन उभा राहिला. हात नाचवत तो पांडूला म्हणाला, ''होय रे फुकट बाजीरावा! मी हुच्च आहे; पण मी एक गोष्ट मात्र

आयुष्यात कधी केली नाही. मुडदुसासारख्या तानी शिंपिणीकडून ठेववून घेऊन मी तिच्या पैशांनी सिगारेटी फुंकण्याची फुकट ऐट आणली नाही!''

त्याच्या शब्दांनी पांडू उसळला व तच्या तोंडातली सिगारेट खाली पडली. ''मास्तरा! तुला पिळून काढलं तर चमचाभर रक्त निघणार नाही, आणि माझ्यावर मस्ती करतोस काय?'' तो ओरडत म्हणाला.

''नाही, तूच मस्ती कर. कारण तुला कापलं तर शंभर रेड्यांना रंगवता येईल पंचमीला!'' बळवंतमास्तर म्हणाला व शांतपणे परत आपल्या जागी आला.

''आता त्याची जीभच हासडतो बघ!'' म्हणत पांडूने उडी मारली व तो मास्तराकडे येऊ लागला. तेव्हा लांबूनच वस्ताद इराण्णा म्हणाला, ''ए चुरमुऱ्या! पाऊल मागं घे. मास्तराला हात लावलास तर हाडांचे बोरू करून देईन बघ!''

त्याच्या आवाजातील जरब ऐकून पांडू खाडकन थांबला. वस्ताद इराण्णा खिडकीएवढा दरवाजा असलेल्या मारुती तालमीत तरुण पोरे मातीत घुसळत असे. साठी उलटून गेली तरी दंडावर नारळ ठेवून तो कोपर वाकवून फोडत असे.

''मग मस्ती कशाला करतो हा मास्तर?'' पांडू चिडून म्हणाला, ''खुळ्याला खुळं म्हणायची काय भीती आहे होय?''

''मग तू शिंपिणीच्या पैशावर मिश्या फेंदारतोस, हे तरी काय खोटं आहे होय रे भडभुंज्या?'' इराण्णा म्हणाला, ''कशाला छळतोस पाप त्याला?''

पांडूचा चेहरा खेटराने मारल्यासारखा झाला व तो निमूटपणे परत गेला. चुरमुऱ्याच्या पोत्यात हळूच हात घालताना पकडल्यावर पांडूने दोनतीन पोरांच्या तोंडात भडकावले होते. ती पोरे उड्या मारीत शिट्या वाजवू लागताच इतर पोरांनी 'हुई' करून आवार हादरवून सोडले व बळवंतमास्तर समाधानाने हसला.

तो पोरांना म्हणाला, ''पण आज मी एक नवीन करून दाखवणार आहे. वासू असता तर बरं झालं असतं.'' मास्तराने उठून उभे राहत पंचा कमरेवर बांधला. ''पण मी हे एकदाच करणार बरं का. चांगलं बघून घ्या! पुन्हा बघायला मिळणार नाही. मी आज विमान कसं उडतं ते दाखवणार आहे.''

सगळी पोरे उत्सुकतेने पाहू लागली. पांडू खाली मान घालून निसटला; पण त्याचे दोस्त पुढे आले नि घोळक्यात मिसळून वर पाहू लागले. कारण बळवंतमास्तर आता दोर हातात घेऊन वडावर चढू लागला होता. प्रथम तो झरझर वर चढला; पण कालच्या पावसाने वरच्या फांद्यांवर निसरड झाली होती. त्यामुळे एकदादोनदा प्रयत्न केल्याखेरीज त्याचा पाय ठरेना. शेवटी बऱ्याच उंचीवर मांडीएवढी जाड फांदी आडवी पसरली होती तेथे तो थांबला. त्याने तेथून दोरी सोडून पाहिले. तिचे टोक जमिनीपासून दोन पुरुष वर राहत होते. मग त्याने वेटोळी घालीत दोरी आडव्या फांदीला बांधली व खाली पाहिले. पोरे आता हातभर दिसत होती आणि सगळ्यांचे चेहरे वर वळले होते. बळवंतमास्तर

मोठ्याने म्हणाला, ''आता विमान सुरू होऊन झाडाभोवती अर्ध फिरणार. तेव्हा चांगलं बघून घ्या पोरांनो! सगळ्यांनी मिळून टाळ्या मारा एकदा!''

पोरांचे हात हलले; पण टाळ्यांचा आवाज पाण्यातून आल्याप्रमाणे दबून आला. मास्तर फांदीवरच रेंगाळला. त्याला वाटले, चहा चांगला गरम होता म्हणून मुद्दाम आईला सांगायला हवे होते. तेवढेच तिला बरे वाटले असते. पण ते राहून गेले. आणि आता उशीर झाला!

बळवंतमास्तराने पोटावर बांधलेल्या पंच्यावर पुन्हा एकदा दोर फिरवला व उगाचच बांधल्यासारखा केला. मग त्याने झटदिशी फास गळ्याभोवती घालून आवळून घेतला नि खाली जोरात उडी मारली. एका जबरदस्त हिसक्याने तो खाली यायचा थांबला आणि नंतर मान किंचित वाकडी करून तो हिंदकळू लागला.

माणसे-पोरे पाहतच राहिली. एकदोन अगदी लहान पोरांनी टाळ्या वाजवल्या; पण इतर सारे गप्पगार पाहून ती देखील गप्प झाली. प्रथम हलला तो वस्ताद इराण्णा. त्याने एका पोराला सिद्रामकडे पिटाळले व तो झाडाजवळ आला. कोणीतरी एक शिडी आणून पारावर वडाला लावली. अर्धी आंघोळ सोडून सिद्राम धावतच आला. तो शिडीवरून झाडावर चढला; पण वर चढताना तो सारखा पाय घसरून सरपटू लागला. दोरी बांधलेली जागा अद्याप एक पुरुष तरी वर होती आणि आडवे पडून हात लांब केला तरी ती समोरून हाती येईना. इराण्णाने आपली वाकडी काठी वर देताच सिद्रामने दोरी ओढून घेतली व नागव्वाच्या दुकानातून आणलेल्या सुरीने थरथरत्या हातांनी तो दोरी कापू लागला. शेवटी दोरी बोंदरी तुटली. बरेच दिवस उघड्यावर पडून राहिलेल्या ओंडक्याप्रमाणे वाटणाऱ्या बळवंतमास्तराचे शरीर इराण्णाने हातावर झेलले व अलगद जमिनीवर ठेवले. बळवंतमास्तराची मान तशीच वाकडी राहिली व ओठांच्या कोपऱ्यातून ओली जीभ बाहेर पडली.

''मास्तरा, काय करून बसलास रे हे!'' इराण्णा घोगऱ्या आवाजात म्हणाला, ''तुला आम्ही हुच्च हुच्च म्हटलं आणि आम्हा सगळ्यांनाच तू खुळं करून टाकलंस की रे बाबा!'' इराण्णाचा रुंद राकट चेहरा थरथरला. त्याचे डोळे स्पष्टपणे पाण्याने भरले.

दिलीपकुमारने जाऊन गोदाक्काला सांगितले. ती गळपट्टा धूत होती. तो तसाच निथळत घेऊन ती खुरडत आली. तेच पक्ष्यासारखे काडीपाय. रुंद पसरलेली अशक्त पावले. काल रात्री हरवलेले अंग मिळाले खरे; पण त्याचे ओझे फार होते, असे वाटत असल्याप्रमाणे ती कमरेला एक हात दाबून थोडी वाकली होती. तिला येताना पाहून इराण्णाचा धीर सुटला.

''सिद्रामा, आता पुढचं तूच बघ. मला झेपणार नाही,'' म्हणत दोनचार पोरांना बाजूला ढकलत वस्ताद इराण्णा गोदाक्का तेथे यायच्या आधीच आवाराच्या उंबऱ्याला ठेचाळत निघून गेला.

गोदाक्काच्या हातून गळपट्ट्याचा पिळा गळून पडला. कमरेवर हात दाबत ती खाली बसली, तेव्हा इतर माणसे अगदी दूर जाऊन एका घोळक्यात लाकडाच्या मोळीसारखी निमूट उभी राहिली. गोदाक्काजवळ सिद्राम तेवढाच ओलसर कपड्यांत निर्जीव चेहऱ्याने उभा राहिला. गोदाक्काने थरथरणारा हात बळवंतमास्तराच्या साऱ्या अंगावरून फिरवून पाहिला व गुडघ्यावर हात परत घेऊन त्याच्यावर कपाळ टेकले.

"कसलं का असेना, एक पोर होतं," अगदी शिणलेल्या आवाजात ती म्हणाली, "पण तसलं देखील शेवटपर्यंत टिकलं नाही मला. यमा! तुझं मढं काढलं ओढून! आई म्हणून मलाच आता मातीत घातलंस की रे सुडक्या!"

— आणि मग मात्र कोरी चिंधी टरकावल्याप्रमाणे तिचा आवाज फुटला व ती दुबळ्या हंबर आवाजात रडू लागली.

हंस : दिवाळी १९७३

फुंका

संगा उठला, त्या वेळी ऐन दोनप्रहरचे करकरीत ऊन पसरले होते, याची त्यालाही कल्पना होतीच; पण त्याने दार उघडून बाहेर पाहताच त्याचे डोळे एकदम बारीक झाले व त्याने डोळ्यांसमोर हात धरला. आता वैशाखातील उर्मट, विनआतड्याचे ऊन सुरू झाले याची ती पहिली खूण होती आणि एकदा ते सुरू झाले, की सारी देऊरवाडी मग दोनचार महिने सतत उलत राहणाऱ्या लाहीसारखी जळत राहत असे. तिच्या मागल्या अंगालाच चढत गेलेला डोंगर निर्विकारपणे पसरलेल्या भुरक्या रेड्यासारखा दिसे व त्यावरील झाडांच्या फक्त नाड्याच मात्र शिल्लक राहत. इतर वेळी हिरव्यागार गर्दीत दडून गेलेल्या शिवनाथाच्या देवळाचा चिकट पिवळ्या रंगाचा कळस झुडुपात बोर पिकल्याप्रमाणे स्पष्ट दिसू लागे आणि देवळाशेजारी असलेल्या हिरवट पाण्याच्या कुंडातील तळाशी असलेले मगरीच्या पाठीसारखे वाटणारे खडक उन्हाला वर येऊन पडत.

उन्हाची सवय झाल्यावर संगाने डोळे उघडले. बऱ्याच खाली मुख्य रस्त्याला वडाखाली बस थांबली होती. म्हणजे आता दोन तरी नक्की वाजून गेले असतील. आज तेथे बाबल्या कुठे दिसला नाही. नाहीतर एरव्ही तो कमरेवर हात ठेवून नाचत बसभोवती फिरे. खांद्यावर मागेपुढे काकणाचे पुष्कळसे सर टाकलेला म्हामू कासार एकटाच बसमधून उतरला आणि उतरताच चांगलाच अर्धा वाकून एकदम खोकू लागला. जणू त्याच्या खोकण्यानेच लालसर धुळीचा धूर उडाला व बस निघून गेली. संगाला नेहमीप्रमाणे वाटले, नाही, आता मात्र म्हातारा फार दिवस तगायचा नाही! तो स्वतः हातभर असल्यापासून म्हामू कासाराला पाहत होता. त्याने कधी पायांत वहाणा घातल्याचे त्याने पाहिले नव्हते. त्याच्या सदऱ्याला अगदी जुनी माणसे वापरत, तसली पुढे रुंद पट्टी असलेली अल्मीनची बटणपट्टी असे आणि सदऱ्यात कुठे ना कुठे वीतभर ठिगळ असे. दर तीन दिवसांनी मळकट हिरव्या लाल काकणांचा लबेदा घेऊन तो शहरात जाई व एक रात्र तेथे काढून परत येई. वडाखाली आता काळसर वाळल्या केळी

मांडून आंबाड्याच्या पिंजरासारख्या केसांची रखमा एकटीच बसली होती. संगाला वाटले, आता थेरडीचे ठीक चालले असणार, न चालायला काय झाले? आता पार्वती नाही बाजूला! आणि आता पार्वती तर कधी परत येईल की नाही कुणास ठाऊक!

खरे म्हणजे रखमा काय, पार्वती काय, कुणाचाच धंदा काही अगदी धाप लागण्याजोगा चालत नव्हता. बोटाबोटाएवढ्या केळी सुरकतून गोगलगाईसारख्या होत. मळकट पेरूवर चट्टे पडत. दररोज आठबारा आणे दंडावर चोळीत गुंडाळले, तरी शिवनाथाचे भले, असे म्हणण्याची पाळी! पण बस थांबली, एखादा ट्रक रेंगाळला, की रखमा, पार्वती आवेशाने बुट्ट्या घेऊन तुरुतुरु पुढे जात आणि गिऱ्हाईक जमले नाही तर निव्वळ सवय म्हणूनच एखादी शिवी हासडून पुन्हा गोणपाटावर अंग पसरत. पार्वतीची आठवण होताच संगा कुसकरल्यासारखा झाला व बाजूच्या हातभर उंच कट्ट्यावर बसला. त्याने बसल्याबसल्याच कोनाड्यातून बिड्या काढल्या व त्यातील एक उलटसुलट फुंकून पेटवली. रात्रभर फुंकलेल्या कडक बिड्यांची कडवट चव अद्याप जिभेवरून उतरली नव्हती; पण झुरका घेतल्यावर त्याला बरे वाटले. दोनच दिवसांपूर्वी पार्वती घरातून बाहेर पडली होती. गंगूलीचे हातभर अंग घरातून आडवे काढले व शिवनाथ देवळामागे मसणवटीत नेले, तेव्हापासून ती एक चटई पसरून पडूनच होती. कोपऱ्यात केळी कुजून घर कोंदले, दोनचार खरकटी भांडी वाळून अगदी खट्टर झाली; पण काळवंडलेला काला पडल्याप्रमाणे आडवी झालेली पार्वती काही हलली नव्हती. संगाने पातेलेभर भात शिजवला; नारू लोहाराकडून वाटीभर लालसर पाण्याची आमटी आणली; पण पार्वतीने मात्र तांब्याभर पाणी ढोसण्याखेरीज काही घेतले नाही. परंतु मग एकदम अंगात आल्याप्रमाणे ती उठली व संगापुढे हात नाचवत, डोळे फिरवत किंचाळू लागली, "आता या घरात राहणार नाही मी! खणखणीत पहारीसारखी पोरगी! अगदी बघताबघता खलास झाली! कुठं घालशील असला हरामाचा पैसा? सगळं तुझ्यापायी घडलं. पापानं हात सगळे राडेराड! परटिणीच्या पोराच्या कानातले डूल काढलेस, देवळातली समई उचललीस –"

संगाला संताप आवरेना व त्याचा हात थरथरू लागला. "तोंड मिटून गुमानं बसतेस की घालू एक लाथ बक्कदिशी? असं मोठ्यानं वद्याडून घर जाळणार की काय कंजारणी?" तो दबलेल्या पण धाकट आवाजात म्हणाला; पण तो काही बोललाच नाही अशातऱ्हेने पार्वती बडबडत राहताच संगा उठला व त्याने खाडकन तिला थप्पड मारली. पार्वती बाजूला कोसळली. तिचे शब्द स्वच्छ धुऊन टाकल्याप्रमाणे तिचा आवाज एकदम बंद झाला व ती खळ गेलेल्या कापडाप्रमाणे मऊसूत झाली. ती उठली. तिने गंगूलीचे कपडे, तिची लाकडी मोटार, पत्र्याची पाटी या साऱ्यांचे एक वेडेवाकडे गाठोडे केले व ती तडक बाहेर पडली. ती एवीतेवी जाऊन जाणार ते भैरववाडीला हे संगाला माहीत होते; पण भैरववाडी नाही म्हटले तरी अठरा मैलांवर होती. तेव्हा तिला बसमध्ये

तरी घालावे, म्हणून संगा उठला; पण पार्वतीने आलास तर मला कापून खाशील अशी करकरीत शपथ घातली. संगा खुळ्यासारखा पाहतच राहिला. पार्वती झपाटल्यासारखी निघाली. वाटेत नारू लोहार काहीतरी म्हणाला, वडाजवळ म्हातारी हात हलवून काही बोलली; पण पार्वती सरळ पुढे गेली आणि देशपांड्यांच्या पेरवाईत शिरून दिसेनाशी झाली. संगाने कपाळावर हात मारून घेतला – म्हणजे बया आता वत्ताड ओलांडून, केतकीचे टेकाड मागे टाकून चालत जाणार की काय भैरववाडीला? वाटेत एक रात्र काढेल रांजणीला बहिणीकडे; पण अठरा मैल? पण पायच मेंगळटून गेल्याप्रमाणे संगा उठला नाही की हलला नाही.

आणि तसे सगळे अंगच मेंगळटून गेले होते, ते गंगूलीची छाती हलायची थांबली तेव्हा! पोरगी बघितली तर सकाळपासून अगदी टाण होती. तिने आदल्या दिवशी काही खाल्ले नव्हते हे खरे; परंतु पार्वती म्हणे त्याप्रमाणे पोरगी त्या बाबतीत अगदी बापाच्या वळणावर गेली होती हेच खरे! दिवसच्या दिवस ती काही खात नसे; पण मग रात्री अगर सकाळी एखाद्या वड्डराचे जेवण रचत असे. बटणे नसलेला झगा सावरत, झिंज्या मागे फेकत ती भटकायला बाहेर पडली, की संध्याकाळपर्यंत बघायला नको. तुरीच्या शेंगा, काकड्या, भुईमूग, झुडुपावर वाढलेली कोवळी रानतोंडली – सारे तिला चरायला चालत असे. सकाळपासून खणखणीत असलेली गंगूली एकदम ओरडत चटईवर आडवी झाली, पाहतापाहता तिचे पोट टमाम फुगले, तोंड सुजून डोळे खोचलेल्या बियासारखे दिसू लागले आणि संध्याकाळपर्यंत तर डोळ्यांतली नजरच हरवली. म्हामूने काहीतरी उगाळून दिले; नारूने काढा आणून दिला; पण करकरीत संध्याकाळी गंगूली भोवतालच्या कुंपणातून तोंडली तोडलेल्या मसणवटीत गेली आणि म्हामूने तिच्यासाठी आणून ठेवलेली पिवळी चकचकीत काकणेही तिच्याबरोबरच मातीत गेली. संगा परत आला. सारे काही इतक्या तडकाफडकी झाले होते, की जखमेत सुरी फिरायला वेळ मिळाला नव्हता. आता मात्र तो बसला असता सारे पाझरत खाली उतरू लागले व तो चिरकल्यासारखा होऊ लागला. डोक्यावरून खूप पुढे पदर ओढून बोडक्या चुलीपुढे घुम्म बसलेली पार्वती; कोपरे वाकडे झालेली गंगूलीची पत्र्याची पाटी, तिच्यावर पेणसील कधीच स्वच्छ उमटत नसे. नाहीतरी ती पाटी तिला काही फारशी उपयोगाची नव्हतीच. देवळाच्या शाळेत वर्षभर फतकाला घालून तिला ग म या दोन अक्षरांखेरीज जास्त काही आले नाही; पण या वयातही गंगूली नारू लोहाराची उंडगी दांडगी म्हैस अलगद घरी वळवून आणत असे. तिचा मळका झगा; 'मला दोन चिंचा दे, मी पेणसील देतो...' आपल्याच शुद्धीत ती कुणाशी सौदा करत होती! 'आई, बाबाला सांगतो बघ...' ती काय सांगणार होती, तिचे काय सांगायचे राहून गेले? 'आई, माझी भावली हुडकून दे, कुठाय ती?' शेवटपर्यंत त्या भावलीचा ध्यास गेला नाही. त्या भावलीला यातील काहीसुद्धा दिसले नसेल. कारण ती आडवी झाली, की तिचे डोळे आपोआप मिटत...

ती बाहुली गंगूलीकडे आली, तेव्हा तिचा परकर लालभडक होता आणि केस बाभळीवरील मधासारखे होते. दरवर्षाप्रमाणे देशपांडेची माणसे शिवरात्रीला शिवनाथाच्या देवळाला आली होती, तेव्हा बाईंनी ती बाहुली मुद्दाम गंगूलीला दिली होती. तिला झोपवले की ती आपले डोळे झाकून घेत असे; पण त्या एका गोष्टीमुळे मुद्दाम तासभर साऱ्या देऊरवाडीत खळबळ उडून गेली होती. गंगूलीच्या वारगीची पोरे-पोरी तर सगळ्या बघून गेल्याच; पण किराणी दुकानदार गोपाळची म्हातारी आई, संधिवाताने गुडघे आखडलेला जंगम ही जख्खड माणसे देखील क्षणभर टेकून गेली. कधी नाही ते यमनी जोगतीण जग्ग डोक्यावर घेऊन रस्ता चढून आली. तिने जग्ग खाली उतरवताच माणसे गपागपा बाजूला झाली किंवा पांगली. पार्वती पटकन पुढे येऊन गंगूलीमागे आधार भिंतीप्रमाणे उभी राहिली व मागच्या बाजूला यमनीच्या नावाने बोटे मोडू लागली. यमनीने गिधाडाच्या नखासारख्या बोटांनी बाहुली घेऊन फिरवून पाहिली व द्रोण भरून फाटावा त्याप्रमाणे ती तोंड पाघळून हसली. ती केव्हा एकदा जाते याची संगा अस्वस्थपणे वाट पाहत होता. ती किंचित वळताच त्याने लगबगीने पुढे होऊन जग्ग उचलून तिच्या डोक्यावर ठेवला. ती घुंगूर वाजवत निघून गेल्यावर सावट निघून गेल्याप्रमाणे सारे स्वच्छ झाले. पार्वतीने सुस्कारा सोडला; पण ती म्हणाली, "पुन्हा जर ती आली तर तिच्या झिंज्याच टाकते उकिरड्यावर!" संगाला तर कापूस फुटल्याप्रमाणे वाटले. तो काही बोलला नाही; पण कधी नाही ते त्याने एक बिडी समोर समंधाप्रमाणे बसून असलेल्या परशा परटाच्या हातात कोंबली.

परंतु त्याला सुटकारा जाणवला तो निराळ्याच कारणासाठी. आता येथे घुटमळून यमनी परवाच्या प्रसंगाचा बोभाटा करते की काय अशी त्याला सतत भीती वाटत होती व त्याला आतून पिळा पडला होता. त्या दिवशी प्रकाश संपून अंधाराचा पिंजर पसरू लागला तरी अद्याप गंगूली परतली नव्हती आणि नारू लोहाराच्या म्हशीचाही पत्ता नव्हता. पार्वतीने तर सावल्या लांबू लागल्या तेव्हापासूनच तिला बघून येण्याविषयी कटकट लावली होती; पण संगा गुडघे उंचावून बसला होता. तेव्हा त्याच्यात सुखकारक आळस भरला होता व तो बूड हलवायलाही तयार नव्हता. त्याला बाबल्याचा उगाचच राग आला. ते पोर नको त्या वेळी सतत डोळ्यात शिरणाऱ्या घुंगुरट्याप्रमाणे समोर भटके; पण आता या वेळी मात्र ते कुठे जाऊन आदळले होते कुणास ठाऊक! नाहीतर त्याला तरी गंगूलीला बघायला पाठवता आले असते. शिवनाथच्या देवळात पणती लावायला जेव्हा गुरव निघाला, तेव्हा संगा बेचैन झाला व आपसूक उठला. घराच्या मागल्या बाजूने चढत गेले, की अलगद देवळाजवळ जाता येत असे आणि तेथल्या नाकाड्यावर उभे राहिले की थेट यम्मीहाळपर्यंत सपाट शिवार दिसे. संगा तेथे आला तेव्हा एक बैलगाडी बांधावरून लहान होतहोत पलीकडे जात होती व तिच्यावर तीन बगळे पताकांप्रमाणे उडत होते. संगाने डोळे ताणत पाहिले, तेव्हा गंगूली डोक्यावर लहान

भारा घेऊन इकडेच येत असलेली त्याला दिसली आणि साऱ्या गावाला पुरून उरलेली लोहाराची म्हैस अगदी नव्या नवरीप्रमाणे निमूटपणे तिच्या मागोमाग येत होती. आता संगाची चिंता गेली; पण राग उसळला. सटवी! कुठला तरी भुईमूग उपटून आणला वाटतं! आता रात्रभर अंथरुणात शेंगा फोडत पडेल उंदरासारखे!

तो परतला, तेव्हा चांगलेच अंधारले होते, म्हणजे परतीला मागली पाऊलवाट उपयोगाची नव्हती. जर का पाय घसरला, तर सरळ वडापर्यंत लोळत जायची बेगमी झालीच! म्हणजे आता शिवनाथासमोरून जाण्याखेरीज इलाजच नव्हता. त्याने इकडेतिकडे निरखून पाहिले. देवळामागे बऱ्याच अंतरावर जेथे मसणवटी होती व घायपाताचे कुंपण सुरू झाले होते, तेथेच यमनी जोगतिणीचे खोपटे होते. त्या आवारातून तिरपे गेले, तर अर्धा पल्ला खात्रीने वाचत होता.

पण तेथून जायचे या विचाराने संगाला देखील क्षणभर भेदरल्यासारखे झाले. उन्हे कलली की देऊरवाडीतील एक माणूस त्या आवारात तर राहू देच; पण त्या आसपास दिसले नसते. यमनीच्या त्या खोपट्यात माणसाची हाडे, कवटी होती हे म्हामूला देखील माहीत होते. अमावास्येच्या रात्री खोपटाजवळ शेकोटी पेटलेली असते व यमनी तिच्याभोवती फिरताना आढळते, असेही काहीजण बोलत. यमनी पौर्णिमेला जग्ग घेऊन दारोदार हिंडे. जग्गाच्या कडेने छोट्या मूर्ती बसवल्या होत्या व मध्येच उंच आलेल्या कोक्यावर दोन विती उंच असा मुख्य मुखवटा होता आणि सभोवार निरनिराळ्या रंगीत खणांच्या घड्या सोडल्या होत्या. यमनी आली की माणसे भेदरून मूठपसा तांदूळ जोंधळे टाकत, पैसे देत व हातावर भंडारा पडला, की सुटलो म्हणत निसटत. हा फेरा गावात येऊन गेला, की सगळ्यांनाच मोकळे वाटे. कारण इतर दिवशी ती गावात जोगव्यासाठी येत नसे. बाकीच्या दिवशी जग्गाऐवजी हातात परडी घेऊन, ती परड्या-परसात, रानोमाळ भटके व परत येताना तिच्या हातात एक बोचकेच जमलेले असे. मोडकी फणी, दोरीचा तुकडा, बाटली, बैलाच्या गळ्यात घालतात ते जाड काळे-निळे मणी, आरशाचे तुकडे हे सारे त्या बोचक्यात जमा होई. या साऱ्या गोष्टी घेऊन ती काय करत असे कुणास ठाऊक, कारण तिच्या खोपट्यातून कधी कचरा बाहेर पडलेला मात्र कोणी पाहिला नव्हता. मग जायचे का यमनीच्या खोपट्याजवळून? संगा थोडा वेळ रेंगाळला; पण या वेळी लांब रस्त्याने जायला त्याचे मन तयार होईना. त्याला वाटले, अद्याप यमनी परतली नसेलही! आणि ती आली असलीनसली तरी आपणाला त्याचे काय? आपण नुसते आवारातून जाणार. ते आवार काय तिच्या बापाचे लागून गेले आहे की काय! या उद्धटपणामुळे त्याला धैर्य आले. घायपात्याच्या रांगेत एके ठिकाणी दातपड होती, तेथून त्याने अलगद आत पाऊल टाकले व तो सरळ खोपटाजवळच्या पेरवांच्या झाडांतून निघाला. यमनीने परसू स्वच्छ ठेवले होते. एके ठिकाणी तिने गवत काढून भोपळ्याचे वेल सोडले होते. ते आता सगळे वाळले होते; पण एका दोरीसारख्या

वेलाला मात्र फुग्यासारखा एक लाल भोपळा होता. संगाने सावधपणे इकडेतिकडे पाहिले; पण खोपटात काही हालचाल वा प्रकाश दिसत नव्हता. त्याने पटकन भोपळा तोडला व तो निघाला. त्याने हळूच मागे वळून पाहिले, तेव्हा त्याला खोपटाला खिडकीसारखे ठेवलेले मोठे चौकोनी भोक दिसले, त्याची पावले संथ झाली. त्याला वाटले, कसेही येथपर्यंत आलोच आहे. लोक इतके सांगतात, तेव्हा आत एकदा बघावे. नाहीतरी यमनी येत असलीच, तर आधीच पायवाटेवर दिसेलच ती!

त्याने खिडकीतून आत डोकावून पाहिले; पण त्याचा अंदाज एका बाबतीत चुकला होता. आत एक पणती लावलेली होती; पण तिला खिडकीच्या बाजूने एका बुट्टीचा आडोसा दिला होता. तिचा मंद प्रकाश कोपऱ्यातील जग्गच्या मूर्तीवर निर्जीवपणे पसरला होता. त्या बाजूलाच यमनीने गोळा केलेल्या कचऱ्याचा ढीग होता. यमनीची चटई मोकळीच होती, तेव्हा जास्तच धीट होऊन संगा न्याहाळून पाहू लागला. त्याला पहिला विचार आला – तो मधला मुखवटा नाहीतरी पंधरावीस रुपयाला सहज जाईल! तीन वर्षांपूर्वी शिवनाथ देवळातील समई नाहीशी झाली, तेव्हा त्याला घसघशीत अकरा रुपये मिळाले होते आणि हा मुखवटा तर जड असून हातभर उंच असेल; पण त्याचे लक्ष वरच्या बाजूला जाताच त्याचा जबडाच सैल पडला. तेथे अनेक मडकी दोरीने बांधून भिंतीला अडकवली होती. म्हणजे यमनीचा पै-पैसा त्या मडक्यांत जातो तर! इतकी मडकी आणि ती देखील पैशांनी भरलेली म्हणताच त्याचे हात लालसेने कापू लागले. काय येवढा पैसा घेऊन स्वतःच्या मढ्यावर घालून घेणार आहे, कुणास ठाऊक! त्याला वाटले.

''अरं, तुझं मढं पडलं हाळ भावीत!'' कोणीतरी खिस्सदिशी मागे किंचाळताच संगा दचकला व त्याच्या हातातील भोपळा खाली पडला. ''भोपळं चोरायला चांगला सोकावलास नव्हं! चार दिवस पाळतीवर हाय यमनी, ठाऊक हाय? आता खाली जाऊन गावात बोंबलून नाही आले तर यमनी जोगतीण नव्हं मी!'' यमनी त्याच्याजवळच उभी होती व हातातील काठी दणादणा जमिनीवर आदळत होती. ''यमनीचा माल असातसा पचायचा नाय रे माकडा! तू घायपाताजवळ आलास तेव्हाच मी ओळखलं नव्हं, कडेच्या भोपळ्याला बकरं गावणार, तुझ्या दारात शिरं उगवलं –''

''जा ग जा थेरडे, मी कशाला घेऊ तुझा भोपळा! माझ्या परड्यात गावजेवण घालायला बक्कळ इतके भोपळे पडलेत!'' मागे सरत संगा म्हणाला. यमनीने त्याच्यासमोर वर्तुळाकार हात नाचवले. ती म्हणाली, ''गावजेवण घालणाऱ्या घुबडाचं तोंड बघ! तुझ्या घरी दगडाचं जातं उपाशी मरेल! मग हा भोपळा काय तुझ्या ढुंगणातनं पडला हय रे सोद्या?''

''हा, तोंड आवरून बोल!'' संगा चिडून म्हणाला, ''गावच्या दारात पडलेली घूस तू! आहे भोपळा तुझ्या टकल्याएवढा आणि मोसबा बघावा तर बाजीरावणीचा! माझं मढं

घालतेय हाळ भावीत! बघ तरी, आधी तुझं मढं! तुला पाठवल्याशिवाय मी कशाला जातोय इथून!''

तेथून जाताजाता संगा म्हणाला; पण तो शरमून गेला होता. यमनी बराच वेळ हातवारे करत त्याच्यामागे बडबडत होती; पण आता त्याला तिचे मडक्याएवढे डोके तेवढे इकडेतिकडे हलताना दिसत होते. सोळा मडकी... छन्न छन्न वाजणाऱ्या पैशांनी भरलेली, आपलीच वाट पाहत पंगत करून बसलेली...

छन्न छन्न असा खांद्यावरील काकणदोऱ्याचा आवाज करत म्हामू कासार जवळ येताच संगाने पटकन तोंड चुकवले व आत येऊन त्याने दार अर्धवट लावले. मोठ्या तोंडाने त्याने म्हामूला गंगूलीच्या मापाच्या छोट्या बांगड्या आणायला सांगितल्या होत्या; पण त्यांचे पैसे द्यावयाचेच राहून गेले होते. आता गंगूली तर गेलीच. तेव्हा म्हामू पैसे मागेल की विसरून जाईल? संगाला खात्री वाटेना व आपण आत आलो हेच बरे झाले असे त्याला वाटले व तो दाराच्या फटीतून पाहू लागला. म्हामू जरा रेंगाळला व संगाकडे येण्यास वळला; पण पुन्हा खोकल्याने त्याची पाठ वाकली, चेहरा विस्तवावर धरलेल्या टिमकीसारखा ताणला व काकणांच्या दोऱ्या हिंदकळल्या. म्हामूचा विचार बदलला व तो पाऊल मागे घेऊन निघून गेला.

संगा बाहेर आला, त्याने दाराला कडी अडकवली व तो बाहेर पडला. नाहीतरी परवा रात्रीपासून आजच प्रथम बाहेर पडत होता. काल तर सारा दिवस अंग कुचमत होते आणि खाण्याची वासना मेली होती. आज सकाळी कुठे डोके स्वच्छ झाले, अंग हलके वाटू लागले आणि आता तर बाहेर पडताना शिवनाथाचा डोंगर देखील आपण खाऊन टाकू अशी भूक जागी झाली होती.

तो खाली उतरला व नारू लोहाराच्या घराकडे चालू लागला. लोहारशाळा वाटेला लागूनच उघड्यावर होती आणि तेथे ओल्या गिलाव्याच्या रुंद भिंतीसारखा नारू लोहार लाकडी ठोकळ्यावर बसला होता. हळूहळू लालसर होत असलेल्या जाळाभोवती दोनतीन लिंगवंत उकिडवे बसले होते व आपापसात बोलत होते. संगा येत असलेला पाहताच ते गपागप उठले व त्याच्याकडे पाठ फिरवून निघून गेले. नारूने हातातील अजस्र हातोडा बाजूला टाकला व गुडघ्यावर हात ठेवून तो संगाकडे पाहू लागला.

''रामराम नारू,'' अंग सैलसर करत खाली बसत संगा म्हणाला व त्याने बिडी पेटवण्यासाठी लाकडाची चिपडी जाळाकडे नेली. नारू अस्वस्थ झाला व त्याने उतावीळपणे म्हटले, ''हां हां, संगा विस्तव शिवू नको. अद्याप सांजची पूजा झाली नाही.''

संगाने त्याच्याकडे आश्चर्याने पाहिले. नारू विस्तवाची पूजा करतो हीच गोष्ट त्याला नवी होती. रात्रीबेरात्री, खुळ्या पहाटेला संगाने अनेकदा चिपडी जाळात खुपसली होती, गप्पा मारतामारता बिड्यांचा ढीग टाकला होता. तो काही म्हणणार तोच नारू म्हणाला,

''आणि हे बघ संगा, आता आठदहा दिवस तू येऊच नको इथं! मी तुझ्याचसाठी सांगतो बघ –'' पण हे म्हटल्यावर नारू शरमल्यासारखा झाला. गोंधळून त्याने लाकडाची चिपडी जाळात घातली व एक बिडी पेटवली.

''ते एक मसणं सुतक येऊन बसलंय नव्हं डोंबलावर!'' आतून नारूची बायको म्हणाली, ''म्हणजे अमाशेपर्यंत सगळंच मळक आहे. म्हणून म्हणतात ते असं.''

संगा निमूटपणे उठला व चालू लागला. नारूकडे परटेभर चहा मिळेल अशी त्याला फार आशा वाटत होती; पण हे सुतक मध्येच उपटले. काही अंतर गेल्यावर, आपण कसले सुतक हे नारूला विचारलेच नाही हे त्याला आठवले व परत फिरावे की काय असा एक विचार त्याच्या मनात आला. तोच बाजूच्या घरातून तुकाराम ड्रायव्हर हातात पिशवी घेऊन निघण्याच्या तयारीत बाहेर आला. त्याची बायको उंबऱ्यापर्यंत आली व तिची दोन काळ्या टपोऱ्या करवंदासारखी पोरे तिला बिलगून उभी राहिली.

''काय रे तुका, आज ट्रक जाणार व्हय?'' संगाने विचारले.

तुका अगदी आकसून निर्जीवपणे पाहतच राहिला. त्याच्या बायकोने कपाळावर हात मारला व ती आत वळली. संगाने किंचित चिडून म्हटले, ''तुका, उत्तर द्यायला काय धाड झालीय व्हय? का बाजीराव झालास रे?''

''संग्या, कुठल्या कामाला जाताना माणसानं कुठं म्हणून विचारू नये एवढी पोरीची अक्कल नाही व्हय तुला?'' तुका रागाने म्हणाला, ''भेटेल त्याला कुठं कुठं म्हणत काय जीभ वळवतोस कुत्र्याच्या शेपटीसारखी?''

त्याचा काळसर गळा हातात घेऊन चांगला पिरगळावा असे संगाला वाटले व त्याचे हात शिवशिवले; पण तो म्हणाला, ''व्हय रे भल्या माणसा, आजच विचारतोय मी व्हय तुला? डबा, पिशवी घेऊन निघालास म्हणून टाकला प्रश्न! त्यात कुणाचं घोडं मेलं रे तुझं की माझं?''

''आजची गोष्ट निराळी आहे, संगा,'' तुका म्हणाला, ''आज थेट विजापूरच्या पल्ल्याला जायचा आहे ट्रक. सगळा सॉलीड माल. त्याच रस्त्यावर परवा आमचाच एक ट्रक उलटला माहीत हाय नव्हं? गुलाममहंमदचा बादलीभर अगदी फात्या होऊन गेला अगदी. आज मी जाणार, मिळतील दोनचार पैसे खरं; पण कुणास ठाऊक संगा, नशीब आहे. मी परत आलो आलो, नाही नाही.'' तुका भेदरल्यासारखा झाला व पिशवी घेऊन परत घरात गेला. त्याच्या बायकोने दोन्ही पोरांना बदूकदिशी आत ओढले व दार लावले.

संगाने आता नीट गोपाळच्या दुकानाचा रस्ता धरला. निदान त्या ठिकाणी तरी आराम टेकायला मिळेल अशी त्याला खात्री होती, कारण एक आंकण जागा असलेल्या त्या दुकानात कधी गिऱ्हाईक आलेले त्याने पाहिले नव्हते. भिंतीवरील दोन फळ्यांवर पुष्कळसे डबे होते; पण ते सगळे रिकामे, तांबेरून गेले होते. समोरील दोनचार बाटल्यांत फुटाणे, लालभडक भेंड व पेन्सिलचे तुकडे असत. फारफार झाले तरी कधीतरी

बाटलीभर राकेल, एखादा नारळ मिळे; पण गोपाळ मात्र सकाळपासून संध्याकाळपर्यंत तेथे बसून असे. तो एक अतिशय जुना, भोकेभोके पडलेला रेशमी रुमाल डोक्याला गुंडाळत असे व त्याच्या कापूसकाडी अंगावर तो पिवळा रुमाल देवबाभळीच्या पिवळ्या गोंड्यासारखा दिसे. आणि तेथल्या लक्ष्मीच्या चित्राची पूजा देखील कधी चुकली नाही. "मालच नाही गोपाळ, तर गिऱ्हाईक येईल कशाला?" असे कोणी चोंबडेपणाने म्हटलेच, की कानाचे पाळ ओढत तो आश्चर्याने म्हणे, "पण म्हाराज्या, गिऱ्हाईक नाही तर माल आणून काय तुला सजवून बसवू व्हय मखरात?"

संगा जात होता, तेव्हा राजाराम अंगणातील खुंट्याला म्हैस बांधून ती धूत होता. ती सारखी नाचत होती व ओली शेपटी अपच दपच पाठीवर आपटत होती. संगाला वाटले, आता एका बिडीला गंडा बसणार! कारण 'काढ की एक बिडी' म्हटल्याखेरीज आतापर्यंत राजारामने त्याला कधी सोडले नव्हते; परंतु आता त्याने संगाला पाहिले न पाहिल्यासारखे केले, हातातला खरारा टाकला व काही आठवल्यासारखे करत तो आत गेला. रस्त्यावर आठदहा पोरे गोट्या खेळत होती; पण संगा जवळ येताच भुताची सावली पडल्याप्रमाणे ती गप्पगार होऊन बाजूला झाली व त्याच्याकडे टक लावून पाहू लागली. 'बघता काय मढ्यांनो, मला काय शिंगं फुटलीत व्हय डोक्यावर?' असे दणकावून विचारावे असे त्याला वाटले, तोवर त्याचे लक्ष बाजूच्या अर्जुनाच्या घराकडे गेले. त्याने बाहेरच्या भिंतीला चुना लावला होता व तिच्यावर सोनकावाने तो मोठे स्वस्तिक काढत होता. संगाने म्हटले, "अरे थांब थांब, सगळंच चुकलं गड्या. स्वस्तिक उजवीकडं फिरतंय नव्हं? मग डावीकडं कशाला हाणल्यास पट्ट्या?"

अर्जुनाने बारीक डोळ्यांनी त्याच्याकडे पाहिले व तंबाखूची पिंक टाकत तो पुन्हा भिंतीकडे वळला. संगा खुळ्यासारखा झाला व उगाचच थोडे रेंगाळून पुढे गेला.

"स्वतःचं नेसू आता आवर आधी! मोठा बालीस्टर आलाय शिकवायला!" अर्जुन उर्मटपणे म्हणाला.

आता मात्र संगाचा संताप वाढू लागला. आज हे सगळेच असे का होत आहे हे न समजल्यामुळे आतून अंगभर मुंग्या चढत असल्याप्रमाणे तो भेदरू लागला. त्याचे लक्ष नकळत वरच्या चढावाकडे गेले. तेथे म्हामू कासार आपल्या खोलीबाहेर कट्ट्याच्या कडेला बसून तोंडावर पचापचा पाणी मारून घेत होता. त्याने रंगीत हातरुमालाने तोंड पुसले व अल्मीनचा तांब्या बाजूला ठेवून तो चटईवर उकिडवा बसला. त्याला पाहताच संगाला आता एकदम बरे वाटले व त्याच्या मनातील भीती थोडी बाजूला सरली. तो चढून वर आला व कट्ट्याकडेला बसला.

"म्हामू, आज सगळा मामला काही निराळाच वाटतोय बघ –" म्हणत त्याने म्हामूला सारे ऐकवले. म्हामू निर्जीव डोळ्यांनी सारे ऐकत होता. त्याचे तोंड दोनचार स्पष्ट सुरकुत्यांनी कसेबसे एकत्र ठेवल्याप्रमाणे मधूनमधून सैल हलत होते.

"संगा, अरे मला काहीच ठाऊक नाही. काही असलंबिसलंच, तर ती माणसं मला आपणच सांगतील व्हय? पन्नास वर्षं हाय मी हिथं; पण शेवटी परका तो परकाच की!'' तो थोडा वेळ गप्प होता. जणू सांगावे की नाही याच्या कसल्यातरी तो विचारात होता. शेवटी तो म्हणाला, "तू आलास बरं झालं बघ. मघा येताना मीच येणार होतो. माझं तोंड बघितलंस?''

संगाने तिकडे निरखून पाहिले. म्हामूच्या चेहऱ्याची उजवी बाजू खरचटली होती व एके ठिकाणी तर ओला रेघोटा होता. संगाने चमकून विचारले, "म्हामू, झालं काय तुला?''

"काल रात्री शहरात मी पडलो रस्त्यावर. समोर सगळं एकदम लाल झालं, सगळं गरगर फिरायला लागलं,'' पाठीची कमान वाकवत म्हामू म्हणाला, "आता हातनं काही होत नाही, अंगाचं पडवळ झालंय नुसतं! आता केव्हा बोलावणं येईल हे त्या उपरवाल्याला माहीत! आता तेल संपलं, बत्ती खलास होत आली आहे. संगा, माझं एक काम कर —'' म्हामूने एक हात त्याच्या खांद्यावर ठेवला व काकुळतीने म्हटले, "नाही म्हणू नको. करशील, अगदी कसम खाऊन?''

"अरे, सांग तरी पहिलं काय काम आहे ते!'' अस्वस्थपणे संगा म्हणाला.

"मग आतच चल की, सारं सांगतो,'' गुडघे दाबत उठत म्हामू म्हणाला.

आत म्हामू बसल्यावर संगाला बसायला जागाच नव्हती. म्हामूने एका लहान देवदारी पेटीतून लाल फडक्यात गुंडाळलेले एक बोचके काढले व उघडले.

"हा बघ, माझ्याजवळ हा चांदीचा पानडबा आहे आणि त्यात हे!'' म्हामू म्हणाला.

त्याच्या हातात ताईत असलेली पातळ दंडपट्टी होती. "हे अस्सल सोनं आहे. आता माझं कधी संपणार याचा भरोसा नाही. हिथं, वाटेवर, वडाखाली, कुठंही कंदील विझून जाईल. मी आडवा होईन. आता बघ संगा, हिथं माझ्या जमातीचं कोण हाय? नाचणीला हैत दोन घरं! पण कुत्र्याच्या अवलादीसारखं मरायला मन होत नाही. संगा, मी आडवा झालो म्हणजे ती माणसं बोलावून घे, हे सारं वीक आणि कुठंतरी दफन करायला सांग माझं —''

म्हामूचा आवाज बोलताबोलता एकदम फाटला व तो खोकू लागला. काही वेळाने तो म्हणाला, "कसम खाऊन सांग. हे माझे पैसे मात्र खाऊन बसू नको.'' त्याने सरळ संगाकडे पाहिले व विचारले, "खातोस कसम? तू माझा पितळी तांब्या चोरलास, पैसे खाल्लेस; देवळातली समई उचललीस, पैसे घातलेस मसणात. तसं मात्र बाबा करू नको आता! कावळ्या-घुबडांना फेकून देतात, तसं मला फेकून देऊ नको.''

संगा शरमेने शेवाळल्यासारखा झाला. "तुला माहीत होतं सगळं! समईचं देखील!''

म्हामूने दमून गेल्याप्रमाणे मान हलवली. ''समईला अकरा रुपये मिळाले तुला!''

''मग तू कुठं कुठं बोभाटा केला नाहीस?'' अविश्वासाने संगाने विचारले.

म्हामू गप्प राहिला. त्याने रुमालाचे बोचके खोक्यात टाकले व तो बाहेर आला. संगा कुत्र्याप्रमाणे मागोमाग आला व अंग चोरून बसला.

''संगा, असं घडतंय माणसाच्या हातानं! तुला ठाऊक नाही. आता तर काळा बोका माझ्या पायरीवरच माझी वाट पाहत बसलाय, ठाऊक झालं तरी बिघडत नाही. अगदी पन्नास वर्षांपूर्वी मी देखील तसलंच एक चिल्लर काम केलं होतं. ते घडलंच माझ्याकडून. महिनाभर खडी फोडून आलो; पण मग गावातील डुक्कर मला जवळ करेना. बहीण उकिरड्याजवळ येऊ देईना, भाऊ मूत ओलांडून देईना. फक्त एकदाच घाण काम झालं, तरीसुद्धा! म्हणून झालं ते गेलं समजून गप्प बसलो बघ संगा! माफ करणारा, गावगन्ना करणारा मी कोण असा लागलो आहे अस्मान का चांद?''

संगाला आता तेथे राहवेना. लाथ मारल्याप्रमाणे तो निघाला. घाणेरीच्या जाड काटेरी फांद्या सारख्या ओरबाडत आहेत असा त्याला भास होऊ लागला. आता सरळ घरात जाऊन पडावे असे त्याला वाटू लागले. खाणे नको, पिणे नको, चिमणीचा प्रकाश नको. आतच कुठेतरी धुरकट चिमणी जळत असलेल्या प्रेताप्रमाणे पडावे, गप्प पडून राहावे...

तो विमनस्कपणे चालत असता आपण सुभान शिंप्याच्या घराजवळ आलो हे त्याला जाणवले व जुन्या सवयीप्रमाणे तो सावध झाला. सुभानचे घर चारचौघांसारखेच; पण त्याने पुढची भिंत लाल विटांची करून घेतली होती व त्यावर अक्षरे होती – नामा निवास. नाव असलेले देऊरवाडीतील ते एकुलते एक घर! परंतु सुभानने घरचे सांडपाणी सरळ बाजूच्या मोकळ्या जागेत सोडले होते. तेथे नेहमी एक बुचबुचलेले खातेरे असे आणि त्यात मळकट पिवळ्या चोचीचे एक बदक पचक्पचक् करे. संगा केव्हाही तेथून गेला की चोच वासून, मळक्या दुपट्ट्याप्रमाणे दिसणारे पंख फडफडत ते त्याच्याकडे धावून आले नाही आणि संगाने नेम साधून त्याच्या लुबलुबीत पोटाखाली एक पसंत लाथ हाणली नाही असे कधी घडले नाही. जवळ येताच संगा तयारीत राहिला; पण आज बदकाने त्याच्याकडे पाहिले, तेथूनच चोच उघडली; पण लगेच ती खातेऱ्यात बुडवून ते त्याला विसरून गेले.

आता मात्र संगा चांगलाच हादरला. इतका वेळ बाजूला ठेवलेला राग आता एकदम ठसठसू लागला आणि तो ताडताड गोपाळच्या दुकानावर आला. खालीच राहून त्याने एक पाय फळीवर ठेवला व गुडघ्यावर कोपर रुतवत बोट नाचवत त्याने विचारले, ''काका, काय झालंय आजकाल गावात? मला काय प्लेग, पटकी झालीय काय? माणसं तर लाथ मारत आहेत मला, आँ? माझी बायको भांडून गेली. व्हय गेली! पण गावातल्या सोकाजींना का त्याचं सोयरसुतक, बोला!''

गोपाळ फार अवघडल्यासारखा झाला. तो उठला व त्याने सरळ दुकानाच्या फळ्या

लावायला सुरुवात केली. ‘‘संगा, मला काय सुद्धा विचारू नको. तू जा इथनं. आता दुकान बंद.’’ तो नजर टाळत म्हणाला. त्याने फळ्या लावल्या. संगाने उतावीळपणे त्याचा हात धरताच गोपाळने तो झटकला व रुमाल सावरत तो निघून गेला.

संगा तसाच फळीवर बराच वेळ बसून राहिला. आता हळूहळू चहाची तल्लफही मेली. त्याला फार दमल्यासारखे वाटू लागले. जवळ काड्याची पेटी नव्हती, म्हणून त्याने काढलेली बिडीसुद्धा परत ठेवली.

‘‘सण्डे, मुरगी के मुरगी के अण्डे...’’ कुणाचेतरी खुळचट गाणे ऐकू आले व त्या मागोमाग विहिरीच्या बाजूने बाबल्या समोर आला; पण संगाला समोर पाहताच त्याचे तोंड तसेच उघडे राहिले व कातरून टाकल्याप्रमाणे गाणे नाहीसे झाले. आता काय करावे हे न समजल्यामुळे त्याची पावले घुटमळली. तो एकदम वळला व तो धावत निसटून जायच्या बेतात असताच संगा ताडकन उठला. बाबल्याला पाहताच त्याचा सगळा संताप एक झाला. त्याने बाबल्याची मान करकचून पकडली व बाजाराला नेताना मेंढीला ढकलतढकलत नेले जाते त्याप्रमाणे त्याला ढकलत दुकानाकडे आणले. तोंडात तेलाचे बुधले फुटल्याप्रमाणे बाबल्याचा चेहरा नेहमी तेलकट ओलसर दिसे व मक्याच्या कणसातील झिपऱ्या घेऊन डोक्यावर थापल्याप्रमाणे त्याचे केस होते. वडाजवळ बस थांबली की अंग मुरडूनमुरडून तो गाणी म्हणून दाखवत असे. इतर वेळा त्याला कोणी जेवण, चहा दिला तर काहीही करायची त्याची तयारी होती. औषधासाठी नाचणीहून पिकली बेलफळे आणणे, चटणीसाठी वाघाटी गोळा करणे, डोंगरापलीकडे जाऊन दुर्डीभर शिकेकाई जमा करणे ही कामे तर अगदी त्याच्या नावानेच पुजली होती. त्याशिवाय तो कपडे धूत असे, पाणी भरताना गडगडा ओढायला अगदी म्हाताऱ्या, कुरूप बायांना देखील मदत करत असे; शिवाय तशीच मायची अडचण पडली, तर म्हैस पारडू बोडून द्यायला देखील त्याची तयारी असे.

‘‘संगा, सोड रे मला, मेलो मेलो –’’ तो किंचाळला.

‘‘मरायला काय धाड होतीय तुला, आदळ हिथं गुमान,’’ संगा त्याला फळीवर दडपत पण त्याचे मानगूट न सोडता म्हणाला, ‘‘आता बऱ्या बोलानं सांग, नाहीतर हाडांचं डांगर करीन बघ. ही माणसं अशी का करतात मला आज?

बाबल्या दूध फाटल्याप्रमाणे पाणीपाणी, गोळागोळा झाला व त्याचे ओठ फाकले.

‘‘मला माहीत नाही, संगा, शपथ,’’ गयावया करत तो म्हणाला; पण संगाने मानेवरची पक्कड आवळताच तो गप्प झाला व वेदनेने त्याच्या डोळ्यांत पाणी आले.

‘‘तुला माहीत नाही व्हय?’’ तो सांगू लागला, ‘‘यमनी जोगतिणीनं –’’

संगाचा आवाज एकदम कर्कश झाला. तो म्हणाला, ‘‘म्हणजे थेरडीनं शेवटी गावभर बोंब मारली तर! दीड दमडीचा भोपळा काय, आज तिला तरवडीनं सोलून काढली नाही तर नावाचा संगा नव्हे बघ –’’

“भोपळा? कसला भोपळा!” पकडलेली मान विसरत बाबल्याने उत्सुकतेने विचारले. संगा त्याच्याकडे पाहतच राहिला; पण त्याने स्वतःला सावरले व तो म्हणाला, “ती एक निराळीच भानगड आहे. तुझं तू सांग पुढं!”

“काल यमनी जग्ग घेऊन आली विहिरीजवळ, तेव्हाच म्हणालो मी महादूला – बाबारे, आज फेरा आला. लक्षण काही ठीक नाही. यमनी आली आणि गुडघे टेकून मातीतच बसली. तू तिच्या जिवावर उठला आहेस म्हणून तिने तासभर बोभाटा केला. मग घसाघसा माती घासून तिने तीनदा डोक्यात घातली आणि डोकं हळदीनं भरलं. हातात तीनदा भंडारा घेऊन तुझ्या नावानं तिनं भंडारा उधळला आणि तुझ्यावर फुंका टाकला. फुंका अमाशेपर्यंत जारी आहे. संगा, मी सांगितलं म्हणून सांगू नको यमनीला.” बाबल्या अगदी काकुळतीने म्हणाला, “नाहीतर माझ्यावर सुद्धा फुंका टाकील ती सटवी! आणि मग मी खुळ्या कुत्र्यासारखा मरून जाईन –”

संगाचे सारे अंग भीतीने थरकले. बाबल्याने मान सोडवून घेतली व तो निसटून गेला हे देखील ध्यानात यायला त्याला वेळ लागला; पण हळूहळू आता त्याच्यात द्वेष लखलखू लागला व पायापासून डोक्यापर्यंत इसाळ एखाद्या सणकेप्रमाणे शिणशिणून गेला.

“अस्सं काय भूतबोडकं! माझ्यावर फुंका टाकतंय काय! आज तुझे गुडघेच मोडतो की नाही बघ तूरकाडीसारखं! आता माघार नाही. या गावात आता तू तरी राहशील, नाहीतर मी तरी! मग मी फासाला लटकलो तरी हरकत नाही.” संगाने बसल्याबसल्याच मांडीवर थाप मारली. मुखवटा... पैशांनी भरलेली मडकी, ही सारी त्याच्या मनात सावकाश रुजत होतीच. कधीतरी, महिन्या दोन महिन्यांत, सारे काही झक्क दिलखूष करून टाकायचे, याबद्दल त्याच्या मनावरची कात हळूहळू सरकत होती; पण बाबल्याच्या शब्दांनी एकदम हिसक्याने सारेच स्वच्छ, मोकळे झाले व काळा उग्र फणा लवलवणाऱ्या हावऱ्या दोन जिभांनी ताडकन ताठ उभा राहिला.

आता देऊरवाडीत अंधारू लागले होते. कारण सूर्यप्रकाश देवळामागे गेला होता व तेथून दाट पसरत चाललेल्या सावल्या प्रवाहाप्रमाणे खाली निथळू लागल्या होत्या. विहिरीवरचा बायकी कलकलाट केव्हाच बंद झाला होता आणि समोरच्या घरात तर काळसर धुराची जाड गुंडाळी फेकणारी चिमणी देखील पेटली होती.

आता संगाचा निश्चय झाला व इतका वेळ गुंतवळ्यासारखे झालेले विचार तारेसारखे सरळ झाले. तो जंगमाच्या परड्यात शिरून सरळ चिंचबनाकडे चालू लागला. चिंचबनातून एक पायवाट शिवनाथाकडे गेली होती; पण तेथे सर्वत्र घाणेरी, आघाडा वाढला होता आणि दिवसा देखील हातपाय ओरबडून घेतल्याखेरीज, आघाड्याच्या खाजुरल्या बिया चिकटून घेतल्याखेरीज जाता येत नसे. परंतु जंगमाचे परडे ओलांडले की गाव संपले. या वेळी तिकडे कोणी चिटपाखरू फिरकायचे नाही.

संगा चिंचबनात येताच तर अंधार गाळून ठेवल्याप्रमाणे दाट झाला. त्याच्या निबर पायांनाही बाभळ टोचू लागला आणि घाणेरीची एक फांदी बाजूला करत असता तणावाने निसटली व संगाच्या कानापासून हातापर्यंत धारदार, जळजळीत ओला ओरखडा उमटला. वर चिंचेत कचाकचा दगड आपटल्यासारखा आवाज होताच तो चमकला व बाजूच्या चौथऱ्यावर चढला. "साली माकडं!" तो पुटपुटला. तो ज्यावर उभा होता तो चौथरा एका थडग्याचा होता. त्यावरील पखाल तर फुटून दुभंगली होतीच, शिवाय चौथऱ्याच्या फटीतून दोरीएवढ्या जाड वेली फुटल्या होत्या. पायाखाली थडगे पाहताच संगा चटकन उतरला. हे कुणाचे थडगे असेल? आणखी एका बुद्रूक म्हामूचे? त्याचे दफन तरी कोणी त्याच्या रक्तामांसाच्या माणसाने केले की असेच पानाचा डबा, ताईत घेऊन मजूरकामाने ते एकदाचे कसेबसे आटोपून टाकले?

पायाला थडगे लागताच संगाला बरेही वाटले. कारण तेथून डाव्या बाजूला वळून तेथल्या चिंचेवर चढले, की शिवनाथाच्या आवाराच्या कठड्यापर्यंत पोहोचता येत होते.

संगा वर चढून देवळाच्या मागून पुढे सरकला. देवळात गुरवाने पणती लावली होती; पण गाभाऱ्यातल्या अंधारात तो टिकलीएवढा उजेड अंग चोरून होय की नव्हे प्रकाशत होता. आता संगा निर्धास्तपणे खाली टेकला तेव्हा त्याला जाणवले, की चेहरा घामाने ओलसर झाला आहे व हातपाय ओरखड्यांनी गिजबिज जळत आहेत. देवळाच्या मागे वारा अदृश्य वस्त्र फडफडत असल्याप्रमाणे लाटेलाटेने येत होता व त्यामुळे संगाला थोड्या वेळात निवल्यासारखे वाटले. तेथील उतारापलीकडे थोड्या अंतरावरच यमनीचे खोपटे होते व आत तिने चिमणी लावलेली दिसत होती. मध्येच खोपटाचे दार उघडले आणि जाड जटा झालेल्या केसांचा पट्टा पाठीवर आपटत यमनी बाहेर आली. तिने हातातल्या ताटलीत पाणी टाकले, ते गोल फिरवून बाजूला टाकले व ती आत गेली. बाहेर निसटलेल्या प्रकाशाचा तुकडा आत गेला आणि एकच पिवळा डोळा जागा राहिल्याप्रमाणे खिडकीचा कोनाडा तेवढा अंधारावर राहिला.

संगाने थोडा वेळ जाऊ दिला. खोपटाजवळच्या पेरवात कसलीतरी फडफड झाली, काहीतरी टपकन खाली पडले. वाऱ्याला आता उशीर रात्रीची धार येऊ लागली व ऊब टिकवण्यासाठी संगाने अंग आवळून धरले. आता यमनीविषयीचा संताप अनावर होऊ लागला होता व चिंचेच्या फोकाने बडवलेली तिची कातडी लोंबत आहे, अशी यमनीची आकृती त्याला आत्ताच डोळ्यांपुढे दिसू लागली होती. मागच्या बाजूला गावात दोनचार कंदील दिसत होते; पण कुठे हालचाल नव्हती. आता तेथे म्हामू पाठीची कमान करून आडवा झाला असेल; नारूचा विस्तव राक्षसाच्या डोळ्याप्रमाणे पूर्ण मोठा लाल झाला असेल; रस्त्यावरून जाणाऱ्या पण तेथे न थांबणाऱ्या मोटारींचा तात्पुरता उजेड अंगावर पडताच दचकून जागा झाल्याप्रमाणे वड प्रकाशत असेल आणि बाबल्या सारखे ओलसर बडबडत शाळेत झोपला असेल.

आणि आपल्या घरात? त्या घरात आता कुणी नाही. पार्वती नाही, गंगूली नाही, आपण नाही. आता त्या घरात बिनधास्त उंदरे भटकत असतील, एखाददुसरा पत्र्याचा डबा दणदिशी खाली पडला असेल. घरदार, बायको असून आपण जमीन अंथरून काळवंडलेले, गुबारा भरलेले आभाळ पांघरूण करून येथे पडलो आहो, गाव मसण यांच्या बांधावर, माणसे आणि यमनी यांच्यामध्ये आजच्या जरा पुढे, उद्याच्या जरा आधी...

...तो खोपटाजवळ आला व त्याने हळूच आत पाहिले. पुन्हा एकदा टांगलेली मडकी व त्याखाली ढणढणीत चमकत असलेला जग्ग पाहताच पाचपन्नास रुपयांची खुळखुळ त्याला जाणवू लागली; पण चटईवर पाय लांब पसरून बसलेल्या यमनीकडे पाहताच त्याच्या सर्व अंगावरून काटा फिरला व त्याच्या मुठी आवळल्या.

यमनी किंचित खाली वाकली होती व त्या मळकट दाट केसांचा ताठ पट्टा पाठीवर पसरला होता. हळदीने माखलेल्या तिच्या कपाळाखाली तिची कवड्यांची माळ किंचित पुढे आली होती व यमनी संथपणे डोलत असल्यामुळे ती हिंदकळत होती. मध्येच यमनीने डोळे वर करून सरळ खिडकीकडे पाहिले व त्या क्षणी संगाच्या अंगात काहीतरी फाटल्याप्रमाणे होऊन डोळ्यांसमोर जळजळीत लाल जाळ उधळला. केसांचा पट्टा आणि हळद यामुळे यमनी कवड्या सापासारखी दिसत होती व तिने चेहरा वर करताच सापाने तोंड उंचावल्याचा भास झाला आणि त्याचे सगळे विष तिच्या थिजलेल्या वेडसर डोळ्यांत उतरले आहे असे संगाला वाटले. यमनी दोन्ही हातांवर बाहुली घेऊन लहान मुलाप्रमाणे तिला जोजवत होती व मध्येच जाड ओलसर ओठांनी बद्बद् आवाज करत होती.

ती बाहुली गंगूलीची होती.

संगाचा आता आपल्यावरील ताबा सुटला. तो दाराजवळ आला व त्याने चार लाथा दणादणा घालताच ते फळकुटाचे दार पाटलागासकट मोडून पडले. संगा उडी मारून आत येताच यमनीने बाहुली बाजूला फेकली व त्याच्याकडे तोंड वासून पाहत, सांदरीत मांजर सापडले की करते तसला फाटलेला बोंदरा आवाज ती करू लागली.

"आता तुझं मढंच निजवतो बघ!" संगा गुरासारखा ओरडला, "ती भावली चोरून गंगूलीला तूच मूठ मारलीस नव्हं? तुला पेरवाला टांगून खाली पेटवतो की नाही बघ या फळकुटांची होळी! आणि रांडमुंड वरती माझ्यावरच फुंका टाकतंय भर बाजारात!"

संगाने लाथ उचलताच गोंदवण सुरकतून चुरगळून गेलेले हात यमनीने डोक्यासमोर पसरले; पण लाथेचा फड्डल आवाज होताच ती उलगडल्यासारखी होऊन जग्गावर जाऊन पडली. ती अर्धवट उठत असतानाच संगाने बेभानपणे मुखवटा उचलला व आवेशाने तिच्या डोक्यावर हाणला. ओलसर मातीत जोराने पाय द्यावा त्याप्रमाणे त्याला वाटले;

पण हात स्वतंत्रपणे झपाटल्यासारखे वरखाली होत होते व दरवेळी मुखवट्यावरील चकचकीत रेषा गिजबिजत होत्या.

यमनीची हालचाल संपली हे पाहून तो थांबला. तो मडक्यांजवळ गेला व त्याच रानवट मुसंडीने त्याने एकामागोमाग मडक्यांवर आदळताच आतून पैशांची लालसर नाणी तांबड्या पागोळ्यांप्रमाणे खाली पडली व खोपटात विखुरली. संगाने मूठभर नाणी उचलली व ती यमनीवर फेकत तो म्हणाला, ''घे मढ्यावर घालून सारा पै-पैसा तुझा! अजून काय झालंय, तुजं तुंड करून टाकतो बघ डुक्करापुढं.''

पण आता तो विझल्यासारखा झाला. त्याने हलक्या हाताने बाहुली उचलली व परट्यासारख्या डोळ्यांनी तो तिच्याकडे पाहत राहिला. मग निर्जीवपणे ती खाली टाकत त्याने कपाळावरचा घाम पुसला. त्याने शेजारचा पाण्याचा तांब्या उचलून सारे पाणी घटाघटा पिऊन टाकले. अंगावर थोडे पाणी सांडल्याने त्याला थंड वाटले; पण त्याने अविश्वासाने हातापायाकडे पाहिले. हातावर लालसर ओल होती व धोतरावरही रंगीत चिळकांडी होती. उकिरड्यावरचा जाड पांढरा किडा चिरडताच हिरवट पिवळा द्रव बाहेर येतो, तसे काहीतरी होण्याऐवजी, जणू माणूसच मेल्याप्रमाणे हे लालसर रक्त समोर पाहताच त्याला खुळ्यासारखे वाटले व तो पाय फाकवून यमनीकडे पाहत पिशानवल्लीसारखा उभा राहिला.

जमिनीतून अनेक हात वर उगवल्याप्रमाणे दिसणाऱ्या घायपाताकडून आलेल्या पायवाटेवर एकदम दिवट्या दिसू लागल्या व त्या प्रकाशाचा थरथरता हात फिरलेले अनेक चेहरे अस्पष्ट दिसू लागले. सर्वांत पुढे सतत खोकत असलेला म्हामू कासार आताही अनवाणीच होता. तो दार तुडवून आत आला व संगाला पाहताच एकदम आखडला. नारू लोहार दारातच थबकला व इतर चारसहा जण त्याच्या खांद्यावरून, हातामागून आत डोळे ताणू लागले.

म्हामूने ताडताड कपाळावर हात मारून घेतला व तो घोगरेपणाने म्हणाला, ''संग्या, काय करून बसलास रे! आता लटकलास की फासावर!''

नारू लोहार पाहतच राहिला. त्याला काय बोलावे हेच समजेना व तो बाजूला झाला तेव्हा गोपाळ म्हणाला, ''संगा, तू विचारत व्हतास नव्हं सांजचं? तू असाच एका रात्री चोरासारखं येणार आणि आपला चेंदा करणार असंच यमनी म्हणत होती. तिला तसलं दोनदा स्वप्नात दिसलं म्हणे. म्हणून तर तिनं तुझ्यावर फुंका टाकला व्हता आणि रेड्या अगदी तस्सं करून बसलाच नव्हं!''

म्हामू कासार आता मटकन खाली बसला व त्याने रिकामा तांब्या तोंडावर वाकडा केला; पण त्यातून दोनचार थेंबांखेरीज काही पडत नाही हे पाहून त्याने तो बाजूला घडघडत ढकलला. ''बाबल्यानं सारं सांगितलं, तेव्हाच धावलो बघ मी. मला धुकधुक व्हतीच, असलं काहीतरी होणार म्हणून,'' म्हामू म्हणाला, ''पण बघ माझ्या छातीचं

अगदी खोकं झालंय. मी पळणार, पळणार किती, तर सरड्याएवढं! त्यात नारबा घरी नाही. त्याला आणून पोचलो खरं; पण सारं अगदी स्वच्छ गुंडगोळं झाल्यावर –'' आणि म्हामू एकदम मुस्कटात मारल्याप्रमाणे गप्प झाला.

''पण आता माणसांनो, करायचं काय फुढं!'' कोणीतरी म्हटले.

''आता करायचं काय, करायचं नाही काय!'' हात झटकत नारू म्हणाला, ''जे घडायचं व्हतं, ते घडून बसलंय नव्हं? पुढं कपाळ! संगाला हिथं ठेवून दार बडवून घेऊ भाहेरनं. मग सकाळी पोलिस जाणे, संग्या जाणे. कसं?''

ते ऐकताच अंगावर सर्वत्र खवले उमटत असल्याप्रमाणे संगा भेदरला व हातवारे करू लागला. तो आता संपूर्णपणे एक पालच झाल्याप्रमाणे तो चिपचिपक्या आवाजात म्हणाला, ''तसं नको रे नारू, मला हवं तर पेरवाला बांधून बदड; पण हिथं या मढ्याजवळ डांबू नको. पाया पडतो, ऐक माझं एवढं.'' यमनीकडे न पाहता तिकडे हात दाखवत संगा गप्प झाला.

''असू दे, मी बसतो तुझ्याजवळ उजेड फुटेपर्यंत! आता आमची जवळीक तेवढीच उरली नव्हं!'' म्हामू म्हणाला.

बाकीची माणसे दारात काही वेळ रेंगाळली. एकाने एक दिवटी मोडक्या पाटलागात तिरपी खोचली आणि एक फटकूर पांघरायला म्हामूकडे फेकले. मग सगळेजण हळूहळू पांगले. नारू पुढे आला. त्याने संगाशी काही बोलण्यासाठी ओठ हलवले; पण मग हताशपणे मान हलवत हातात अजस्र घण असल्याखेरीज व्यर्थ वाटणारे हात वल्हवत तो निघून गेला.

संगा गुडघ्यात मान घालून बसला. दिवटी लांब जिभेने जळत होती व वाऱ्याचा झोत आला की तिकडून रेटल्याप्रमाणे आत आडवी होत होती. म्हामूने मूठभर पैसे हातात घेतले व बसल्याबसल्याच धारेने खाली सोडले.

''आणि मी आजच तुला बेवकूफपणानं माझ्या दफनाचं सांगत होतो, नव्हं संगा! आता तुझंच बघायची आफत आली बुढ्या घोड्यावर.'' तो खिन्नपणे म्हणाला. जुन्या निर्जीव झालेल्या जखमेच्या रेषेवरून हात फिरवत बसावे, तसा तो निर्विकारपणे बोलत होता, ''आता कसलं दफन आणि काय घेऊन बसलास? रानात शेण पो पडतो, वाळून जातो, तसाच पडायचा मी कुठंतरी! मी धडपड धडपड करून करणार काय, तूच सांग! डोस्क्याचा रुमाल आडवा फेकून कधी नदीवर पूल झालाय व्हय? मीच फाटका माणूस, मोठ्या गुर्मीनं घरटं बांधायला निघालो मढ्यासाठी! हे हात बघ, बघितलेस? हेच फाटके हात तुला सावरायला निघाले होते. पण संगा माझं ऐक. हे सारं झूट, बिलकूल झूट, डोंबाऱ्याचा खेळ नुसता! यमनीनं फुंका टाकला म्हणून ती काय दिल्लीवाली मुमताझ होती व्हय? थूः बघ कशी पडलेय ती. आतडं फुटलेल्या म्हसरानं बुट्टीभर शेण टाकावं, तसं पडलंय मढं तिचं! तिचा फुंका जाऊ दे संगा खड्ड्यात. आमच्यावर सगळ्यांवरच एक

अस्मानी फुंका पडलेला असतोय उमरभर! संगा, तुला सांगू काय? अरे, बेवकूफ तुझी माझी सगळ्यांची उमर म्हणजेच फुंका हाय नव्हं? त्याला यमनी काय करणार, तू काय करणार आणि टिनपाट फाटका म्हाम्या तरी काय करणार?''

म्हामूचा आवाज एकदम संपला, त्याला खरखरीत धाप लागून खोकल्याची उबळ आली. आता यापेक्षा सांगायचे, बोलायचे ते हे एकच, असे जणू वाटल्याप्रमाणे त्याने मांडी घातली व भिंतीला लावून पाठ ताठ करत तो मनमोकळेपणाने लांबलचक खोकू लागला.

सुगंध : दिवाळी १९७२

तळपट

सिद्धनहळ्ळी खेड्याच्या मागे असलेल्या सपाटीवरील नूर मने हा भाग माळ मध्येच उलल्याप्रमाणे दिसे. एकेकाळी नावाप्रमाणे त्या ठिकाणी शंभर घरे असतीलही; पण आज मात्र तुरकाट्यांच्या तीस-चाळीस झोपड्या टिकून होत्या व त्या ठिकाणी गोल्ल गारुडी आणि दोर मांग यांची वस्ती होती. ती माणसे एकमेकांबरोबर बोलतचालत. एका वसतीतील गांजा अगर मोगाभर ताडी हळूच सरहद्द ओलांडून जात असे. हुच्च म्हातारीने रस्त्यालगत तीन दगड तेलकुंकवाने माखून ठेवले होते, तेथे दोन्ही जमातींकडून एखाददुसरा पैसा, मूठभर जोंधळे, तांदूळ येऊन पडत. कधी मैलार लिंगाचा अगर यल्लाईचा चुरमुरे फुटाणे, ओले खोबरे, साखर असा प्रसाद एकमेकांकडे येई. पण त्यांच्यात पक्के जेवणखाण मात्र होत नसे. कुंबय्याची पोरगी जेव्हा कवठेदार दिसू लागली आणि ती चालू लागली की ती चालतच राहावी असे सगळ्या बाप्यांना वाटू लागले, तेव्हा तेथेच घरोबा शोधण्याऐवजी त्याने वासे उपसून घोड्यावर घातले व सगळी गुडचापी गुंडाळून तो देवीच्या डोंगरामागे निघून गेला. दोर मांगांच्या वसतीत कुजलेल्या घायपाताचा वास भरलेला असे तर स्वतःला अभिमानाने कृष्णगोल्ल म्हणवून घेणाऱ्या गारुड्यांना दोऱ्या वळून पोट जाळण्याची कल्पना रस्त्यावर फुटून पडलेल्या कुत्र्याच्या आतड्यासारखी वाटे. उलट, साप किरडू दाखवून हिंडण्यापेक्षा जगात काय बरे हे दोरवाल्या बायका देखील स्पष्ट बोलून दाखवत आणि कशालाही न लाजणाऱ्या घोटीव मांसाच्या त्या बायका स्वतःच्या फटकळपणाबद्दल शरमत. गोल्ल बायका हरणाचे कातडे तळाशी लावलेल्या दुरड्या घेऊन वशीऽध ओरडत हिंडत. एखादी भाबड्या चेहऱ्याची बाई दिसली, की वशीध विसरून मग त्या शकुन सांगत, सात महिन्यांत म्हैस वील, पोरीला घर मिळेल, अंगावरचे कुत्त जाईल, नवरा चिमणीसारखा मुठीत राहील; पण त्यासाठी यल्लाईला दहा पैसे दे, नारळ दे, खण दे, गाऱ्हाणे घालते, यल्लाईच्या डोंगराला जाते, भंडारा उधळते, एक रुपया दे असा त्यांचा भडिमार सुरू होई. त्यातल्या एका

कंजारणीला यल्लाईचा डोंगर कुठे आहे हे माहीत नव्हते; पण त्या अनेकदा मर्दापेक्षा जास्त पैसे निऱ्यांच्या कोक्यात गुंडाळून आणत आणि सतत आडचक्र फिरवत दोर पिळणाऱ्या बायकांकडे बघून हसत.

मात्र दोन्ही वसत्यांतील कुत्र्यांना तेवढे कशाचेच सोयरसुतक नव्हते. खालच्या रस्त्याने रात्री अवेळी एखादी गाडी गेली, की जीव तोडून ती एकदिलाने तिच्यामागे धावत; तळ्यापलीकडे असलेल्या रामनहळ्ळीतील कुत्र्यांच्या भुंकण्याला निष्कारण आवेशाने उत्तर देत आणि जातजमात न पाहता दरवर्षी आपली पिलावळ वाढवत.

रविवार असला, की एरव्ही देखील दानय्या गावाजवळचे तळे पितळी थालीसारखे चमकू लागताच गावाकडे येऊ लागे. कारण त्याला वसतीपासून चारपाच मैल चालावे लागे आणि मग तोपर्यंत ऊन वाढे. गेली चाळीस वर्षे तरी तो हा प्रवास करत आला आहे; परंतु डोकेच उसवल्याप्रमाणे दिसणारा रुमाल, गुडघ्यापर्यंत पोहोचणारा लांब कोट आणि लंगोटी यांखेरीज त्याच्या अंगावर इतर कपडे कुणी कधी पाहिलेच नाहीत. जुने कपडे देतानाही त्याला नेमका असलाच कोट देणारा वकील कोण, हे देखील कुणाला कधी समजले नाही; पण नागप्पा नागप्पा म्हणत खरखरीत आवाजात ओरडत तो गल्लीत शिरला, की त्याच्यामागे पोरांची झिम्मड उठे व तो जाईल त्या घरापर्यंत ती त्याच्या मागोमाग जात. 'मग काय गोंधळ घालतात ही पोरे!' म्हणत मोठी माणसे देखील जमा होत. नंतर बायका देखील उंबऱ्यापर्यंत येऊन दुरूनच साप बघत, अंगावर निरुपद्रवी शहारे आणण्याचा आनंद मिळवत. दानय्या पोरांना मधूनमधून मधाचे जुने पोळे अगर सापाची कात देत असे. पोरी तर हातात नव्या गुंजा अगर गजगे पडले की लाह्यांप्रमाणे फटाफट उडत आणि एकदोन ठिकाणी शिकेकाई अगर रिठे दिले की जुने कपडे व भरपूर खाणे यांना मरण नसे. पण एवढ्याचसाठी काही दानय्याच्या मागे पोरांची गर्दी होत नसे. सापाच्या बुट्ट्या घेऊन येणाऱ्यांची संख्या तशी कमी नव्हती; पण दानय्याचे साप म्हटले, की पोरे हादरून जात व खूष होत, कारण तो नुसते नागच दाखवत नसे. त्याच्याबरोबर अनेकदा आणखी बुट्ट्या असत, कधीतरी तोंड बांधलेले लहान पोते देखील असे आणि आज काय नवीन बाहेर पडणार हे पाहण्यासाठी पोरे श्वास आवरून छाती आवळून उभी राहत. एकदा दानय्याने शंकरपाळे चौकोन अंगावर असलेला मांडीएवढा जाड असा पाणसाप काढला व त्यांच्यासमोर टाकला. त्याला पाहताच मागे सरकताना चारपाच पोरे तरी एकमेकांवर कोलमडली. सापाने मान उंचावून इकडेतिकडे पाहिले व लगेच सगळे विसरून तो निपचित पडला. दानय्याने त्याला दोनचारदा पायाने ढकलले. मास्तरांनी एक लांब काठी त्याला हळूच ढोसली. एका पोराने तर धीटपणे कागदाचा एक बोळा नेम धरून त्याच्या शेपटीवर टाकला. तरी तो अगदी निर्विकार सुस्तच. मग पोरांचे लक्ष त्याच्यावरून उडाले व त्रिकोणी डोके असलेल्या सळसळ फिरणाऱ्या सापाकडे गेले. थोड्या वेळाने पाहिले तर पाणसाप नाही! पोरे गबागबा पांगली व आजूबाजूच्या बायका

लहान पोरांना कडेवर आदळून शाळेच्या कट्ट्यावर चढल्या व हत्तीच्या पायाखाली सापडल्याप्रमाणे किंचाळू लागल्या; पण दानय्या मात्र शांतपणे गिधाडाच्या पंखाप्रमाणे कोटाची पाखी हलवत भोवती हिंडला व शेवटी सीतारामच्या दुकानाच्या फळीखाली हात घालून त्याने साप काढला व त्याला शिव्या देत पोत्यात कोंबला. एकदा त्याने हातभर घोरपड आणली व ती नागाची आई म्हणून सांगत सगळ्यांकडून त्याने दुप्पट चिल्लर गोळा केली होती. पण लोक जमत ते मात्र त्याचे नाग पाहण्यासाठी. त्याने हळदकुंकू आणि चुना यांच्या पट्ट्यांनी शृंगारलेली डबल बुट्टी उघडली की त्यातून काळ्या वीजेसारखा किंवा केशरी किरणाप्रमाणे वाटणारा नाग ताडकन बाहेर येत असे व त्याबरोबर इतर साप, घूस, गांडुळाप्रमाणे दिसू लागत. मग दानय्याची बडबड जरी चालूच असली, तरी त्याचा एक हात मात्र सतत नागाला एका मर्यादेतच थांबवण्यात गुंतलेला असे. अशा वेळी त्याची बोटे स्वतंत्रपणे जिवंत असल्याप्रमाणे हलत, सगळा हातच एक नाग असल्याप्रमाणे ती फण्यासारखी पुढे झेपावत. शेपटी ओढून नाग सरळ केला की तो दानय्याच्या काठीपेक्षाही हातभर लांबच दिसे. मग लगेच त्याला कंस पडत आणि त्याने फणा काढला तर त्यात सूपभर तांदूळ सहज मावत. एकदा मास्तरांनी विनोद केला व विचारले, ''तू तुझे नाग काय विलायतेतून आणतोस की काय? अगदी आयसीयस्स दिसतात. इतरांचे साप अगदी गावठी, जंतासारखे वाटतात बघ.'' नागाशी खेळणारा हात न थांबवता दानय्या हसला. तो फारच खूष झाला असावा, कारण त्याने नाग उचलून मानेभोवती टाकला. तो म्हणाला, ''अण्णा, त्याला काय सोनं, मोती खायला घालतो व्हय? पण जनावर नुसत्या खाण्यानं नाही जगत, त्याला काळजाचं रक्त आटवायला पाहिजे. नाग म्हणजे आमचं पोट, आमचा देव. एक पोर वाढवावं, ते फार सोपं; पण जनावर वाढवणं नको. आता नाग हातात घेऊन जन्मलो म्हणा, की आता संपायचं ते नाग हातात घेऊनच.'' मानेवरून कोटाखाली शिरून पुढे पोटावर येणाऱ्या नागाकडे पोरे बाटल्यांच्या टोपणासारखे डोळे करून पाहत उभी राहत. मग त्या रात्री एखाददुसरे पोरगे झोपेत किंचाळत उठे आणि पुढच्या रविवारी दानय्याची घुंगूर असलेली काठी वाजली, त्याचा खरखरीत आवाज ऐकू आला, की बहुधा तेच पोर सर्वांत प्रथम पुढे असे.

आज नुसता रविवारच नव्हता, तर नागचतुर्थी देखील होती. आज बायका नागाची पूजा करत, दानय्याच्या अल्मीनच्या भांड्यात दूध ओतत व मग त्याच्या दोन्ही झोळ्या अन्नाने भरून जात. आजउद्या मिळून तीनचार महिन्यांची कमाई होऊन जात असे. पुरुषांपेक्षा बायकाच निवळ काळजाच्या. त्या कापडचोपड देत आणि त्यांच्या हातून पैसाही चटकन सुटे. पोरे काय गर्दीला ठीक; पण त्यांचे काही खरे नव्हे...

दानय्या लौकर निघाला खरा; पण तो पुलाजवळ आला तेव्हा त्याला झोळी एकदम अवजड वाटू लागली. त्याचे पाय आखडल्यासारखे होऊन त्याला धाप लागली आणि

उघड्या छातीतल्या सापळ्यांची हाडे आतबाहेर होऊ लागली. तो एका आंब्याच्या झाडाखाली थांबला व त्याने धाप विरू दिली. पूर्वी देखील हेच अंतर होते. तंगड्या ताडताड टाकत तो एकदा निघाला, की पाऊणएक तासात तो गावात येऊन पोहोचत असे. मग अगदी विंचरून काढल्याप्रमाणे तो सातआठ गल्ल्यांत प्रत्येक घरी जात असे आणि भरल्या झोळ्यांनी तो परते, त्या वेळी अद्यापही तळ्यावर सांजेचे हळदपाणी पसरलेले असे; परंतु त्याला अलीकडे वाटू लागले होते – सापाचे ठीक आहे, कात टाकली की पुन्हा तरणाबांड. आपल्यावर मात्र दरवर्षी कातेवर कात चढत जाते. गेल्या काही वर्षांत तर त्याने चार गल्ल्या सोडूनच दिल्या होत्या. परतायच्या वेळी हाडे चिंबलेली असत. त्या वेळी त्याला वाटू लागे, आज परत जाऊच नये, येथेच कुठेतरी रात्री अंग पसरावे; पण सांजू लागले की मात्र तो अत्यंत उतावीळ होत असे. सर्वांत कडेला असलेली, सतत वारे खेळवणारी खोप त्याला आठवू लागे व तेथे पाऊल टाकताना काळ्या रानकुत्र्यांचे ओरडणे ऐकू आले, की त्याला घरी आल्यासारखे वाटे. आता बोटे देखील वाकडी होऊ लागली होती, त्यांच्यातील चलाखी झिजली होती. आता तर त्याला कळून चुकले, की एका झपाट्यात अंतर तोडायचे दिवस संपून गेले आणि ही बोटे तर मधूनमधून इतकी थरथरतात, की त्यांना दुसऱ्या हाताने काही वेळ घट्ट दाबून धरावे लागते.

दानय्या गावात पहिल्या गल्लीत आला; पण त्याला एकदम शरम वाटून पुढे जावे की नाही हे समजेना. त्याने बोजड वाटू लागलेली बुट्टी दुसऱ्या हातात घेतली व काठीचे घुंगूर वाजू नयेत म्हणून ती खांद्यावर टाकत तो चोरासारखा आत शिरला; पण ते एका पोराने पाहिले. त्याने आरोळी देताच पाचदहा पोरे आली व त्याच्या मागोमाग येत मास्तरांच्या दारात थांबली. दानय्याने बसकण घेतली व तो पाठ वाकवून बसला.

"अरे, तुझी किती वाट बघायची?" मास्तरीण रागावून म्हणाली, "तू येणार म्हणून आम्ही इतरांना हाकललं. तर तूच यायला बारा वाजवलेस. आता पूजा केव्हा करायची?" दानय्या बुट्टी समोर ठेवून खाली मान घालून बसला. त्याने पोरांची थट्टा केली नाही की त्यांच्याकडे एकदम बुट्टी नेऊन त्यांना घाबरवले नाही. त्याने झोळीतून अल्मीनचे भांडे बाहेर काढले व एक मळके कापड लाह्यांसाठी जमिनीवर पसरले. पोरांनी त्यात लाह्या टाकल्या, कुणीतरी वाटीभर दूध भांड्यात ओतले व दोनचार पैसे देखील कपड्यावर पडले. तेवढ्यात एक बाई पूजेला आली, तेव्हा दानय्याने तिला बुट्टीचीच पूजा करायला सांगितले. ती फार गडबडीत होती. तिने चिमूटभर हळदकुंकू टाकून एक नवे नाणे कपड्यावर टाकले व ती निघून गेली; पण मास्तरीण खेकसली, "बसलास काय, उघड की बुट्टी."

दानय्याने कापऱ्या हाताने बुट्टी उघडली व केविलवाण्या आवाजात म्हटले, "बाई, गरिबावर राग करू नका. आज साप नाही माझ्याजवळ."

पोरे घाबरण्यासाठी उत्सुकतेने उभी होती; पण बुट्टी पाहिल्यावर ती फसल्यासारखी झाली. मास्तरीण संतापली व म्हणाली, "जळ्लं मढं काढलं याचं! भरवशाच्या म्हशीला टोणगा! सणाच्या दिवशीच बघा कसलं तरी सोंग आणलंय यानं! आणि पूजेचे पैसे मात्र गोळा करतोय निलाजरा! आधीच पूजा केली असती तर खरा नाग मिळाला असता आणि एव्हाना जेवणंही होऊन गेली असती."

दानय्याने काल रात्रभर बसून काळ्या चिकणमातीचा साप केला होता. त्याला त्याने नऊ तोंडे केली होती, डोळ्यांत गुंजा घातल्या होत्या आणि अंगावर रांगेने कुसुंब्याचे दाणे रुतवून त्याने ते वेटोळे बुट्टीतून आणले होते. पोरे प्रथम निमूटपणे पाहत होती; पण नंतर ती फार चिडली. दानय्याने त्यांच्याकडे धुरकटल्या डोळ्यांनी पाहिले; पण त्यांचा राग अनावर झाला होता. एकाने त्याचे भांडे लवंडून दिले व पायाने फडके हिसकताच सगळ्या लाह्या मातीत पडल्या; पण तेवढ्याने त्यांचे समाधान झाले नाही. त्यांनी बुट्टीच उचलून दूर फेकली, तेव्हा सापाचे तुकडे होऊन सगळीकडे पडले. दानय्या उठून उभा राहिला व भेदरून ओरडू लागला.

"होय रे म्हाताऱ्या, मातीचा साप दाखवून फसवून पैसे काढतोस, मग पोरे गप्प बसतील होय? त्यापेक्षा आज नाग नाही म्हणून आधीच सांगायचं होतंस," मास्तर म्हणाले.

"दादा, पोटावर का मारता माझ्या?" दानय्या काकुळतीने म्हणाला, "गेल्या ऐतारी साप व्हता की नव्हता माझ्यापाशी? इतक्या वर्षांत असं कधी झालं व्हतं का तुम्हीच सांगा? की इतकं दीस गटारातली जानवी दाखवत मी पोटात शेण घातलंय? ऐन तोंडालाच जनावर मरून बसलंय, तर मी तरी काय करू, मढं पडलं त्या हुच्च म्हातारडीचं. काल बघा सांजचं –"

दानय्याचा साप मेला होता तो देखील विलक्षण रितीने. काल संध्याकाळी तो जरा सुस्त दिसला, म्हणून दानय्याने त्याला बाहेर काढले होते. त्याच वेळी वसतीतील हुच्च म्हातारी तळ्याकडून आली. या म्हातारीचे फांदी पान कुणी उरले नव्हते आणि तिचे डोके नासून तर पंधरावीस वर्षे होऊन गेली होती. एक दिवस तिला आपल्या केसांत कांबळ्याच्या तुकड्यासारखी जटापट्टी दिसली आणि ती जोगतीण झाली. त्यानंतर तोंडभर कुंकू फासून पायात घुंगूर बांधून ती अमावास्या-पौर्णिमेला हटकून, इतर दिवशी कधीतरी, रात्रभर दणादणा नाचू लागली, घुमू लागली. अशा वेळी समोर विशेषतः दानय्या दिसला, की तिला काय होत असे कुणास ठाऊक, गळा फाटेपर्यंत ती किंचाळत असे. म्हणून तिच्या अंगात आले आहे असे समजले, की दानय्या दार लावून मुकाट बसे. नंतर तिने तीन दगड कुंकू-तेलाने माखले व रस्त्याच्या कडेला ठेवले. तिने आपले खोपे उचलले आणि निंबाच्या आडोशाला मांडले. मग ती कवड्यांची माळ घालून कवड्यासारख्या डोळ्यांनी दगडासारखी बसून राहू लागली. अंग घुमू लागले ती वेळ

सोडली की तिचा कुणाशी एक शब्द नाही, काही नाही आणि त्या वेळी तरी ती काय बडबडे हे तर कुणालाच कधी कळले नाही. काही वेळा भर उन्हाळ्यात रात्री शेकोटी पेटवून ती त्यात भुताप्रमाणे पाहत बसे, तर पाऊस ओतत असता इतर माणसे बोक्यासारखे अंग आवळून कोपऱ्यात बसली असता ती अष्टापूरच्या माळावर काटक्या गोळा करायला जात असे. तिच्या पाणी आणण्याला तर सुमारच नव्हता व काळवेळही नव्हती. आता ती एक मोठे डेरके कसेबसे सांभाळत चालली होती. त्याच नेमक्या वेळी वेटोळी ताणत नाग सरळ झाला व तिच्या पायापर्यंत पोहोचला. खरे म्हणजे तेथल्या बायकांना सापाची फारशी भीती नव्हती; पण हे हुच्च कसल्या तंद्रीत होते कुणास ठाऊक. ती फाटक्या आवाजात एकदम ओरडली व तिने हातातले डेरके दण्णदिशी नागावर टाकले. ओलसर चिखलात डोके झेदरून गेलेला नाग दहापंधरा मिनिटे तडफडला व शेपटीची हालचाल झिजवत गप्प झाला. म्हणजे उघड्यावर असता समोर नुसती काठी सरकवली तरी त्वेषाने फुसफुसत झेप टाकणाऱ्या त्या उमद्या जनावराचा झुंज देण्याची संधी देखील न मिळता एखाद्या क्षुद्र उंदराप्रमाणे लगदा होऊन गेला होता, हे पाहून तर दानय्याला बराच वेळ डोळ्यांतले पाणी आवरले नाही.

पण यातले काहीच सांगायला दानय्याला वेळ मिळाला नाही. पोरांना आता चेव आला होता व ती आता काठ्या दगड शोधू लागली होती. सीतारामने त्याला सांगितले, "दानय्या, आता काळं कर येथून, नाहीतर पोरं हाड शिल्लक ठेवणार नाहीत तुझं!" दानय्याचे थकलेले डोळे एकदम मोठे झाले व त्याने आजूबाजूला पाहिले. दोन पोरांनी झुडपाच्या फांद्या मोडल्या होत्या व ती आता त्यांची पाने घालवत होती. दानय्या लगबगीने उठला व रिकामी बुट्टी झोळीत घालून पाय खरवडत चालू लागला. तो पुजाऱ्याच्या घरापर्यंत गेला असेलनसेल तोच त्याच्यावर पहिला दगड येऊन आदळला; पण पोरांचा घोळका आता जास्तच भडकला, कारण त्यांना झुडपात करट्यांचा वेल मिळाला होता. लगेच ती कडूजार फळे वेगाने त्याच्याकडे येऊ लागली आणि तीनचार तर त्याच्यावर आपटून फुटली. त्याने लगबगीने देवळाच्या आवारात वळसा घेतला, तेवढ्यात देवळातील कुत्रे वचावचा भुंकत त्याच्या शेजारी धावू लागले. तो कसाबसा मोठ्या रस्त्याला लागला. येथून वसतीला जायचे म्हणजे पल्ला फारच वाढला होता हे खरे; पण आता फळे, दगड तरी मागून भिरभिरत येत नव्हते. आता ती भीती गेल्यावर इतका वेळ ताणून जुंपलेले पाय एकदम सैल झाले व तो मटकन खाली बसला. इतके दिवस त्या गल्ल्यांत आपण रथाप्रमाणे शिरत होतो, तेथूनच आता विहिरीत पडलेल्या एखाद्या मांजराच्या मढ्याप्रमाणे आपण फेकले गेलो हे त्याला फार जाणवले व तो बराच वेळ गुडघ्यात मान घालून खुळ्यासारखा बसून राहिला.

तो वसतीवर आला. त्याने बुट्टी बाहेर काढली व उभ्याउभ्याच झोळी खाली टाकली; पण नेहमीसारखा टप् असा आवाज आला नाही म्हणून तो दचकला. त्याने

झोळी उघडून पाहिले. सगळ्या गोंधळात त्याचे अल्मीनचे भांडे कुठे नाहीसे झाले होते. मग मात्र तो चिडल्यासारखा झाला व त्याने थडाथडा कपाळावर हात मारून घेतला व म्हटले, ''पटकी आली हुच्च म्हातारीला!''

पण आता पुढे काय करावे हे त्याला समजेना. तेथेच तो लवंडल्यासारखा आडवा झाला व भूक विसरून झोपण्याचा प्रयत्न करू लागला. त्याला थोडा वेळ अस्वस्थ, चिडखोर झोप लागली; पण छातीत धूर भरल्याप्रमाणे वाटणारी घुसमट कमी होईना आणि तिला असलेली भुकेची धार जाईना. त्याला वाटले, आपण झोपलो नाही. आपल्यासमोर ढीगभर ऊन भात आहे, काळ्या वांग्याची तिखट भाजी आहे. पण हे काहीच नाही. मग कुणीतरी एक मोठे भांडे घेऊन येते. मग लाल गरम रस्सा त्यातून भातावर पडतो व त्या मागोमाग मऊ मसालेदार असे तळहाताएवढे मासाचे तुकडे पानात पडतात. डुकराच्या मासाचे उग्र वासाचे तुकडे. जे शिजत असता वास घ्यायला वडाच्या झाडाने देखील ओणवे व्हावे, असे तुकडे.

तो उठून बसला त्या वेळी संध्याकाळ होत आली होती. या वेळी वसतीत नाही म्हटले तर थोडी गडबड असतेच. बायका कचाकचा बोलत शिकेकाई निवडत अगर हिरडा कुटून पत्र्याचे डबे भरत. पुरुष वडाशेजारी कवड्या खेळत अगर कडा साफ भादरून गेलेल्या पत्त्यांनी इस्पिट खेळत व पैसे लावत. बायकांनी पैसे दिले नाहीत म्हणून दोनचार गाडगी फुटत. मग एखादी चवताळलेली बायको नवऱ्याच्या दांडीहाडावर काठी हाणे आणि मग कुत्री उत्साहाने ओरडून बेजार होत. पण आज मात्र सगळे निराळेच दिसत होते. सगळ्याच बायका गडबडीत होत्या व सारख्या खिदळत वडाकडे जाऊन परतत होत्या. दानय्या झोपडीबाहेर येऊन बसला व कुणालातरी विचारावे म्हणून पाहू लागला. तोच तो गप्प झाला व जोराने श्वास घेऊन वडाकडे टवकारून पाहू लागला. त्याला वाटले, आपली झोप अद्याप उतरली नाही हेच खरे, कारण आता खरोखरच हवेत तसला, सगळी आतडी सापाप्रमाणे ताठ करणारा, माणसाला निदान पाच पोटे तरी असायला हवी होती अशी इच्छा निर्माण करणारा मिटकी वास भरून राहिला होता. तसला फाकडा वास दुसरा असणेच शक्य नाही.

दानय्या ताडकन उठला, त्याने कोट गुडघ्यापर्यंत ओढला व तो वडाकडे जाऊ लागला. बरेचसे पुरुष तेथे डाळ टाकून तिच्यावर वडाखाली पडले होते. वडाखाली मोठा खळगा खणला होता व त्यातून धुराचा लोट उसळला होता. डोळे लालभडक झालेला शिद्राम जाळात लाकूड ढोसत होता आणि वर पिवळ्या जिभा फेकत असलेल्या त्या जाळावर एका मोठ्या भांड्यात मासाचे तुकडे रटारटा शिजत होते. दानय्याने आश्चर्याने कपाळ धरले व तो अंग आखडून खाली बसला. त्याने विचारले, ''शिद्रामा, कुठला रे हत्ती?''

सिद्राम केसातली राख झाडत इकडे आला व घोळक्यासमोर बसला. त्याने

इतरांकडे पाहून डोळे मिचकावले व म्हटले, ''आज्जा, कुठला न काय! कशाला पाहिजेत असल्या उसाभरी तुला मला? कणीस दिसलं की मोडावं, खावं. कुणाच्या बाच्या शेतात ते उपजलं, असली वाळली खाज कशासाठी? आता बघ, हा शिप्पा, हा वंजा, गेली होती पोरं काल पार धरणापलीकडे. कशाला? मसण विकत घ्यायला! गेली व्हती, परतली तर येताना काय झाली करामत, वड्डराचा एक हत्ती येतो येतो म्हणून मागच लागावं पोरांच्या? नको म्हणत त्यांनी दातांच्या कण्या केल्या बघ; पण नाहीच. मग काय करतील ती तरी? त्याला चालायची किटकिट नको म्हणून त्यांनी त्याचे पाय बांधले, बोलायला नको म्हणून तोंड बांधलं आणि पोत्यात घालून आणून टाकलं न्हवं हिथं? आता पाहुणा आलाय खरा, मग पाहुणेर करायला नको व्हय?''

त्यावर सगळे हसले. दानय्याला देखील दुपारच्या प्रसंगाचा विसर पडला व त्याने नाक पसरून छातीभर श्वास भरून घेतला.

''पण आपला गोंदा तेवढा चुकला बघ,'' मान हलवत शिप्पा म्हणाला.

''ते तर बरंच झालं नव्हं? गोंदापुढे सोंडीचा हत्ती ठेव. तो संपवून म्हणेल, हं आणा रे माकडांनो खरं जेवण!'' सिद्राम म्हणाला.

''गोंदाचं आणखी काय होऊन बसलंय रे सिद्रामा? कुठं जाऊन राह्यलाय तो?''

''कुठं नि काय आज्जा, ते एक रामायणच होऊन बसलंय,'' सिद्राम म्हणाला, ''त्या हुंबाला पहिल्यापास्नं टकुरं जरा कमीच बघ. उन्हात वाळायला टाकलेलं कांबळं दिसलं, गड्यानं उचललं की ते बिनदिक्कत! अरे, घर तरी भटाबामणाचं बघायचं, तर हे घर निघालं नेमकं बकलवाल्याचं. आता बसलाय जाऊन चौकीत. चार दिवस त्याचं बूड अडकलं तिथं म्हणेनास आज्जा.''

दानय्याला रश्शाचा क्षणभर विसर पडला. साऱ्या वस्तीत नाग खेळवणारा गोंदा तेवढाच आणखी एकटा उरला होता. बाकीच्यांना अवदसा आठवली होती. इतर माणसे आता म्हसरांसारखी राबून, हमाली करून कशीबशी तगली होती. गोंदाच्या घरी दुसरे कुणी नव्हते आणि खोप्यात बघावे तर दोन बुड्ढ्यांची चवड. आता चार दिवस त्यांना कोण खायला घालणार देव जाणे; त्या ठिकाणी खायला घालायला कुणी नाही आणि आपल्या खोप्यात खायला घातलेले खायला जनावर नाही...

दानय्या गुडघे दाबत उठला. चांगली रात्र झाल्याखेरीज काही पान पडणार नव्हतेच आणि त्यात आधी पोरांचे पिणे देखील होणार असेल, तर मग पाहायलाच नको! त्याने एक निःश्वास सोडला व कडकडत असलेली भूक दाबून ठेवली. तो परतला त्या वेळी वस्तीवर फुंकर पडल्यासारखी झाली होती, कारण बायका आता पाण्यासाठी तळ्याकडून येरझाऱ्या घालू लागल्या होत्या. कुत्री देखील वडाजवळच अंग ताणून वाट पाहत धुळीत पसरली होती. बहुतेक झोपड्यांची दारे बंदच होती. दानय्या परत येत असता त्याला गोंदाचे खोपे लागले. ते साऱ्या वस्तीला आडवे, तळ्याकडे तोंड करून

होते व नेहमीप्रमाणे दाराला तारेचा आकडा तेवढा अडकवलेला होता. दानय्याला वाटले, गोंदा चार दिवस तरी चौकीत अडकला आहे. त्या दिवसांत पोलिस त्याचे कायकाय करतील कुणास ठाऊक! ढुंगणावर भरमाप्पा देखील बसेल एखाद्यावेळी.

दानय्या एकदम थबकला. त्याची छाती भरल्यासारखी होऊन हात कापू लागले. मग त्याची बुट्टी एक दिवस नेली तर काय होईल? पंचमी भागेल आणि एक दिवसात कुणाला पत्ता देखील लागायचा नाही!

तो एकदम घाबरला व त्याने इकडेतिकडे पाहिले. मग तो वात शिरल्याप्रमाणे झटकन पुढे झाला व दार उघडून आत गेला. त्याने वरचीच एक बुट्टी उचलली व तो परत दाराकडे वळला. मग मात्र त्याचे अंग चिखलाचे झाले व तो पाहतच राहिला. समोर हुच्च म्हातारी डोळे वटारून उभी होती. तिने चेहरा वेडावाकडा केला व टराटरा चिंध्या फाडत असल्याप्रमाणे वाटणाऱ्या आवाजाने ती ओरडू लागली. रुद्रा, शिद्राम, शिप्पा हातातली पाने टाकून तसेच धावत आले. दोन बायकांनी घागरी वाटेतच ठेवल्या, काही लगबगीने आल्या व हातवारे करत असलेल्या म्हातारीशेजारी उभ्या राहिल्या.

''बघत काय उभारल्याशी शेणकुटासारखी तोंड घेऊन?'' दानय्या म्हणाला. त्याच्या गळ्याच्या शिरा सुतळीसारख्या होऊन वरखाली होऊ लागल्या होत्या. ''गोंदा चार दिवस नाही, तर त्यांना खायला कोण घालणार, तुमचा बा व्हय रे? की मरू देत त्याची जनावरं माझ्यासारखी?''

पण त्यावर कुणी काहीच बोलले नाही. सगळेजण त्याच्याकडे नुसते पाहतच राहिले. ''मी काय चोरी करायला आलो व्हतो रे ढोरांनो? अजून माझ्या हातात दम आहे, मला काय करायची आहे दुसऱ्याची पायताण?'' दानय्या पुन्हा म्हणाला. त्याचा आवाज आता जास्तच घोगरा झाला होता व हातवारे करणारा हात जास्तच झटक्याने थरथरू लागला होता. ''आता असं डेरक्यासारखी तोंड घेऊन घुम्म उभं का? या पटकी मढ्यानं डेरकं माझ्या जनावरावर टाकलं, माझ्या पोटावर पाय आणला, तेव्हा कुठं उलथला नव्हता? की त्याच वेळी तुमच्या पायांना रोग चढला व्हता?''

त्याच्या आवेशाचा कुणावर काही परिणाम झाला नाही. सगळेजण डोळे असलेल्या खांबाप्रमाणे उभे होते. लालभडक लुगड्यातील हुच्च म्हातारी देखील गोठल्याप्रमाणे झाली होती. मग मात्र दानय्या पिळून टाकल्याप्रमाणे झाला. त्याची मान खाली गेली व त्याला एक शब्द बोलवेना. तो आता कोरडे खोकत असल्याप्रमाणे हुंदके देऊ लागला. शेवटी चंदर पुढे झाला. त्याने त्याच्या हातांतली बुट्टी घेतली व परत गोंदाच्या खोप्यात डेऱ्यावर ठेवली. त्याने दार लावून पुन्हा तारेचा आकडा अडकवला. त्याने दानय्याचा हात धरला व म्हटले, ''आज्जा, आता जाऊन तू पड थोडा वेळ. जा आता.''

दानय्या पाठ मोडून चालू लागला; पण सगळे डोळे आपल्या पाठीला

खेकड्याप्रमाणे चिकटून मागे येत आहेत असे त्याला वाटू लागले. लाल लुगडे तर भुताप्रमाणेच मानेवर बसले होते. आता; भोवती चुड्या फिरत असता; ओढ्याच्या काठावर; दानय्या निघून गेल्यावर घोळका पांगला. हुच्च म्हातारीने दगडाची एक लांब कपची शोधली व ती तारेच्या आकड्याबरोबरच दारात अडकवली आणि आतून ते सांडूनच आल्याप्रमाणे स्वतःशीच थोडे हसून ती तेथेच राखणीला बसली.

दानय्या आपल्या खोप्यात येऊन बसला, त्या वेळी त्याचे डोके सारखे ठणठणत होते. त्याने उभ्या दांड्याची चिमणी लावली तेव्हा मळक्या भांड्यावर बोट ओढतात तेवढीच जागा उजळ पिवळसर व्हावी, त्याप्रमाणे थोडा प्रकाश झाला; पण त्याहीपेक्षा जास्त धूर झाला. आता मात्र त्याला अंगावर धामीण हगल्याप्रमाणे अतिशय मळके वाटू लागले. चाळीस वर्षांत जे कधी घडले नाही, ते आजच कसे घडले, कसा पाय घसरला, हे त्याला समजेना. घाणीत अंगठी पडली असली तरी उचलायला तू हात घालू नको म्हणणारा बा, तो जर आज समोर असता तर त्याने डोके, मिश्या भादरून घेतल्या असत्या की नाही? जमलेल्या कुणीही त्याला चोर म्हटले नव्हते आणि तेच तर त्याला टोचत होते. त्यांनी जर गावगन्ना केला असता, धक्काबुक्की मांडली असती, तर त्याला करट वाहू लागल्याप्रमाणे मोकळे तरी वाटले असते. आता त्यांच्या मनात आणखी काय फसफसत आहे कुणास ठाऊक! सारी माणसे सगळे काही ओळखून गप्प राहिली आणि निघून गेली. ते हुच्च मढे देखील. तिने तरी हात नाचवायचे होते.

रुकमीसारखे.

या साऱ्या भगभगण्यात मध्येच भूक उसळत होती. आता वडाखालून तयार वास वाऱ्यावर पसरत येत होता व त्याबरोबर भूक एकदम ताणल्याप्रमाणे असह्य, आतडे तोडणारी होत होती. त्यात काही नसणार हे त्याला माहीत होते; पण त्याने दोनचार गाडगी उलथीपालथी करून पाहिली. एकातले पोहे संपून आठवडा झाला होता. दुसऱ्यातील शेंगदाणे त्याने परवाच बाहेर ओतले होते, कारण त्यातील गुळाचा खडा मुंग्यांनी पांढरा भुसभुशीत केला होता व दाण्यांचा भुगा झाला होता. ती गाडगी सगळीच रिकामी बघून त्याला चीड आली व ती त्याने कोपऱ्यात आदळली. तेथे कोपऱ्यात कागदाची एक पुरचुंडी दिसताच ती त्याने उत्सुकतेने उचलली; पण तिच्यात अर्धी भाकरी दिसताच प्रथम त्याचा विश्वास बसेना. मग त्याला आठवले, त्यानेच ती जास्त झाली म्हणून परवा तेथे ठेवली होती व नंतर तो विसरून गेला होता. आता ती लाकडासारखी घट्ट झाली होती; पण वडाच्या झाडाखालून खाणे येईपर्यंत तरी पोटात कुरतडणाऱ्या घुशीपुढे ती टाकायला हरकत नव्हती. त्याने तिच्यावर पाणी शिंपडले व दाबून खट्टर तुकडे मऊ केले. मग तो समाधानाने बसला व एकेक तुकडा चघळू लागला. त्या वेळी चंदर खोप्याकडे आला व त्याने दार ढकलले; पण तो आत न येता बाहेरच टाकलेल्या एका फरशीवर टेकला. तो बराच वेळ न बोलता गुमानेच बसून राहिला. शेवटी

दानय्यानेच विचारले, ‘‘काय रे चंदरा, का आलास?’’

‘‘आज्जा, आता पुढं काय करणार तू?’’

‘‘पुढं? पुढं म्हणजे केव्हा रं पोरा?’’ दानय्या म्हणाला. त्याचे अंग एकदम भेंडाळल्यासारखे झाले, कारण चंदर कशाविषयी बोलत आहे हे त्याला पुरे समजले होते.

‘‘आता काय सांगायचं डोस्कं,’’ चंदर चिडून म्हणाला, ‘‘तुला चांगलं ठाऊक हाय कशापुढं! अरे, माणसं फार चिडली आहेत आणि राचय्या तर तरवड घेऊन पोरं गोळा करत यायला निघाला व्हता.’’

‘‘त्या सगळ्यांना नेऊन घाला खड्ड्यात तिकट्यावर,’’ दानय्या म्हणाला, ‘‘भडवा स्वतः शेण खाऊन तुरुंगात जाऊन आलाय आणि मला शिकवतोय –’’

‘‘व्हय, पण तो घरातल्या चुलीतच मुतला नाही,’’ चंदर म्हणाला, ‘‘आज्जा, असं आडंतिडं बोलू नको. मी सांगतो ते ऐक शाण्यासारखं! उगीच कशाला जाळात लाथा मारून किडल्या उडवत बसायच्या? खरं नव्हं? तू आपण होऊनच जा कसा. व्हय तू म्हातारा झालास, पोरंबाळं कुणी न्हाईत; पण मी तरी काय करू सांग. एवीतेवी घालवणारच, मग अबरू घेऊनच गेलेलं बरं नव्हं व्हय?’’

दानय्या बराच वेळ कर्कशपणे बोलत राहिला; पण नंतर आपण होऊनच तो गप्प झाला आणि अंगावरून वारे गेल्याप्रमाणे बसला. चंदरचे म्हणणे बरोबर होते. खून करून आलेल्यालाही महिनाभर कुठेही अंथरूण भाकरी मिळाली असती; पण दुसऱ्याचे जनावर उचलणाऱ्याला वस्तीत जागा नव्हती. असलेच काम केले म्हणून फार वर्षांपूर्वी दानय्यानेच शिवऱ्याला वस्तीतून हाकलून लावले होते आणि त्याचे गाठोडे त्याच्या मागे लाथेने उडवले होते. आता दानय्यालाच तेथे जागा नव्हती. काल नाग मेला तेव्हाच त्याची येथली नाळ तुटली. एकदा सगळीकडे चुड्या नाचल्या म्हणून माळ सोडून कोट ओढत भटकावे लागले होते. चुड्या फिरल्या व त्यात पेटल्याप्रमाणे लाल लुगडे झळझळले. आता चुड्या नाहीत; पण लाल लुगडे आहे, त्यावर ढोलीतल्या घुबडासारखे डोळे आहेत. म्हणून आता पुन्हा पायावर भिंगरी आली...

‘‘अरे चंदरा, तीनचार दीस तरी मुदत नको व्हय? की उचललं बूड, लागला चालायला?’’ दानय्या जमिनीवर तळवे टेकत म्हणाला.

‘‘चार दीस का, राहा की चांगला वारभर,’’ चंदर उत्साहाने म्हणाला, ‘‘तोपर्यंत काही झालं नाही, असं समजून खुश्शाल राहा. खा, पी; पण शनिवारी मात्र चालू लाग म्हंजे झालं! नाहीतर माणसं पुन्हा उखडतील बघ. मी त्यांना तसं बोलून आलो आहे रं आज्जा!’’ दानय्याने त्याच्याकडे चिकट भोकरी डोळ्यांनी पाहिले. चंदर त्याच्या एका दूरच्या भावाचा नातू. वारुळासारखा भसाभसा वाढला आणि आपली माती विसरून भरकटला. रानोमाळ हिंडून दानय्याने त्याला साप धरायला शिकवण्याची धडपड केली होती; पण

एकदोन साप हाताळण्यावर पोरगे तडकून गेले आणि मग हरामासारखे कुठेतरी तण काढायला, भांगलायला मजुरीने जाऊ लागले होते. कृष्ण गोल्ल रक्त अंगात असलेले हे पोर गवताचे खुंट काढत पोट जाळत होते. आता तर एक नवाच किडा त्याच्या डोक्यात शिरला होता. तो कुठेतरी मसणात नोकरी बघायला जाणार होता. दानय्याला वाटले, खरेच हाही गेला म्हणजे सगळेच संपले. वस्तीशी असलेली सगळीच नाती संपली.

चंदरने एक लहान लाल पिशवी काढली व दानय्याकडे सरकवली, ''आज्जा, असू देत एवढी चिल्लर जवळ. नंतर कधी भेट होणार कुणास ठाऊक! हिथं फार्मावर गवत काढायला माणसं लागतात. दांडग्या माणसाला दीडदोन रुपये सहज पडतात. तू बसून हलकं काम केलंस तरी आठबारा आण्याला मरण नाही बघ. मग विचारून बघू व्हय तुझ्यासाठी?''

दानय्या क्षणभर गप्प बसला. मग हळूहळू त्याचे रक्त तापले. त्याने लाल पिशवी चंदरकडे फेकली व म्हटले, ''मला नको तुझी चिल्लर. मी न्हाई उपाशी मरायचा. चंदरा, इतकी वर्षं नाग नाचवत जगलो मी, आता तोंडात दात उरला नाही, पाठीत काठी नाही. डोळ्यापुढनं सारवल्यासारखं व्हतंय आणि आता व्हग्गा होऊन गवत कापत बसू? गवतच कापायचं व्हतं, तर मी मागेच जमिनीचा तुकडा, बायकापोरं मिळविली असती की! अजून माझ्या हातात दम आहे पोरा. उद्या सांजच्या आत मी माझं जनावर आणलं नाही तर उजवा कान कापून देईन बघ. अरे, पाल बघितली तर धोतरं बदलणारी ती मुरदाडं मघाशी माझ्याकडं घुबडासारखी बघत राहिली. आज अंगठ्याएवढ्या कारट्यांनी माझ्यावर कडू करटं मारली. मला आणखी दोनचार दीस राहायचं ते एवढ्यासाठीच बघ. उद्या जनावर आणलं नाही तर इथं पाऊल टाकणार नाही. मग पुन्हा एकदा ते त्या गल्लीत जाऊन मिरवून येणार, या ढोरांपुढं दिमाखानं खेळवणार आणि मग जाणार मी आपल्या वाटेनं. व्हय, बाकी आता एक खरं हाय. पाय घसरला शेणात. कसं काय घडलं देव जाणे. कधी सुद्धा न घसरायला मी काय मठातला स्वामी न्हाय काय न्हाय; पण त्यासाठी मी गवत धाटं उपटत बसणारा व्हग्गा नाही होणार. तुला यातलं काय समजणार? चंदरा, तू अगदी शेण निघालास. तुझी चिल्लर घे गळ्यात बांधून आणि लाव आता ढुंगणाला पाय. आता माझं हितलं सगळं संपलं. तसंच तुझंमाझं सुद्धा संपलं. जा, चालू लाग हितनं.''

''माझं राहिलं,'' म्हणत चंदरने पिशवी घेतली. नाही म्हटले तरी तिच्यात तीनचार रुपयांची चिल्लर होती. ती दानय्याने घेतली नाही, हे त्याला बरेच वाटले. पिशवी त्याने हातात बराच वेळ धरली व म्हटले, ''पुढं कुठं भेटणार न्हाई म्हणून एक गोष्ट बोलतो आज्जा. तू हजारदा मला शेण शेण म्हणालास. त्याबद्दल ऐक. हे बघ, माणसाला काळीज असतं, तसं हाताला सुद्धा काळीज असतं. एकदा नागानं हातावर फणा मारला, तेव्हा माझं तसलं काळीज फुटूनच गेलं बघ भिंगासारखं. मी तरी काय करू? त्यानंतर

सापाचं नाव काढलं की छातीभर घाम फुटतोय बघ. मग सांजसकाळ त्या भीतीत मरत राहू व्हय मी? गवत चावत नाही, फणा काढत नाही. भारे टाकावेत आणि रात्री बिनघोर झोपावं. माझी भूक आता एवढीच उरली. मी शेण झालो म्हणून मला सांभाळून घ्यायचं की माझ्यावरच सारखी शेपटीच हाणत ऱ्हायची, आज्जा? मी जातो आता. शनिवारपर्यंत खुश्शाल राहा. मी सुद्धा शनिवारीच जाणार की हितनं!''

तो जात असता दानय्या बाजूला थुंकला. भारे टाकावे आणि रात्रीचे बिनघोर झोपावे! पोराच्या अंगात रक्त आहे की गाढवाचे मूत आहे हेच त्याला कळेना. त्याचा आजा देखील तसाच पोकळ; पण तो निदान बुट्टी घेऊन फिरला आणि बुट्टी शेजारी घेऊन उलथला. आणि आता हे पोर भारे टाकून बिनघोर झोपणार! आरामच करायचा असता तर आपणालाही करता आलाच असता की! आणि तो देखील कणसासारख्या भरगच्च रुकमीशेजारी. चुड्यांच्या प्रकाशात आणखी एक लाल चुडीप्रमाणे दिसणारी रुकमी; तळपट केल्याखेरीज राहणार नाही म्हणत चुडी ओढ्यात फेकणारी रुकमी!

त्या वेळी वस्ती त्या दूर दिक्काला मल्लिकार्जुनाच्या माळावर होती आणि तेथून हातावरच गावची शेतवाडी सुरू होत होती. दानय्या तरणाबांड होता व पोहायला तो पाण्यात उतरला की पाणी प्रथम चर्र होत असे. तो बाहेर निघाला, की त्याची आई त्याच्या दंडावर ताईत आहे की नाही हे न चुकता तपासून पाहत असे. त्याने पाऊल टाकले, की मांड्यांत बेटकुळ्या उडत व जणू त्यांच्यावर झेप टाकण्यासाठी काळ्या दंडांतले मस्तवाल साप उसळी घेत. पंचवीस मैल अंतर तुडवून रावण्या आपल्या पोरीसाठी विचारायला वस्तीवर आला. रावण्याने वस्ती सोडली होती व कुठेतरी वावभर जमीन घेतली होती. तो कधी बाजारात दिसला तर दानय्याचा बाप त्याच्याकडे आपल्या झुंड मिश्यांतील एक केसही वळवत नसे; पण आई मात्र खूष झाली. एकटीच पोरगी, रावण्यानंतर जमीन दानय्याचीच होणार होती. म्हणजे एकदा पायावरील नक्षत्र तरी जाईल, पोरगा एका जागी मूळ रुतवेल असे तिला वाटले. दानय्याने रुकमीला एकदा जत्रेत बघितले होते. त्याच वेळी ती भेंडी फुटायला आल्यासारखी होती आणि डोळ्यांत बिब्याच्या रक्तासारखी काळी विषारी होती. पायात तोडा असता तर ती वरातीतल्या घोडीसारखी दिसली असती; पण तोड्याशिवायही ती त्याच दिमाखात पाऊल उचलत असे. दानय्या रावण्याच्या घरी राहायला गेला, त्या वेळी त्याने रुकमीला जवळून पाहिले. बांधावरच्या झाडाजवळ त्याला वेटाळल्याप्रमाणे उभे राहून ती कुणाशीही घटका न् घटका बोलत राहत असे आणि ते देखील अशा लाडिकपणे, की त्याने नुसते विचारले तर ती तश्शीच त्याचा हात धरून जायला तयार होईल असे कुणालाही वाटले असते. त्यात जर माणूस जरी रुमालवाला अगर छातीवर चांदीची झगझगीत बटणे मिरवणारा असला तर मग बघायलाच नको. जणू ग्लासातून गुलाबी भरून देत असल्याप्रमाणे ती हनुवटी किंचित उंचावून तोंड फिरफिरवत हसे. दानय्याने दोनतीन

दिवस तण काढले, ढिकळे फोडली. मग एक दिवस रावण्याने म्हटले, ''उद्या फाळ घालू.'' दानय्याने विचारले, ''पण बैल कुठं आहेत?'' तर रावण्या म्हणाला, ''कुणाच्यातरी हातापाया पडायचं, आणायची. काम भागवायला नको व्हय?''

त्या रात्री दानय्या दमून फळ होऊन गेला; पण त्याला रात्रभर झोप आली नाही. पहाटेला त्याने कपड्याचे बोचके केले व तो तडक वस्तीवर आला. एक नाही की दोन नाही, गप्पकन जमिनीवर पडून तो घोरू लागला. मग ऐतवारी चार माणसांची जोड घेऊन रावण्या आला. पुरुषी काचा घातलेली रुकमी देखील दणदण पावले टाकत आली व कमरेवर हात ठेवून उभी राहिली. ''अरे ही काय रीत झाली व्हय? माणसं थुंकायला लागली की रे तोंडावर,'' रावण्या म्हणाला. वस्तीतील माणसे न बोलावता जमली आणि मेंढरासारखे एकमेकाला ढकलत घोळका करून उभी राहिली.

''दादा, मी आपला सापवाला माणूस. मला तसलं ढोरकाम नाही पटायचं. ती हितंच येत असेल तर ये म्हणावं. नाहीतर तुमची हळद निराळी, आमची निराळी,'' दानय्या म्हणाला.

त्यावर रुकमी तरारून पुढे आली व म्हणाली, ''व्हय, तू बुट्टी घेऊन फुडं आणि मी डोक्यावर दुरडी घेऊन मागं वशीऽऽध ओरडत.''

दानय्याचा सौम्यपणा संपला व त्याचे मन रानमांजरासारखे झाले. तो चिडून म्हणाला, ''तसं कशाला? तू बस शेतात कडकलक्ष्मी होऊन आणि मी अंगावर चाबूक मारून घेत दुर्गाई मरगाई करत हिंडतो बांधाबांधानं, मग तर झालं?'' त्याचा राग एकदम खुळा झाला व तो हात हलवत ओरडला, ''हे बघ, तुझ्याशी सोयरीक करायची म्हणजे दहाजणांत एक भाकरी खायची, नव्हं? मला पाहिजे माझी एक हक्काची घोडी, मी करू काय घेऊन शंभर माणसांची आगीनगाडी?'' पण मग तो फटदिशी थांबला व त्याला वाटले, आपण फार तोंड केले.

पण तोपर्यंत भोवतालची माणसे खिंकाळू लागली होती. रावण्याबरोबर आलेल्यांनी देखील ओठ आवळून तोंडे बाजूला फिरवली. रुकमीचा लालबुंद चेहरा रागाने काळसर झाला व त्याशेजारी तिचे लाल लुगडे विटल्यासारखे दिसू लागले.

''चारचौघांत घुबडा माझं हसं केलंस,'' ती म्हणाली, ''तुझं मूळ खणून तुझं चंदन केलं नाही, तुझ्या चुलीत शिरं वाढवलं नाही, तर नाव सांगणार नाही मी रुकमी!'' त्यावर रावण्या काही बोलण्याच्या आत तिने त्याला थांबवले व तो परत फिरण्यापूर्वीच ती तेथून मोकाट धावत निघून गेली.

मग दानय्याला समजले, गावात छीःथू झाल्याने रावण्याने जमीन फुंकून टाकली होती व तो रातोरात निघून गेला होता. त्याने दुसरीकडे पेरवाची बाग खंडाने घेतली होती आणि सामान बांधून रुकमी लवकरच जाणार होती. ''बरं झालं, बैदा गेली एकदाची!'' दानय्याचा बाप समाधानाने म्हणाला.

दानय्याच्या वस्तीवर दोनतीनदा गावातली माणसे आली, गावातली कोंबड्या, डुकरे चोरीला जातात, वस्ती उठवा म्हणत त्रागा करू लागली. दानय्याच्या बापाने कळवळून म्हटले, ''वीतभर होतो, तेव्हापास्नं वाढलो आम्ही हितं. आता कुठं घेऊन जायचं सगळं लेंढार मसणात?''

''मसणात जा, नाहीतर खड्ड्यात जा. दसऱ्यापर्यंत उलथला नाही, तर परिणाम बरा व्हायचा नाही,'' जाड चुरुचुरु वहाणा घातलेल्या एका निळ्या रुमालवाल्याने त्याला गुरकावून सांगितले. तेव्हा वस्तीवरच्या तीनचार पोरांनी त्याच्या समोरच शड्डू मारला; पण त्याच्या शब्दांनी म्हातारी माणसे मात्र जास्तच वाकली. आतून भेदरलेली पोरे रात्रभर आळीपाळीने जागू लागली. खुट्ट आवाजाने सगळी वस्ती ताणकन जागी होऊ लागली. दसरा शांतपणे पार पडला, तेव्हा कुठे माणसे सैल झाली. मग कितीतरी दिवसांत तोंड बांधलेले गुलाबी भरलेले मोगे वस्तीत आले आणि मोठा जाळ पेटवून पोरांनी रात्रभर गोंधळ केला. कुणीतरी म्हणाले, ''आला रुमालवाला मोठा बाजीराव! बकरं हागल्यासारखं बोलला आणि लेंड्या टाकून बीळ बंद करून बसला.''

नंतर दोन दिवसांनी संध्याकाळ झाली तर भटकणारी कुत्री परत आली नाहीत. दानय्याच्या बापाला तीन कुत्री आढळली – सगळी तशीच पोट फुगून तटाटलेली. बाकीच्यांचा तपासच लागला नाही. पण पोरांनी त्यालाच खुळ्यात काढले. 'उरलेली कुत्री येतील की रात्री!' म्हणत ती आपल्या कामाला लागली. कुत्री अनेकदा पहाटे पहाटेला परतली होती हे खरे; पण दानय्याचा बाप मात्र पकपक काळजाने रात्रभर जागत राहिला. मध्यरात्री एकदम जमीनच फुटून जाळ वर आल्याप्रमाणे सगळीकडे अगदी जवळच हजार चुड्या पेटल्या, बार निघाले आणि पाहतापाहता झोपड्या पेटल्या. दोन हातांत दोन चुड्या घेऊन रुकमी अंगात आल्याप्रमाणे एवढ्या बाप्यांत एकटीच बया इकडून तिकडे नाचत होती. पोरांना धोतराची गाठ मारायला वेळच मिळाला नाही. कुणीतरी भाला फेकला, तो बापाची मांडी नांगरत खाली पडला. त्याला आणि आईला घेऊन ओढ्यापलीकडे जाईपर्यंत दानय्याची हाडे वितळली. थोडी माणसे निसटली. त्यांना चुडीवाल्यांनी ओरडून सांगितले, ''पुन्हा इकडे आलात तर डुकरापुढं टाकतो बघा तुमची मढी!'' एक दिवटी हातात घेऊन रुकमी मुद्दाम वळसा घेऊन ओढ्याच्या काठाजवळ आली व म्हणाली, ''हे काय नव्हंच रे रेड्या, अजून काय काय बघशील! तुझं तळपट केल्याखेरीज कपाळाचं गोंदण झाकणार नाही. मग तू पाताळात जाऊन लप. मेले तर हडळ होऊन येते की नाही बघ. मग म्हणशील, जिती परवडली, मेली रुकमी नको.''

दानय्याने आधी बापाला पलीकडे आडोशाला बसवले व आईला पाण्याबाहेर काढले. मग तो म्हणाला, ''आता तुला सोडतो; पण एक दिवस तुझा गळा चिरल्याशिवाय राहतो काय बघ!''

''अरे माझ्या गळा चिरणाऱ्याच्या!'' रुकमी म्हणाली व तिने त्वेषाने दिवटी त्याच्या

दिशेला फेकली. भक्कन झळीचा वारा दानय्याच्या खांद्यावरून गेला. दिवटी पाण्यात पडली व तेलकट धुराने त्याचे नाक भरले. नंतर चुड्या आल्या तशा निघून गेल्या. आगीत तीन प्रेते दिसली; पण ती घ्यायलाही कुणी गेले नाही. भाजलेला इंदर दोन दिवसांनी मेला. मग झोपड्या नांगरटीत गेल्या आणि गावाची शेती स्वच्छपणे थेट ओढ्याच्या काठापर्यंत पसरली. आईने दानय्याला मिठी मारून शपथ घातली – 'आता त्या जागी जाशील, काहीतरी करशील तर बघ मला कापून खाशील. ती राक्षसं तुझे तुकडे करून खरंच डुकरापुढं टाकतील बघ!'

फाटून गेलेली वस्ती मग नागझरीला गेली. तेथल्या माणसांनी त्यांना शिव्याशाप दिले. कारण त्यांच्यामुळे झरी आटली, प्लेगने माणसे पटापटा मेली. आईबाप तेथेच मातीत गेले. मग मोकळा झालेला दानय्या पोटात आग घेऊन सतत धार लावून झगझगीत ठेवलेला कोयता कमरेला अडकवून पाचदहा वर्षे हिंडला, पंचवीस गावे भटकला; पण रावण्या मेला एवढे समजल्यावर पुढचे सारे गप्पगार झाले. रुकमी अशी कुठल्या कुठे एकदम विझून गेली कुणास ठाऊक! ती आता जिवंत तरी आहे का याची त्याला खात्री वाटेना; पण मेली तरी खवीस होऊन आपल्या पाठीवर ती असणार याची त्याला खात्री होती. दुखवलेला नाग परवडला. तो झुंजताना काहीतरी नियम पाळील; पण पिंजारलेली उंडगी बया नको! शेवटी तो इकडे आला आणि इथल्या मातीत त्याने खोप्याचे वासे खुपसले. त्याने रामलिंगला नारळ पाठवले, मरगाईला ओली शेरणी दिली आणि भोवती हा तट उभा करून त्याने आपले आयुष्य खोप्यात कोंबले. मग भरकटत गेलेले हे चंदर पोर एक दिवस असेच पारवाळासारखे वस्तीत येऊन उतरले. त्याला रुकमीचे नाव तर राहू देत; पण चुड्यांनी लावलेली आग देखील माहीत नव्हती.

आणि आता ते गवताचे भारे टाकणार आणि रात्री बिनघोर झोपणार!

"तू जर जिवंत असलीस तर अजून माझ्याशी गाठ आहे, मेली असलीस तर मी मरूनच तुझा गळा चिरतो बघ!" असे त्याला अजूनही अनेकदा वाटे; पण त्याच वेळी कुठेतरी आत पीळ उलगडत चालला आहे, जे करायला पाहिजे होते तेच करायला मिळाले नाही अशीही रुखरुख वाटे.

या चंदरला कसली आली आहे पोटात आग? खुशाल झोपणारे ते किरडू!

चंदर गेल्यावर त्याला स्वच्छ मोकळे वाटले; पण आता झोपडी मात्र एकदम पाठ फिरवून बसल्याप्रमाणे उपरी वाटू लागली. दानय्याची ओल्या भाकरीची चवच गेली. आता रश्शाचा वास इतका गडद झाला होता, की हात नुसता पुढे करून तो आत ओढून घ्यावा असे वाटे. इकडे येणाऱ्या कुणाची पावले वाजतात की काय त्याच्याकडे दानय्या अगदी कान लावून होता. त्याने खूप वेळ वाट पाहिली. मग खालच्या जाळाने केशरी झालेला वड अंधारला व त्याच्या पारंब्या अंधाराच्या ओघळाप्रमाणे दिसू लागल्या. जाळाची बोटे देखील उतरत खळग्यात उबदार राखेत विझत चाललेले निखारे होऊन बसली. वडाजवळची

गर्दी कमी होऊन माणसे परतू लागताच कुत्र्यांची वचवच मात्र वाढली. मग कुत्री देखील ठिकरल्याप्रमाणे निघून गेली आणि रात्र थोडा वेळ मऊ होऊन वाट पाहत असल्याप्रमाणे स्तब्ध झाली. मग मात्र रस्त्याच्या जवळून हुच्च म्हातारीच्या घुंगरांचा आवाज होऊ लागला आणि तिच्या घुमण्याने, ओरडण्याने अगदी शेवटी असलेली दानय्याची झोपडी देखील थरकू लागली. दानय्याचे अंग शहारल्यासारखे होऊ लागले. त्याने लगबगीने चिमणी फुंकली व डाळी न पसरताच तो कोट घालून जमिनीवर आडवा झाला.

दुसऱ्या दिवशी तो जागा झाला, त्या वेळी अद्याप उजळले नव्हते. त्याने हातांना हिसके देऊन गाठीगाठींनी आखडल्यासारखे झालेले अंग सैल केले. अर्धवट अंधारातच त्याने वरती चिंध्या गुंडाळल्या व त्याच्यावर हात मारून रुमाल डोक्यावर थापला. त्याने मृदुंगासारखी उभी बुट्टी बाहेर काढली व फूं फूं करून तिच्यावरील धूळ झाडल्यासारखे केले. त्या बुट्टीला दणकट कडीकोयंडा होता. दात काढलेले नवे जनावर अत्यंत संतापलेले असते, हे त्याने अनुभवाने शिकून घेतले होते. फार मागे त्याने एक काळा नाग पकडून दातला होता व साध्या बुट्टीत घातला होता. तेव्हा तो उसळून बुट्टीसकट त्याच्यावर इतक्या त्वेषाने आदळला होता, की तो मागच्या मागे साफ धुळीत पडला होता. सुदैवाने काढलेल्या दाताचा कोंभार उरला नव्हता म्हणून बरे. परत आल्यावर दानय्याने भेटेल त्याला सांगितले होते – बाबांनो, मसणातच परतलो बघा! पाठ हिचकली व्हय; पण प्राण तरी शाबूत राहिले की!

दानय्याने आकड्यात अडकवलेले काठीचे घुंगूर काढून ठेवले व दात काढायची पक्कड व लहान कोयता कमरेला अडकवला. मग तो दार नुसतेच ओढून घेऊन बाहेर पडला. त्याने एकदा मागे वळून पाहिले व त्याचा ऊर एकदम भरून आला. आतापर्यंत त्याने दंडामांडीएवढे जाड, दोनतीन वाव लांब असे शंभर सव्वाशे तरी नाग दिमाखाने तेथे आणले होते. बाहेर पडताना एकतारीच्या तारेसारखे सारे अंग आनंदाने ताणलेले असे, अंगाला कुणाचे नुसते बोट लागले तरी घुंगूर वाजावा असा उत्साह भरून असे, कमरेला कोयता-पक्कड आणि हातात काठी अशी सोबत असली, की सगळे जगच एक विशाल शेषनाग असले तरी त्याला मृदंगबुट्टीत घालण्याची ईर्ष्या वाटली असती. आता चालत असता पाय गुडघ्यापाशी तटल्यासारखे होतात व डोळ्यांवर मध्येच सारा आल्याप्रमाणे होते.

आणि आज जनावर मिळालेच नाही तर?

तो एकदम चपापला. आतापर्यंत ही शक्यता त्याला जाणवलीच नव्हती; पण आता ती समोर दिसताच त्याने ती विसरण्याचा प्रयत्न केला. कारण तसे झालेच तर हे खोपे आता पाहत आहे ते शेवटचेच! ताणलेले हातपाय उलगडून सैल करत इतकी वर्षे काढली, आता ते सारे संपून जाईल. आणि जनावर मिळाले तर? तरी देखील हे सारे आजउद्या संपून जाईल. कुणीकडूनही बघितले तरी दुतोंड्याचे तसलेच तोंड दिसणार की!

तो वळला व जायला निघाला. अद्याप वस्तीत कुणीच उठले नव्हते. त्याला वाटले, गोंदाच असता तर तो कदाचित लवकर उठून गावात पळाला असता; पण बाकीची माणसे रातचे पिऊन खाऊन अद्याप मढ्यासारखीच पडली असतील! दानय्या जवळून जात असता दोन कुत्री डोके उचलून केवळ शास्त्रासाठी थोडी गुरगुरली व पुन्हा अंग आवळून पडली. दानय्या निंबाकडे आला, तेव्हा त्याला कपाळावर कुंकू माखून बसलेली हुच्च म्हातारी दिसली. एवढ्या सकाळी ते हुच्च थेरडे उठले की काय याचे त्याला आश्चर्य वाटले; पण थोडे चालल्यावर डोळे बारीक करून त्याने पुन्हा पाहिले, तर ते कुंकवाने माखलेले दगड होते. त्याला वाटले, आता आपले डोळे देखील म्हातारे होऊन फितूर होत आहेत. तो लगबगीने निंबाजवळून रस्त्यावर सरकणार होता. तोच निंबाआडून बराच वेळ त्याच्यावर नजर ठेवत असलेली म्हातारी एकदम त्याच्यासमोर आली व वाटेतच उभी राहिली. तेव्हा दानय्या एवढा दचकला, की त्याच्या हातातली काठी खाली पडली. तिने नेहमीप्रमाणेच कपाळावर कुंकू लावले होते आणि तिचे जुनेरेही रक्तात भिजल्याप्रमाणे ओलसर लाल रंगाचे होते. ती काही बोलली नाही; पण ती त्याच्यासमोर न पाहणाऱ्या ताठ डोळ्यांनी उभी राहिली. तिने मग काहीतरी हातवारे केले आणि कुणीतरी तिला मागून एकदम झटकल्याप्रमाणे ती पुन्हा निंबाआड गेली. दानय्या खिळल्यासारखा झाला. हुच्च म्हातारी खरोखरच दिसली की डोळ्यांनी आपणाला पुन्हा फसवले हेच त्याला कळेना. त्याचे पाय थरथरू लागले. त्याच नेमक्या वेळी हे अभद्र भूत समोर दिसले म्हणून त्याने कपाळावर हात मारून घेतला व पाय ओढत तो रस्त्यापलीकडे गेला.

प्रथम थोडा वेळ जरी त्याला घुसमटल्यासारखे वाटले, तरी वस्ती सोडून तो डोंगराकडे चालला तेव्हा हळूहळू पूर्वीचा उत्साह त्याच्यात भरू लागला. पालथ्या तसराळ्यासारख्या लहान टेकड्या संपून झुडपांनी मातलेले डोंगर दिसू लागताच तर त्याचे हात पूर्ण जिवंत झाले. त्याने उगाचच एका वारुळावर काठी चेपली. तेव्हा तांदळाचे माप उलटल्याप्रमाणे आतून पांढरट मुंग्या लगद्यालगद्याने बाहेर कोसळल्या व आंधळेपणाने इकडेतिकडे धावू लागल्या. दानय्या त्यांच्याकडे पाहून तिरस्काराने थुंकला. मुंग्यांनी वारुळे बांधायची ती सापांनी राहावे म्हणूनच बांधायची असतात. त्यात स्वतः मुंग्यांनीच राहायचे म्हणजे पायरी सोडून वागणे नव्हे तर काय?

पूर्वी नागासाठी डोंगरात देखील जायची गरज नसे. अष्टापूरच्या या माळावर कोणत्याही झुडपात अगर वारुळात काठी ढोसली, की आतून तांब्याचा, पोलादाचा उष्ण रस ओतल्याप्रमाणे त्याच्या तोरण बिळातून तोंड बाहेर काढत एखादा तरी नाग चिडून बाहेर येत असे; पण आता येथले सगळे झाडझुंबाड मरून गेले होते आणि आता ओस पडलेल्या एखाद्या शेततुकड्याभोवती असलेल्या घायपाताच्या मोकाट गड्ड्याखेरीज काही दिसेनासे झाले होते. दानय्याचे पाय आताच भरून आले होते आणि थोडा वेळ

कुठेतरी अंग टेकावे असे त्याला एकदम वाटू लागले होते; पण आज ऊन परतायच्या आत स्वतःचे जनावर आणण्याची ईर्ष्या त्याला गप्प बसू देईना. ऊन तर आताच कडवे होऊ लागले होते आणि घासून गरम केलेल्या पांगाऱ्याच्या बिया कपाळाला चिकटून बसल्या आहेत असे त्याला वाटू लागले होते. झोळी खाली ठेवून इकडेतिकडे फिरून पाहावे अशी एकही जागा अद्याप तरी त्याला दिसली नव्हती. या भागात पाऊस पडायचा तो असा, की कुत्र्याचे डोके भिजून तो शेपटीकडे येईपर्यंत डोके तेवढ्यात वाळून कोरडे होऊन बसे. तरीसुद्धा पूर्वी या महिन्यात तसल्या एका सरीने देखील हा माळ येथून येथपर्यंत पोपट चालत गेल्याप्रमाणे हिरवागार होऊन जात असे. आता बघावे तर सगळीकडे पूड होऊन गेलेली नागडी माती, गुरांच्या खुरांनी तिच्यावर उमटलेले गिचमीड शिक्के आणि त्यात मध्येमध्ये रानशेणीचे डाग असल्या जागी बापाअप्पा करून एखादा नाग मुद्दाम सोडला तरी तो राहायचा नाही.

पूर्वी या ठिकाणी बाभळ करंजांची दाट झाडे होती आणि कितीतरी ठिकाणी कमरेएवढी उंच वारुळे दिसत. पलीकडे शेवग्या हणमंताच्या देवळाकडे जायचे म्हणजे माणसे येथे चिमटीत सापडल्याप्रमाणे अंग चोरून जात. बकऱ्या तर राहू देत, एखादी गाय म्हैस चुकून इकडे फिरकली तर पाचदहा मिनिटांतच रानवट डोळ्यांनी मान वर करून पाहू लागे व मग शेपटी उचलून मोकाट उधळून भरधाव मागे जात असे. आता हे सारे संपले. पूर्वी गुरे चरत त्या स्वामी माळावर माड्यांची घरे झाली, रस्ते झाले. मोटारी आल्या. मग गुरे घोळक्यांनी पुढे सरकली. गुराख्यांनी मग एक दिवस हातापायांना पोती गुंडाळून सारे रान विंचरून काढले, वारुळे भुईसपाट केली आणि गाडीभर जातिवंत जनावरे आडवीतिडवी ठेचून खाणीच्या खबदाडात फेकून दिली. त्यांच्या मागोमाग कुऱ्हाडी घेऊन माणसे आली आणि झाडे निघून गेली. आता तेथे जनावर दीस म्हटले तर दिसणार तरी कसे? तांबड्या मातीला त्यांची आठवण तेवढी उरली असेल.

तांबड्या मातीला आणि तिच्यात जाड तळव्यांनी पावले उमटत त्यांच्या शेजारी काठीचा ठिपका टाकत चाललेल्या दानय्याला!

दानय्या शेवग्या हणमंताच्या देवळापाशी आला. या ठिकाणी बांध दोन पुरुष उंच होता. या कडेच्या पाण्यात कमळांच्या मुळांचे जाड म्हातारे जाळे झाले होते आणि मध्येच कुठेतरी भाताच्या गोळ्यासारखे एखादे फूल दिसत होते. बांधाच्या वळणाने पुढे बऱ्याच अंतरावर देऊळ होते. त्याच्या भिंतीवरील सोनकाव चुन्याचे उभे पट्टे पाण्यात पडल्यावर काकडल्याप्रमाणे थरथरत होते. आता मात्र दानय्याच्या पायाची पडवळी झाली. तो थांबला व एका निर्गुडीच्या झाडाखाली बसला. देवळाकडेच जावे की काय असा एकदा त्याला विचार आला; पण मग तेवढा फेरा घेऊन पुन्हा परत फिरावे लागले असते. त्याने बसल्याबसल्याच हणमंताला नमस्कार केला व म्हटले, ''बाबा, यश दे, पौर्णिमेला नारळ फोडीन, खोबरे वाटीन.''

बसल्यानंतर त्याला एकदम मोडल्यासारखे वाटले व शरम पुन्हा जागी झाली. इतक्या वर्षांत हाताला शेण लावू दिले नाही, कालच अवदसा का आठवली? हुच्च म्हातारीने आपल्यावर तांदूळ तरी फेकले नाहीत ना? तिने कालच डेरके का नागावर टाकले? गोंदाच्या झोपडीवर त्याच नेमक्या वेळी ती कशी उगवली? आणि इतर सारी माणसे घोरत पडली असता तीच का समोर आली? की हुच्च म्हातारी नव्हेच. आणखी कुणीतरी तिच्यात बसून तळपट करण्यासाठी...

त्याने ती कल्पना झटदिशी बाजूला टाकली. शरम जाळत राहिली तरी आता त्याचा संताप वाढू लागला. तिने केले असेल एक चेटूक; पण बाकीची माणसे काय आतून मेली होती? इतकी वर्षे मला पाहतात, कधी मी कुणाची चिंधी घेतली नाही. तर मढी उलट मलाच सांगतात जा म्हणून? जनावर चोरायला माझ्या दंडात काय दम नाही? अरे, घोरपड म्हातारी झाली म्हणून काही पाल होत नाही. जरा विचार करायचा, की म्हातारा असले व्यस्त का कसे करील म्हणून. त्या हुच्च म्हातारीला बडवायचे की आपल्याच मुळावर टाकायचे निखारे? ती पोरे दिवटी? एवढी होती नव्हती, तेव्हा त्यांना शिकवले, पोट भरायला लावले. शिप्पाच्या बापाने माझ्या खोप्यातील गाडग्यामधले पैसे चोरले, शिद्रामच्या बाने तर माझा एक कोट चोरून विकून खाल्ला. सारा पावसाळा आपण काकडत काढला; पण एक शब्द तोंडातून काढला नाही आणि आता ही किडकी पोरे सांगतात वस्तीतून जा म्हणून!

जाईन, जाईन! स्वतःचे जनावर आणून दाखवीन आणि जाईन. त्यात काय एवढे? ज्याला घरच नाही, त्याला सगळे जग म्हणजे घरच आहे.

पण जायचा विचार येताच दानय्याचा ताठा ओसरला व तो गुडघे उभे करून त्यांच्या भोवती हात गुंडाळून बसला. जायचे म्हणजे तरी कुठे? पुन्हा एकदा गावाकडे जावे, त्या ठिकाणी काय आहे बघावे. आता त्या ठिकाणी कुणा रुमालवाल्याचा जोंधळा डुलत असेल. आता आपल्या जातीचे देखील तेथे कुणी उरले नसेल. त्या ओढ्याने वाढवले, तेथेच बुट्टी शेजारी ठेवून आडवे व्हावे. किंवा दूर नागझरीला जावे. तेथे बाला पुरले. आता म्हणावे, अप्पा, चुकले. व्हायला नको होते. मी दुसऱ्याचे जनावर उचलले. मी काय करू त्या हुच्चडीने चेटूक टाकले माझ्यावर? तिने किंवा आणखी कुणी अवदसेने.

आपण जाणार म्हणताच आत्ताच ती पोरे खिदळत असतील; पण त्यांना काय माहीत आहे? या हणमंताच्या उंबऱ्यावर मी तुळईसारखा नाग धरला होता आणि कापत असलेल्या आतल्या पुजाऱ्याला सोडविले होते. मी गेलो तर वस्तीतला कृष्णगोल्लच संपला. मग राहिला सगळा रांडावळा. गवत कापणारी, मोलमजुरी करणारी, मोटारीची ढुंगणे धुणारी सगळी किरडू कुणबटे.

निर्गुडीची सावली थोडी बाजूला सरली व उन्हाने गुडघा भाजू लागला. तो उठला व

त्याने झोळी पुन्हा अडकवली. काठी उचलताउचलता त्याला वाटले – परळभर रस्सा आणि तुकडे पाठवले असते तर त्यांना काही भीक लागली नसती. कसाही म्हातारा जाणारच होता. त्याचे एवढे खाल्ले, तेवढे तरी परत करायला हरकत नव्हती. आता यापुढे कधी बोलावलेत तरी मी ढुंकून पाहणार नाही...

तळ्याच्या पलीकडे गेले, की मात्र हिरव्या रंगाने सगळेच खाऊन टाकल्यासारखे वाटे. प्रथम लागत करवंदाच्या जाळ्या, मग हिरड्याची झाडे; झाडावरून शिकेकाईच्या काटेरी वेली; पण गवत नंतर वाढे, झाडांची दाटी होत असे आणि अगदी कडेने गेलेली गाडीवाट सोडली तर सगळीकडे पानांचा गुडघाभर थर असे. मधूनच एखादी लहान पाऊलवाट बिचकतबिचकत वर बेरडांच्या वस्तीकडे गेलेली दिसे. वरच्या बाजूला सपाट होते आणि त्या ठिकाणी एका किल्ल्याची पडझड होती इतकेच. एका पाऊलवाटेकडे पाहताच दानय्याचे मन एकदम हुरहुरले. मल्लेशीला भेटून कितीतरी वर्षे होऊन गेली होती. त्याला वाटले, असेच जावे. मुठीएवढी चांदीची पेटी गळ्याभोवती घालणारा मल्ला हातात फरशी घेऊन अनेकदा दानय्याबरोबर हिंडला होता. किल्ल्याच्या फुटक्या भिंतीवरून खाली उडी मार म्हटले तर काही विचार न करता धोतराचा काचा मारू लागणारा, गुहेत अस्वल गेले हे सांगितले तर त्याची वाट पाहत तोंडाशीच बिनघोर झोपणारा हा गडी; पण वीतभर वळवळ बघताच तो थरथर कापू लागे. एखाद्या लहान पोराप्रमाणे तो दानय्याबरोबर हिंडला. मग तो तुरुंगात गेला. त्याने कुणाच्यातरी डोक्याची भकले केली होती. नंतर तो परत आला हे दानय्याला कळले होते. जावे का त्याच्याकडे? खूप बोलण्याच्या उसळीने दानय्याचा गळा दाटून आला. आता नको मल्लेशा; पण येथून जायच्या आधी तुझ्याकडे टेकल्याखेरीज जाणार नाही.

आता ऊन रखरखले होते. भोवती एवढी झाडे, पण जेथे ऊन सांडले होते, तेथे पाहवत नव्हते. दानय्या क्षणभर घुटमळला व त्याला काय करावे हे समजेना. डाव्या बाजूला उतार होता व त्या ठिकाणी सारे शांत हिरवे दिसत होते. मधूनमधून एखाद्या झाडाच्या बुंध्यावर वाळवीची तांबडी माती उंचापर्यंत गेलेली दिसत होती व त्यावर कुडचाभर उन्हाचा शिडकावा झाला की तेवढा भाग तापल्यासारखा दिसे. तेथे चढावे न लागता उतरावे लागणार म्हणताच दानय्याच्या पायांना नेट आला व तो तिकडे वळला. तो नजर सराईतपणे इकडेतिकडे वळवत आत चालू लागला. पूर्वी त्या ठिकाणी वाट असावी, कारण दोन्ही बाजूंनी एका रेषेत गवत वाढले होते; पण तेथे आत येताच त्याला एकदम अस्वस्थ वाटू लागले. आपल्या मागे काही अंतरावरून सतत कुणीतरी येत आहे असा त्याला भास होऊ लागला व एकदादोनदा त्याने मागे वळून पाहिले. मागून कुणी येत नव्हते; पण पावलांचा आवाज मात्र कमी होत नव्हता. एका कोपऱ्याला वळल्यावर त्याने एकदम एक फेरा घेऊन मागे पाहिले व त्याचे अंग शहारले. त्याला एका जांभळाच्या झाडाजवळ झुडपाआड लालभडक रंग दिसला. त्याला हुच्च म्हातारीचा एकदम संताप

आला व त्याने भिरकावण्यासाठी एक दगड उचलला; पण ती हुच्च म्हातारी नव्हती, कारण तिच्या चेहऱ्यावर कुंकू माखलेले नव्हते. तो आणखी थोडे पुढे गेला व डोळे बारीक करून त्याने न्याहाळले. लाल लुगडे स्पष्ट होते आणि वर चेहराही होता. त्याला एकदम चरका बसला. इतक्या दूर? आणि इतक्या वर्षांनंतर? दगड हातातच धरून तो मंतरल्याप्रमाणे निर्जीव अंगाने तिकडे गेला. मग मात्र त्याचे अंग विसविशीत झाले व तो हसू लागला. त्याने दगड झुडपात भिरकावला व तो परत आला. त्या ठिकाणी पळसाचे झाड होते व वाळलेले पिंजर वाऱ्याने उडत येऊन त्यावर पडले होते. तो परतला. त्या ठिकाणी भोवती झाडे होती व मध्ये मधूनमधून हरळी उगवलेली मोकळी जागा होती. अगदी कडेला, कुणीतरी एक अगदी लहान देऊळ बांधण्याचा विचार केला, मग सारेच अधीरपणे विसकटून टाकले, असे दिसणारा दगडांचा एक ढिगारा होता आणि त्याचा खालचा भाग दगडफुलांनी चुणला होता.

त्या ठिकाणी येताच दानय्याची पावले आपोआप थांबली. त्याच्यावर पुटाप्रमाणे चढलेली वर्षे गळून पडली, सारे अंग इशारा दिल्याप्रमाणे खडबडून जागे झाले आणि एक पीळ होऊन प्रसंगाकरिता तयार झाले. हे असे का घडते हे दानय्याला इतक्या वर्षांत कधी उमजले नाही; पण प्रत्येक वेळी ते घडे. अंग असे खबरदार झाले, हातावर असा हलकाच फुलोरा झरझरून गेला की जवळच कुठेतरी नाग आहे हे त्याला जाणवे. त्याने झोळी हलकेच रिठ्याच्या खोडापाशी ठेवली आणि कोयता, पक्कड जवळ आहे की नाही हे तपासले. तो काठी घेऊन बिनआवाजाने पुढे आला व हरळीच्या मध्यावर घायपात दांड्याप्रमाणे उभा राहिला. त्याने मान न हलवता नजर डावीकडून उजवीकडे फिरवून आणली. थोडा वेळ त्याला कुठेच काही दिसले नाही. तो हलकेच आणखी थोडे पुढे झाला व त्याने दगडांच्या ढिगाऱ्यात पाहिले.

जमिनीलगतच असलेल्या दगडांचा निर्जीव पांढरा रंग एके ठिकाणी फुटला होता व त्या ठिकाणी धगधगीत केशरी रंगाचा एक वळसा दिसत होता. तो पिंढरीएवढा जाड होता व त्यावर खवल्यांची उग्र कुसर होती. दानय्या पाहतच राहिला, कारण असला केशर नाग त्याने अलीकडे बऱ्याच वर्षांत पाहिला नव्हता. त्याला वाटले, – बाबा रे, तू लोकांवर इतका विश्वास टाकू नको. हा तर फण्याखालचा लगेच जवळचा भाग आणि तोच तू वेड्यासारखे बाहेर ठेवून बसतोस? अरे, त्या ठिकाणी एक काठी नेमकी हाणली की संपलासच तू! तुला मान वळवता येणार नाही की पुढे सरकता येणार नाही. आता मी काही गुराखी नाही की वाटसरू नाही, ही गोष्ट सोड. मी कशाला मारू तुला?

नागाला ते ऐकू आल्याप्रमाणे वळसा रुंदावला व नागाने डोके बाहेर काढून दानय्याकडे क्षणभर स्थिर नजरेने पाहिले. आताच शेवटचा निर्णय घेण्याचा क्षण असल्याप्रमाणे त्यांची एक नजर झाली. दानय्याने हात जोडले व म्हटले, – व्हय मीच दानय्या; पण आता माझं संपतच आलंय. पुन्हा रानात यायला आयुष्य राहील की नाही

देव जाणे. संपल्यावर मी सुटलो आणि मग तुम्ही देखील मोकळेच झालात बघ. माझ्या मागनं कुणी कृष्णगोल्ल बुट्टी घेऊन फिरायला मर्द उरणार नाही.

दानय्याने हात खाली सोडले व तो गप्प उभा राहिला; पण नागाचा निर्णय ठरल्यासाररखा दिसला. त्याने तोंड तसेच बाजूला वळवले व आणखी थोडा केशरपट्टा बाहेर काढून तो बाजूला सरकू लागला.

कालची सारी धग पोटात घेऊन दानय्या याच क्षणासाठी थांबला होता. त्याने काठी सरकवली व एका वळशात काठीचा आकडा घालून त्याने मागे जोरदार झटका दिला. त्याबरोबर सहजपणे दोन वाव लांब नाग वर उडून हरळीवर मध्ये येऊन पडला. दानय्याने चपळाई केली व तो दगडाच्या ढिगासमोर येऊन उभा राहिला. खरे म्हणजे निसटायला नागाला सगळा डोंगर मोकळा होता; पण नाग नेहमी ओढलेल्या जागीच परत जाण्याचा का प्रयत्न करतो हे गूढही त्याला कधी कळले नाही. अशा आडदांडपणे ओढून टाकलेले नागाला आवडले नाही. तो वेगाने दगडांकडे धावला आणि समोर दानय्याचा अडथळा पाहताच त्याने शिप्तरासारखा फणा काढला व त्याबरोबर त्यावरील भयचिन्ह उग्रपणे चमकू लागले. दानय्या आत्मविश्वासाने खुलला. त्याने काठी चटकन उचलून नागाच्या अंगावर तिरपी टाकली आणि आडवी ढेंग टाकून त्याने एक पाऊल तिच्या मध्यावर ठेवले. काठी दोन वेटोळ्यांवर पडली. नागाचे अर्धे अंग तिच्याखाली दबून राहिले; पण त्याचा फण्याकडील हातभर भाग मात्र अतिशय रागाने वेडावाकडा फिरू लागला. साऱ्या शिकारीतला हा तर अगदी काळीज भाग. काही हुंभ काठीवर पाय अशा रेड्या पावलांनी देत, की नागाचा कणाच मोडे आणि मग असल्या मोडक्या नागाला स्वतःच्याच हातांनी मारावे लागे. नाहीतर उलट काहींची पावले इतकी शेंबडी असत, की नाग एका झटक्यासरशी काठीखालून निसटे आणि मग कातडी बचावता त्यांच्या तोंडात साबण फुरफुरू लागे. दानय्या अभिमानाने हसला, कारण गळ्यातील सुराप्रमाणे हे कसब देखील परमेश्वरानेच टाकलेला एक तुकडा असते आणि जन्मायच्या वेळीच ते न विसरता घेऊन यायचे असते.

दानय्याने थोडा वेळ तसाच जाऊ दिला. फण्याचा पंखा उघडत मिटवत नाग आवेशाने धडपडत होता. त्याचे डोळे आता तापलेल्या काळ्या मण्याप्रमाणे दिसू लागले होते व तोंडाला दोन्ही बाजूंनी पिवळसर ओल दिसू लागली होती. एकदादोनदा त्याचे तोंड मातीत जोराने आदळले आणि सळकसळक हलणारी जीभ जास्तच लांबीने सपसपली. मग दानय्याने काठीवरील दाब न काढता पालथ्या कोयत्याने आणखी पुढचा भाग दाबून धरला. आता नागाचे सारे अंग परस्वाधीन झाले व तो फण्याजवळच्या वीतभर भागानेच धडपडू लागला. दानय्या आणखी थोडा वाकला. फण्याच्या हालचालीबरोबर आपला हात फिरवत त्याने एकचाल मेळून घेतली व मग वेगाने बोटे गळ्याशी गुंडाळत अंगठा दाबून त्याने नाग पकडला व कोयता सरकवत काठीवरील पाय

काढला. त्याबरोबर इतका वेळ दबलेली वेटोळी त्वेषाने सरळ झाली व फटदिशी हातावर आपटून उलटसुलट फिरू लागली.

"अरे, धडपड तू पाहिजे तितकं. तुझी आग तुझ्या वीतभर तोंडात. मग मागे अंग असेना का रस्त्याएवढं लांब!" दानय्या म्हणाला.

त्याने उजव्या हाताने पक्कड काढली व नागाला उचलले. त्याचे तोंड आता उघडले होते व वाकड्या आकड्यासारखे सुळे स्पष्ट दिसत होते. भोवती ऊन तर आता उकळल्यासारखे झाले होते आणि भोवती पाहताना डोळे गरीबपणे अर्धवट मिटून घेतल्याखेरीज तिकडे पाहता येत नव्हते. दानय्याला तर मोकळ्या जागेभोवती झाडात सारेच सारवल्यासारखे दिसू लागले होते. त्याचे लक्ष एकदम समोर ढिगाऱ्याकडे गेले. तेथे एक झाडावर हात टेकून अंग त्याला लपेटल्याप्रमाणे वळवून कुणीतरी उभे होते. त्याने लक्षपूर्वक पाहताच ते चित्र हिरवट पाण्यातून वर आल्याप्रमाणे स्वच्छ झाले. तांबडे लुगडे, लालकाळसर संतापलेला चेहरा, नागाने त्यातीलच दोन थेंब आपल्या डोळ्यांसाठी उचलल्याप्रमाणे वाटणारे काळ्या विषाने भरलेले डोळे. मग ऊन बुंध्यावरून हलले, सावल्यांनी थरथरून पानांच्या बोटांनी सारे पुसून टाकले व वाळवी मातीच्या रंगाने माखलेले झाड पुन्हा उन्हाचा एक पदर अंगावर पडण्याची वाट पाहू लागले.

दानय्याचे अंग सैल झाल्याप्रमाणे झाले व मानेमागे पाठभर झर्रकन काटा उमटला. त्याने भेदरून पाहिले. गाठी झालेल्या वाकड्या बोटांत धरलेली पक्कड थरथरत होती आणि डावा हात तर खांद्याखाली झेदरल्याप्रमाणे पोचट वाटत होता. मग तर त्याला सगळ्याचाच विसर पडला. डाव्या हाताची बोटे एकदम शरण गेल्याप्रमाणे दुबळी झाली. नाग एका लाल उसळत्या आवेगाने हातभर निसटला व फणा काढून वेगाने खाली तरंगला. मग फणा मिटवत उघड्या मांडीवर झेप घेत त्याने अत्यंत संतापी द्वेषाने दानय्याच्या सैलसर मासात दात रुतवले.

त्या आकस्मिक वेदनेने दानय्या प्रथम गोंधळला व फार अविश्वासाने पाहू लागला; पण मग नागाने जणू युद्धातला एक धर्मनियम मोडल्याप्रमाणे त्याचा संताप जागा झाला. त्याने झटक्याने रुतलेल्या डोक्यास हिसडा दिला व कोयता उचलून मांडीवरच त्या डोक्यावर हाणला. वार तिरपा लागला, त्याखालचे अंग उलटसुलट वळसे देत लोंबू लागले. दानय्याने नाग ओढून जमिनीवर टाकला व बेभानपणे कोयता हाणत त्याने डोक्याचा लाल चिकट लगदा करून टाकला. उरलेला तुकडा झटक्याझटक्याने आकसत पसरत होता, त्याचेही त्याने दोन तुकडे केले.

पण तोपर्यंत मांडीला चूड लावल्यासारखे झाले होते व आगीची चकती पसरू लागली होती. एका ठिकाणी सैल काळे मास घट्ट होऊन तकतकू लागले होते. दानय्याने कोयत्यानेच त्या ठिकाणी अंदाजाने रेघ ओढली व बोटाने दाबून रक्त बाहेर काढण्याचा

प्रयत्न केला; पण हळूहळू त्याच्या गुडघ्याचा नेट गेला व तो धापा टाकतच अलगद जमिनीवर कोसळला. त्याने कोयता उचलला व मोठ्या कष्टाने त्याने तो उरलेल्या नागावर कचाकचा चालू केला. आता वीतभर तुकडा काही सलग राहिला नव्हता, तरी त्याचे दुबळे घाव मातीत पडत होते. मग त्याची गती कमी झाली व हात थांबला. आता ऊन तर चुड्या लागल्यासारखे पेटले व सावल्यांनी स्वतःला अगदी लहानलहान करून त्यातून अंग काढून घेतले. दानय्याला एक झटका आला व तो तेथल्या चिकट ओलसर मातीत पाठीवर पडला. उन्हाकडे पाहताना काही वेळापूर्वी डोळ्यांची चिमूट करावी लागत होती; पण आता दानय्या ओले उघडे ओठ घेऊन उन्हात डोळे निःसंग उघडे टाकून बेदरकार पसरून गेला होता.

संदर्भ : जानेवारी १९७५

मुक्ती

समोर वाट पाहत उभा असल्याप्रमाणे दिसणाऱ्या समोरील गर्द हिरव्या पर्वतात पांढऱ्या सापाप्रमाणे चढत गेलेल्या वाटेकडे पाहत तो थांबला. व्रणांनी जळत असलेले आपले अंग त्याने एका खडकावर टेकले व तो उदास मनाने बसला. इतका काळ गेला पण त्याला आपल्या ओंगळ, विरत चाललेल्या देहाची अद्याप सवय झालेली नव्हती.

तो बसला होता, त्यामागेच पाणी, थोड्या उंचीवरून थंड खळखळ आवाजाने पडत होते व खाली साचलेल्या पाण्याशेजारी एका रिकाम्या चौथऱ्याजवळ एक बैरागी बसला होता. तो काही बोलला नाही; पण त्याची विषण्ण नजर फिरत बैराग्याकडे वळताच बैराग्याने त्याला खूण केली. तेव्हा अंग ओढत तो वर आला व त्याच्यासमोरच पण काही अंतरावर शरमून बसला.

''तू कोण आहेस आणि अशा अवेळी तू रानात का चालला आहेस?'' बैराग्याने विचारले.

''मी कोण हे सांगण्याजोगा असा मी कुणी उरलोच नाही. तुकड्यातुकड्यानं अंग नासून जात आहे,'' तो आवेगाने म्हणाला, ''पण ते एकदा संपूनही जात नाही. मला अवेळ अशी नाहीच. या ठिकाणी हिंस्र श्वापदं आहेत हे मला माहीत आहे; पण त्यामुळेच मी तिकडे निघालो आहे. त्यांची मला भीती न वाटता आशा वाटते. त्यातील कुणालातरी माझी दया येईलच. पण तुम्ही या रानात असे एकाकी कसं राहता?''

''रान उग्र आहे, ते डाव्या बाजूला. या ठिकाणी पाण्यासाठी कधीतरी एक हरीण येतं, समोरून मोरांचा कळप जातो, एखादा बोटभर पक्षी चोचीत पाण्याचा थेंब घेऊन जातो इतकंच. चिंतन, पूजन यासाठी मला अशीच जागा हवी होती. म्हणून तर मी या ठिकाणी माझ्या दैवताची स्थापना केली आहे,'' बैरागी म्हणाला व त्याने रिकाम्या चौथऱ्याकडे बोट दाखवले.

बैरागी आपली थट्टा करत आहे असे त्याला प्रथम वाटले; पण त्याचा चेहरा

शांतगंभीर होता. ‘‘पण मला या ठिकाणी तर काहीच दिसत नाही,’’ तो म्हणाला.

बैराग्याने मान हलवली व म्हटले, ‘‘बरोबर आहे, त्या ठिकाणी काही नाहीच. मी कुणाची कशी पूजा करावी याविषयी फार विचार केला. चौकोन, अष्टकोन, त्रिकोण, शंकू, लंबवर्तुळ – मला त्यातील कुठलाच आकार पटला नाही. मग लाकूड, दगड की धातू? दोन हात, चार हात की सहस्र हात? फुलांनी, पानांनी की सजीव बळींनी? दिवसा, रात्री की प्रकाळी? चिंतनानं की संगीतानं? यातील कोणताच मार्ग, आकार, साधन मला इतरांपेक्षा जास्त पवित्र वाटेना, म्हणून मी चौथराच मोकळा ठेवला. ज्या वेळी सगळे मार्ग सारखेच योग्य वाटतात, त्या वेळी यातील कोणताही मार्ग स्वीकारून समाधान मानणं म्हणजे पशूप्रमाणं मूढतेनं जगण्यासारखं आहे. मी तसं जगणार नाही. मी एखादी गोष्ट केली तर त्यासाठी मला सबळ कारण हवं. ते सापडेपर्यंत मी कोणताच मार्ग न स्वीकारणं देखील पत्करेन.

‘‘तसं पाहिलं तर मी तळहाताएवढ्या राज्याचा अधिकारी झालो असतो. तेवढ्याच राज्याच्या अधिकाऱ्याच्या कन्येशी विवाह करू शकलो असतो. पण मला प्रथमपासूनच त्याविषयी आसक्ती नव्हती. मला कधी नाटकात प्रत्यक्ष भाग घेण्याची इच्छा नव्हती. सूत्रधार जरी नाही, तर केवळ प्रेक्षक राहण्यात मी तुष्ट होतो. म्हणून मी ते सारं सोडलं व इकडं आलो. राज्य असलं, की कुणीतरी अभिलाषा धरून मत्सरी होणार. मग रक्तपात येणार. म्हणजे राज्य तरी हातून जाईल किंवा रक्तानं माखलेल्या तुटक्या अवयवाप्रमाणं अभोग्य राज्य तरी मागं राहील. पत्नी असली तर एखाद्या देखण्या पुरुषास पाहून हा देखील आपल्याला आणखी एक पती असायला हवा होता, असं ती उघड किंवा मनात म्हणण्याचीच शक्यता जास्त. अपत्यं कृतघ्न, मूर्ख निघतील. मी येथे आल्यावर देखील तसल्या नकारानंच जगण्याचा प्रयत्न केला. जनावरं पाण्याला तोंड लावून पाणी पितात हे पाहून मी भांडी फेकून दिली. मी निवाऱ्यासाठी या खडकातील मोठा कोनाडा निवडला. काही प्राणी अंधारात जगतात हे पाहून मी डोळ्यांवर पट्टी बांधून एक वर्ष काढलं. प्रवासाला हेतूच मिळाला नाही, म्हणून या ठिकाणाहून हललो नाही. अशी मी आयुष्यावरची एकेक पट्टी सोडत मी मुक्त होत आहे.’’ त्यावर तो हसला, हे पाहून बैराग्याने विचारले, ‘‘का हसतोस? मी तुला वेडा वाटतो का?’’

‘‘छे, तसं म्हणणं उद्धटपणाचं होईल,’’ तो म्हणाला, ‘‘पण, मला वाटतं, तुमची थोडी फसगत झाली. वर्षभर डोळ्यांवर पट्टी बांधून तुम्ही राहू शकलात; पण केव्हाही ती काढून टाकून दृष्टी परत आणू ही जाणीव तुम्हांला होती. म्हणून तुम्हांला तो तात्पुरता आंधळेपणा सहन झाला. पण कायमचा आंधळेपणा तुम्ही इतक्या निर्विकारपणे स्वीकारला असता का? तुम्ही डोळे फोडून घेतले असते का?’’

‘‘ती गोष्ट त्या वेळी देखील माझ्या ध्यानी आली होती,’’ बैरागी म्हणाला, ‘‘पण कायमचं अंधत्व आलं, तर ते मी कमी विषण्णतेनं स्वीकारू शकेन एवढी तरी मनाची

तयारी झाली होती. मी मुद्दाम डोळे फोडून घेतले नसते, कारण तसं करायला मला एकही कारण दिसलं नाही. पण या साऱ्यात एक कमकुवत जागा कायम राहिली हे मात्र मला मान्य आहे. देहत्याग करायला मला एकही कारण मिळालं नाही हे खरं; पण त्याचबरोबर जगत राहावं याला देखील कारण मिळालं नाही. तरी मी जगत राहिलो ही गोष्ट खरी आहे. पण जगण्यासाठी कारण शोधण्यासाठी तरी प्रथम जगलं पाहिजे, अशी विचित्र अडचण माझ्यापुढं होती; परंतु एक वर्षापूर्वी मी शपथ घेतली आहे. या वर्षात जर तसं एकही कारण मिळालं नाही, तर मात्र काहीतरी अंतिम निर्णय घ्यायचा! आजच सुदैवानं न जगण्याला मला पटणारं एक कारण मिळालं – तू दिसलास! तू तुझ्या मुक्तीसाठी चालला आहेस, ती तुला मिळेल न मिळेल; पण जात असता खरी मुक्ती दिलीस ती मला!''

त्याला बैराग्याच्या बोलण्याचे फार नवल वाटले व तो म्हणाला, ''मी? मी तर काही विशेष बोललो सुद्धा नाही. मग माझ्यात तुम्हांला विशेष असं काय दिसलं?''

''तूच दिसलास. असल्या भेसूर व्याधीनं शरीर इतकं सडून गेलेलं मी पूर्वी कधी पाहिलं नव्हतं. मला वाटू लागलं, आपलं नितळ स्वच्छ अंग झपाटण्याला अनेक अशा व्याधी टपून बसल्या असतील. मग त्यांचे भक्ष्य होण्यासाठी, खुशामत करण्यासाठी जगायचं कशाला? एक निरोगी शरीर आपणच नष्ट करून त्यांची निराशा करण्यातच उलट आनंद आहे. म्हणून तू आलास, त्याबद्दल मी कृतज्ञ आहे. पण या व्याधीला तू कसा बळी पडलास? तू कोण आहेस? यात देखील ईर्ष्येनं जगावंसं वाटतं असं तुझ्यासमोर काय आहे?''

''मी कोण काय आहे हे कुणी मला विचारूनही अनेक वर्षं झाली,'' तो खिन्नपणे म्हणाला. ''त्यामुळंच तुम्हांला सारं सांगायचा मला मोह होतो. सारं शरीर झडून मलिन झालं तरी वणवण हिंडून मी जगत आहे, याला एकच कारण आहे. ही व्याधी जर मला अचानक आली असती, तर मी केव्हाच स्वतःचा शेवट केला असता; पण ती माझ्याच एका कृत्याचं फळ आहे आणि म्हणूनच पूर्ण प्रायश्चित्त घेऊन तिच्यापासून सुटण्यासाठी माझी यात्रा आहे.

''मी एका व्याधाचा मुलगा आहे – होतो आणि लहानपणापासून माझी एकच मोठी आकांक्षा होती. मला धनुर्विद्येत प्रावीण्य हवं होतं. पण प्रत्येक गुरुकुलात मी झिडकारला गेलो, कारण मी रानटी क्षुद्र होतो. माझ्या घराण्यात कुणाच्याच डोक्याला मुकुटाचा स्पर्श झाला नव्हता किंवा हातात रत्नखचित तलवार आली नव्हती; पण मला राहवेना. एका आचार्यांना मनोमन गुरू मानून मी रानातच त्या विद्येचा अभ्यास केला. काही काळानंतर मी अंधारातून उडणाऱ्या घुबडाचा त्याच्या अत्यंत हलक्या आवाजावरूनही वेध घेऊ लागलो. रक्त आटवून मिळवलेल्या या यशातूनच हे भीषण संकट माझ्यावर कोसळलं. कसं, ते ऐकून घ्या.

"मी एकदा एका सरोवराकाठी दुपारच्या उन्हात विश्रांती घेत होतो. त्या ठिकाणी अनेक पाणपक्षी बाणाप्रमाणंच वेगानं येत, पाण्याला क्षणभर स्पर्श करून एक मासा चोचीत घेऊन त्याच वेगानं एकामागोमाग सरकत पुढं उंच जात होते. सरोवराच्या समोरच्या राईत काही माणसं वनविहारासाठी आली होती. त्यांनी पाणपक्ष्यांवर अनेक बाण टाकले. बाण वेडेवाकडे जात, पाण्यावर पडत व पक्षी दिमाखानं पुढं जात. तेव्हा मला थोडी ईर्ष्या वाटली. मी दहा बाण काढले व पक्ष्यांचा एक थवा पाण्याला स्पर्श करून वर चढत असता ते बाण एकामागोमाग त्यांच्यावर सोडले आणि पक्ष्यांना किंचितही धक्का न लावता त्यांच्या चोचीतील मासे वेधून खाली पाडले.

"ते पाहून झाडीतील माणसं बाहेर आली. एक आचार्य आपल्या शिष्यांसह वनविहारासाठी आले होते. खाली एकही पक्षी न पडलेला पाहून एका शिष्यानं कुत्सिततेनं म्हटलं, 'याचे देखील सगळे बाण वायाच गेले!'

" 'मला पक्षी मारायचे नव्हते, मला मासे वेधायचे होते,' मी आचार्यांना म्हटले, 'माझे बाण इतरांच्याप्रमाणं वाया जायचे नाहीत.'

"आचार्यांनी लाल पिसे असलेले माझे सगळे बाण उचलून पाहिले. प्रत्येक बाण माशाच्या चकचकीत अंगातून आरपार गेला होता. ते पाहून आचार्य म्हणाले, 'माझ्या शिष्यांपैकी एकालाही पक्षी मारता आला नाही आणि तू तर त्यांच्या चोचीतील वळवळत्या माशांचा अचूक वेध घेतलास. तुझं कौशल्य धन्य आहे. तुझ्या गुरूला कृतकृत्य वाटेल. हा तुझा गुरू कोण आहे?'

"त्यार मी म्हटलं, 'मी तर एका व्याधाचा मुलगा. मला प्रत्यक्ष गुरू कुठून मिळणार? पण आचार्य, मी आपणालाच गुरू मानून ही साधना केली आहे. ती जर तुम्हांला मान्य झाली, तर मी कृतार्थ होईन.'

"आचार्यांचा चेहरा विचारमग्न झाला. त्यांनी इतर साऱ्यांना काही अंतरावर असलेल्या रथाकडे जायला सांगितलं व मला मागून येण्याची खूण करून ते गर्द झाडीत आले. 'माझ्या अनुज्ञेशिवाय तू माझा शिष्य झालास. असली विद्या नेहमी निष्फळ होते हे तुला माहीत आहे ना?'

" 'माझ्या दहाही बाणांनी नेमका वेध घेतला, आचार्य, या विद्येला तुम्ही निष्फळ म्हणाल?' मी नम्रपणे विचारले.

"त्यांचा चेहरा संतप्त झाला व त्यांच्या आवाजात कर्कशता आली. ते म्हणाले, 'जर तू माझ्यापासून विद्या घेतली असशील, तर तू माझा ऋणी आहेस. तू गुरुदक्षिणा देणं हे तुझं कर्तव्य आहे.'

" 'आपण मागाल ती गुरुदक्षिणा द्यायचा मी प्रयत्न करीन.' मी म्हटलं.

" 'मग तुझ्या उजव्या हाताचा अंगठा तोडून दे,' ते विजयानं म्हणाले.

"मी माझ्याजवळच्या कोयत्यानं उजव्या हाताचा अंगठा तोडला व तो ओंजळीत

धरून नम्रपणे त्यांच्यासमोर धरला. त्यांनी तो उचलून दूर झुडपात फेकून दिला व मागं न पाहता ते वाट पाहत असलेल्या शिष्यांकडे जाऊ लागले. जाताना ते म्हणाले, 'मी अशी गुरुदक्षिणा मागितली व ती तू दिलीस हे मी हयात असेपर्यंत कुणाला सांगू नकोस. तुला तुझ्या मातापित्यांची शपथ आहे.' मग ते चालू लागले. त्यांचा रस्ता झुडपातून गेला होता. त्यांनी दोनचार पावलं टाकली असतील नसतील, तोच त्या ठिकाणी काहीतरी सळसळलं व एका सापाची वेटोळी चमकून त्याचा हातभर फणा त्यांच्या पावलांकडे झेपावला. त्या वेळी मला भान राहिलं नाही. मी स्वतःला पूर्ण विसरलो. मी वेगानं बाण काढला व फणा खाली यायच्या आतच मी तो बाणानं छेदून टाकला. आचार्य क्षणभर खिळल्यासारखे झाले. ते माझ्याकडे वळले व म्हणाले, 'तू माझ्याशी कपट केलंस, कपट केलंस!' ते आवेगानं रथाकडे गेले; पण रथात चढण्यापूर्वी तेथूनच हात वर करून संतापानं ओरडले, 'तुला जन्मभर रक्तपिती होईल!'

"तसं पाहिलं तर त्या साऱ्यात माझा काहीच दोष नव्हता. त्यांनी माझ्या उजव्या हाताचा अंगठा मागितला व मी तो तत्काळ तोडून दिला; पण मी डाव्या हातानं धनुष्य वापरत असे. मी ते सांगितलं नाही, कारण त्यांनी मला तसं विचारलं नाही. बऱ्याच काळामागे तसाच एक अन्याय घडला होता. ती हकिकत मला माहीत होती. उजव्या हाताचा अंगठा गेल्यामुळे एक धनुर्धर वाया गेला होता. एकदा एक अन्याय घडला की तो पुन्हा घडू नये म्हणून प्रतिकारशक्तीचं एक लहान बी त्याच वेळी रुजू लागलेलं असतं. ज्याला आचार्यांनी कपट म्हटलं ते केवळ स्वसंरक्षण होतं. ती जुनी कथा माहीत असूनही जर मी स्वतःचं रक्षण केलं नसतं, तर माझ्यासारखा मूर्ख मीच ठरलो असतो. इतरांनी वाटेल त्या स्वार्थानं, अन्यायानं वागावं व मी त्यापासून स्वतःचं संरक्षण केलं तर ते मात्र कपट ठरावं हा कोणता धर्म आहे? परंतु त्यांचा शाप ऐकताच माझा संयम सुटला. मी बेभान झालो. मी माझे धनुष्य उचलले व त्यांच्याकडे भिरकावले. ते त्यांच्या डोक्यावर आदळले व आचार्य धाडकन जमिनीवर पडले.

"तेथून मी तसाच पिसाळल्यासारखा धावत सुटलो. माझी वाट पाहत असलेल्या आईकडे देखील मी परतलो नाही, आमच्या घरात मी परत पाऊल टाकलं नाही. तेव्हापासून मी शरीराचे तुकडे ठिकठिकाणी टाकत भटकत चाललो आहे. अद्यापही अनेकदा अशा वाटते, हे गुरुहत्येचं पातक धुतलं जाईल, कधीतरी शापही संपेल, अंग पुन्हा स्वच्छ होईल. मला प्रथम शरीर मिळालं ते स्वच्छ निष्कलंक होतं. म्हणून असलं मलिन अंग मला आग, पाणी अगर माती यांत फेकून द्यावंसं वाटत नाही."

त्याला मध्ये न थांबवता स्तब्धपणे पण विस्फारित डोळ्यांनी बैरागी सारे ऐकत होता. नंतर देखील तो थोडा वेळ मूक राहिला. मग त्याने म्हटले, "म्हणजे तू वीरांग व्याधाचा मुलगा शिवांग आहेस तर!"

त्या शब्दांनी तो दचकला व त्याचे टवके पडलेले अंग अतिशय थरथरू लागले. तो

म्हणाला, ‘‘माझ्या स्वच्छ आयुष्यातील ते नाव – त्याचा आता मला देखील विसर पडला आहे. ते नाव तुम्हांला कसं माहीत?’’

बैरागी त्यावर शांतपणे हसला. तो म्हणाला, ‘‘तू मला ओळखलं नाहीस यात काहीच आश्चर्य नाही. कुणाच्या ध्यानात राहावं असं काही मुळातच माझ्यात नव्हतं आणि माझ्या कर्तृत्वानं तसं काही माझ्याकडून घडलंही नाही; पण मी तुला प्रथम ओळखलं नाही याचं मला नवल वाटतं. तू इतका बदलून गेला आहेस – तुझ्या उजव्या हाताचा अंगठाच नव्हे तर इतर दोन बोटं देखील नाहीशी झाली आहेत. पक्ष्यांच्या चोचीतला मासा तर जाऊ देच, तुझ्या हातात जरी मासा दिला, तरी आता तुला तो धरता येणार नाही. आचार्यांनी तुला का शाप दिला असावा याचा मी इतके दिवस विचार करत होतो. आयुष्याच्या एका भागात मी ते प्रश्नचिन्ह सतत जागं ठेवलं होतं. मी स्वतःशीच अनेक कारणं सुचवून पाहिली; पण त्यातलं एक देखील मला पटेना. तुझ्या सांगण्यानं आता सारा उलगडा झाला. आयुष्यात जतन केलेला एक प्रश्न कायमचा संपला व भूतकालाचा एक तुकडा मरून गेला.

‘‘त्या दिवशी मी त्या शिष्यांबरोबरच होतो. म्हणजे आणखी एक शिष्य म्हणून नव्हे! कुणाचाही शिष्य व्हायचं माझं वय निघून गेलं होतं. आता शिकायचं ते आयुष्याचा थेंब थेंब जाळतच! मी आपला असाच एक बांडगूळ होतो. मला कुणी मुद्दाम सोबत बोलावत नसे; पण मीच स्वतः गेलो तर नको म्हणत नसत इतकंच! हे बघ शिवांग, मी एक केवळ दासीपुत्र होतो. तुला गुरुकुलात प्रवेश मिळाला नाही; पण तुझ्या रानात तरी तुला मान होता; पण शूद्रातील शूद्र देखील माझ्याकडं उपेक्षेनं पाहत असे. मला कधी राजसभेत आसन मिळण्याची शक्यता नव्हती. मी एखाद्या स्वयंवर मंडपात गेलो असतो तर माझ्या आईच्या कुळाची निंदा झाली असती, युद्धभूमीवर मला कधी सहजासहजी रथ किंवा सारथी मिळाला नसता. विद्वज्जनांच्या सभेत मला स्थान नव्हतं. माझ्या हातात क्षत्रिय खड्ग कधी शोभलं नसतं. तेव्हा शास्त्रं शस्त्रास्त्रं यांचा अभ्यास करून तरी मला काय मिळणार होतं? त्यातही भर म्हणजे कर्मकांड, यज्ञयाग आणि धनुर्विद्या यांविषयी मला अतिशय घृणा होती. तू मला क्षमा कर; पण धनुष्य व समोरील लक्ष्य यांत सरळ बाण सोडणं यात मला मानवाचं असामान्य कर्तृत्व काही दिसत नाही, की त्याचं विशेष शौर्य आढळत नाही. एखाद्या प्रौढ माणसानं आयुष्यभर बाण सोडत बसावं हे तर एखाद्या चेंडूला फळकुटानं बडवत बसावं इतकं वेडेपणाचं वाटतं. अरे, बाण काहीच निर्माण करू शकत नाही. बाणामुळं एखादं अविस्मरणीय गीत निर्माण झालं, तो जमिनीत रुतला की काही काळानं त्या ठिकाणी फुलाफळांचा वृक्ष झाला किंवा बाणामुळं एखाद्या आतडं कुरतडत असलेल्या प्रश्नाचं उत्तर मिळालं असं कधी घडत नाही. म्हणजे ज्या वेळी माणसाची किंमत त्याच्या यज्ञयागातील प्रावीण्यावर अगर बुडबड्यांमधून आणखी बुडबुडे काढावेत त्याप्रमाणे शब्दच्छल करत निष्फळ शब्द निर्माण करण्याच्या कसबावर

किंवा त्याच्या खुळ्या धनुर्विद्येतील कौशल्यावर ठरत असे, त्या वेळी त्या साऱ्यांविषयी मला मात्र काही प्रसंगी झाकून ठेवणं अशक्य वाटावं इतका तिरस्कार वाटत होता. म्हणजे बघ, सर्वच दृष्टींनी मी एक उपरा, तिऱ्हाईत, बाहेरचा माणूस होतो. आधी माझा सल्ला क्वचितच विचारला जात असे आणि विचारलाच तर तो कुणी कधी आचरणात आणला आहे असं एक देखील उदाहरण मला आठवत नाही. मनाच्या चिंधड्या करत मी मिळवलेल्या रोख ज्ञानाची काय किंमत होती, माहीत आहे? एखाद्या विशाल मंदिरात ओवऱ्यातील कोनाड्यात अनेक क्षुद्र देवता ठेवलेल्या असतात ना, त्याच्याएवढी! भाविक मुख्य मूर्तीला प्रदक्षिणा घालीत असता त्याची पावलं मात्र त्यांना दिसतात. त्यांची नजर कधी खाली वळलीच तर झटकून टाकलेला एक नमस्कार – एवढाच त्या देवतांचा हक्क, त्यांचा वाटा! त्यांच्या घटनांवर जर एखादं भव्य महाकाव्य लिहिलं गेलं, तर अमक्याअमक्याची नीती म्हणून आठदहा श्लोक माझ्या वाट्याला येतील न येतील! आणि ते देखील महाकाव्य वाचताना सरळ बाजूला ठेवण्यासाठीच! तेव्हा सांगायचं काय, तर एक उपरा माणूस म्हणूनच मी त्या दिवशी शिष्यांबरोबर होतो. त्यानंतर काय घडलं, हे तुला माहीत नसणार, नाही?''

त्याने मान हलवली व म्हटले, ''नाही, मी पुन्हा त्या राज्यात पाऊल टाकलं नाही. पुढं काय घडलं?''

''मग मीच आचार्यांना उचलून रथात ठेवलं, आम्ही नगराकडं परतलो. त्यानंतर आचार्य दोन दिवस जिवंत होते; पण शेवटी त्यांना देखील संतापाच्या भरात केलेल्या आपल्या कृत्याचा पश्चात्ताप झाला व त्यांच्या डोळ्यांतून सतत अश्रू वाहू लागले. शेवटी त्यांनी मला म्हटलं, 'त्या व्याध कुमाराला निरोप सांग. जर माझ्या कन्येनं पितृहत्येचा अपराध विसरून त्याच्यावर क्षमाशील नजर फिरविली तर तो शापमुक्त होईल.' ''

शिवांग ताडकन उभा राहिला; पण तो काही बोलायच्या आतच बैराग्याने त्याला थांबवले व बसायला सांगितले. तो म्हणाला, ''सारी हकिकत अद्याप झाली नाही. ऐक तर पुढं. तेवढ्यात कुणीतरी जाऊन तुझ्या आईला शापाची हकिकत सांगितली. ती तत्काळ आचार्यांपुढं येऊन उभी राहिली. वाऱ्यावर केस मोकळे टाकून आलेली तुझी आई पश्चिम वाऱ्याचा सारा उन्माद भरलेल्या अरण्याप्रमाणं उग्र दिसत होती. आम्ही काही बोलायच्या आतच तिनं चवताळून जमिनीवर घसाघसा हात चोळले व हातात माती घेऊन ती खाली सोडत म्हणाली – 'तुम्ही माझ्या मुलाला शाप दिलात. तुम्हांला देखील एक मुलगी आहे. तर माझा शाप ऐका. तुमच्या मृत्यूनंतर आभाळात सूर्य असता जर तिच्या अंगावर प्रकाश पडला, तर ती जागा कायमची जळून जाऊन त्या जागी जिवंत खेकडे चिकटतील!'

''मी तिची समजूत घातली. आचार्यांचा पश्चात्ताप, त्यांचा उःशाप याविषयी सांगितलं त्या वेळी मात्र ती अंगातून वारं गेल्याप्रमाणं खचली. बाजूला निष्पापपणे उभ्या

असलेल्या गुरुकन्येकडं ती गेली व तिनं तिला जवळ घेतली. ती म्हणाली – ‘मला क्षमा कर. पुरुषांच्या झुंजीत सापडून, त्यांच्या पायात आतडी अडकवून, त्यांच्या मागं फरफटत जाण्याची शिक्षा तू देखील स्त्रीच असल्यामुळं माझ्याचप्रमाणं तुलाही आहे, हे मी विसरून गेले. एका स्त्रीमुळेच एक स्त्री बळी पडली; पण जर माझ्या मुलानं देखील अन्याय विसरून क्षमाशील वृत्तीनं तुला ओला स्पर्श केला तर तू देखील शापमुक्त होशील.’ आता पूर्ण ऐकून घे – तिनं पूर्ण उःशाप अगदी हलक्या शब्दात तिलाच तेवढा सांगितला. नंतर तुझी आई ताडकन वळली व रानात निघून गेली. तेथे तिनं आपल्या झोपडीला आग लावली. पाहतापाहता वणवा भडकला. पशुपक्षी त्यापासून दूर धावू लागले, तर ती उलट शांतपणे त्यात शिरली व अंगाशी लाल रेशमी वस्त्र लपेटून घेतल्याप्रमाणं वणव्यात नाहीशी झाली.’’

शिवांग जड शिलेप्रमाणे बसून राहिला. त्याचे डोळे ओलसर व्हायला विसरले. तो अर्धवट स्वतःशीच म्हणाला, ‘‘माझी आई आगीप्रमाणं होती, ती आगीतच मिसळून गेली. तिची एकच माया मला अशी होती, की या माझ्या अवस्थेतही तिनं पूर्वीच्याच आपुलकीनं माझ्या चेहऱ्यावरून हात फिरविला असता आणि म्हणूनच मी नेमकं तिच्यापासूनच फारफार दूर निघून गेलो. युद्धभूमीवर माझ्या नावाचा जयजयकार होत असता माझा चेहरा कुरवाळावा अशी तिची एकच इच्छा होती आणि मग मी तिला असल्या शरीरावरून हात फिरविताना पाहू? तिनं मला जगात आणलं; पण ती जाताना निरोप द्यायच्या वेळी मी कुठं भटकत होतो कुणास ठाऊक!’’ नंतर एकदम आठवल्याप्रमाणे तो उतावीळपणे म्हणाला, ‘‘पण ती गुरुकन्या –’’

बैरागी म्हणाला, ‘‘सांगतो. नंतरच्या युद्धात सारंच उद्ध्वस्त झालं. नगरं गेली, चतुरंगसेना नष्ट झाल्या, कुलसंहार झाला. त्यातून त्या कन्येला मी सुखरूप बाहेर काढलं व रात्री कष्टाचा प्रवास करत या ठिकाणी आलो.’’

‘‘म्हणजे ती या ठिकाणी आहे?’’ त्याने अविश्वासाने विचारले, ‘‘मग तर तिला मुक्तीची पूर्ण खात्री आहे. कुणाला क्षमा करायचाही अधिकार माझ्यात उरला नाही, इतका मी चिरडून गेलो आहे. मग माझ्या अन्यायाचं विष माझ्यात उतरणार कुठं? पण ती मला मात्र क्षमा करील की नाही कुणास ठाऊक!’’

बैरागी बराच वेळ बोलला नाही; पण तो स्थिर नजरेने शिवांगाकडे पाहत होता. नंतर तो म्हणाला, ‘‘ती येथे आहे म्हणजे या पर्वतावर आहे. तिच्याच इच्छेप्रमाणं मी तिला एकाकीच ठेवलं. त्या ठिकाणी मी परत येऊ नये अशी तिनं माझ्याकडून शपथ घेतली व मला निरोप दिला. तू याच वाटेनं वर जा. हिंस्र श्वापदांपासून वाचशील तर वरपर्यंत पोहोचशील.’’ बैरागी थांबला व त्याने एक निःश्वास सोडला.

शिवांग जायला इतका उतावीळ झाला, की त्याचे हात पुन्हा थरथरू लागले. तो जाताजाता म्हणाला, ‘‘मी परत तुम्हांला भेटेन.’’

"नाही, ते आता शक्य नाही," बैरागी निश्चयाने म्हणाला, "देहत्याग करायला आता मला प्रबळ कारण मिळालं आहे. त्यानंतर जगत राहणं हा भेकडपणा आहे. तू आता मला पुन्हा कधी भेटू शकणार नाहीस."

क्षणभर रेंगाळून तो वर चढू लागला. मध्येच वळणावरून त्याने मागे वळून पाहिले. बैरागी पुढे होऊन दरीच्या काठाजवळ ताठ उभा होता. पूर्ण विवस्त्र, दिगंबर. तो देखील त्याच्याकडे पाहत होता. बैराग्याने त्याच्याकडे पाहून हात उंचावले व तो अगदी मोठ्याने निःसंग हसू लागला. अमर्याद हसण्याने त्याच्या डोळ्यांत पाणी आले, ते त्याने आडव्या हातानेच पुसले. मग तो दरीच्या अर्धवर्तुळाकार धारेसारख्या काठाला अगदी कडेला गेला व त्याने तेथून दरीत अंग टाकून दिले.

तो वर चढत राहिला; पण बराच वेळ बैराग्याचे ते रखरखीत हसणे त्याच्या कानात रेंगाळत होते. थोड्या वेळाने अंधार एकदम धीटपणे खाली उतरला; पण आता चंद्रबिंब दिसू लागले होते. मग चांदणे स्थिर स्पष्ट झाले व पायाखालची वाट त्यात वरून उतरत असलेल्या प्रवाहाप्रमाणे वाटू लागली. मधूनमधून श्वापदांचे आवाज ऐकू येत होते व त्यामुळे गडद झाडांच्या सावल्यांत येथे तेथे अंग चोरून बसलेले चांदणे थरकल्यासारखे होत होते. तो वर आला त्या वेळी चांदणे पूर्णपणे दाटले होते व त्यालाच आता वास सुटल्याप्रमाणे रानफुलांचा गंध हवेत पसरला होता. त्या ठिकाणी तो विस्मयाने थबकला. समोर थोड्या अंतरावर लहानसे मंदिर होते व त्यात एक समई तेवत होती. येथून तरी आतील मूर्ती दिसत नव्हती; पण आत अंधारच सावकाश वितळत असल्याप्रमाणे ठिबकत असलेल्या पाण्याचा आवाज येत होता. मंदिरासमोर विस्तीर्ण पटांगण होते व स्वच्छ संगमरवरी फरशीमुळे ते स्निग्ध, चांदण्याने भरलेल्या पुष्करिणीप्रमाणे दिसत होते. कोपऱ्यात एक पर्णकुटी होती व भोवतालच्या हलणाऱ्या फांद्यांमुळे खाली पडलेले चांदण्याचे गोल अनेक डोळ्यांप्रमाणे उघडत मिटत होते.

तो एका झाडाखाली उभा राहिला व वाट पाहू लागला. पटांगणाच्या कडेने रानफुले पूर्ण उमलली व स्थिर झालेल्या लाटेवरील पांढऱ्या फेसाळ रेषेप्रमाणे दिसू लागली. गडद निळ्या रंगाच्या पात्राप्रमाणे दिसणारे आभाळ पालथे वाटत होते आणि ते देवळाच्या मागे असलेल्या उंच शिखरावर तोलल्यासारखे दिसत होते.

त्याचा प्रथम विश्वास बसला नाही म्हणून त्याने पुन्हा ऐकले. आवाज निःसंशय घुंगरांचाच होता. तो कोठून येत आहे हे प्रथम त्याला समजेना. झाडांच्या सावल्यांत तर सततच हालचाल होत होती. अखेर एक उभी सावलीच बाहेर आल्याप्रमाणे सर्वांग वस्त्राने झाकलेली एक आकृती पर्णकुटीतून बाहेर आली व पटांगणाच्या मध्यावर थांबली. तो विलक्षण कुतूहलाने पाहत असता तिने अंगावरील काळे वस्त्र खाली टाकले व संगमरवरी फरशीतून शुभ्र ज्योत निर्माण झाल्याप्रमाणे त्या स्त्रीची आकृती स्पष्ट झाली. ती धावतच फुलांकडे गेली व ओंजळभर फुले खुडून तिने केसांत खोचली आणि एका

झुबक्यात आसक्तीने चेहरा बुडविला. तिच्या हालचालीने सारा वेळ घुंगरांचा मंद आवाज गोलगोल थेंबांनी चांदण्यावर ठिबकत होता. नंतर ती पुन्हा पटांगणात आली. तिने हात पसरले व घुंगरांची लय वाढवत साऱ्या पटांगणावर ती नृत्य करू लागली. चांदण्याच्याच धाग्यांनी केल्याप्रमाणे वाटणारे तिचे वस्त्र मृदू लाटांनी तिच्याभोवती फिरले आणि फुलांच्या गंधाने आधीच भारून गेलेले चांदणे त्या नृत्यामुळे तर स्वतःला विसरून गेले.

त्याला वाटले – या निर्मळ, धुंद ठिकाणी राहण्याचा आपल्याला अधिकार नाही. या क्षणी आपण स्वतःच या चित्रावर रक्तपितीचा एक डाग आहोत. या विचाराने तो फार अस्वस्थ झाला व दोन पावले मागे सरून जास्तच अंधारात शिरला. त्या वेळी त्याच्या पावलाखाली एक काटकी आवाज करत मोडली.

पण त्या आवाजाने पटांगणातील मोहिनी चित्र भंगल्यासारखे झाले. तिचे हात एकदम खाली आले. घुंगुरे मूक झाल्याने नीरवता तीव्र झाली. खाली साचलेल्या सावल्यांसकट झाडे व पटांगणातील चांदणे देखील चमकून आपल्याकडे पाहत आहे असा त्याला भास झाला. तिने संथपणे आपला चेहरा त्याच्याकडे वळवला; पण तो तिने बोटांनी नंतर झाकून घेतला आणि म्हटले, ‘‘तू कोण आहेस? अशा दुर्गम स्थळी या वेळी का आला आहेस?’’

तो जास्तच मागे सरला व म्हणाला, ‘‘केवळ योगायोगानंच मी या ठिकाणी येऊन पोहोचलो आहे; पण येथे आल्यावर मात्र तुझ्याच भेटीसाठी मी वरपर्यंत आलो. मी वीरांगचा मुलगा शिवांग आहे.’’

तिने विस्मयाने उद्गार काढला व ती एकदम पुढे येऊ लागली, तेव्हा त्याने म्हटले, ‘‘थांब, पुढं येऊ नकोस. माझ्यासमोरून दहा हातांवरून जाताना निर्बुद्ध जनावर देखील तोंड बाजूला फिरवून जातं. तू जर याच्यापुढं आलीस तर तुलाही शापित वाटेल.’’

‘‘तो तर माझ्या पित्याच्या शब्दांचा परिणाम आहे. तेच रक्त माझ्यात आहे आणि मग मी देखील अपराधीच आहे. तू कधीतरी येशील, कधीतरी मी शापमुक्त होईन याच आशेनं मी जगत आहे. मी जन्मभर याचक होते आणि आता दान मिळण्याचा क्षण आला आहे. माझ्या पित्यानं केलेल्या अन्यायाला विसरून तू मला क्षमा करशील का?’’

‘‘कुणाला क्षमा करावी या अवस्थेच्या पलीकडे मी गेलो आहे. जळजळीत द्वेष मनात असता क्षमा करण्याला काहीतरी अर्थ आहे; पण तसलं काही मनात ठेवायला मला जागाच नाही इतका मी झडून गेलो आहे. शिवाय मी देखील एक अपराधीच आहे, एक याचक आहे; पण तुझ्यामाझ्यात एक फरक आहे. तुला अजूनही धुंद फुलं हवीशी वाटतात एवढी जीवनासक्ती तुझ्यात आहे; पण मला मुक्ती मिळाली नाही, तरी मी निर्विकार राहीन इतका मी आधीच जळून गेलो आहे. पूर्वी मी होतो तो खरा, की सध्याचा मी खरा याचविषयी मला संभ्रम वाटतो. म्हणूनच केवळ एकदा वाटतं, झडून निष्पर्ण होण्याआधीच ते आपलं भूत पुन्हा एकदा पाहावं. आता दान देणारी खरी तू

आहेस; परंतु पितृवधाचा तुला विसर पडला असेल अशी आशा मला वाटत नाही.''

''नाही, नाही, ते आता सारं विझून गेलं आहे,'' ती तत्काळ म्हणाली, ''आता केवळ एकच आस उरली आहे. कितीतरी वर्षं झाली. सूर्यप्रकाशात झगमगलेली फुलं मला पाहायला मिळाली नाहीत. पाण्यात उभं असता प्रतिबिंब दिसलं नाही. निळ्या आभाळातील शुभ्र बगळ्यांची रांग आठवते; पण नंतर कधी मी पुन्हा पाहिली नाही. सारं आयुष्यच अंधारानं बुरसटून गेलं आहे. तेव्हा तूच आता मला सोडव. मोठ्या मनानं माझ्या पित्याला क्षमा कर आणि मला सूर्यसन्मुख कर.''

''तुला स्पर्श करायला तरी मला तुझ्याजवळ यावं लागेल आणि या अवस्थेत जर मी आलो, तर मुक्ती देखील नको असं म्हणण्याइतकी तुला घृणा वाटेल. तेवढं तरी माझ्याकडून घडवू नकोस.''

''नको, प्रथम मला मुक्त कर. प्रायश्चित्तातील शेवटची पायरी म्हणून ते देखील मला स्वीकारलंच पाहिजे. तेही पितृऋणच आहे,'' ती निश्चयाने म्हणाली. त्याने एक निःश्वास सोडला व म्हटले, ''ठीक आहे. नाहीतरी तुलाच जास्त अन्याय सहन करावा लागला आहे. सांग, आता मी तुझ्यासाठी काय करू? माझ्या आईनं तुला कोणता उःशाप सांगितला आहे?''

ती त्याच ठिकाणी नम्रपणे गुडघे टेकून बसली व तिने मान खाली घातली. ती म्हणाली, ''समोर मंदिर दिसतं, त्या ठिकाणी तू जा. मला ती जागा वर्ज्य आहे, कारण तेथल्या पाण्यावर माझी सावली पडायची नाही. त्या ठिकाणी पायरीवर मी एक भांडं ठेवलं आहे. काही वर्षांपूर्वी मी येथे आले तेव्हापासून ते त्याच ठिकाणी आहे. तू येशील, अशी प्रत्येक दिवशी आशा करत दिवसाला निष्फळ दिवस जोडून त्यांच्या पायऱ्या चढत मी येथपर्यंत जगले. आता ते भांडं काळवंडून गेलं असेल; पण ते देखील आज मुक्त होईल. तू मंदिरात जा व तेथील तीर्थकुंडातील पाणी घेऊन ये.''

ते शब्द आपल्यालाच उद्देशून आहेत यावर त्याचा विश्वास बसेना. आपल्यातील एक असे मानून कुणी काही करायला सांगितले असा त्याला अनुभव येऊन युगे लोटली होती. ''जातोस ना?'' असे तिने पुन्हा विचारताच तो भानावर आला व सावल्यांतून प्रथमच चंद्रप्रकाशात येताच दचकला. त्याने स्वतःला सावरले व तो मंदिरात गेला. त्या ठिकाणी कसलीही मूर्ती नव्हती. समोर एक गोमुख होते. त्या अर्धवट अंधारात समईच्या पिवळ्या प्रकाशाचा धागा पिळवटत पाण्याची मंद धार तीर्थकुंडात पडत होती. त्याने भांडे भरून घेतले व तो बाहेर येऊन पायऱ्या उतरू लागला. तोच तिने म्हटले, ''थांब, तेथेच थांब.''

त्याच्या मनातील नवी कोवळी ऊब गारठली व तो थबकला. ''मी तुला आधीच सांगितलं होतं. जनावरं देखील मला यापेक्षा जास्त जवळ येऊ देत नाहीत. तू तर एक माणूस, रानफुलांच्या वासात सतत सुखावलेली!''

‘‘नाही, मी तुला त्यासाठी थांब म्हटलं नाही,’’ ती अपराधी स्वरात म्हणाली. ‘‘तुझी व्याधी इतरांना असह्य वाटावी अशी आहे खरी; पण तिच्याकडं पाठ वळवण्याचा मला काय अधिकार आहे? मी थांब म्हटलं ते माझ्यासाठी. माझं एक ऐक. तू माझ्याजवळ आलास की डोळे मिटून घे व मग मी सांगते तसं कर. तुला शपथ आहे. डोळे उघडे ठेवायचे नाहीत.’’

‘‘ही तुझी भीती व्यर्थ आहे. मीच अशा अवस्थेत आहे, त्यापेक्षा भीषण मला जगात काय दिसणार?’’ तो म्हणाला, ‘‘पण तुझी तशीच इच्छा असेल तर मी तसं करीन.’’

पुढे येताच त्याने डोळे मिटून घेतले; पण तिने चेहऱ्यावरील बोटे काढली नाहीत. ती म्हणाली, ‘‘आता त्या पाण्यात उजव्या हातांची बोटं बुडव. मग मी तुझा हात माझ्या चेहऱ्याजवळ आणीन, त्या वेळी तू माझ्या डोळ्यांना स्पर्श कर. मी पूर्ण आंधळी आहे.’’

त्याचे अंग एकदम निर्जीव झाले. तू आंधळी आहेस! – तो म्हणाला; पण त्याचे शब्द घशातच विरले.

‘‘मी आंधळी आहे; पण आता फार वेळ तशी राहणार नाही,’’ ती म्हणाली, ‘‘ती आपत्ती मी स्वतःच्याच मूर्खपणानं ओढवून घेतली. मी सर्व अंग कृष्णवस्त्रानं झाकून आम्ही इकडे येत होतो. त्या वेळी माझ्याबरोबर बंधुतुल्य असा मार्गदर्शक मदतीला होता. एकदा वाटेत त्यानं विस्मयानं म्हटलं, ‘काय विलक्षण पक्षी आहे! याच्या रंगामधूनच इतर सारे पक्षी निर्माण झाले असले पाहिजेत!’ इतक्यात त्या पक्ष्यानं आवाज केला, तो इतका मधुर होता, की हिरे-माणकं आपापसात बोलू लागली, तर त्यांचा स्वर तसा असेल. मी असल्या आवाजाचा पक्षी पूर्वी कधी पाहिला नव्हता. माझं भान सुटलं. मी कोण, माझी स्थिती काय याचा मला विसर पडला. मी कृष्णवस्त्र किंचित बाजूला सारलं व बाहेर पाहिलं. मला विलक्षण पक्षी तर दिसला नाहीच; पण त्या क्षणी माझी दृष्टी जळून गेली. इतकंच नाही, तर मेलेल्या डोळ्यांच्या जागी –’’ तिचे अंग शहारले व शब्द मध्येच तुटले. नंतर ती म्हणाली, ‘‘नको, इतकी वर्षं ते अमंगळ तोंडावर घेऊन हिंडले; पण मला अद्यापही तेच चित्र असह्य होते. तू जरी ते स्वप्नात पाहशील तरी तुला त्याचा विसर पडणार नाही.

‘‘पण आता ते अशुभ स्वप्न जाणार आहे. त्या भांड्यात तू उजव्या हाताची बोटे बुडव. मग तू उजव्या हाताच्या अंगठ्यानं माझ्या डोळ्यांना स्पर्श कर म्हणजे मला दृष्टी येईल. मग उरलेलं पाणी तू माझ्या केसांवर ओतून दे. उजव्या हाताच्या अंगठ्याचाच प्रथम स्पर्श व्हायला पाहिजे, असं तुझ्या आईनं बजावलं आहे. त्या दिवसानंतर, जर माझा मार्गदर्शक सोडला तर ही गुप्त गोष्ट मी कुणाला सांगितली नव्हती, ती तुलाच प्रथम सांगत आहे, कारण ती मुळात तुझ्याचसाठी आहे.’’

त्याच्या हातातील भांडे त्याच्या बधिर दुबळ्या हातातून खाली पडले व त्यातील पाणी संगमरवरी फरशीवर पसरून ओलसर चमकले. तिने बावरून विचारले, ''काय झालं? तू स्तब्ध का?''

''आता काही झालं नाही. व्हायचं ते फार पूर्वीच होऊन गेलं आहे,'' तो विषादाने म्हणाला, ''तू काय, मी काय, आपले आईबाप काय, आपण सगळेजण केवळ निमित्ताची बाहुली ठरलो. तुला आणि मला मुक्ती मिळायची होती हे खरं. आपण दोघंही कमीजास्त प्रमाणात एका अनंत आशेनं जखडून गेलो होतो. नाही म्हटलं तरी ती आशा माझ्यातही होतीच, हे मला आता आतड्यात जाणवतं. आता या क्षणी ती आशाच पूर्णपणे नष्ट झाली. आपल्या यमयातना आता अटळ आणि चिरेबंद राहिल्या. त्या वेड्या जीवघेण्या आशेमधून आपण सुटलो हीच अखेर तुझीमाझी मुक्ती ठरली. तू मला उजव्या हाताच्या अंगठ्यानं तुझ्या डोळ्यांना स्पर्श करायला सांगितलंस. मग तुला दृष्टी येणार, मग त्या दृष्टीनं तू मला मुक्त करणार! गुरुकन्ये, माझ्या उजव्या हाताला अंगठा नाही. तो मी गुरुदक्षिणा म्हणून तुझ्याच पित्याला अर्पण केला होता.''

चेहऱ्यावरील हात न काढताच तिने सावकाश मान वर केली व तिच्या तोंडून हुंदका बाहेर पडला. ती धावतच पटांगणाच्या मध्यभागी गेली व केसांतील फुले काढून भिरकावत बेभानपणे काळे वस्त्र तिने पुन्हा अंगावर घेतले. नंतर ती आपल्यासारख्याच सावलीला संगमरवरी फरशीवरून ओढत नेत पर्णकुटीत गेली व सावल्यांत सावलीप्रमाणे मिळून गेली. घुंगुरांचे हिंदकळलेले स्वर अस्पष्ट होत गेले व अखेर सावल्यांत पडून विझल्याप्रमाणे नाहीसे झाले.

तो मात्र ऊन-पावसाने लचके तोडलेल्या एखाद्या प्राचीन विस्मृत शिल्पाप्रमाणे काही काळ उभा होता; पण नंतर मात्र इतक्या साऱ्या प्रवासात कोरडे राहिलेले त्याचे डोळे एकदम ओलसर झाले.

दीपावली : १९७४

क व ठे

दामू झटकन उठून बसला आणि भेदरलेल्या डोळ्यांनी त्याने फिकट अंधारात इकडेतिकडे पाहिले. मग हळूहळू दरवाजा नसलेली पडवीतील जागा, पाणी प्यायचे अल्मीनचे भांडे, काल रात्री गुंडय्याने चपाती गुंडाळून दिलेल्या कागदाचा बोळा, हे सारे त्याला ओळखीचे वाटू लागले व त्याची भीती थोडी कमी झाली. मग थोड्या वेळाने मठातील घंटांचा आवाज ऐकू येताच भीतीची उरलीसुरली सुतेही नाहीशी झाली. आपण पाहिलेले स्वप्नच होते हे जाणवताच त्याला इतके मोकळे वाटले, की बदाबदा पाणी ओतल्याप्रमाणे तो हसला. वडाच्या झाडाच्या जाडीइतका मोठा, लाललाल पट्ट्यांचा एक साप म्हैसतळ्यातून बाहेर आला होता व त्याच्या हातापायांना वेटोळी घालून तोंड समोर आणून त्याच्याकडे पाहत रागाने बोलत होता. आता दामूची भीती जरी गेली होती, तरी सापाचे ताटलीएवढे डोळे आणि अंगावरील लहान सापाप्रमाणेच दिसणारे लाल पट्टे त्याला अद्याप आठवत होते. तो उठला व त्याने तोंडावर थंडगार पाणी मारून घेतले. आता जायला फारच उशीर झाल्याप्रमाणे तो सदऱ्याची बटणे अडकवतच बाहेर पडला.

खरे म्हणजे त्याला कधीच कुठे नेमके जायचे नसे; पण जागा झाल्यावर तो कधी घरात राहिलाच नाही. त्याला गुंडय्या उडप्याच्या सरस्वती हॉटेलात एकदादोनदा चहा मिळे. दुपार कुठेतरी पदाक्का, अंबाबाई अगर गोपाळगौडी म्हातारी यांच्याकडे भागत असे आणि तो या दार नसलेल्या लहान खोलीत फक्त आडवे होण्यासाठीच परत येत असे. कधी गुंडय्याने हॉटेलमध्येच अंग पसरण्याचा आग्रह केला, तर तो घरी का आला नाही याची कुणालाही चिंता नसे, कारण तितके त्याच्याविषयी आतडे असलेले कुणी माणूस त्याला नव्हतेच. एका दूरच्या नातलगाचा घरदार नसलेला अर्धवट मुलगा म्हणून शिनाप्पांनी त्याला ठेवून घेतले होते इतकेच; पण त्या आडदांड, फसफसून वाढलेल्या पोराकडे पाहताच तुळसाकाकूच्या पोटात मात्र गोळा उठे व साऱ्या गावात माणसे पटापटा मरतात, मग यालाच का देव विसरतो असे ती उघडपणे विचारत असे. विशेषतः कुणा बाईने

चारचौघींत "खुळा दामू म्हणजे तुमच्या सख्ख्या दिराचाच मुलगा नव्हे, तुळसाकाकू?" असे खवचटपणे तिला विचारले तर, "सख्ख्या कुठल्या? अगदी दूरच्या चुलतचुलत दिराचा! आणि तो देखील दत्तक गेला होता!" असे खोटेच सांगताना तिचा चेहरा अगदी शरमून जात असे आणि मग दामू येऊन पडवीत पडला की त्याला ऐकू जाईल इतक्या मोठ्याने ती त्याला लाखोली वाहत असे. त्या वेळी तिचा आवाज असा चढत असे की दामूला त्यात मठात रात्री वाजलेल्या घंटा देखील ऐकू येत नसत; पण त्यामुळे दामूचा भळभळीत हसरा चेहरा कधी विसकटला नाही. तुळसाकाकूच्या अंगात येऊन गेले, की मग उडप्याने दिलेल्या उसळीची चव, दुपारी नारळाच्या झाडावर चढताना रक्ताला फुटलेले पंख, कमळीच्या लाल टाचा अगर एखाद्या पोराने दिलेली पेपरमिंटची पिवळी गोळी आठवत तो झोपत असे. सकाळी नवा दिवस आला तर तो जगायला त्याची उडी नवी व बिनआठवणीची असे. त्याला आदल्या दिवसाचा शिळा पारोसा वास नसे. एखादे फळ फांद्या-झाडापासून वेगळे करून खाण्यासाठी हातात घ्यावे त्याप्रमाणे प्रत्येक सकाळ तो हातात झेलत असे व थोडीथोडी वापरत रात्रीपर्यंत टिकवत असे. म्हणून आता तो उठून चालू लागला त्या वेळी त्याच्या चेहऱ्यावर त्रासिकपणाचा तवंग नव्हता.

तो बाहेर पडला त्या वेळी गल्ली अद्याप आळसावलेली होती. साहेबी मात्र नेहमीप्रमाणे खाली वाकून रस्त्यावर झाडत होती. तिची कामाची पद्धत अगदी सोपी व झटपट होती. लांब झाडणीने आडवे दोन हात, उभे दोन हात मारून धूळ उडवली की रस्ता स्वच्छ झाला अशी तिची स्पष्ट समजूत होती. "साहेबी, उठलीस होय?" तिच्याजवळ येताच दामूने विचारले व छी छी करत धुळीत हात हलवले. साहेबीने हातातील झाडणी चटकन खाली टाकली व लगेच कमरेची चुन्याची डबी व पानांची गुंडाळी काढली.

"उठले बाबा मरायला!" ती म्हणाली. त्यावर दामू खळखळून हसला. तो म्हणाला, "काल देखील नवऱ्यानं मारलं वाटतं? हे बघ साहेबी, तू असल्या मारकट नवऱ्याला हाकलून का देत नाहीस घरातून?"

"आणि त्याला घरातनं हाकलून देऊन मग काय तुझ्याशी पाट लावू?" साहेबी म्हणाली आणि ती देखील हसली. साहेबीशी इतकी सलगी एकटा दामूच करू शके, कारण तिच्या तोंडून अनेकदा बाहेर पडणारी आंबे डाळिंबे सगळ्यांना माहीत होती. तेथून पुढे आल्यावर दामू एका बंद घरासमोर उभा राहिला आणि ओरडला, "सुधाबाई, आज अजून रांगोळी झाली नाही की!"

कुणीतरी जांभई देत दरवाजा उघडला. डोळे जागे करत सुधाबाई आली व म्हणाली, "दामू, तू माझी आणखी एक सासू होऊन बसलास बघ. आज रविवार नव्हे? आज देखील मी उठून बसू की काय भल्या पहाटेला?"

दामूने उगाचच खांदे हलवले व म्हटले, "तुम्ही रांगोळी काढली की अंगण छान

दिसतं.'' त्याने मध्येच सुधाबाईकडे जरा निरखून पाहिले व उत्साहाने चुटकी वाजवून म्हटले, ''तुमच्या गळ्यातील साखळी नवी आहे की नाही? मी ओळखलंच.''

''दामू, तू फार चावट आहेस!'' हसत सुधाबाई म्हणाली, ''असा भाबडा दिसतोस; पण डोळे कावळ्याचे आहेत की!''

आता दामूला जायची घाई झाली. तो कोपऱ्यावर आला, तेव्हा दुकानाच्या फळीवर भरली घागर ठेवून धापा टाकत असलेली कुरुंदवाडकर म्हातारी त्याला दिसली. ती गोठ्याजवळच्या खोलीत राहत असे व तेथे नळ नव्हता. त्यामुळे तिला खाली कचेरीजवळ जाऊन सार्वजनिक नळावरून पाणी आणावे लागे. येताना चढ होता, त्यामुळे दुकानापर्यंत येईतो तिच्या पिंडऱ्यांचे पीठ होऊन जात असे. दामू खांबासारखे पाय दणादणा टाकत तिच्यापाशी गेला व ती काही बोलायच्या आत त्याने घागर उचलली व खोलीत नेऊन ओतली. मग पळत नळावर जाऊन त्याने तीन घागरी आणखी आणल्या व खोलीतला लहान पिंपही भरला. त्याने तिला हात वाकवून आपला दंड दाखवला व म्हटले, ''बघ आज्जी, दामू कसा दगडासारखा आहे!'' म्हातारी कळवळली आणि म्हणाली, ''होय बाबा, आहेस खरा! देवानं एकच तडा तुझ्यात का ठेवला आहे कुणास ठाऊक! तुला तरी दररोज किती कामं सांगायची? नशीब माझं आणि तुझं. मी तुला कितीदा तरी सांगून बघितलं, की करून तरी बघ, पिंपळाला बारा प्रदक्षिणा घालत जा दररोज. तर हूं हूं म्हणतोस; पण काही करत नाहीस, जात नाहीस.''

''आज्जी, उद्या बघ तरी, प्रदक्षिणा घालूनच तुला भेटतो,'' जाताजाता दामू म्हणाला. म्हातारीने निःश्वास सोडला व ती जायला उठली. दामू असेच गेले सहा महिने सांगत आला होता.

नागेश्वर वकील मफलर गळ्याभोवती टाकून फिरायला चालला होता. दामूने बऱ्याच अंतरावरून हाक मारून त्याला थांबवले व म्हटले, ''वकील, उठलात काय?'' वकिलाने सोशिकपणे मान हलवली व आठवल्यासारखे करत म्हटले, ''दामू, भेटलास, बरं झालं बघ. आज दूध आलं नाही अजून. ते आलं की दुकानातून बाटल्या घेऊन आमच्या घरी पोहोचव.''

दामूने उत्साहाने मान हलवली व या जबाबदारीमुळे त्याला एकदम ऐट वाटू लागली. तो लहान मुलाप्रमाणे धावत पुढे आला. नेहमीप्रमाणे दफेदारचे सिगारेट दुकान अद्याप उघडले नव्हते. ''तो आहे तसलाच!'' असे मोठ्याने म्हणत दामूने फळीखालच्या दोन बादल्या उचलल्या व नळावर जाऊन त्या भरून आणून ठेवल्या. तेथल्या एका बाईला तो म्हणाला, ''तो दफेदार! आराम झोपतो आणि पाणी मिळालं नाही तर, विड्याच्या पानावर शिंपडायला, लिंबू ठेवायला पाणी नाही म्हणत दिवसभर ओरडतो.'' तेवढ्यात दफेदार आला व त्याने किल्ल्यांचा जुडगा काढला. त्याच्याभोवती शिळ्या सस्त्या अत्तराचा वास होता. तोंडाकडे अंगठा वळवत दामूने

विचारले, ‘‘रात्री झालं वाटतं?’’ त्यावर दफेदार तलवार मिश्यांत थोडे हसला व म्हणाला, ‘‘तुलाच आज एक दिवस पाजवतो बघ.’’ प्रश्न दररोजचाच, उत्तरही दररोजचेच, कारण दफेदार दररोजच पीत असे.

दामू समोरच्या सरस्वती हॉटेलात आला. काउंटरजवळ उभे राहून लठ्ठ केसाळ पोटाचा गुंडय्या भोकाभोकांचा गंजीफ्रॉक डोक्यावरून खाली उतरवत होता. पहिली लोकल पकडायला निघालेली दोनतीन गिऱ्हाइके फूं फूं करत चहा पीत होती. गुंडय्या उडपी म्हणजे हजामत करून घेतल्यावर आपले सगळे केस वेचून पिशवीत घालून परत आणणारा, पाठीवर माशी बसली तर तिला पाच मिनिटांचे भाडे लावणारा माणूस आणि असा काटेरी भांडखोर, की जर त्याला एखादी शिंक आली, तर तिचा आवाज फुकट का ऐकला म्हणत शेजाऱ्याशी हुज्जत घालणारा! दामू हळूच मागून गेला व त्याने गुंडय्याच्या मानेस बोटांनी हलकाच स्पर्श केला. गुंडय्या दचकला आणि त्याचे डोके गंजीफ्रॉकातच अडकले. दामू टाळी वाजवत हसला. गुंडय्याने डोके मोकळे करताच तो म्हणाला, ‘‘स्वामी, तुझी लुंगी सोडली तर तुला भोक्या गंजीफ्राकाखेरीज कपडेच नाहीत बघ.’’

गुंडय्याने डोळे मोठे केले व गंभीरपणे म्हटले, ‘‘होय, खरं आहे; पण दीड पंडित, मी लुंगी कशाला सोडू?’’ अतिशय शिळा विनोद, हजारदा झालेला; पण दामूला मात्र त्यात पुन्हा नवेपणा दिसला व बाकावर पडून हसताहसता त्याच्या डोळ्यांत पाणी आले. बाजूला गोपाळ खाली मान घालून कपबश्या धूत होता. दामू तिकडे गेला व त्याने त्या पोराच्या केसांत वचावचा बोटे फिरवली. गोपाळने त्याच्याकडे त्रासिकपणे पाहिले. त्याचा चेहरा रडवेला होता व त्याच्या फिकट पांढऱ्या चेहऱ्यावर बोटे उमटली होती. ‘‘काय रे गोपा, काय?’’ त्याने खाली वाकून विचारले.

‘‘त्याला काय विचारतोस? रेडक्यानं सकाळीच तीन कपबश्या फोडून ठेवल्या,’’ गुंडय्या म्हणाला.

मग दामूने भराभर उरलेल्या कपबश्या विसळल्या, टेबलावर कापड फिरवले, मग आपण एक तालेवार रोख गिऱ्हाईक असल्याप्रमाणे तो खुर्चीवर बसला व ऐटीत म्हणाला, ‘‘स्वामी, एक कप चाय लाव.’’

‘‘उप्पीट घेणार काय?’’ गुंडय्याने विचारताच दामूने मान हलवली. ‘‘मग इडली तरी?’’

‘‘नुसता चहा दे,’’ दामू म्हणाला. त्याला वाटले, गुंडय्याचे पोट घागरीप्रमाणे पुढे आले आहे व त्या कल्पनेने तो स्वतःशीच हसला.

‘‘खाऊन तरी मर की!’’ गुंडय्या म्हणाला, ‘‘उप्पीट नको, इडली नको, हुच्च आहेस झालं! मग संध्याकाळी एक बुंदी तरी घेऊन जा. खा आणि देवाजवळ गुंडय्याला एक व्होट घाल.’’

गुंडय्याचे हे वागणे सगळ्यांना विलक्षण वाटत असे. त्याच्याकडे अगदी सकाळी

गिऱ्हाइके येत, ती काही खायला-प्यायला येत नसत, तर कधी गुंडय्या कुणाला काही फुकट देत आहे हे जन्मात एकदा तरी पाहायला मिळावे म्हणून येत, असे दफेदार गुंडय्याच्या तोंडावर म्हणे.

चहा घेतल्यावर दामू लगबगीने निघाला. त्याने दुधाच्या बाटल्या वकिलाच्या घरी दिल्या. तेथला कढीलिंबाचा पाला जांभेकरांच्या घरी टाकला. तेथे आदल्या दिवशी विसरून राहिलेली दामलेची छत्री त्यांच्या घरी पोहोचवली आणि ''दामू, खरवसाचं दूध कुठं मिळतं का बघ'' असे दामलेबाई म्हणताच ते चांगले लक्षात ठेवून तो बाहेर पडला. पण त्यानंतर मात्र त्याला एकदम एकटे, एकाकी वाटू लागले. रस्त्यावर आता रहदारी वाढली होती; पण यांपैकी कुणाचेच आपल्याशी काही संबंध नाहीत, याचे त्याला आश्चर्य वाटले. तो बसस्टॉपवर आला व तेथल्या भिंतीवर खांबाला टेकून विसकटलेल्या मनाने बसला. त्याला आता डोक्यात आतल्या आत धूळ उडत असल्याप्रमाणे वाटू लागले. काकू सतत शिव्या का देत असते? कानात एकदम आवाज सुरू होऊन तोल जात आहे असे अनेकदा हा होते? मग रस्ता काय, दुकान काय, तेथल्या तेथेच आडवे व्हावे असे का वाटू लागते? त्याला एखाद्या अंधाऱ्या ओलसर भोपळ्यात कोंडल्याप्रमाणे वाटू लागले. त्याने डोके गदागदा हलवले व सगळे विसरण्याचा प्रयत्न केला. रस्त्यावर माणसे गडबडीने जात-येत होती. कारण यायला-जायला त्यांना ठिकाणे होती. स्टेशनकडून एक बस आली. ती रिकामीच होती व ती न थांबता गेली. पांढरे डाग असलेले एक काळे वासरू भिंतीमागे शांतपणे बसले होते. भिकाऱ्याची एक मुलगी समोरच्या कुंपणावर चढून आतले गुलाबाचे फूल चोरत होती. हिरवट तवंग असलेल्या म्हैसतळ्यात एक बगळा येऊन उतरला होता. समोरच सिनेमाची एक जाहिरात होती. तिच्यात खूप वेटोळी असलेला एक प्रचंड साप दाखवला होता व त्यातील एका वेटोळ्यावर थोडेच कपडे घातलेली एक बाई ऐटीत बसली होती. दामूला वाटले, सगळी जागा सोडून ती बाई वेटोळ्यावर का बसली आहे? पण बाई धीट खरी आणि तिची पावले मात्र सुरेख आहेत. कमळीच्या पावलासारखीच; पण कमळीच्या इतकी स्वच्छ नव्हेत!

त्याला आता एकदम कंटाळल्यासारखे वाटू लागले व रस्ता ओलांडून तो शाळेच्या लहान मैदानावर आला. तेथे चिंचेच्या झाडाजवळच्या झुडपात पाच-सात पोरे काहीतरी करत होती. तो धावत तेथे गेला आणि मान ताणत त्याने अधीरपणे विचारले, ''काय झालं? काय?'' त्याला पाहताच ''दामू आला'' असा एकच गलका झाला आणि पोरे त्याच्याभोवती जमली.

''दामू, झाडावर चढून खाली चिंचा टाक,'' एकाने म्हटले.

''नाही, चार दिवसांपूर्वी मी काढून दिल्या. तेव्हाचं माझं पेपरमिंट कुठं आहे?'' दामू हट्टाने म्हणाला.

मग पोरे ' दे दे' म्हणत त्याच्याभोवती नाचू लागली. तो 'नाही नाही' म्हणू लागला व त्यांना थोडा वेळ एक नवाच खेळ मिळाला. मग सुताराचा निंगा पुढे झाला. नेहमी डोके तासलेले हे पोर म्हणजे मोठे पंचकल्याणी कारटे होते. त्या भागात कुठेही कुंपण मोडले, फुले चोरीला गेली, नळाची तोटी नाहीशी झाली, किंवा तावदानावर दगड आला, तर प्रत्येकजण अत्यंत सहजपणे अगदी पहिल्या धारेची कडक शिवी प्रथम या निंगाला देत असे. तो झुडपाकडे गेला व त्याने एका काठीवरून हातभर लांब साप लोंबकळत आणला. साप हिरवट पांढरा असून दोरीपेक्षा जाड नव्हता; पण पोरांनी त्याला असे ठेचून काढले होते की त्याच्या पांढऱ्या पोटावर बोटभर जागा काही फाटल्याखेरीज राहिली नव्हती. निंगाने खस्सदिशी काठी दामूपुढे केली व म्हटले, "चिंचेवर चढतोस की टाकू साप अंगावर?"

ते पोर दामूच्या कमरेवर थोडे उंच होते; पण काठीवरचा साप बघताच दामूचे डोळे मोठे झाले व पायाचा चिखल झाल्याप्रमाणे तो मटकन खाली बसला. त्याने हात एकदम पुढे करत काकुळतीने म्हटले, "निंगा, साप टाकू नको रे. मी चढतो झाडावर!"

निंगाने इतरांकडे ऐटीने पाहिले व म्हटले, "मी इथंच ठेवतो साप. तू चिंचा खाली टाकल्यावर त्याला काढतो. नाहीतर मागं एकदा तू झाडात चढून बसलास आणि संध्याकाळपर्यंत हलला नाहीस."

दामू झपाझपा झाडाजवळ आला व दोन ढेंगांत वर आला. झाडावर आल्यानंतर त्याला मुक्त, सुरक्षित वाटू लागले. झाडाभोवती हात टाकले की त्याला पाखरासारखे वाटू लागले. इनामदारांच्या माडावर नारळ काढण्यासाठी तो चढला की अगदी टोकाला बराच वेळ खोड कवटाळून बसे. वारे असे वेड लावल्याप्रमाणे असे आणि पंखे हलल्याप्रमाणे झावळ्या हलत. त्याला वाटे झाड उंचउंच जात कधी संपूच नये. मग खालची घरे खचून खेळण्यासारखी दिसत, माणसे अंगठ्याएवढी लहान होत. काही वेळा तर एखादा कावळा अगर कबुतर खालून उडत गेलेले दिसे. चिंचेचे झाड प्रचंड होते व तो पाहतापाहता त्यात अर्धवट बुडाला. थोड्याच वेळात खाली चिंचांचा सडा पडला. खाली वाकून पोरे चिंचा गोळा करू लागली व त्यांची इतकी धडपड झाली, की काहींच्या कमरेवर चड्डी ठरेना. तेवढ्यात दामूने थोड्या उंचावरून खाली उडी घेतली व धावत कुंपणावरून उडी मारून तो शंभू देवळाकडे पळत सुटला. तेथे त्याने पिंपळकट्ट्यावर अंग टाकले. पळत आल्यामुळे त्याला धाप लागली होती व त्याची रुंद छाती लाटेप्रमाणे वरखाली होऊ लागली. त्याला मध्येच आठवले, समोरच्या देवळात मुंगसाचे चित्र आहे. त्याबरोबर तो आपल्याशीच मनमोकळेपणाने हसला व कुशीवर वळला.

खरे म्हणजे दोन वर्षांपूर्वी त्या ठिकाणी कसलेच देऊळ नव्हते. ती जागा अगदी पडीक होती व तेथे दोनचार मोठे दगड पडले होते. दुसऱ्या बाजूला परधर्मीयांची स्मशानभूमी होती. पण स्मशानभूमीची हद्द दरवर्षी दोनचार हात इकडे येऊ लागली, तेव्हा

त्या भागातील लोकांना फार चिंता वाटू लागली. मग एका संध्याकाळी चमत्कार घडला व त्याची बातमी वाऱ्याप्रमाणे पसरली. पाचपंचवीस माणसे त्या ठिकाणी जमली. उघड्या अंगावर उपरणे टाकलेला, हिरव्यागार तासलेल्या डोक्याला शेंडीचे देठ असलेला वामनाचार्य सगळ्यांपुढे गंभीरपणे उभा राहिला. त्याने तिरप्या पडलेल्या एका दगडाकडे बोट दाखवले व तो नाटकीपणाने गप्प राहिला; पण दहापंधरा मिनिटे झाली तरी कुणाच्या काही ध्यानात येईना आणि सगळे खुळ्यासारखे एकमेकांकडे पाहू लागले.

''पाहिलंत? या ठिकाणी मला राम-सीतेच्या मूर्ती अत्यंत स्पष्ट दिसत आहेत. थोड्या ओबडधोबड आहेत खऱ्या; पण देवानं कोणत्या स्वरूपात प्रकट व्हावं हे आम्ही कोण सांगणार?'' त्याने अत्यंत नम्रपणे नमस्कार केला व काशीनाथशास्त्रींकडे पाहत चढ्या आवाजात म्हटले, ''परट्याच्या भोकांना देखील ते स्पष्ट दिसेल.''

वामनाचार्य द्वैतवादी वैष्णव होते, तर काशीनाथशास्त्री अद्वैतवादी शैव होते. त्यामुळे वामनाचार्यांच्या विरुद्ध बोलले की आपोआपच ते शहाणपणाचे होते अशी त्यांची श्रद्धा होती. ''परट्याच्या भोकांना दिसेल; पण माणसाचं पोट पुढं आलं तर त्याची नजर पुढं जाणार कशी?'' ते म्हणाले, ''मला तर त्या ठिकाणी चांगली गणपतीची मूर्ती दिसते.''

त्यांच्या शब्दांनी घोळक्यात चैतन्य आले व आठदहा माणसे धक्काबुक्की करत पुढे येऊ लागली. तेव्हा आणखी काहीजणांनी त्यांना तितक्याच नेटदार निष्ठेने मागे केले. नंतरच्या रणकंदनात शास्त्र्यांच्या भावाचा पाय मुरगळला, रावजी देशपांडेचे जानवे तुटले आणि माधवाचार्यांने आणलेला तांब्याच कुठे नाहीसा झाला; पण खरी अडचण झाली ती हयग्रीवाचार्यांची. त्यांची वरची कवळी निसटून ओठावर तिरपी झाली व ती काही केल्या नीट बसेना. त्यामुळे खूप बोलायचे असूनही त्याला नुसते हातवारे करत राहण्यावर समाधान मानावे लागले. जागा असूनही हयग्रीवाचार्य न बडबडता उभा आहे हे दृश्य दोन्ही बाजूंच्या लोकांना इतके नवीन वाटले की ते पाहतच राहिले व या साऱ्यात मूळ दैवी चमत्कारच विसरला जातो की काय अशी परिस्थिती निर्माण झाली. दामू तर हसूनहसून पिंपळकट्ट्यावर लोळू लागला. मध्येच तो ओरडून म्हणाला, ''मला तर दगडावर फक्त मुंगसाचं चित्र दिसतं.''

वामनाचार्य आणि शास्त्री दोघेही त्याच्याकडे बावळट चेहऱ्याने पाहत राहिले. नंतर शास्त्री चिडून म्हणाले, ''बिनडोक माकड! गप्प देखील बसत नाही! आंधळं ते आंधळं आणि गावदरीत चरत नाही!''

शेवटी कोणत्या देवाची मूर्ती आहे हे न सांगताच त्याला स्वयंभू देऊळ म्हणावे असे ठरले. देवळाची मर्यादा ठरवण्यासाठी काटेरी कुंपण पडले व स्मशानभूमीला शह बसला. मग एका कंत्राटदाराने उरलेल्या विटा, फरश्या पाठवल्या व एक बसके देऊळ उठले. एक दिवस संध्याकाळी मोठा समारंभ झाला व धर्मराजाची धर्मप्रियता, कुबेराची संपत्ती आणि

कर्णाचे दातृत्व असलेल्या मल्लाप्पाण्णा कंत्राटदाराचा सत्कार झाला. उरलेल्या साहित्यातून वामनाचार्य व शास्त्री यांच्या अंगणात फरश्या झाल्या आणि त्यानंतर त्यांचा उत्साह जास्त तात्त्विक गोष्टींकडे वळला. काही दिवस सकाळी एकट्यादुकट्या शैवाने देवळाकडे जाणे धोक्याचे होते, तर भागवत ऐकायला दुसरीकडे जायचे आहे असे सांगून वैष्णव संध्याकाळी तिकडे फिरकत नसत. असे दिवस शांत जाऊ लागताच वैष्णव-शैवांनी दोघांनीही तिकडे जाण्याचे सोडले आणि देऊळ एकाकी दिसू लागले. देवळाच्या नावाचा प्रश्न लोकांनी परस्पर सोडवून टाकला. ते रामाचे किंवा गणपतीचे न होता स्वयंभूवरून शंभू देऊळ होऊन बसले. या साऱ्यात फायदा झाला तो एका कमळीचा. तेथे झाडलोट करण्याचे, पिंपळाची पाने सरकवण्याचे काम कंत्राटदाराच्या मोठ्या वशिल्याने तिला मिळाले व तिला दरमहा त्याच्याचकडून वीस रुपये मिळू लागले.

आणि हे काम करायला कमळीसारखी विजोड बाई शोधूनही मिळाली नसती. पिळून वाळत टाकलेल्या एखाद्या मळक्या पंचावर मोर दिसावा त्याप्रमाणे ती त्या आवारात दिसे. तिच्या अंगावर चढल्यावर चोळीचा खण आटून एकदम आखूड होत असे की काय कुणास ठाऊक; पण त्याचे लाल इरकली काठ दंडात अगदी रुतून जात व पाठ बरीच उघडी राहत असे. तिच्याकडे पाहिले की वाटे, हिचे रक्त आता अगदी उकळायला आले आहे व ते आता काही फार वेळ दम धरणार नाही. ती एकटी असली तरी दहाजण आपल्याकडे पाहत आहेत अशाच तऱ्हेने तिचे अंग हले. ती सकाळी येऊन बसे त्याच वेळी ती आपले खाणे आणत असे व ते गाठोडे देवळातील कोनाड्यात असे. मग तासा दोन तासांत काम आटोपले, की ती विहिरीजवळच्या डोणीत टाचा घासत बसे व त्यामुळे त्या नेहमी लाल पेरवाच्या फाक्याप्रमाणे दिसत. तिच्या हातांत हिरवा गुण होता. तिने आजूबाजूची जागा साफ केली व त्या ठिकाणी झेंडू, सदाफुली असली बिनतक्रारी झाडे लावली. तिच्या कर्दळींना लाल ठिपक्यांची पिवळी-पांढरी फुले आली आणि डोणीचे पाणी जेथे जात होते, तेथे तिने लावलेला आळू पोसल्याप्रमाणे वाढला.

कमळी देवळामागे होती. ती परतली व शांतपणे डोळे मिटून पडलेल्या दामूकडे पाहत क्षणभर थांबली. मग तिने म्हटले, ''ए उठ, ही काय झोपायची वेळ की काय? मला तेथे झाडणी मारायची आहे.''

दामूने डोळे उघडले. त्याचे मन झाडल्याप्रमाणे होऊन तो मनमोकळेपणाने हसला. कमळी पुढे झाली व तिने त्याचा हात धरून त्याला उठवले. तिचे लक्ष त्याच्या दंडाकडे गेले. तेथे एक रागीट लाल कोरडा ओरखडा उमटला होता.

''हे काय करून बसलास तू?'' तिने काळजीने विचारले.

''चिंचेवरून उतरताना मला वाटतं, कोंभारा लागला,'' दामू म्हणाला. कमळीने त्याच्या साऱ्या हातावर वरपासून खालपर्यंत हलकेच तळवा फिरवला आणि मध्येच त्याचा दंड बोटांनी घट्ट धरून सोडला. दामू स्वतःशीच हरवून तिच्याकडे पाहत होता व

ती आणखी थोडा वेळ तसाच का हात फिरवत नाही असे त्याला वाटू लागले. काही वेळाने एक म्हातारी देवळात येत असलेली पाहताच कमळी उठली आणि देवळाच्या पायरीवर बसली. ते देऊळ कसले होते याची म्हातारीला पर्वा नव्हती, कारण येताना ती केव्हाही बेल आणत असे. ती स्वतःशीच पुटपुटत प्रदक्षिणा घालू लागली. कमळी पायरीवरून दामूकडेच पाहत होती. मध्येच तिचा पदर सरकून डोक्याखाली घसरला. दामूने टाळी वाजवली व तो उकळी आल्याप्रमाणे हसत म्हणाला, ''कमळी, तू आज केस निराळे बांधले आहेस की नाही?'' श्ऽश् करत कमळीने त्याला दटावले व प्रदक्षिणा घालत देवळामागे गेलेल्या बाईकडे खूण केली.

ती निघून गेल्यावर कमळी आली आणि म्हणाली, ''दामू, तू अगदी वेडगोळाच आहेस बघ! ती बया असताना तसं म्हणायचं असतं होय? लोक ओरडत हिंडतील की काही नसता!''

''पण मी काय म्हणालो ते तरी सांग. तू केस निराळे बांधले आहेस एवढंच म्हणालो मी,'' दामू गोंधळून म्हणाला.

''बरं, ते जाऊ दे आता, तुला ते आवडलं की नाही?'' ती हसून म्हणाली.

त्याला ते फारच आवडले होते; पण केस इतके सुंदर बांधून मग ते पदराखाली का झाकून ठेवायचे हे मात्र त्याला समजले नाही. त्यांना स्पर्श करण्यासाठी त्याने हात पुढे केला; पण तिने चटकन मागे सरून त्याला तसे करू दिले नाही. तो हसत पुढे जाणार होता, तोच त्याचे हसणे मध्येच थिजले व चेहरा पांढऱ्या मेणासारखा झाला. तो तिच्या मागे कर्दळीच्या झुडपात पाहत राहिला. तेथे काहीतरी काळे सळसळत गेल्याचा त्याला भास झाला व त्याचे तळवे किंचित ओलसर झाले.

''साप!'' तो भेदरून म्हणाला.

कमळी त्याच्याजवळ आली व तिने त्याला पुन्हा कट्ट्यावर बसवले. ''तुला सतत सगळ्या ठिकाणी सापच दिसतात की! अरे, मी सगळा दिवस इथंच असते. मला एक सरडा सुद्धा दिसत नाही. तुला मात्र आल्याबरोबर कर्दळीच्या पानापानावर साप दिसतो,'' ती हात झिडकारत म्हणाली. दामू अद्याप कर्दळीकडेच पाहत होता; पण त्यातून अजून तरी एखादा साप फणा काढून आपल्याकडे आला नाही हे पाहून त्याला थोडे धैर्य आले. कर्दळीचे देठ फक्त हलले व पिवळे पांढरे तुरे डोलले.

''खरं तर काय होतं मला, कमळी, माहीत आहे?'' तो तिला सांगू लागला, ''एकदम माझ्या कानात आवाज सुरू होतो, डोकं गच्च होतं आणि सगळीकडून मग साप येऊन अंगाखांद्यावर चढतात, पायांना वेटोळी घालू लागतात. असं जेव्हा होतं ना, त्या वेळी आज्जीनं सांगितल्याप्रमाणं उद्यापासून पिंपळाला प्रदक्षिणा घालायच्या, असं मी ठरवतो; पण थोडा वेळ गप्प पडून राहिल्यावर डोकं स्वच्छ होतं, आवाज बंद होतो. मग कुठलं पिंपळ नि काय!''

"मला बघ सापाची बिलकूल भीती वाटत नाही. तो काय खातोय की गिळतोय?" कमळी म्हणाली, "खरं सांगू काय तुला? साप तर माझा देव आहे, बघ!" तिने आपला हात त्याच्यापुढे धरला. तिच्या गोरट्या हातावरील ते गोंदणे केवड्याच्या पानात अजून थोडा हिरवा रंग उरल्याप्रमाणे दिसत होते. गोंदणे एका गोलगोल फिरून फणा काढलेल्या सापाचे होते. "बघितलंस? हात लावून बघ चांगला."

दामू अद्याप बिचकत आहे हे पाहून तिने त्याची बोटे उचलली व हातावर ठेवून घेतली. दामूने मग हलकेच तिच्या कोपरापर्यंत हात फिरवला.

तिने त्याचा हात हलकेच थांबवला व खाली उतरवला. "होय, सापच माझा देव आहे. तो मी हातावर केव्हा गोंदवला माहीत आहे? एकदा मला सुद्धा तुझ्यासारखंच स्वप्न पडलं होतं. मी अगदी घाबरून गेले होते. एक साप भिंतीवरून खाली आला आणि त्याने माझ्या गळ्याभोवती फास टाकला." दामूचा चेहरा त्यावर पुन्हा थरकला व त्याने थरथरत्या हाताने तिचा हात धरला. तो पुन्हा एकदा बाजूला करत ती म्हणाली, "अरे, ते झालं माझ्या स्वप्नात, तुझ्या नव्हे. तू कशाला असं मरगळतोस? त्यानं फास टाकला आणि तोंड अगदी माझ्या कानाजवळ आणलं. मला वाटलं तो मला कानात काहीतरी सांगणार आहे, तर त्यानं काय केलं माहीत आहे? त्यानं तोंड उचललं व फुटकी जीभ लांब करून माझा कान स्वच्छ करून दिला."

"मग तर तू अगदीच घाबरून गेली असशील. असलं स्वप्न मला पडलं असतं तर मला घामच सुटला असता बघ."

"छट्, मला भीतीबिती काही वाटलीच नाही. उलट हलकं, मोकळं वाटलं. मग दुसऱ्या दिवशी जाऊन मी हा हातावर गोंदवून घेतला. पण त्या रेड्यानं तीन रुपयांऐवजी चार रुपये घेतले माझ्याकडून! परंतु त्या दिवसापासून मला चांगलं ऐकायला यायला लागलं."

"म्हणजे त्यापूर्वी तुला ऐकायलाच येत नव्हतं की काय?" दामूने फार आश्चर्याने विचारले.

"तुला काय समजणार कपाळ?" चिडून कमळीने म्हटले, "तुझं शेपूट वाकडं ते वाकडं असं कुणी तुला म्हटलं तर मला शेपूट कुठं आहे, म्हणणार तू! नुसता रानकेळीसारखा वाढून बसलास झालं."

दामूचा चेहरा एकदम विरमून हिरमुसला. तेव्हा कमळी हसली व म्हणाली, "बरं, तू रानकेळीसारखा छान वाढलास, झालं?" तिने त्याचा दंड थोपटला व त्याला समजावले, "तसं ऐकायला नव्हे. पुष्कळ वेळा आपल्याच आतून पोटातून आतड्यातून, कुणीतरी बोलत असल्यासारखं वाटतं; पण ते काही केल्या स्पष्ट ऐकू येत नाही. अर्धवट ऐकून काहीतरी केलं तर आपलंच चुकलंमाकलं असं फार वाटायला लागतं, इतरांबरोबर वर मान करायला होत नाही. पण त्या दिवसापासून सारं स्पष्ट,

खणखणीत ऐकायला येऊ लागलं, मला काय पाहिजे नको हे समजायला लागलं आणि तसं मी करत गेले. मग कुणापुढं मान खाली घातली नाही, की कुणाची नजर चुकवली नाही. ऊन अंगावर पडावं असं वाटलं, त्या वेळी सरळ उन्हात जाऊन उभी राहिले. हे सगळं त्या सापामुळंच झालं की नाही सांग?''

दामू गोंधळून तिच्याकडे पाहत होता. *त्याला आपण बोलल्यापैकी एक शब्दही कळला नाही हे त्याच्या चेहऱ्यावरून कमळीला समजले व तिने तो विषय सोडला. ती बोलायची थांबली हे देखील ध्यानात यायला त्याला वेळ लागला.*

''पोरांनी सापाचं सगळं पोटच ठेचून टाकलं होतं बघ,'' तो एकदम आठवल्याप्रमाणे म्हणाला. *त्यावर कमळी मुकाट्याने उठली व देवळातून जेवणाचे गाठोडे आणून पिंपळाच्या आडोशाला बसली. दामू गाठोड्याकडे कुतूहलाने पाहू लागला.* तिने विचारले, ''आज दुपारी खाद कुठं?''

दामूने थोडा विचार केला व मान हलवली. *आपले दुपारचे जेवण कुठे खायला मिळणार हे त्याचे त्यालाच कधी समजले नव्हते. कधी वकिलाकडे, गुंड्या अगर पदाक्काकडे वेळ भागे. फारच झाले तर मठात मुटकाभर भाताला तरी मरण नव्हते.* ''बघूया, मला तरी काय माहीत मी कुठं जेवणार ते?'' तो म्हणाला. *तिने भाकरी काढली व तिच्यावर बचकन हिरवटलाल चटणी घेतली. दामूचे ओठ ओलसर झाले व त्याने उतावीळपणे विचारले,*

''कसली चटणी ही?''

''कवठाची!''

''कवठाची? कवठ म्हणजे काय?''

''अरे, त्याची चटणी करतात. पिकलेलं असेल त्यात थोडा गूळ घालून खातात,'' कमळी सांगू लागली; पण घास घेताघेता ती मध्येच थांबली. ''तुला कवठे माहीत नाहीत?'' ती म्हणाली आणि मोठ्याने हसली. ''मग खाऊन बघतोस काय?''

''मी कशी खाणार तुझी भाकरी? कुणी आलंबिलं तर काय?'' दामू एकदम भेदरून म्हणाला.

''काय झालं खायला? मी काय दगडाची भाकरी करते की काय? पन्नास ठिकाणी चरत हिंडतोस की बकरीसारखं,'' कमळी उसळून रागाने म्हणाली, ''कुणी येत असलं तर मला इथं मैलावरून दिसतं. तू असं कर. भेदरटासारखं झाडाआड बस आणि उंदरासारखं लिपटीत बसून कुरतड.''

तिच्या रागावलेल्या डोळ्यांकडे न पाहता दामू खरोखरच झाडाआड गेला व त्या वाटेकडे पाहतपाहत त्याने अर्धी भाकरी खाल्ली. त्याला चटणी फार आवडली. हात धुताना तो म्हणाला, ''कुठे विकत मिळतात तसली कवठे?''

''कवठे, करवंदे, जांभळे कधी कुणी विकत घेतलीत होय?'' ती नाक मुरडत

म्हणाली, ‘‘काठी घेऊन गावाबाहेर जायचं व कवठे पिरगळून झाडावरून आणायची.’’

‘‘मग मला एक आणून दे की कधीतरी.’’

‘‘आणि तू काय करणार ते घेऊन? घरी तुझी काकू तर दिवसातून दहादा तुझ्या शेणी ओढ्यावर पाठवते, ती तुला आतड्यानं चटणी करून देणार? मग संपलंच.’’ दामू एकदम गप्प झालेला बघून कमळी कळवळून म्हणाली, ‘‘बरं, मीच एकदा तुला चटणी करून देईन. मग झालं की नाही?’’ परंतु बोलताना ती अडखळल्यासारखी झाली व तिचा चेहरा उष्ण लालसर झाला. ती म्हणाली, ‘‘येथे रामटेकडी आहे नव्हे? तिच्या मागं शेतं आहेत. तेथल्या पेरवाच्या बागेजवळ कवठाचं झाड आहे मोठ्ठं. येतोस तू? चारपाच कवठे तोडून आणूया! तू असलास की काठी घेऊन जायला नको. काही नको.’’ दामू एकदम उडी मारून म्हणाला, ‘‘चल तर, आताच्या आताच जाऊ.’’

कमळी मागे रेलून झाडाला टेकली व हसत राहिली. ‘‘आता नको, दुपारी जाऊया दोन वाजता. तू असं कर. तू सरळ रस्त्यानं जाऊन टेकडीजवळ थांब, मी मधल्या वाटेनं येते. येथूनच दोघं मिळून कशाला जायचं त्या माकडांच्या डोळ्यांवर यायला, होय की नाही? जाताना मला सांग म्हणजे झालं.’’

दामू परतला, त्या वेळी पोरे अद्याप चिंचेखालीच पडलेली त्याला दिसली. त्याने रस्ता बदलला व तो गुंडय्याच्या हॉटेलकडे आला. ओरखडा उमटलेली जागा आता तापलेली मुद्रा दिल्याप्रमाणे भगभगू लागली होती. त्याने त्यावरून बोटे फिरवली; पण कमळीचा हात फिरताना जसे वाटले, तसे त्याला वाटले नाही; पण एकंदरीने त्याला आता अगदी फुटणाऱ्या लाहीप्रमाणे फुरुफुरु वाटू लागले होते व कवठांचे गुपित एकदम तोंडातून बाहेर पडते की काय अशी भीती वाटू लागली होती.

‘‘गुंडय्या, आज एक गंमत झाली –’’ त्याने सांगायला सुरुवातही केली होती; पण फटदिशी त्याने स्वतःला सावरले व पुढे ओशाळून म्हटले, ‘‘तसं काही विशेष नाही रे, शपथ, काही नाही. मी चिंचा काढायला वर चढलो, तेव्हा त्या वांड पोरांना चांगलंच फसवलं मी. चांगल्या पिकत आलेल्या चिंचा मी तोडल्याच नाहीत. कच्च्या, किडलेल्या चिंचा तोडून मी त्यांच्या बोडक्यावर घातल्या. मग त्यांनी तरी मला साप का दाखवावा?’’

गुंडय्याला त्याच्या बोलण्यात काहीच रस वाटला नाही. त्याने तंबाखूने तपकिरी झालेली एक जांभई दिली व दामूला आपल्या डोळ्यांवरून पुसून टाकले. मग दामूने एक कप चहा स्वतःच ओतून घेतला व तो घड्याळाकडे टक लावून बसला. गुंडय्या एक वाजता घरी जेवायला जात असे. तो जायला उठला, तेव्हा दामूने त्याला बाजूला ढकलून दरवाजाकडे धाव घेतली. ‘‘ए हुच्चापा, काय दिल्लीचं विमान गाठायचं आहे की काय?’’ गुंडय्या ओरडून म्हणाला; पण तेवढ्यात दामू रस्ता ओलांडून गेला होता.

तो शंभू देवाजवळ आला, तेव्हा दुरूनच कमळीने त्याला खूण करून मोठ्या

रस्त्याने जायला सांगितले. दामू भिरभिरला होता आणि तो धावतच निघाला. वाटेत एकादोघांनी मुद्दाम त्याच्याकडे आश्चर्याने पाहिले; पण दामूचे तिकडे लक्ष नव्हते. थोड्या वेळाने तो टेकडीजवळ आला व बाजूला एका दगडावर बसून तो कमळीची वाट पाहू लागला. मग मात्र वेळ जाता जाईना व त्यामुळे तो जास्तच उतावीळ होऊ लागला. त्याला एकदा वाटले, घरी गेल्यावर कमळी सगळे विसरून गेली असेल. पुन्हा धावत जाऊन तिला सांगून यावे या विचाराने तो उठला; पण ती इकडे आली तर? हा विचार येताच तो एकदम खाली बसला. मध्येच त्याने ओरखड्यावर हात फिरवून तो निववण्याचा प्रयत्न केला आणि मग तर कमळी केव्हा एकदा येते असे वाटून त्याच्या छातीत उगाचच धडधडू लागले.

मधली वाट त्या रस्त्याला थोड्या वरच्या बाजूला येऊन मिळत होती. तेथूनच कमळीने टाळी वाजवून बोलावताच तो पाखराप्रमाणे उडाला; पण मध्येच शंका येऊन थबकला. ती येथून तरी कमळीसारखी दिसत नव्हती; पण तिने पुन्हा हात हलवताच तो तिकडे गेला व तिच्याकडे पाहतच राहिला. इतके दिवस ती आरशात होती; पण ती आता बाहेर आली आहे, असे वाटण्याइतकी ती झळझळीत दिसत होती. तिने आता दुसरे कोवळ्या पानाच्या रंगाचे लुगडे नेसले होते व तिच्या केसांत एक फूल होते. गावापासून एवढ्या दूर आल्यावर डोक्यावरील पदर तिने सरळ खांद्यावर टाकला होता. त्याला बघून ती हसली व म्हणाली, ''काय बघत राहिलास असं खांबासारखं? चल आता.''

टेकडीच्या पायथ्याशी पाट वाहत होता. तेथून पाटापर्यंतची वाट झुडपांमधून होती आणि दोन्ही बाजूंना करंजाच्या झाडांची दाट सावली होती. त्यातून जाऊन वळण घेतल्यावर सारे गावच पुसून टाकल्यासारखे झाले व मोठा रस्ता बाहेरच्या बाहेरच राहिला आणि शांतता एकदम हिरवी किर्र वाटू लागली. दामू सारखा बाजूला पाहत होता व कुठे थोडा आवाज झाला की थरकत होता. कमळीने त्याचा दंड धरला आणि त्याला सांगितले, ''लहान पोरासारखा घाबरू नको. मी आहे नव्हे इथं? सगळ्या सापांचा मी बा लागून गेले आहे.''

पाट सारा आठदहा हात रुंद होता. आत पाऊल टाकताच उन्हाने तापलेले दामूचे पाय एकदम सुखावले व त्याने खाली वाकून पाणी पचापचा गुडघ्यापर्यंत शिंपडून घेतले. पाणी पाऊल बुडेल न बुडेल एवढेच होते. कमळीने लुगडे उचलून गुडघ्यापर्यंत खोचले व मग आणखी एक खोच देऊन ते किंचित वर केले आणि ती त्याच्यासमोर येऊन पाण्यात उभी राहिली. दामू तिच्या लालसर टाचांवरून वर वर पाहत थांबला. तिचे गोल गोरे गुडघे पाहताच तो पेटल्यासारखा झाला. त्याने आपली ओलसर बोटे त्यावर आवळताच कमळी हुळहुळल्यासारखी हसली आणि त्याचा हात झिडकारत म्हणाली, ''बस्स, आचरटपणा करायचा नाही.''

पाटाच्या पलीकडे गवताचे सपाट मैदान होते; पण आता वापरात नसलेली मोटवणीची विहीर मात्र आंधळ्या डोळ्याप्रमाणे दिसत होती. तिच्या बाजूला पेरवाची बाग पसरली होती आणि तिच्या घायपाताच्या कुंपणातील खिंडाराजवळ आत रखवालदाराची झोपडी होती. त्या कोपऱ्यात कवठाचे प्रचंड झाड होते आणि त्याच्यावर ठिकठिकाणी कवठांचे जड गोल वाऱ्यात हलत होते. दामू व कमळी तिकडे येताच विहिरीतून एखादा पंखा विसकटून वर फेकावा त्याप्रमाणे कबुतरे वर उडाली, एक फेरीभर वर हिंडली आणि निळ्यापांढऱ्या बाणाप्रमाणे पुन्हा विहिरीत उतरून विहिरीच्या कानी घुमू लागली.

पाटातून पलीकडे आल्यावर लुगड्याचे खोच उतरवण्याचे कमळी विसरून गेली. कवठाच्या झाडाजवळ येताच दामू उत्साहाने पुढे झाला व पाहतापाहता खोड पार करून फांद्यांत शिरला. फांद्यांतून वर आभाळ रेघोट्या उमटल्याप्रमाणे दिसत होते आणि फळे तर सर्व बाजूंनी त्याला चांदव्याप्रमाणे लटकलेली दिसत होती. त्यांतील कोणती तोडू, कोणती नको या विचाराने दामू अगदी गोंधळून गेला व सुखाने झाडातच विसावला. मग खालून कमळीने कोणती फळे तोडायची हे सांगितल्यावर त्याने फळे धपधप खाली गवतात टाकली, तेव्हा ती म्हणाली, ‘‘पुरे की! उतर खाली आता. काय दुकान घालणार आहेस की काय कवठांचं?’’ तोपर्यंत त्याला तिचा जवळजवळ विसरच पडला होता. त्याला वाटले, असेच खूप दुरून येणारे उबदार वारे अंगावर घेत झाडात राहावे. मग सूर्य उतरून लालसर होईल आणि मग पिवळे ऊन जोंधळ्याच्या ताटांना बोटे लावत इकडे येऊ लागेल, नंतर उतरून मग परत जाऊन कुठेतरी आडवे व्हावे...

कमळीने त्यातल्या त्यात मोठी फळे निवडली व पाठीवरचा पदर सरळ पुढे हातावर घेऊन त्यात भरली. दामू उतरला, त्या वेळी तो किंचित धापत होता. त्याने कवठांकडे उत्सुकतेने पाहिले व म्हटले, ‘‘पुरेशी झाली नव्हे? किती झाली?’’ ‘‘तूच मोजून बघ की,’’ कमळी म्हणाली व धीटपणे तिने त्याच्याकडे सरळ पाहिले. उन्हात उभे राहून तिचा चेहरा जुन्या मधासारखा होऊ लागला होता. दामूने एकेक फळ हलवून मोजायला सुरुवात केली. त्याने चार फळे मोजली; पण नंतर बोटांना मुलायम, उष्ण मऊ स्पर्श होताच तो चमकला व त्याने पुन्हा तोच स्पर्श जास्त आसक्तीने पाहिला. त्याबरोबर तो बेभान झाला. त्याचे सगळे अंग पळसाच्या झाडाला लालभडक फुले यावी त्याप्रमाणे झाले. त्याने कमळीच्या तोंडाकडे पाहिले. तिचे ओठ अर्धवट उघडे होते आणि डोळे निराळेच काही पाहत असल्याप्रमाणे गैरहजर होते. त्याने आवेशाने तिचे दंड धरले व तिला हातांनी वेटाळले.

‘‘इथे नको,’’ फळे खाली टाकत ती मोठ्या प्रयत्नाने म्हणाली, ‘‘पेरवाच्या बागेत जाऊ. तेथे रखवालदार संध्याकाळपर्यंत येत नाही.’’

दामू धावतच बागेत शिरला व ती येत होती तरी त्याने तिचा हात धरून ओढतच

नेले. कुंपणातून आत आल्यावर तर त्याने तिला उचलले. तो प्रथम रखवालदाराच्या झोपडीकडे वळला; पण कमळीने कोपऱ्यात हात दाखवताच ठेंगण्या झाडाखालून वाकत, वाळलेली पाने उसळत तो तिकडे गेला व त्याने तिला खाली टाकले. पेरवाचा बहर नुकताच उतरवल्याप्रमाणे दिसत होता, कारण झाडावर फळ नव्हते आणि त्यांना टोची मारण्यासाठी नेहमी गर्दी करणारी पाखरे नाहीशी झाली होती. वरचा कोरडा थर विसकटल्यावर खालची पाने अद्याप ओलसर होती आणि पावसाळा ओसरत आल्यावर माती नुकतीच सुकू लागली की असणारा गडद रानभूल वास त्यांना होता. कमळीने नखे रुतवत त्याचे दंड धरले आणि वर हलत असलेल्या दाट मांसल पिवळ्या रानफुलांकडे पाहत डोळे समाधानाने मिटून घेतले.

थोड्या वेळाने तीच प्रथम उठली व गोंदणे असलेला चेंगरून गेलेला हात दामूच्या अंगाखालून हलकेच सोडवून घेतला. दामू उघड्या, हरवलेल्या डोळ्यांनी पडून होता. तिने त्याला हलवले, तर त्याने तिचाच हात धरून पुन्हा तिला खाली बसवले. पण ती झटक्याने उठून उभी राहिली व कपडे सावरत म्हणाली, ''चल, आता संध्याकाळ होईल.''

तो उठला व तिच्याबरोबर जायला निघाला, तेव्हा नुकताच आलेला रखवालदार काठी परजत आला. ''काय पाहिजे? इथं काय धर्मशाळा आहे की तुमच्या बापाची शेतवाडी आहे?'' तो ओरडला. रखवालदार वयस्क होता व त्याने पांढऱ्या लांब सदऱ्याखाली लाल पट्ट्यापट्ट्याची लुंगी गुंडाळली होती. तो बोलताना त्याची दाढी वरखाली हलत होती. ''मग एवढं शिरा तोडून ओरडायला काय झालं?'' कमळी पुढे होऊन म्हणाली, ''आम्ही काही तुझी मसणी बाग डोक्यावर घेऊन चाललो नव्हतो. आम्ही कवठे गोळा करायला आलो, दिसत नाही तो ढिगारा झाडाखाली? ऊन लागलं म्हणून बसलो थोडा वेळ. कवठाचं झाड काय तुझ्या बाचं आहे?''

''कवठाचं झाड माझ्या बाचं नसून तुझ्या बाचं असेल, ही बाग मात्र माझ्या बाची आहे. भिकारडी, आणि ऐट आणते आलमगीराची. चल, चालती हो, नाहीतर झिंज्या ओढीन बघ. गावातल्या कंजारिणींनी बाग म्हणजे आंबेगल्ली करून टाकली आहे.''

तोपर्यंत कमळी दामूला घेऊन कुंपणाबाहेर आली होती. तेथे आल्यावर तिला खरा चेव आला. तिने कमरेवर हात ठेवले व म्हटले, ''ए थेरड्या, तोंड सांभाळून बोल. झिंज्या ओढणाऱ्याचं तोंड बघ. चार दातांचं बोळकं! तुझ्यासारख्या शंभर दाढीवाल्यांचं खत केलं आहे मी उकिरड्यात! जाताना तू ती बरोबरच घेऊन जाणार की, तुझी बाग घालून घे मढ्यावर!''

रखवालदार काठी जमिनीवर आदळत पुढे आला. त्याचा चेहरा संतापाने थरथरत होता. ''चालती होतीस की पाय मोडून देऊ!'' आवळलेली मूठ उंचावत तो म्हणाला, ''पोलिसांना सांगून तुला तुरुंगात डांबतो खडी फोडायला, चाबकानं बडवायला.''

‘‘जा रे जा!’’ उत्साहाने हात ओवाळत कमळी म्हणाली, ‘‘घरी जा आणि गाणं म्हणून दुपट्ट्यात निजवायला सांग तुझ्या आईला. म्हणे तुरुंगात डांबतो! असल्या शिव्याशापांनी कावळा नाही टाकायचा शिट गोळीभर, मला काय धाड होणार! आपण एक म्हातारं खोकड होऊन हाडं वाजवत बसलं आहे, बाकीच्यांनी तसंच व्हावं म्हणून पिरपिर करतं. एक मोठा खड्डा खण आणि बागेत पुरून घे तुला कायमचं!’’

रखवालदार तिच्यावर धावून आला. दामू सारे पाहत, ऐकत उभा होता; पण धावत येणाऱ्या रखवालदाराला पाहताच त्याच्या मुठी एकदम वळल्या. त्याच्या कानांत एकदम आवाज सुरू झाला होता व डोळ्यांभोवती तांबडे फुटून त्यातून लखलखीत रेषा बाणाप्रमाणे आपल्यावर पडत आहेत असे त्याला वाटू लागले होते. त्याने कमळीला बाजूला ढकलले व आपली जाड हावरी बोटे रखवालदाराच्या गळ्याभोवती जोराने गुंडाळली. रखवालदाराच्या हातातून काठी खाली पडली व त्याचे पट्ट्यापट्ट्याचे पाय धडपडू लागले. हातात कोरडी खरबरीत मान येताच दामूने ती चेंगरायला सुरुवात केली, तेव्हा म्हाताऱ्याचे डोळे बटबटीत झाले आणि चेहरा तुंबला. कमळीने दामूला दोनदा मागे खेचले पण त्याचे त्याला भान नव्हते; पण धडपडणाऱ्या लाल पट्ट्या पाहताच हा रखवालदार नसून आपणाला सतत भिववणारा साप आहे असा त्याला एकदम भास झाला. त्याची बोटे सैल झाली व त्याने धक्का देऊन रखवालदाराला मागे ढकलले. म्हातारा मागे आदळला आणि बसल्या जागीच, अर्धवट अडलेल्या मोरीसारखा बुदक बुदक आवाज घशातून काढत खुळ्या डोळ्यांनी पाहू लागला.

‘‘अरे, ते म्हातारं मरेल की. ते काही फार दिवस टिकणार नाहीच. तू आणखी कशाला तसदी घेतोस? चल आता,’’ त्याचा हात धरून त्याला खेचून नेत कमळी म्हणाली. दोघे जरा अंतरावर गेल्यावर म्हातारा कसाबसा उठला व कापऱ्या आवाजात ओरडला, ‘‘या खेपेला एकदा सैल सोडतो; पण पुन्हा पाय टाकशील तर गर्दन छाटीन.’’

‘‘तू हिरव्या माडीचं घर बांधून बोलावलंस तरी हिंगायला येणार नाही तुझ्या बागेत. दीड दमडीची बाग आणि मोसबा दाखवतोस!’’ कमळीने एक हात मागच्या मागे हलवत म्हटले व ती झपाझपा चालू लागली.

त्यांच्या सतत घुमण्याने कंटाळून विहिरीने हुसकल्याप्रमाणे कबुतरे पंख वाजवत पुन्हा वर उसळली व कमळी-दामूभोवती फिरली. तिरप्या उन्हात त्यांच्या सावल्या झरझर त्यांच्यावरून सरकल्या व निघून गेल्या. ती दोघे जवळ येताच कवठाच्या झाडाची सावली हलकेच त्यांच्या अंगावर चढली आणि त्यांना परत उन्हात पोहोचवून पुन्हा उन्हात लांब पसरली.

ऊन आता जास्त तिरपे झाले आणि पाटाजवळ येताच तर ते ओलसर झाले. कमळी तशीच पाटात शिरताच लुगड्याचे काठ वीतभर ओले झाले. दामू तिच्यामागून आला व दोघेही करंजाच्या राईत आली. तेथे पिवळ्या उन्हाचा एखादा दुसरा तुकडा फांद्यांच्या

सवलतीने खाली उतरत होता आणि कुणी पाहिले तर ताप नको म्हणून लगेच नाहीसा होत होता. दामू एकदम थांबला व म्हणाला, ''बाग छान होती.''

''अरे, तू तर दीड शहाणाच आहेस,'' कमळी त्याला खिजवत म्हणाली, ''बाग छान नव्हती. आम्ही छान होतो. आम्हांला काय बागच पाहिजे, होय रे आडदांडा? आयुष्यभर बागेतच पेरवे खात हिंडायला आम्ही काय खुळचट पोरं आहोत की बडबड पोपट आहोत? आम्ही जिथं बसू त्या ठिकाणी आमची बाग. ती बाग म्हणजे काही सगळं जग नव्हे. अरे, एवढ्या मोठ्या मातीत मरायला चार वाव जागा कशीही मिळते, मग चार वाव जागा जगायला मिळणार नाही होय?''

करंजांच्या झाडांतून पुढे आल्यावर तिने त्याला थांबवले व म्हटले, ''आता तू ज्या रस्त्यानं आलास तसाच जा. अंधारत आलं आहे खरं; पण मी जाईन मधल्या वाटेनं.''

दामू जायला निघाला; पण नंतर तो माघारी आला. त्याचा चेहरा निवलेला होता. त्याने शांतपणे पाकळ्या चेंगरून गळून गेलेल्या फुलाचे देठ तिच्या केसातून काढले, तिचा पदर कोवळ्या हाताने उचलला व तिच्या डोक्यावर ठेवला व त्याने निश्चयाने म्हटले, ''मी देखील तुझ्याबरोबर त्याच वाटेनं येतो. चल.''

''बरं, पण आज एकच दिवस,'' कमळी म्हणाली. त्यावर काही न बोलता तो तिच्या येण्याची वाट पाहत उभा राहिला.

ती क्षणभर त्याच्याकडे पाहत राहिली. मग तिने चोळीची गाठ व्यवस्थित बांधली व अंगावरून पदर सावरला आणि ती किंचित वाकून समाधानी तोऱ्याने हसली.

कवठे असलेली फांदी वाऱ्यात संथपणे हलावी, तसे.

रसिक : दिवाळी १९७४

घ र

काल संध्याकाळी मधूकाकांना वाटले होते, की सारी कामे उरकायला आजचा सगळा दिवस पुरायचा नाही. नव्या घराचा प्रवेश करायचा म्हणजे अनेक लहानसान गोष्टींची गुंतवळच सोडत बसावे लागते. भटजींना बोलवायचे, आंब्याची-केळीची पाने आणायची, स्वैपाकी ठरवायचा, कार्यालयातून भांडी आणायची. त्याशिवाय एक मोठे जाजम हवे. पाणी साठवण्यासाठी दोन पिपे तरी आणली पाहिजेत. वाजंत्री सांगावीत का? की ते फार भपक्याचे होईल? महत्त्वाचे म्हणजे आमंत्रणे अद्याप द्यायची होती. कितीतरी ऋणानुबंधांची नाती धरून ते नव्या घरापर्यंत चढून आले होते. आपल्या लग्नात बिनबोभाट चारशे रुपये देणारे मल्हारपंत, इलेक्ट्रिक कंपनीत एकदाची कायम नोकरी लावून देणारे देवचंद देसाई, दोन महिन्यांच्या आजारानंतरही पूर्ण पगार देऊन पुन्हा नोकरीवर घेणारा प्लायवूड फॅक्टरीचा गुंडूराव – ही तर फार ठळक एवढीच नावे झाली; पण पूर्वीची सारी ऋणे आठवताना मधूकाका भारून गेल्यासारखे झाले होते व यादी पुढे तशीच राहून गेली होती. कागदी पिशवीतून जुने फोटो एकदम बाहेर पडून पसरावेत त्याप्रमाणे अनेक नावे त्यांच्यापुढे आली; पण त्यांतील बहुतेक आज पुसून गेली होती. मुद्दाम खटपट करून आपल्याला शाळेत माफी मिळवून देणारे गोखलेमास्तर, मधल्या सुट्टीत पोटात भूक वखवखली असूनही वरून तसे न दाखवता चिंचेच्या झाडाखाली एकटेच बसलो असता आग्रहाने आपले खाणे देणारा नरसू करीकट्टी, चुकूनच आलेल्या प्रसंगी एखादा नवा सदरा अगर चड्डी फुकट शिवून देणारा रामनाथ शिंपी, घरी कुणा ना कुणाचातरी वाढदिवस आहे असे सांगून महिन्यातून पाचसातदा तरी जेवायला बोलावणारे म्हातारे सदाशिवशास्त्री – ही सारी नावे आता नाहीशी झाली आहेत. रमेश-शांतारामला तर ही नावे देखील माहीत नाहीत. पण प्रत्येक नावावर गंधगोळी ठेवावी अशी ती नावे.

त्यांना पुढे यादी करवेना व मालतीला लिहून ठेवलेले पत्र देखील बाजूला सारून ते गप्प बसून राहिले होते. पण आता चांगले आठ वाजून गेले होते व उन्ह देखील कुरकुरीत

झाले होते. तरी ते अद्याप अंथरुणातच बसून होते. रात्रभर पापणी भरण्याइतकीही झोप मिळाली नाही. डोके तर ओल्या चिखलाचे झाल्याप्रमाणे जड झाले होते आणि निखाऱ्यावर पाण्याचा भपकारा मारल्याप्रमाणे त्यातून वाफा झळत आहेत असे त्यांना वाटत होते. ते उठले. त्यांनी सोप्यावरची हलकीशी वेतखुर्ची उचलली आणि ते अंगणात आले. त्यांनी खुर्ची बकुळीच्या सावलीत अगदी कडेला ठेवली व ते बसले.

आपला सकाळचा चहा झाला का? त्यांना वाटले, झाला असावा. मघाशीच माईंनी कसलातरी कप आपल्यासमोर आणून ठेवला होता खरा. मग तो कदाचित नेहमी ती देत असलेला एखादा काढा-निकाढा देखील असेल. पुन्हा एक कप सांगावा का, असा एक विचार त्यांच्या मनात आला; पण त्यांनी तो झटकला. चव चहाला नसते, तर ती असते जिभेला. काल रात्री पोटात भूक असूनही जेवण तसेच टाकून आपण अंथरुणावर जाऊन पडलोच की नाही? आई अनेकदा म्हणायची, जेवण समोर आले की लगेच दुवा देऊ नये, ते एकदाचे पोटात गेले की मग तो द्यावा. कारण समोर आलेले अन्न देखील अनेकदा पोटात जात नाही, तेच खरे. दादांना मोठ्या फोडी असलेली भोपळ्याची भाजी फार आवडत असे. गावाला जायच्या आधी दोन दिवस त्यांनी एक काशी-भोपळा आणला होता; पण त्यांना त्याची भाजी तरी कुठे खायला मिळाली?

आनंदाने भरलेली कालची संध्याकाळ असली अक्काबाई रात्र होऊन बसेल असे त्यांना वाटले नव्हते. ते यादी करीत टेबलाजवळ बसले होते. माई स्वैपाकघरात मुद्दाम त्यांच्यासाठी केळफुलाची भाजी करीत होत्या. तिचा वास हळूहळू बाहेर पसरत होता. शांताराम कुठे बाहेर जायला निघाला होता. त्याला थांबवून त्यांनी म्हटले, ''अरे, अक्षय्यतृतीयेला घराचा मुहूर्त करायचा आहे. तुझ्या काही मित्रांना सांगून ठेव हवं तर.''

''त्या दिवशी मीच इथं नाही, मग माझे मित्र येणार कोण समारंभाला?'' शांताराम तुटकपणे म्हणाला.

मधूकाकांना फार विस्मय वाटला. ''म्हणजे काय? त्याच दिवशी तू नेमका कुठं जाणार?''

''मला बडोद्याला नोकरीवर हजर व्हायचं आहे. मी इथून जायचं ठरवलं आहे.''

''बडोद्याला इतकं दूर? इथंच एखादी मिळाली नसती का नोकरी? इथं आपलं घर आहे. तुम्ही पोरंच अशी दूर गेलात, तर मग घर बांधलं ते कुणासाठी?'' मधूकाका म्हणाले.

शांताराम एकदम संतापला. ''कशाला पोरांची नावं पुढं पुढं करता? घर आम्हांला नको होतं. तुमचा जीव त्यात अडकला होता! आणि नोकरी न करून काय इथं पाय घासत बसू? चार वर्षांपूर्वी धंदा सुरू करतो म्हणून मी सहा हजार रुपये तुमच्याकडे मागितले. आतापर्यंत मी ते परत फेडून देखील टाकले असते! तोच धंदा अनंत इनामदारनं सुरू केला. त्याला शिक्षण नाही, धंद्यातलं काही माहीत नाही; पण त्याला आता वर्षाला

सहासात हजार रुपये सहज सुटतात! आता या गावात मी काय करणार? असल्या गावात तोच आणखी एक धंदा चालणार नाही. पण तुम्हांला हवं होतं घर! ते तुम्ही बांधलंत. आता ते तुम्हीच ठेवून घ्या.''

मधूकाका त्याच्याकडे पाहतच राहिले. त्याला एकदम एवढे संतापायला काय झाले हे त्यांना समजेना; पण ते कळवळून म्हणाले, ''पण मी घर बांधलं याचा तुम्हांला कुणालाच कसा आनंद नाही, अभिमान नाही? अरे, घरातलं सामान रस्त्यावर फेकून दिलेलं मी माझ्या डोळ्यांनी पाहिलं आहे. चार खोल्यांचं घर मिळवायला आईला पन्नास जणांच्या पाया पडावं लागलं होतं आणि परक्याच्या घरातच आयुष्य संपणार ही तिची यातना शेवटपर्यंत राहिलीच! मी बांधलेलं घर म्हणजे दादांचा वाडा नाही. मला देतानाच देवानं लहान लुळा हात दिला. त्याबद्दल माझी तक्रारही नाही. पण पहिल्यापासून पोट मारून मी पै-पै साठवली. प्रशस्त घर बांधलं, याचं तुम्हांला काहीच वाटत नाही?''

''वाटतं की! नाही कसं? अगदी खूप वाटतं; पण आता सारं सांगून तरी काय उपयोग आहे?'' शांताराम उपरोधाने म्हणाला, ''ती जुनीपुराणी हकिकत एकदा तुम्ही सांगितलीच आहे. तुम्ही तुमचंच पोट मारलं नाही, तर सगळ्यांचीच पोटं मारलीत! कधी आमची कसली हौस झाली नाही. साध्या ट्रिपला जायला तुम्ही कधी हात उचलून चार आणे दिले नाहीत. कधी नवी कोरी वही मिळाली नाही. कुठलेतरी पाठकोरे कागद दोऱ्यानं शिवून वर्षानुवर्षं तुम्ही आमच्यापुढं आदळलेत. मग सिनेमा तर दूरच! आईच्या अंगाला कधी गुंजभर सोनं लागलं नाही की तलम कापड लागलं नाही. तुमची दंड घातलेली गोधडी-धोतरं तर गावभर प्रसिद्ध होती. लोक काय म्हणत, माहीत आहे काका? 'गोगलगाईवर चकमक हाणली तरी एखाद्या वेळी ठिणगी पडेल; पण मधूकाकांच्या हातून पै निसटायची नाही!' ''

मधूकाकांचा चेहरा लालसर उष्ण झाला; पण त्यांनी स्वतःला सावरले. ते म्हणाले, ''ठीक आहे. तू जा आता इथून.''

ते टेबलाजवळ थोडा वेळ स्तब्ध बसून होते. मग एक निःश्वास सोडून त्यांनी काम पुन्हा सुरू करण्याचा प्रयत्न केला. घराच्या मुहूर्तासाठी मुलांसह येण्याविषयी त्यांनी मालतीला देखील एक पोस्टकार्ड लिहून ठेवले होते. त्यांनी माईंना हाक मारली व म्हटले, ''मालतीचा पत्ता काय आहे ग मुंबईचा? मला ती नावं, आकडे कधी लक्षातच राहत नाहीत बघ!''

''मुंबईचा?'' माईंनी आतूनच विचारले, ''मुंबईला कशाला पत्र आता? तिच्या नवऱ्याची बदली होऊन एक महिना झाला की! तो आता इंदूरला असतो.''

''मग तिनं मला कसं काय कळवलं नाही तर?'' अविश्वासाने त्यांनी विचारले.

''तिनं रमेशला कळवलं होतं. त्यालाच सांगितलं असेल तुम्हांला सांगायला. तिचा नवा पत्ता त्याच्याजवळ आहे कुठंतरी.''

मधूकाकांनी टाक पुन्हा खाली ठेवला. या मालतीला आईची ठेवणीतील पैठणी द्यायची? कुणास ठाऊक, आता मालतीने देखील केस कातरून घेतले असतील. रेसला तर ती आधीच जात होती. आता क्लबात जाऊन कधीतरी का होईना, ती पीत देखील असेल!

त्यांनी शांतपणे पोस्टकार्ड फाडून टाकले. बाहेर रमेश आला असावा. कारण त्याच्या मोटरसायकलचा आवाज त्यांना ऐकू आला. त्याचा कुठलातरी मित्र सहा महिने इंग्लंडला गेला होता, तोपर्यंत त्याची मोटरसायकल रमेश वापरत होता. मधूकाकांना वाटले, दुसऱ्याचे मिरवण्याची ही कसली मिजास? उधारीने किरीट आणायचे व स्वतःला पंचम जॉर्ज म्हणत नाचायचे, असलीच ती तऱ्हा! रमेशने ते वाहन आणल्यापासून तो आला गेला की त्यांच्या डोक्यात घणघण हातोडे बसत. उलट प्रतिकार म्हणून एकदा एक प्रचंड हातोडा घेऊन त्या अवजड कुरूप यंत्रावर सारखा हाणावा असे त्यांना फार वाटे. रमेश आत आला तो बूट घालूनच आणि मग मधूकाकांना घर जास्तच एखाद्या खाणावळीप्रमाणे वाटू लागले. त्याच्याकडे न पाहता ते म्हणाले, ''रमेश, जरा थांब. ते सोलापूरचे कोटेश्वर भेटले होते आज. त्यांनी तुला आपल्या मुलीबद्दल विचारलं आहे. त्यांच्या वडिलांचा आणि दादांचा फार जुना घरोबा होता. घर चांगलं आहे. मुलगी शिकलेली. चांगल्या संस्काराची आहे. ते तुला भेटतीलच. जर जमलंच तर अक्षय्यतृतीयेला याद्या करता येतील. पण त्याबाबतीत तुझं तूच सारं ठरव. मी आपला निरोप तेवढा सांगितला.''

इतके शब्द एकदम त्याच्याशी बोलण्याची मधूकाकांची सहा महिन्यांतील पहिलीच खेप होती. रमेशने उभ्याउभ्याच बूट काढले; पण माईंनी त्याला आतूनच खूण करताच तो जायचा थांबला व खुर्चीवर बसला. तो म्हणाला, ''काका, खरं सांगू का? तुम्ही तो विचार बाजूला ठेवा. मी माझं लग्न ठरवलं आहे.''

''अस्सं का? तूच ठरवलं असलंस तर मग तसदी वाचली. मुलगी चांगली, घरंदाज, संस्काराची असली की झालं. नंतर संध्याकाळी घरात देव्हाऱ्याजवळ दिवा लावला जावा एवढीच माझी इच्छा आहे.''

''मी तिला उद्या घरी बोलावलं आहे. तुम्ही तिला पाहिल्यावर मी तुम्हांला सांगणार होतो. ती खरंच तुम्हांला आवडेल. चांगली आहे. डॉक्टर आहे.''

''डॉक्टरीण आहे होय?'' मधूकाकांनी निर्जीवपणे विचारले. म्हणजे सारा वेळ ती आपल्याच धंद्यात असणार. मग नवरा-बायकोनं नोकरीधंदा करीत हिंडायचं आणि नोकर-मोलकरणींनी त्यांच्यासाठी त्यांच्याच घरात त्यांचा संसार करायचा!''

''पण एकच अडचण आहे काका. ती आपल्या जातीचीच नव्हे तर आपल्या धर्माची देखील नाही.''

मधूकाकांचा हात एकदम कापू लागला व त्यांचा आवाज नकळत मोठा झाला. ते

म्हणाले, ''छान! मग देवघरात कोंबडी कापायला, क्लबात कुणाचाही हात कमरेभोवती घेऊन नाचायला मोकळीक झाली! हे बघ रमेश, मी निराळ्या दिवसांत वाढलो. मला यातलं काही समजत नाही. नव्या वावटळीवर येणारा कचरा थांबवायची माझी इच्छा नाही. मला ती ताकदही नाही. नशीब माझं, ती माझी जबाबदारी देखील नाही. पण मी माझ्यापुरतं खिडकीचं दार लावून घेऊ शकतो. तू आता मोठा झालास. पोरांच्या आयुष्यात खर्ची घातलेलं भांडवल फुकटच जाणार, या जाणिवेनंच ते गुंतवायचं असतं. ठीक, पण त्यानंतर मात्र तू या घरात राहिला नाहीस तर बरं होईल. तुला हवं तर तू केव्हाही येत जा; पण तिला मात्र या उंबऱ्यात आणू नको.''

''त्याचाही मी विचार केला होता,'' जाण्यासाठी उठून रमेश म्हणाला, ''मी महिना-दोन महिन्यांत स्वतंत्र राहायचा विचार करतो आहे. मी तुम्हांला शपथेनं सांगतो, की तिला आणून मी तुमचं घर विटाळणार नाही. मला तुमच्या घरापैकी काही नको. तुम्ही फार सोसलं हे खरं; पण त्यामुळं तुमच्या सगळ्या माणसांनी तसंच सोसत राहिलं पाहिजे असं कुठं आहे? तुम्ही तिला प्रथम भेटायचं तरी होतं! मग सांगितलं असतं तरी चाललं असतं की!

''तिच्यावर दृष्टी टाकण्याची देखील माझी इच्छा नाही!'' कापरा हात नाचवीत मधूकाका म्हणाले.

नंतर त्यांची सारी कामे तशीच राहिली होती. ते जेवायला बसले तरी त्यांना एक घास घेववेना व केळफुलाची भाजी तशीच उरली. ते तसेच उठले व अंथरुणावर येऊन पडले. फॅक्टरीचे बाराचे व तीनचे भोंगे झाले. दररोज इथून कुणालातरी ऑफिसला घेऊन जाणारी रेडिओची स्टेशनची जीप येऊन गेली. पण त्यांना क्षणाचीही झोप लागली नाही. सारे घरच वाफारत असल्याप्रमाणे त्यांना रात्रभर असह्य वाटत होते. आता बकुळीच्या सावलीत मात्र थोडा गारवा होता. पायाखालचे गवत अद्याप ओलसर होते.

पदराला हात पुशीत माई दारात आल्या व म्हणाल्या, ''नातूंकडे काल बारसं होतं. मला जायला झालं नाही. तेव्हा आता तिकडे थोडा वेळ जाऊन यावं म्हणते.''

मधूकाकांनी उगाचच मान हलवली; पण त्यांना वाटले, जा की! जाऊन सारे लक्षपूर्वक बघ व मला येऊन सांग. बाळकृष्ण नातू फार भाग्याचा आहे. दोन्ही मुलांनी घरंदाज लग्ने केली, घर भरून गेले. आता बाळक्या गच्चीत बसतो व सतत डिटेक्टिव्ह कादंबऱ्या वाचतो! आणि आता अक्षय्यतृतीयेला घराचा मुहूर्त करायचा म्हणजे मला आता केवळ तुझी तेवढी सोबत आहे!

शांताराम सकाळीच बाहेर पडला होता व रमेश रात्री जेवणानंतर बाहेर गेला तो परत आलाच नाही. माई बाहेर जाताना नेहमी घराची दुसरी किल्ली घेऊन जात. थोड्या वेळाने त्या बाहेर पडल्या व त्यांनी दार नुसते ओढून घेतले. त्यांनी त्यातल्या त्यात नवे, सुती लुगडे नेसले होते व त्या अनवाणी पावलांनी समोरून गेल्या. मधूकाकांना वाटले, आता

मात्र कधीतरी तिला नवीन वहाणा घेऊन देऊ. कधीतरी, जर तृतीयेनंतर पुरेसे पैसे उरलेच तर मंगळसूत्राला देखील सोन्याची तार घालू. आतापर्यंत पिळलेल्या दोऱ्यात मणी ओवूनच ती आपल्याबरोबर येथपर्यंत बिनतक्रार, समजूतदारपणे आली आहे.

थोड्या वेळाने उन्ह वाढले व बकुळीची सावली आखडली. मधूकाकांना एकदम एकटेएकटे वाटू लागले. रमेश, शांताराम घरी असले तरी आपण होऊन ते कधी त्यांच्याशी बोलत नसत. मुद्दाम काही विचारले तर जेवढ्यास तेवढे बोलणे. एक वाक्य टाकले की तेवढ्याच लांबीचे एक परतवाक्य. बस! माई सतत स्वैपाकघरातच असल्याने बोलायचे झाले तरी दोनतीन हाका माराव्या लागत. पण ती माणसे घरात असली की त्यांच्या वावरामुळे मधूकाकांना घरी असल्यासारखे वाटे. आज तो नटवा डॉक्टर यायचा दिवस होता; पण तो कधी अकराबारा वाजेपर्यंत येत नसे. मधूकाकांना वाटले, मग तोपर्यंत आपण नव्या घराकडे जाऊन यावे. त्यांना तो विचार आवडला. गेले आठदहा दिवस तरी एकदा घराकडे जाऊन यावे म्हणून ते धडपडत होते; पण शांतारामने आईकडून कळवले होते, की काकांनी घराकडे जायचे नाही. डॉक्टराने तसे स्पष्ट सांगितले आहे व नंतरचे निस्तरत बसायला आपणाला वेळ नाही! आता घरी कुणीच नाही हे एका परीने बरेच झाले असे त्यांना वाटले. त्यांनी खुर्ची उचलून आत ठेवली, कोट घातला व गळ्याभोवती मफलर गुंडाळला. कुलूप लावून ते बाहेर पडले. मफलरशिवाय बाहेर पडलेले मधूकाका कुणी कधी पाहिलेच नव्हते.

ते नव्या घराजवळ आले, त्या वेळी सारेच शांत होते. आज मंगळवार असल्याने बाजाराची सुट्टी होती व कुणी मजूर कामाला येणार नव्हते. पहाऱ्यासाठी ठेवलेल्या रेवण्णाच्या खोपट्यासमोरची खाट देखील रिकामीच होती. त्यांना एकदम राग आला. आपण दिसलो की रेवण्णा लुब्रेपणा करत पुढेपुढे करतो; पण तीन दिवसांत कधी सिमेंटवर पाणी मारत नाही, तीन दिवसांत कधी सिनेमा चुकवत नाही. दारात पडलेले लाकडाचे तुकडे, सिमेंटची पोती जर त्याने बाजूला काढून ठेवली असती तर त्याला काही धाड भरली नसती. ते त्याचे काम नव्हे; पण आपण होऊन तो ते कशाला करील? नाण्यांच्या आकड्याइतके काम, आवाजाला आवाज उत्तर, एवढाच त्याचाही जिव्हाळा!

पायऱ्या चढून आल्यावर ते पुढच्या मोठ्या चौकटीपुढे थोडे रेंगाळले व त्यांनी तिच्यावर सहज बोटे फिरवली. ती जुनाट मळकट होती व तिला अद्याप सफाई व्हायची होती. ते आत आले तेव्हा त्यांना थोडे दमल्यासारखे वाटून उकडू लागले. त्यांनी मफलर काढून ग्रिलमध्ये कोंबला व चेहरा पुसला. अद्याप ठिकठिकाणी सिमेंट-वाळू पडलेली दिसत होती; पण घर जवळजवळ पूर्ण झाले होते. नव्या घराला असतो तसला अद्याप न मंदावलेला करकरीत वास तर हाताने गोळा करण्याइतका दाट होता; पण त्यांना त्या वासाने तर प्रसन्न वाटले. वरच्या खोल्या, देवघर सोडले तर अद्याप रंगकाम व्हायचे होते;

पण सोप्यावरून माजघरात येताच त्यांना गणपतीच्या कोनाड्यात गणपती दिसू लागला. झोपाळ्यावर थेट आईप्रमाणे माई बसल्यासारख्या भासू लागल्या. त्यांनी झोपाळ्याच्या पितळी दांड्यावर प्रेमाने हात फिरवला व खिशातील हातरुमाल काढून त्यातील एक दांडी उगाचच पुसली. कठड्याला धरून सावकाश पायऱ्या चढत ते माडीवर आले. या ठिकाणी सगळ्यांच्या झोपायच्या खोल्या होत्या. कधीकाळी मालती आपल्या मुलांसह आलीच तर तिच्यासाठी ठेवलेल्या खोलीत हरणे-मोरांची चित्रे सिमेंटमध्येच रेखून रंगवली होती. त्यांना वाटले, प्रवेशाच्या वेळी नाही तरी नंतर केव्हातरी ती नवऱ्यासह मुलांना घेऊन इकडे यावी. रुजून वर पोपटी पाने दाखवणाऱ्या गहूवाटीप्रमाणे सारे घर भरून जावे. मग एकदा तरी आपले सारे घर आपल्याच घरात असेल. मग आपण गेलो तरी हरकत नाही. आपल्यामागे हे गारगोटीचे आठवण-घर राहील. मधूकाकांना लहानपणची एक गोष्ट आठवली व ते किंचित हसले. चार पोरे मिळून वैजनाथ, माळमारुती अगर रामतीर्थ असल्या ठिकाणी सहलीला गेली की परत येताना चार गारगोट्या गोळा करून त्या तिनांवर एक ठेवत आणि ती आठवण मागे ठेवून येत. मुले, मुलांची मुले, वस्त्राला केवडापानाचा वास लागावा त्याप्रमाणे आयुष्यात सतत असलेली बायको... इतके सुरेख आठवण-घर, कुणीतरी बांधले असेल का? तोवर ते शांताराम, रमेश यांच्या खोल्यांजवळ आले. त्यांना कालची रात्र आठवली व ते एकदम खिन्न झाले. या खोल्या आता कुणासाठी आहेत? शांताराम, रमेश यांनी आयुष्ये परस्पर ठरवून टाकली आहेत. माई तर आताच म्हणू लागल्या होत्या, की दुखऱ्या गुडघ्यामुळे वरखाली करायला जमणार नाही. म्हणजे भिंती उभ्या राहिल्या; पण त्यांना घर करणारी माणसे मात्र पांगत जाणार, हेच खरे!

आता आणखी एका जिन्याने वर गेले की वरची उघडी गच्ची. कधीतरी धान्य वाळत घालायला, ठेवणीतील पीतांबर-पैठणींना चैत्र उन्ह द्यायला ती मुद्दाम करून घेतली होती. कितीतरी वर्षांत त्या वस्त्रांना उन्ह दिसले नसेल! मधूकाका दर पायरीवर थांबत सावकाश चढू लागले, तेव्हा छातीतील आवाज वाढू लागला आणि आत कुणीतरी कुसकरत असल्याप्रमाणे श्वास तुकड्यातुकड्यांनी येऊ लागला. तो जिना चढायला त्यांना दहा मिनिटे लागली; परंतु वर येऊन मोकळ्या हवेत भिंतीला टेकून उभे राहताच त्यांच्या पायांतील कंप कमी झाला व त्यांना स्थिर वाटले.

गच्चीवरून समोर मल्हार टेकडीपर्यंत सारे स्वच्छ विंचरलेले, निळसर दिसत होते व एखादी लाट गोठल्याप्रमाणे दिसणाऱ्या चढउतारावरील झाडे स्तब्ध होती. उंच सुरूचे झाड वैष्णव-मठाच्या परसातले; फणसाची झाडे इनामदाराची! कारंज्यावर फेस दिसावा त्याप्रमाणे फुलांचा पांढरा रंग ठिकठिकाणी शिंपडलेली आकाशमोगऱ्याची झाडे सय्यद देसाईची. (त्याला अद्याप देखील 'इ' जोडल्याखेरीज स्कूल म्हणता येत नाही.) त्यामागे नारळाची झाडे. तेथील उंच इमारत पाहताच मात्र त्यांना मनात रुतलेले जुने सल जोरात

दाबल्यासारखे झाले. त्यांचे हात पुन्हा कापू लागले व मजुरांनी चढउतारासाठी ठेवलेल्या एका ओबडधोबड बाकावर त्यांनी बसकण घेतली.

आता ती इमारत बकाल अस्ताव्यस्त झाली होती. तिच्यात खालच्या बाजूला सिगारेट-पानपट्टीची दुकाने होती व कोपऱ्यात एका न्हाव्याचे सलून होते. पुढे शिंदीच्या झावळ्या खोचलेल्या, मागे आंबट वासाच्या ओलसर कातडी पखाली असलेल्या ट्रक्स त्या आवारात वेळीअवेळी उभ्या असत. जेथे एकदा सीता बसली होती, तेथे आता एखादी बाजारबसवी वाकड्या भांगाने बसावी, तसे ते घर आता झाले होते. पण एके काळी त्या ठिकाणी दादांचा प्रशस्त वाडा होता. आवारात नारळाबरोबर आंब्याची झाडे होती व अंगणात दाराशेजारीच असलेल्या पारिजातकामुळे श्रावणात फुलांचा लालसर कुसर असलेला सडा असे. कोपऱ्यात आणखी कसलेतरी झाड होते. उन्हाळ्यात बाकी सारे वैराण झाले की मात्र ते झाड निळसर गुलाबी फुलांनी स्वतःला शृंगारून बसे. त्या घरातील वीतभर खिडकी असलेल्या बाळंतिणीच्या खोलीत मधूकाकांचा जन्म झाला होता. ती आठवण होताच आयुष्यावरची अनेक पांघरुणे काढून टाकल्याप्रमाणे त्यांना वाटले व त्यांची हुरहुर एकदम वाढली. पहिल्या सोप्याला पितळी दांड्या असलेला, स्वच्छ डोहासारखा दिसणारा आरशासारखा काळाभोर शिसवी झोपाळा होता. संध्याकाळी आई त्यावर बसली की त्या ठिकाणी कमळ उगवल्यासारखे वाटे. दादा जन्मतःच भरल्या सुपासारख्या मनाने आले होते. माणसे दुष्ट, स्वार्थी देखील असू शकतात हे त्यांना कधी आयुष्यात उमगले की नाही, कुणास ठाऊक! त्या वेळी वाड्याचे आवार इतके मोठे होते, की उजदाराकडून परसातून जायला त्यांनी दोन मोटारी ठेवल्या होत्या. एक दिवस वापरलेला भट्टीचा सदरा ते दुसऱ्या दिवशी वापरत नसत आणि त्यांच्या कपड्यांना नेहमी चंदन-गुलाबाचा वास येत असे. पुण्या-कोल्हापूरला गंधर्वांची नाटके लागली तर त्यांची गाडी पाचसात लोकांना फुकट घेऊन जात असे. शाळेत जाताना मधूला बरोबर तातोबा गडी असे व त्याला देखील दादांनी मधूप्रमाणेच काळे चकचकीत बूट घेऊन दिले होते. गणेशोत्सवाला अगर होळीला दादांनी कधी नोटा मोजून दिल्या नाहीत. रंगपंचमीला तर ते स्वच्छ सदरा घालून बाहेर खुर्चीवर बसत व तोंड पुसायला टॉवेल घेऊन तातोबा शेजारी उभा असे. मग पोरे देखील येत व त्यांच्यावर बदाबदा रंग ओतत. मग दादा मूठभर चिल्लर त्यांना चहापाण्यासाठी देत. हा गोंधळ बक्कळ दोन वाजेपर्यंत चाले. तीच ती पोरे निरनिराळ्या घोळक्यांनी येत. तातोबा थोडी गुरगुर करे; पण दादांच्या मुठी तशाच भरून रिकाम्या होत. अनेकदा घरी पंक्तीत बसलेल्या माणसांची नावे देखील त्यांना माहीत नसत. आईने कधी त्याबद्दल तक्रार केली तर अंगावर रुंद रेशमी वस्त्र टाकावे त्याप्रमाणे मोठ्याने हसून, ‘‘अग, मला नसेल आठवत एखाद्याचं नाव! पण त्याला तरी माझं नाव नंतर आठवत राहील ना!’’ म्हणत व विषय संपवत.

पण एका भयाण दिवशी नवरात्रच संपून गेले, मध्यरात्रीचा ठोका पडताच गाडी-घोड्यांचा भोपळा झाल्याप्रमाणे सगळा मायाबाजार नाहीसा झाला. दादा लाकडाची सरकारी कंत्राटे घेत. त्यात त्यांना भागीदारांनी हातोहात फसवले आणि एकदम दोन लाखांचा बोजा त्यांच्या एकट्यावरच पडला. इतरांच्या नावावर आपली घरेदारे करून त्यांचे मित्र निसटले होते. केळकरांनी बेळगावला इस्टेट केली. इनामदारांची पुण्याला दोन घरे झाली. गुंजीकरांच्या भावाच्या नावावर बँकेमध्ये रग्गड रोकड होती. पण कागदोपत्री सापडले ते दादा. मोटारी, दागिने, वाडा – सारे काही फुंकल्याप्रमाणे नाहीसे झाले. वाडा ताडीचा लिलाव घेणाऱ्या राचय्याने घेतला व त्याने सारे सामान लगेच बाहेर काढायला सुरुवात केली. कपडे, भांडी रस्त्यावर येऊ लागली, तरी दादा झोपाळ्यावरच भ्रमिष्टासारखे बसून होते. मग आईच पुढे झाली. तिने जाऊन चार खोल्यांचे घर ठरवले. त्यांच्या बाजूलाच असलेल्या सारवट गाडीच्या रिकाम्या तबेल्यात सारे सामान कोंबले आणि मग दादांना हाताला धरून उठवले. ते तसेच निघाले हे पाहून तिने त्यांच्या वहाणा उचलल्या व वाकून त्यांच्या पायाजवळ ठेवल्या. "त्यात एवढं मनाला लावून काय घ्यायचं? आम्ही काही कुणाला फसवलं नाही – काही नाही! हात घट्ट असले की पुन्हा मिळवू की!" ती म्हणाली.

सामान उचलून मधूचे अंग आंबले होते व अवघडलेल्या झोपेत थपडा मारल्याप्रमाणे त्याला मध्येच जाग येत होती. आई रात्रभर रडत होती हे त्याला समजले होते. दादा आता नेहमी घरीच बसून असत. रुमालाचा जरीकाठ जरा वाकडा झाला तर ते पूर्वी रुमाल पुन्हा बांधत; पण आता हिरवट बुरा आल्याप्रमाणे त्यांची दाढी वाढू लागली. आईला हाक मारीत कुणी आले, तर ते लगेच मधल्या खोलीत जाऊन आड राहू लागले. हाक मारल्याखेरीज ते जेवायला येत नसत आणि जेवताना आपण होऊन काही मागत नसत. आईला उठल्याबरोबर चहाची सवय होती. एकदा तिने सकाळी मधूला हलवून जागे केले व म्हटले, "त्या रामभटाचं दुकान उघडलं असेल. जा नि चहापूड घेऊन ये. पैसे दुपारी देते म्हणून सांग."

रामभटाचे दुकान उघडले तर होतेच; पण त्या ठिकाणी बरीच गर्दी देखील होती. रामभट म्हणाला, "आता घेऊन जा चहापूड; पण नंतर मात्र उधार मागायला येऊ नको आणि मागचे सतरा रुपये केव्हा येणार? दाबून ठेवलेला पैसा बाहेर काढा म्हणावं हळूहळू!"

मधूचा चेहरा शरमून गेला व सारेजण आपल्याकडेच पाहत आहेत असे त्याला वाटू लागले. तो घरी आला व त्याने सारे आईला सांगितले. तिने हातातील भांडे जमिनीवर आदळले व कमरेवर हात ठेवून ती उभी राहिली. ती म्हणाली, "मढं काढलं त्याचं! त्याला कापलं तर त्याचं अर्धं अंग आमच्या घरात वारानं जेवलेल्या अन्नाचं असेल! असलीच मढी घरात इतकी गर्दी करायची, की आम्हांलाच बसायला जागा नसे! आता अशी आठवण ठेवतो कसाब!"

तिने मधूला चहा करून दिला; पण तेव्हापासून तिचा मात्र चहा सुटला. त्याचा चहा झाल्यावर त्याला घेऊन ती तबेल्याकडे आली आणि सामान बाजूला करीतकरीत तिने कोपऱ्यातून एक समई काढली. तिच्याभोवती एक गोणपाट गुंडाळत तिने ती मधूच्या खांद्यावर ठेवली व सांगितले, ‘‘गावात हुळबत्तेच्या दुकानात जा आणि ही वीक. पण पैसे मात्र खिशात घट्ट धरून ये.’’ जवळजवळ त्याच्याच उंचीची समई दुकानापर्यंत घेऊन जाताना मधूचे खांदे ठणकून निघाले; पण एकोणीस रुपये संभाळून घरी आणताना तो जास्तच घाबरा झाला. त्यांपैकी सतरा रुपये त्याच्याकडे देत आई म्हणाली, ‘‘त्या मढ्यावर हे फेकून ये! मी सगळा हिशेब ठेवला आहे. तो अकरा रुपये तीन आणे यापेक्षा एक पै देखील जास्त होत नाही; पण तो सतरा रुपये म्हणतो ना? तर त्याच्यापुढं ते टाक आणि काही न बोलता परत ये.’’

मग एक दिवस दादा सकाळीच तयार होऊन बसलेले पाहून मधूला फार नवल वाटले; पण कुणी बाहेर जात असता, ‘कुठे जाता’ असे विचारू नये हे त्याला माहीत होते. ते गावाला निघाले होते; पण सोबत सामान मात्र एका लहान पिशवीखेरीज काही नव्हते. आपणही बरोबर येण्याचा आईने आग्रह धरताच ते एकदम रागावले. ‘‘पुण्याला एकाकडे माझे पाचशे रुपये यायचे आहेत. ते मिळतात का हे बघायला मी जात आहे. तर तिथं तुझं काय काम आहे?’’ ते मोठ्याने म्हणाले.

तरी आई म्हणाली, ‘‘मग येणार कधी परत? पुण्याला जायचं म्हणजे काही अगदी दिक्काला जायचं नाही.’’ त्यावर दादा काही बोलले नाहीत. त्यांनी मधूचे विसकटलेले केस जास्तच विसकटले. जाताना ते आईला म्हणाले, ‘‘रागावलेलं मनात ठेवू नको काही.’’ ते कोपरा वळून जाईपर्यंत आई त्यांच्याकडे पाहत उभी होती; पण आत आल्यावर ती चुलीपुढे बराच वेळ उगाचच गप्प बसून राहिली.

तीन दिवस झाले, चार... पाच; पण दादांकडून काही पत्रच नव्हते. रात्री आई मध्येच उठायची व मधूला जागे करून मध्येच म्हणायची, ‘‘माझा डोळा फार उडतो बघ.’’ किंवा ‘‘कसलं जळ्ळं फार वाईट स्वप्न पडलं बघ!’’ मग एकदोन दिवसांनी शिनूअण्णांनी घरी येऊन सारी हकिकत सांगितली. त्यांच्याबरोबर पोलिसातले कुणीतरी होते. त्याच्या रुंद कातडी कमरपट्ट्याला असलेल्या खिशात पिस्तूल होते.

दादांनी आत्महत्या केली होती. ते पुण्याला गेलेच नाहीत. त्यांनी आपल्या मरणाला जागा निवडली ती देखील आपल्या स्वभावाप्रमाणेच. आठनऊशे फूट खाली पडणाऱ्या विक्राळ धबधब्याच्या कडेवरून त्यांनी खाली उडी घेतली होती. ते नाव ऐकूनच मधूच्या अंगावर काटा आला. मागे एकदा सगळेचजण तो धबधबा पाहायला गेले होते. वरच्या खडकावर पडून खाली पाहिले, की फेसाळलेले उग्र पाणी गिळायला वरवर येत आहे असे वाटे. गर्द एकाकी रानात लांब पांढरी जीभ काढून सतत गर्जत असलेल्या जनावराप्रमाणे तो आवाज त्याला रात्रभर भिववत होता व तो दादांना अगदी

चिकटून रात्रभर जागा राहिला होता. दादा म्हणाले होते, ''अरे असला कसला भेदरट तू! स्वच्छ चांदणं असलं म्हणजे आपण आणखी एकदा येऊ. त्या वेळी मग बघ, तू इथून हलणार नाहीस!'' दादा तेथील बंगल्यात दोन दिवस राहिले. त्यांनी खोलीचे भाडे आगाऊ दिले होते. रखवालदाराला एक रुपया खुशाली दिली होती. खोलीत लिहून चुरगाळून टाकलेले कागदाचे दोनचार बोळे पडले होते. शेवटी त्यांनी वहाणा काढून बाजूच्या दगडावर व्यवस्थित ठेवल्या होत्या. त्यांना उडी मारताना पलीकडच्या बंगल्यातील दोघाचौघांनी पाहिले होते.

सारे ऐकत असता आईने भिंतीला हात लावला; पण ती घसरत तशीच खाली बसली. रडणे नाही, हुंदके नाहीत. सारे काही ऐकून घेत, गप्प!

''तिथं त्यानं नाव देखील खरंच दिलं. खोटं काही करणं त्याच्या स्वभावातच नव्हतं,'' निःश्वास सोडून शिनूअण्णा म्हणाले. जाताना त्यांनी मधूला हळूच सांगितले, ''आईकडे लक्ष ठेव रे पोरा. काही किरकोळ लागलं सवरलं तर ये माझ्याकडे.'' खरे म्हणजे शिनूअण्णा सहासात महिने तरी आपल्या शेतवाडीवर असत; पण काही कळले नाही तरी मधूने मान हलवली.

मधूने नंतर हजार कामे केली. सायकली पुसल्या, मुलांना शाळेत पोचवले, छापखान्यात रात्री काम केले, मोटार स्टँडवर तिकिटे विकली. पावले झिजवीत शेजारच्या खेड्यातून लोणी गोळा करून घरोघरी विकले. छापखान्यात एकदा एक रुपाया चोरल्याचा आळ आला. दुसऱ्या एका ठिकाणी 'क्षुल्लक नोकराने खाली बसू नये' असे त्याला ऐकवले गेले. आणखी एके ठिकाणी आंबून गेलेला भात तेथल्या तेथे त्याने खावा असा आग्रह धरण्यात आला आणि त्याने नाही म्हणताच 'मस्तवाल पोर' म्हणून त्याला घराबाहेर ढकलण्यात आले. थोड्याच दिवसांत तबेल्याची जरुरी उरली नाही, कारण आता तो मोकळाच झाला होता. आईच्या ध्यानात तर काहीच राहिनासे झाले. रात्री जेवण होऊन झाकापाकी झाल्यावर ती मध्येच रात्री उठून चूल पेटवू लागे. मधूचा चहा झाला असला तरी पुन्हा लगबग करून ती अनेकदा पुन्हापुन्हा चहा करे आणि तो देखील चारपाच कप! पुष्कळदा आमटीत मीठ नसे आणि दोनचारदा तर धुऊन आणलेले कपडे लगेच पुन्हा तिने धुवायला नेले होते. उरलेला सारा वेळ ती ओलसर जमिनीवर पाय पसरून त्यावर हात जोडून गप्प बसून असे.

नंतर माई आल्या. मग तर आईने अंगच बाजूला घेतले. सारा वेळ ती चटईवर एक जुनेरे टाकून पडून असे. तिला फार आवडत म्हणून मधूने एकदा जांभळे आणली. त्यातील एक उचलून ती त्याच्याकडे पाहतच बसली आणि थोड्या वेळाने तिने ते फार काळजीपूर्वक त्यालाच परत दिले. तिने एक सुस्कारा सोडला व आठवल्याप्रमाणे दचकून म्हणाली, ''त्यांच्याबरोबर गावाला गेले असते तर बरं झालं असतं. आपल्याच घरात संपून जावं अशी माझी देखील इच्छा होती; पण ते काही घडणार नाही झालं.''

मधू एकदम हादरला. तिने पूर्वीच्या आयुष्याचा असा कधी उल्लेख केला नव्हता. दादांची आठवण काढली नव्हती. तो एकदम व्याकूळ होऊन म्हणाला, ''हे बघ आई, मी तुला शपथ देऊन सांगतो, आयुष्यभर नुसत्या लंगोटीवर राहावं लागलं तरी हरकत नाही. मी माझं घर बांधीन. बघ तरी!''

''बांध की. चांगलं घर बांध,'' ती म्हणाली, ''त्याला माडी असू दे. माडीशिवाय कसलं रे घर? तुझी मुलंबाळं नांदतील त्यात. पण मी मात्र त्या वेळी नसणार ही अगदी दगडावरची रेघ बघ!'' तिने आणखी एक जांभूळ उचलले, ते चांगले निरखून पाहिले व शांतपणे त्याच्या हातावर ठेवले.

नंतर रमेश-शांताराम मालतीला घेऊन आले. मधूकाकांची भरड धोतरे तशीच राहिली. कोट मानेवर बहुधा बोंदरा असे. भोके पडलेला गंजीफ्रॉक उचलला की तो खास आणखी एक महिना सहज टिकेल असे त्यांना सहज वाटे. कंपनीतील कामाबरोबर त्यांनी रात्रीचे एक काम स्वीकारले. पायात वहाणा यायला रमेशला शाळेत चारपाच वर्षे काढावी लागली. त्याचे कपडे त्याला आवळ होऊ लागले की खाली शांतारामला उतरत. एक दिवस मधूकाका घरी लौकर आले. पोरे शाळेतून नुकतीच घरी आली होती. ते माईंना म्हणाले, ''आज काहीतरी गोड करतेस का बघ. शिरा वगैरे काहीतरी.''

माईंनी त्यांच्याकडे आश्चर्याने पाहिले. लग्नानंतर त्यांनी मुद्दाम काही गोड करायला सांगायची ही पहिलीच खेप होती. त्यांनी वाटीभर शिरा त्यांच्यापुढे ठेवला. त्यांनी एखाददुसरा चमचा घेतला न घेतला व वाटी तशीच तिच्याकडे हावरेपणाने पाहत असलेल्या शांतारामकडे सरकवली. त्यांची गोडपणाची चवच मेली होती. ते विमनस्कपणे उठले व ओलसर आवाजात म्हणाले, ''आज आई असायला हवी होती. आज मी जमिनीचा एक तुकडा विकत घेतला आहे. आता सात वर्षांत आपलं घर होईल.''

मधूकाका त्या उंच इमारतीकडे पाहत होते. आठदहा नाही, घर व्हायला तेरा वर्षे लागली. ते दोनतीनदा राचय्याकडे गेले होते. त्याने दिलेली रक्कम व्याजासह हप्त्याने परत करण्याची त्यांनी तयारी दाखवली होती. गरज म्हणून मातीमोलाने फुंकून टाकलेला वाडा. त्यावर दोनतीन हजार जास्त द्यायला देखील त्यांनी मागेपुढे पाहिले नसते. पण राचय्या नुसता हसला होता. त्याने आता पुढचा दरवाजा काढून नवी लोखंडी नक्षी बसवली होती. बाजूला कोरीव काम असलेली, वर गणपतीची आकृती असलेली पुढील मुख्य चौकट त्याने आवारातच कुठेतरी टाकली होती. शेवटी तीच तेवढी मोठ्या मिनतवारीने परंतु पूर्ण किंमत देऊन त्यांनी आणली व नव्या घराला बसवली.

त्या इमारतीकडे पाहत असता विषण्णतेने त्यांना वाटले : आपण घर बांधलेच नाही. दादांच्या वाड्याची अडगळीत पडलेली चौकट तेवढी येथे उभी करून आपण त्या चौकटीत उभे आहोत, इतकेच. आत जी माणसे असायला हवी होती ती तर आधीच

निघून गेली. आपल्या मागून यायला कुणीच तयार नाही. एक माणूस – एक चौकट. आपण – आणि कोरीव काम केलेल्या लाकडाचे आपणाला रिकामे मखर!

सतत उन्हात उभे राहिल्यामुळे त्यांना भोवळल्यासारखे होऊन उष्ण वाटू लागले होते व आता अचानक सारेच अंग कापू लागले होते. त्यांना वर येऊन बराच वेळ झाला होता; पण पूर्वीचा थकवा एकदम परत आला होता. त्यांनी बाकावर 'फूं फूं' करून ते स्वच्छ करण्याचा प्रयत्न केला; पण त्याला ठिकठिकाणी ओलसर सिमेंट चिकटून वाळून गेले होते. मधूकाकांनी मग तसेच अंग लवंडले व गुडघे वर घेऊन ते आडवे झाले.

ते जागे झाले तेव्हा रमेशचा आवाज कापसाच्या ढिगाऱ्यामधून धडपडत येत असल्याप्रमाणे ऐकू येत होता. "तुम्हांला हजारदा सांगितलं, की जिने चढत जाऊ नका म्हणून! आम्ही सर्व ठिकाणी शोधत हिंडलो. पोस्टऑफिस झालं, देऊळ झालं, स्टेशन झालं. डॉक्टरांची गाडी होती म्हणून ठीक. इथून तर आम्ही दहादा गेलो असू; पण इतकं सांगितल्यावर देखील तुम्ही इथंच याल असं वाटलं नव्हतं." रमेश हातवारे करून बोलत होता व त्याचा आवाज चिडलेला होता.

मधूकाकांनी उठून बसण्याचा प्रयत्न केला, तेव्हा डॉक्टराने त्यांना आधार दिला. मग दोघांनी जवळजवळ उचलूनच त्यांना खाली आणले व मोटारीतून ते घराकडे आले. मधूकाकांचा सदरा घामाने भिजला होता व रखरख उन्हाने डोक्यात बसवलेली जड भोवळ अद्याप तशीच होती; पण त्यांनी फिकट आवाजात विचारले, "माझा स्कार्फ घेतलास ना रे रमेश?"

त्यांनी घरी मधूकाकांना हलकेच सोफ्यावर झोपवले. त्यांना आता धाप लागली होती आणि ओलसर अंगाला वारे लागले की शहारल्यासारखे होत होते; पण अंगाखाली मऊ आधार येताच त्यांना एकदम हलकेफुलके वाटू लागले व त्यांनी समाधानाने डोळे मिटून घेतले. डॉक्टराने रमेश व शांताराम यांना खूण केली व बाहेर त्यांची बराच वेळ हलक्या आवाजात कुजबूज झाली. थोड्या वेळाने डॉक्टर आत आला. त्याने बॅग उघडली व मधूकाकांना कसलेतरी इंजेक्शन दिले. सैलसर कातडीत सुई शिरत असता त्यांनी निर्विकारपणे पाहिले. हा झोपलेला माणूस कुणीतरी निराळाच आहे, आपण मात्र डॉक्टरशेजारी उभे राहून त्याच्याकडे पाहत आहो असे त्यांना उगाचच वाटू लागले. गणपतीची आकृती असलेली चौकट व तीत उभे असलेले आपण!

डॉक्टर अगदी पोरसवदा होता. त्याने अर्ध्या गालापर्यंत कल्ले ठेवले होते आणि कोमेजून खाली उतरल्याप्रमाणे त्याच्या मिश्या ओठांच्या टोकावरून ओघळल्या होत्या. मधूकाकांना वाटले, डॉक्टराने तरी असले फिल्मी नखरे करू नयेत. डॉक्टराने कसे डॉक्टरासारखे दिसावे. काही गोष्टी आपल्या आवाक्याबाहेर असतात हे माहीत असण्याइतके त्याला ज्ञान असावे, तरी आपण शेवटपर्यंत झुंज देऊ, अशी ईर्ष्या त्याच्यात असावी. हा कसला आला आहे डॉक्टर! कोणत्याही क्षणी हा सिनेमातले गाणे

ओरडत नाचू लागेल! पण मधूकाकांना स्वतःचे कडवट हसू आले. डोक्याचा उकिरडा करून रंगीत बुशशर्ट घालून शाळामास्तराने शाळेत जायचे हे दिवस! मग डॉक्टरानेच काय घोडे मारले आहे? आपल्या पायाखालून दिवस सरकत गेले व आपण मात्र जुनाट विचारांना चिकटून राहिलो. रमेशने केस कसे स्त्रीपार्ट्यासारखे ठेवले आहेत. पूर्वी तसे केस भांडी घासणारे रामागडी आणि विहिरीत पडलेल्या बिंदगे-घागरी काढणारे जांगळी लोक तेवढेच ठेवत असत. शांतारामला तर विजार घालून खाली बसता येत नाही. त्यांची मुले पुढे कसले कपडे घालतील? शिंप्याकडून अंगावरच कपडे शिवून घेतील, की वाघ रंगवल्याप्रमाणे अंगावर कपडे न घालता कपड्याची चित्रेच रंगवून घेतील?

''हे पाहा मधूकाका,'' डॉक्टर अवघडल्या आवाजात म्हणाला, ''आता तुम्हांला चांगली विश्रांती पाहिजे, म्हणून मी आता तुम्हांला जर्मन मिशन हॉस्पिटलमध्ये घेऊन जाणार आहे. तिथली माणसं किती प्रेमळ आहेत हे तुम्हांला माहीत आहेच. आता तर तुमच्या जुन्या ओळखीचे डॉक्टर देशपांडे देखील आले आहेत. रमेश, शांताराम आळीपाळीने येऊन जातील. शिवाय जरूर पडलीच तर मी देखील आहेच.''

मधूकाकांनी समजूतदारपणे मान हलवली. पण ते म्हणाले, ''पण अक्षय्यतृतीयेनंतर जाता येणार नाही? एकदा घराचा मुहूर्त झाला की हॉस्पिटलमध्येच काय, माझ्या खऱ्या घरीच पोचव!'' त्यांनी थोडे हसण्याचा प्रयत्न केला.

''छे छे! आता बिलकूल वेळ नको! मी मघाशीच तुम्हांला सरळ तिकडेच घेऊन जाणार होतो माझ्या गाडीतून.''

''मला किती दिवस राहावं लागेल या खेपेला?''

इतका वेळ उचलून धरलेला डॉक्टराचा उत्साह मावळला व अस्वस्थपणे त्याने रमेश-शांतारामकडे पाहिले; पण ते दोघेही आखडून राहिलेले पाहून तो म्हणाला, ''तसं काही तुम्हांला झालेलं नाही; पण तुम्हाला विश्रांती हवी. राहावं लागेल महिना-दोन महिने. तिथं तुम्हांला अगदी घरच्यासारखं वाटेल. गेल्या खेपेला संजाना नर्सनं तुमची किती काळजी घेतली होती, माहीत आहे ना?''

गेल्या खेपेला फार तर आठवडाभर राहावे लागेल म्हणताना बक्कळ महिनाभर राहावे लागले होते. म्हणजे त्या हिशेबाने आता चारआठ महिने तरी पाहायला नको. तेवढ्यात घर पुरे होऊन जाईल. पण देव्हारा ठेवण्याची जागा आपण सांगितल्याप्रमाणेच होईल ना? झोपाळा सोप्यावर लावायचा हे त्यांच्या ध्यानात राहील ना? संजाना नर्सने मात्र मधूकाकांना फार आतड्याने वागवले होते हे खरे. ती मालतीच्याच वयाची होती. मालतीला आता दोन मुले झाली होती व हनुवटीखाली गादी वाढली होती. संजानाला कुणी नातलग नव्हते. ती हॉस्पिटलच्या आवारातच राहत असे. तिला त्या ठिकाणी येऊन आठ वर्षे झाली होती; पण तिच्या नावाने कधी एकही पत्र आले नाही असे वॉर्डबॉय म्हणत होता. ती तास न् तास एकटीच बसून असे. महिनाभरात एकंदरीने ती

चारसहा वाक्ये बोलली असेलनसेल. पण ती चहाचा कप देखील असा पुढे करीत असे, की तो त्यांनी प्यावाच, असा त्यात प्रेमळ आग्रह असे. वारा थांबवण्यासाठी खिडकी बंद करण्याचे साधे काम देखील ती इतक्या आपुलकीच्या नीटनेटकेपणाने करीत असे, की पडल्यापडल्या मधूकाकांना वाटे : खिडक्या कराव्यात कशासाठी? प्रकाश किंवा हवा येण्यासाठी? – छट्! तर त्या संजानाने झाकाव्यात म्हणून! ते तिच्याविषयी अनेकदा विचार करीत. त्यांना वाटे, ही कुणाची तरी चांगली बहीण, बायको झाली असती. हिच्यामुळे कुणाच्या तरी आयुष्याला घरपण आले असते. मग ही अशी एकटीच का? आपुलकीसाठी हजार माणसे जीव टाकत असतात. मग ही इकडे अशी एकाकी का वठून जाते आहे? मालतीला दोन मुले आहेत; पण ती त्यांना कुठेतरी जावेकडे, नणंदेकडे आदळून गावे हिंडते, नाटक-सिनेमा पाहते, क्लबात जाते, माती-मसण. ती मुले संजानाला का लाभली नाहीत? मातीवर मीठ पडावे आणि बी खडकावर पडून वाया जावे, असे उफराटेच का घडत जाते?

आता माई बॅग भरत होत्या. त्यांची इकडून तिकडे चाललेली धडपड, दोरीवरून कपडे काढलेले, भांडी उचलल्याचे आवाज – हे सारे बाहेर ऐकू येत होते. शांताराम आत गेला व चिडून म्हणाला, ''झालं की नाही अजून? अगदी जरूर आहे तेवढंच घे. हॉस्पिटलमध्ये काय घर थाटायचं आहे? आणखी काही लागलंच तर आम्ही कुणीतरी येत असतोच की! मधाची बाटली, सूतशेखरची मात्रा – हे सारं करायचं काय घेऊन?''

माई खुळ्याप्रमाणे पाहत बॅगेशेजारी बसल्या. ''असलं एकदम जायचं म्हणताच मला काही काही सुचेनासंच झालं आहे बघ. ही दुसरी खेप. माझे हातपाय गेले!'' त्या हताशपणे म्हणाल्या व हुंदके देऊ लागल्या.

बाहेर मधूकाका एकदम कळवळले व त्यांनी डोळे मिटून घेतले. या घरात आल्यापासून ती आपल्या जोडव्यांचा देखील आवाज करू न देता आपल्याबरोबर वणावणा चालत आली. विस्तव थंड आहे असे आपण म्हटले असते तर तिने समजूतदारपणे मान हलवली असती. समजा... समजाच पुढे काहीतरी झाले... त्यांना तो विचार नकोसा वाटला. 'जरुरीपुरते घे' म्हणजे काय? कुणाच्या जरुरीपुरते? मला काय जरूर आहे हे कुणी मलाच का विचारीत नाही? माझ्या गरजा तुम्हांला काय माहीत आहेत? मला देव्हाऱ्यातील पारदर्शक, गुळगुळीत बाण घ्यायचा आहे. आपल्या लहानपणापासून तो देव्हाऱ्यात आहे. त्याला हात लावायला मिळावा म्हणून तर मी अनेकदा देवपूजा करण्याचा हट्ट धरला. रमेशने, शांतारामने कधी देवांवर पाणी देखील ओतले नाही आणि आता यापुढे ते घडणारही नाही. मालतीकडे तर म्हणे देवच नाहीत. लग्नात नेलेला बाळकृष्ण देखील तिने मोडीत घातला असेल. नंतर माळ्यावरच्या पेटीतील जुने मोरपीस मला हवे आहे. आपण मोरपीस हवे असे म्हणताच जेवण सोडून दादांनी सारा बाजार धुंडाळला व ते पीस आणून दिले. नमस्कार घालण्याच्या स्पर्धेत

मिळालेला रेशमी बांधणीचा 'दासबोध' हवा. शिवाय टवके उडून आता पिवळा पडलेला आईचा फोटो तर बिलकूल विसरायचा नाही. तिचा तो एकुलता एक फोटो तिच्या लग्नात घेतला होता. त्यानंतर ती कधी फोटोला बसलीच नाही. ''कधीतरी नातवंडांनी बघावा म्हणून मी हा झालं तरी काढून घेतला, इतकंच. वरचेवर फोटोला बसायला मी काय सांगलीची महाराणी आहे होय?'' ती हसून म्हणायची. साऱ्या आयुष्यभर तिला सांगलीच्या महाराणीपेक्षा कुणी मोठे आढळलेच नाही. मधूकाकांनी तो फोटो एकदा कौतुकाने मालतीला दाखवला होता. आई सारी हातभर उंच, समईएवढी होती. नऊवारी लुगडे, कमरेला चांदीचा पट्टा, कोपरापर्यंत सैल चोळी आणि दंडावर जर भरलेल्या मखमली पट्ट्या. त्यात भर म्हणजे बुगड्यांवरून आलेली साखळी घट्ट ओढून बांधलेल्या केसांत अडकवली आणि कपाळावर मोठे निःसंशय आकाराचे कुंकू! मालती व तिची मैत्रीण हसूनहसून बेजार झाल्या. त्यांच्या खांद्यांना बाह्या नव्हत्या. छातीवर लंगोटीएवढे कापड आणि झाकलेल्या अंगापेक्षा उघडे अंग जास्त. तिच्या मैत्रिणीच्या हातात तर काकणे देखील नव्हती आणि तिचे केस कुत्र्याची हजामत केल्याप्रमाणे होते. मधूकाकांनी घाईघाईने फोटो परत घेतला होता. त्या हसल्या खऱ्या, पण आई देखील त्यांना हसली असेल; पण ते देखील शांतपणे. गोकर्णाचे फूल वाऱ्याने क्षणभर दुमडावे, त्याप्रमाणे. त्या मालतीसाठी तो फोटो मागे ठेवायचा? – नाही तो आपल्याबरोबरच हवा. इजिप्तमध्ये की चीनमध्ये म्हणे माणूस मेल्यावर त्याच्या साऱ्या आवडत्या वस्तू त्याच्याबरोबरच पुरण्याची पद्धत होती. शहाणे लोक! स्नेहसंबंध निर्माण झालेल्या वस्तू सोबत आपणच न्याव्यात. आपण आहो तोपर्यंतच त्यांना प्राण. नाहीतर त्या मोडीतच की! – छट्! तो फोटो आपण जरूर नेला पाहिजे. पण आपणाला काय जरूर आहे हे कुणीच कसे आपल्याला विचारत नाही?...

माई स्वेटर घेऊन बाहेर आल्या व उगाचच हसून म्हणाल्या, ''घाला हे स्वेटर. हॉस्पिटलमध्ये जाताना थंडी होईल नाहीतर.'' त्यांचे डोळे अद्याप ओलसर होते.

शांताराम बॅग घेऊन आला. रमेशने मधूकाकांना उचलले व डॉक्टरांच्या मोटारीत ठेवले. माई त्यांच्याशेजारी अंग चोरून बसल्या. शांताराम व डॉक्टर पुढे होते. गाडी सुरू होताच मधूकाका म्हणाले, ''गाडी नव्या घराकडून घ्या.'' पण त्यांचे शब्द कुणालाच ऐकू गेले नाहीत. त्यांनी बसल्याबसल्याच जुन्या घराला नमस्कार केला. शेवटी नव्या घराला काही घरपण आले नाही. दुसऱ्याच्याच वास्तूत जन्ममृत्यू, लग्नमुंजी, सुखदुःखे यांची तोरणे लागली आणि शेवटी तेथूनही उघड्या डोळ्यांनीच बाहेर पडावे लागले. आता दोनचार महिने तरी हॉस्पिटल म्हणजेच आपले घर. आपण इमारती बांधतो इतकेच; पण आपले घर कोणते हे इतर कुणीतरीच ठरवते!

जर्मन मिशन हॉस्पिटल तेथून चौदा मैलांवर होते. गावाबाहेर येताच गर्द झाडी सुरू होत होती. तेथे हवा एकदम थंड झाली. माईंनी पदर आवळून अंग आखडून घेतले व

मधूकाकांच्या अंगावरची शाल उगाचच सारखी केली. हॉस्पिटलच्या कमानीत गाडी आली तेव्हा शुभ्र पोषाखातील दोन सेवक स्ट्रेचर घेऊन आले व मधूकाकांच्या तक्रारीकडे लक्ष न देता त्यावरून त्यांनी त्यांना आत नेले. कधी संपणारच नाही असा लांबलांब सज्जा. एका बाजूला बंद गुपचूप खोल्या. त्यांच्या बंद दरवाजांवर डोळा उमटल्याप्रमाणे वाटणारा एकेक आकडा. शेवटी त्यांची खोली आली. तिचा दरवाजा उघडा होता व तिला हॉस्पिटलचा स्वच्छ कडक वास होता. पांढऱ्या रंगवलेल्या कॉटवर मधूकाकांना झोपवण्यात आले आणि सेवक तत्पर निर्विकारपणे निघून गेले.

तोपर्यंत डॉक्टराने देशपांडे डॉक्टरांना बोलावून आणले. लांब पांढऱ्या झग्यातील देशपांडे चष्मा पुशीत, मध्येच मान हलवीत त्यांचे बोलणे ऐकत होते. खोलीत येताच त्यांनी चष्मा लावला व ते मधूकाकांजवळ आले.

"अरे मधू!" ते उत्साहाने म्हणाले, "कितीतरी महिने मी तुझ्याकडे एकदा यायची धडपड करीत होतो. आता येत्या रविवारी काही झालं तरी तुला गाठायचंच असं मी ठरवलं होतं; पण आता तूच आलास."

"होय, स्ट्रेचरवरून!" मधूकाका म्हणाले, "एकदा चुकून पुण्याला भेटलास, ते सोडलं तर तू इथून गेल्यापासून ही पहिलीच भेट की; पण अखेर तू या ठिकाणी कसा काय?"

देशपांड्यांनी चष्मा काढला व ते हसले. पूर्वीप्रमाणेच त्यांच्या डोळ्यांच्या कोपऱ्यांना सुरकुत्या पडल्या; पण त्या आता पिकून गेलेल्या फळावरील पातळ साल चुरगळावी तशा दिसत होत्या. "ती बरीच मोठी हकिकत आहे. नंतर सांगेन कधीतरी. कुठं मी टिकलोच नाही आणि आलो परत! हं! आता बघू तुला काय झालं आहे ते!" त्यांनी चष्मा पुन्हा घातला व विषय बदलला.

"नानू, आता मला दहापंधरा दिवसांत घरी जायला होईल असं काहीतरी तुझं कौशल्य दाखव. एकदा अक्षय्यतृतीया निभावली की मी सुटलो बघ!"

देशपांडे मधूकाकांचा हात घेत म्हणाले, "बघ तरी! अरे, तुला काय धाड झाली आहे? अजून शंभर वेळा तरी आणखी नातवंडांकडून सदरे ओले करून घेतल्याखेरीज तुला कुठं जाताच येणार नाही!"

"आणखी शंभरदा काय नानू, माझा सदरा तसा कधी एकदाही ओला झाला नाही अद्याप!" इतक्या वर्षांचे अंतर नाहीसे झाल्याप्रमाणे मधूकाका म्हणाले, "अरे, मालतीनं कधी आपली मुलं आणलीच नाहीत इकडे स्वतःबरोबर."

देशपांडे डॉक्टरांना एकदम अपराधी वाटले व त्यांनी दुसरीकडे नजर वळवली. नंतर ते म्हणाले, "तू जरा वेळ झोपून राहा. यांनी एक इंजेक्शन दिलंच आहे. मी संध्याकाळनंतर एकदा येऊन जाईन. आणि हे बघ, मुख्य म्हणजे तू काळजी करीत बसू नकोस."

माई जरा अंतरावर बसून होत्या. मधूकाकांना हळूहळू हलकी अस्वस्थ झोप लागली. आईला उचलून मधूकाकांनी बाहेर आणले, त्या वेळी तिला एका हाताने उचलता येईल असे तिचे टरफल झाले होते. छापखान्यातील रुपयाला शपथ आपण हातही लावला नाही. माई जांभळ्या रेशमी पातळात फार चांगल्या दिसल्या असत्या; पण ते विकत घेण्याइतके पैसे कधी उरलेच नाहीत. दादांनी लिहून चुरगाळून टाकलेल्या कागदावर आपल्यासाठी किंवा आईसाठी काय लिहिण्याचा त्यांनी प्रयत्न केला होता? की बायको, मुलगा दोघेही किरकोळ वाटावे असे काहीतरी वादळ त्या वेळी त्यांच्या मनात होते? शेवटी लहान पिशवीतून तरी त्यांनी काय नेले? सारेच फेकून देण्याचा निश्चय केल्यावरही माणूस अखेर आपल्या जिव्हाळ्याच्या अशा कोणत्या दोनचार वस्तू निवडतो? उग्र काळ्या वासाच्या राचय्याने आपले पाटीदप्तर घरातून बाहेर अंगणात फेकले. दाबून ठेवलेला पैसा हळूहळू काढा म्हणावं बाहेर! गोगलगाईमधून एखादी ठिणगी बाहेर पडेल; पण मधूकाकांच्या हातून पै सुटायची नाही... तुम्हांला एक पेढा हवा का?... पेढा? मधूकाकांनी तशीच नुसती मान हलवली; पण तोच आवाज पुन्हा येताच त्यांनी जड झालेले डोळे प्रयत्नाने उघडले. माईंनी बॅग उघडली होती व सामान व्यवस्थितपणे शेल्फमध्ये ठेवले होते. आता त्या हातात एक लहानसा स्टीलचा डबा घेऊन कॉटपाशी उभ्या होत्या व म्हणत होत्या, ''तुम्हांला एक पेढा हवा का? नातूंच्याकडे त्यांनी थोडे पेढे दिले. मी ते तसेच आणले तुमच्यासाठी.''

मधूकाकांनी उठण्याचा प्रयत्न करीत 'नको' म्हणून सांगितले. माई लगबगीने पुढे आल्या. त्यांनी पलंगाच्या उशाला दोन उशा उभ्या करून त्यांना टेकवून बसवले व गळ्यावरून टॉवेल फिरवला.

''हा कसला आवाज होत आहे सारखा, सतत पाणी पडत असल्यासारखा?'' पुन्हा काळजीपूर्वक ऐकण्याचा प्रयत्न करीत मधूकाका म्हणाले.

''आवाज?'' माईंनी आश्चर्याने विचारले. त्यांना कसलाच आवाज ऐकू येत नव्हता; पण त्यांनी समजावणीच्या स्वरात म्हटले, ''पिंपळाचं झाड असेल कुठंतरी जवळपास. त्याच्या पानांचा आवाज पावसासारखा येतो.''

''आवाज पावसाचा नव्हे, सतत पाणी पडण्याचा!'' मधूकाका धारदार स्वरात म्हणाले व माई गप्प राहिल्या.

थोड्या वेळाने वॉर्डबॉय आला व त्याने दिवा लावला. खोली एकदम पिवळसर प्रकाशाने भरली. सारखे ओतत असलेले पाणी आता खोलीत भरले व आपण त्यात तरंगत आहो असे मधूकाकांना वाटले; पण त्यांनी माईंना तसे सांगितले नाही. खिडकीचा चौकोन काळामिट्ट होता; पण तो आपला एक लाल डोळा उघडून पाहत असल्याप्रमाणे पलीकडे दूर एका खोलीवर असलेला लाल दिवा त्यात दिसत होता. माईंनी खिडकी लावली (पण खिडकी लावावी संजानानेच!) व त्यांच्या अंगावर चादर टाकली.

‘‘अरे, ती पूर्वीची संजाना कुठं दिसत नाही?’’ मधूकाकांनी वॉर्डबॉयला विचारले.

कुणी काही विचारले की टोपी उचलून ती पुन्हा व्यवस्थित डोक्यावर ठेवण्याची त्याला सवय असावी. तसे करीत तो म्हणाला, ‘‘संजानाबाई होय? ती बाई फार आतल्या गाठीची निघाली, नव्हं का?’’

चमकून मधूकाका त्याच्याकडे वळले व त्यांनी विचारले, ‘‘होय? काय केलं तिनं?’’

थोडी निराशाच दाखवत तो म्हणाला, ‘‘केलं नाही काही तिनं; पण आपल्या आईला महारोग झाला होता हे तिनं सांगावं की नाही? तर नाहीच! मग तिची माहिती असलेला एक पेशंट आला आणि मग सारं बाहेर पडलं. इतकी वर्षं तिनं पत्ता लागू दिला नव्हता; पण साहेब, असल्या गोष्टी कधी झाकून राहतात होय? मग तिच्या हातचं पाणी प्यायला कोणी तयार होईना! ती राहिली तर आम्ही निघालो म्हणून सगळे ओरडायला लागले. डॉक्टरांनी किती सांगितलं म्हणता, आईबापाचा रोग मुलांना होतोच असं नाही; पण कशाला काही नाही! मग संजानाबाईच एक दिवस उठली नि बॅग घेऊन बाहेर पडली. हणमहट्टीला महारोग्यांचा आश्रम आहे नव्हे? तिथं आहे म्हणे ती आता. तिथं कसला पगार मिळणार देव जाणे! जाताना संजानाबाईनं मला एक चादर आणि पाच रुपये दिले. मी तिची चादर वापरणार होय? मी ती भंग्याला देऊन टाकली.’’

‘‘आणि त्या पाच रुपयांचं काय केलंस?’’ माईंनी मध्येच विचारले.

‘‘रुपयांचं होय? अहो, नोटेला कसला रोग होणार? तिच्यावर थोडी बोरीक पावडर टाकली नि खपवली एका दुकानात. मग पुढं दुकानदार जाणे, त्याचं गिऱ्हाईक जाणे!’’ टोपी उचलून पुन्हा खाली ठेवीत तो हुशारीने हसला व निघून गेला.

शेवटी नर्स म्हणून का होईना, संजाना महारोग्यांच्या आश्रमात गेली. आता तिचे उरलेले दरवाजे देखील बंद झाले. शेवटी तिचे घर असले ठरले. तेथून तिला कुणी हाकलणार नाही. त्या ठिकाणी आपण होऊन कुणी येणार नाही. आतून फेकलेले फोटो अंगणात पडून फुटणार नाहीत. काळ्या वासाचा राचय्या बाहेरून येऊन शिराळशेटप्रमाणे झोपाळ्यावर बसणार नाही...

मधूकाका उशावरून हलकेच खाली सरकले. ‘‘नानू आला म्हणजे हा सारखा आवाज कसला होत आहे हे विचारलं पाहिजे.’’ ते म्हणाले. त्यांना आता पुन्हा थकल्यासारखे वाटू लागले. खोलीतील प्रकाश फार उकळता आहे, बाहेर माणसे फार जोरात बोलत आहेत अशी त्यांना सारखी त्रासिक जाणीव होऊ लागली आणि पडणाऱ्या पाण्याचा आवाज तर जास्तच वाढू लागला होता. मध्येच त्यांनी तिरप्या नजरेने दरवाजातून बाहेर पाहिले. आतापर्यंत एकदादोनदा अस्पष्ट दिसलेली व्यक्ती अद्याप तेथेच होती व कठड्याला टेकून पाठमोरी उभी होती.

‘‘दारात बराच वेळ कोण आहे जरा बघून ये,’’ ते माईंना हळूच म्हणाले.

त्या बावरून पाहत राहिल्या. दारात कुणीच नव्हते; पण त्या तशाच उभ्या राहिल्या हे पाहून मधूकाका एकदम चिडले; पण तोच ती व्यक्तीच आत आलेली पाहून त्यांनी स्वतःला सावरले. ते सुखावले व एकदम हसू लागले. ते म्हणाले, ''मी तुम्हांला मागून देखील ओळखलं होतं दादा! तुम्ही आलात ते बरं झालं. मी घर बांधलं आहे. आपल्या वाड्यासारखं नाही; पण प्रशस्त, स्वतःचं. मी आईला म्हटलंच होतं, लंगोटी घालून आयुष्य काढीन; पण स्वतःचं घर बांधीन! तुम्ही पाहा तरी. तुम्हांलाही आवडेल...''

दादांनी ओठ हलवले; पण ते काय म्हणाले हे मधूकाकांना ऐकू आले नाही. प्रचंड प्रवाह पडत असल्याचा आवाज इतका वाढला, की सारे आवाज त्यात शोषून जात होते. दादा वळून निघून जाताच मधूकाकांनी दमून डोळे झाकून घेतले व एक निःश्वास सोडीत ते म्हणाले, ''दादा काहीतरी म्हणाले, ते तुला तरी ऐकू आलं का?''

माई भेदरून जाऊन दारात उभ्या राहिल्या. या वेळी शांताराम अगर देशपांडे डॉक्टर कुणीच कसे येत नाही असे त्यांना वाटू लागले व त्यांचा धीर सुटत चालला. त्यांना एकदा वाटले, त्यांना झोप लागली आहे तोपर्यंत चटकन जावे व देशपांड्यांनाच बोलावून आणावे!

पण खोलीबाहेर पडताच त्यांचे पाय निर्जीव झाले. खोल्यांसमोरील सज्जात दिवे होते; पण तो लांबलचक पट्टा सोडला, तर बाहेर सारे काळेमिट्ट होते आणि त्यातून कुणीतरी टपून हालचाल करीत असल्याप्रमाणे पावलांचा व झुडपांचा अस्पष्ट आवाज ऐकू येत होता. त्या आत आल्या व खुर्चीवर अंग चोरून बसल्या. शांताराम तरी कुठे आहे? गेला असेल तर सांगून का गेला नाही?

मग त्यांना आपल्याला फार भूक लागली आहे, दिवसभर आपण काही खाल्ले नाही, हे आठवले. त्यांनी स्टीलचा डबा उघडला व त्यातील एक पेढा उचलला; पण तो खाण्याचा विचार येताच त्या थांबल्या. त्यांना वाटले, एखाद्या वॉर्डबॉयने पाहिले तर तो काय सांगत सुटेल? ती बाई देखील आतल्या गाठीचीच निघाली. शुश्रूषा करायला म्हणून आली आणि चोरून पेढे खात बसली! समोरची खिडकी बंद होती; पण काचेतून दिसणारा लाल दिवा पहारा करीत होता. वॉर्डबॉय नाही तरी तो लाल दिवा तर खासच चहाडी करणार! शिवाय मधूकाकांनी त्यांतला अर्धा पेढा देखील घेतला नव्हता. त्यांच्या आधी आपण कधीच काही खाल्ले नाही. ती गोष्ट आता करायची आणि ती देखील त्यांचे मन भरकटत असता?...

त्या उठल्या व त्यांनी मधूकाकांना पुन्हा ''एक पेढा हवा का?'' असे विचारले. ते जागे होते. त्यांनी डोळे उघडले व नको म्हणून सांगितले. माई मुकाट्याने परत आल्या. आपण त्यांना पेढा विचारला तो त्यांच्यासाठी नव्हे, तर त्यांनी घेतला असता तर आपणालाही एक खाता आला असता एवढ्यासाठी, हे उमजून त्यांना अतिशय शरम वाटली व त्यांनी डबा झाकून पुन्हा बॅगेत ठेवला.

आता शांतारामला घेऊन डॉक्टरांना येताना पाहिल्यावर त्यांच्या मनावरील अवजड भार एकदम नाहीसा झाल्याप्रमाणे झाले. डॉक्टरांनी हातातील कुणाच्यातरी एक्स-रेचे पाकीट खुर्चीवर ठेवले. माई उत्साहाने मधूकाकांजवळ आल्या व म्हणाल्या, ''डॉक्टर आले आहेत.''

''म्हणजे आपला बच्चा डॉक्टर अद्याप घरी गेलाच नाही की काय?'' मधूकाकांनी आश्चर्याने विचारले.

''ते डॉक्टर नव्हेत. आपले देशपांडे डॉक्टर.''

''मग तसं सांग की,'' हसून मधूकाका म्हणाले, ''नानू म्हणजे मला डॉक्टर वाटतच नाही.''

देशपांडे देखील थोडे हसले. ''अरे तुलाच काय, इतर अनेक ठिकाणी देखील मी कुणाला डॉक्टर वाटलोच नाही!'' ते म्हणाले. डोळ्यांजवळ थकलेल्या सुरकुत्या दिसल्या. खांदे जास्तच दुमडले. ''हं! आता काय म्हणतोस? झोप लागली होती ना? तुला स्वस्थचित्तानं थोडी विश्रांती हवी, इतकंच.''

मधूकाका क्षणभर गप्प होते. थोडा विचार करून ते म्हणाले, ''इथं पाणी पडत असल्याचा मधून कसला आवाज येतो?''

डॉक्टरांनी विचार करीत असल्याप्रमाणे भुवया उंचावल्या व माईंकडे पाहिले. त्यांना उमगले व ते म्हणाले, ''हो. तो आवाज होय? टाकीतलं पाणी कुणीतरी सोडलं असेल. तुला रात्रीचं खाणं म्हणजे –''

''त्या समोरच्या घरात कोण राहतं? तिथं लाल दिवा का आहे मघापासून?''

''त्या ठिकाणी मोठी विहीर आहे आणि पंप नि मशिनसाठी दोन खोल्या बांधल्या आहेत. पूर्वी त्या ठिकाणी लहान शेड होतंच. अलीकडेच त्या खोल्या होऊन त्यांवर लाल दिवा बसवला आहे. त्या ठिकाणी कोण कशाला राहायला बसलं आहे? विहीर चांगली शंभर फूट खोल आहे. पूर्वी इथं सगळी शेतवाडीच होती. ती जुनी विहीर तशीच ठेवली आहे.'' मधूकाका गप्प झाले. डॉक्टर माई-शांतारामकडे वळले. शांताराम त्यांच्याबरोबर बोलत बाहेर पडला व डॉक्टर आल्यामुळे उजळलेल्या माई पुन्हा पारोशासारख्या बसल्या.

बाहेर मोटरसायकलचा आवाज होताच त्यांनी आशेने पाहिले. रमेशच आला होता. येताना त्याने दोघांसाठी तात्पुरते अंथरूण व थोडे जेवण आणले होते. तो आत येताच माईंनी त्याला एकदम मिठी मारली व त्या हुंदके देऊ लागल्या. ''त्यांचं मन भ्रमिष्टासारखं झालं आहे रे! ते आपल्या दादांशी बोलतात मधूनमधून.''

''असं काय करतेस तू देखील वेड्यासारखं? तो शांताराम तसला! त्याला घरी जा म्हटलं तर त्याला त्याची तयारी नाही. इकडे खोलीकडे यायचं म्हणजे बरोबर डॉक्टर असल्याखेरीज यायचं धैर्य नाही. मी गेल्यापासून म्हणे तो कमानीत खांबासारखा गप्प

बसून आहे.'' त्याने माईंना खोलीत नेऊन बसवले व रगाची घडी करून मधूकाकांच्या पायथ्याशी ठेवली. त्यांनी डोळे उघडून पाहिले; पण रमेशला पाहताच त्यांनी मान वळवली आणि ते कुशीवर फिरले.

पण रमेश गुडघ्यांवर हात ठेवून कॉटवरच कडेला बसला व म्हणाला, ''काका, मी एक मुद्दाम सांगायला आलो होतो. काल मी तुम्हांला लग्नाविषयी सांगितलं ना, त्यावर मी खूप विचार केला. नंतर मी निराळंच ठरवलं. मी ते लग्न रद्द केलं आहे. तेव्हा आता नसती काळजी करू नका. चांगली विश्रांती घ्या. मग पुढचं पुढं पाहू.'' मधूकाका ऐकत राहिले; पण ते काही बोलले नाहीत. रमेश उठला व माईंना म्हणाला, ''शांतारामला पाठवून देतो. त्याचं जेवण होईल नि आज तो इथंच राहील.''

तो गेल्यावर मधूकाका एकदम उठून बसले व टाळी वाजवून हसू लागले. माई उठून घाबरून पाहू लागल्या, तेव्हा ते म्हणाले, ''असं बघत काय राहिलीस वेड्यासारखं? तुझ्याकडे पेढे आहेत ना? काढ आता ते बाहेर!''

माईंनी बावरून डबा काढला व त्यांच्या हातात दिला. मधूकाकांनी एक मोडून त्यांना दिला व दुसरा तुकडा आपल्या हातातच ठेवून ते म्हणाले, ''घे तो पेढा. फार आनंदाची बातमी आहे. रमेशचं लग्न मोडलं!'' आणि ते प्रसन्नपणे हसले. डोळ्यांच्या बाजूला कपाळ बोटांनी चेपल्याप्रमाणे खोलगट झाले होते; पण मधूकाकांच्या थकलेल्या चेहऱ्यावर डोळे मात्र तापल्याप्रमाणे उजळ वाटत होते. त्याच वेळी देशपांडे डॉक्टर लगबगीने आत आले व हसत म्हणाले, ''एक दिवस मी माझे हातपायच कुठंतरी विसरणार बघ! मघाशी मी एक्स-रेचं पाकीट इथंच विसरून गेलो की!'' परंतु माई, मधूकाका यांच्याकडे पाहताच ते एकदम थांबले व त्यांचे हसणे नाहीसे झाले. ''काय झालं रे मधू?'' त्यांनी जवळ येत विचारले.

''काय झालं म्हणून काय विचारतोस नानू?'' मधूकाका उत्साहाने म्हणाले, ''झालं ते फार उत्तम झालं आहे! – ए वेंधळे! काढ आणखी एक पेढा आणि दे नानूला! नानू, फार चांगली बातमी समजली! आता कशाला राहतो मी इथं तुझ्या तुरुंगात? अरे, रमेशनं खुळ्यासारखं आपलं लग्न ठरवलं होतं. ते लग्न त्यानं आपण होऊनच मोडलं. म्हणून हा पेढा!''

पेढा हातात तसाच ठेवून डॉक्टर खाली मान घालून बाहेर गेले. माईंनी आपला अर्धा पेढा तसाच डब्यात टाकला व त्या हताशपणे बॅगवर बसल्या. मधूकाकांनी हळूच बाहेर पाहिले व म्हटले, ''दादा, आता आत या. मघाशी मी तुम्हांला बसा म्हणालो नाही, कारण मग तुम्ही मला माझ्या मुलाविषयी विचारणार हे मला माहीत होतं. मी काय सांगणार? पण आता बघा, रमेशचं लग्न बारगळलं. तसा तो शहाणा आहे. पण आधी पेढा तर घ्या! मग सांगतो सारं काही!'' बसल्याबसल्याच मधूकाकांनी हात पुढे करून हातातला अर्धा पेढा हवेत ठेवला, तेव्हा तो टपकन खाली फरशीवर पडला. मधूकाका

पुन्हा सावकाश अंथरुणावर पडले. त्यांनी चादर गळ्यापर्यंत ओढून घेतली, तेव्हाही त्यांच्या चेहऱ्यावर हसू होते.

डॉक्टर खोलीतून बाहेर पडले व त्यांनी पेढा एका वॉर्डबॉयला देऊन टाकला. ते खांदे दुमडून चालत; पण आता त्यांची छाती उगाचच थोडी रुंदावली. रमेश चांगला शिकलेला आहे. त्याचे लग्न मोडले आहे. मग ललितविषयी त्याला का विचारून बघू नये? तिचा उजवा हात लुळा आहे खरा; पण ती डाव्या हाताने सुरेख लिहिते. ती नीटनेटकी आहे. घरात रमणारी आहे. मग रमेशला तिच्याबद्दल का विचारू नये? जवळजवळ गोठून गेलेली त्यांची आशा पुन्हा एकदा थरथरली. ते सज्जात पुढे आले. तेथे रमेश त्यांच्याविषयीच कुणापाशी तरी चौकशी करीत होता. देशपांडे डॉक्टर त्याच्यापाशी गेले व आपुलकीने त्याच्या खांद्यावर हात ठेवत म्हणाले, "तुझं लग्न मोडलं म्हणे! तुझे वडील तर फार खूष आहेत. त्यांनी मला त्याबद्दल एक पेढा देखील दिला. काय भानगड आहे ही?"

रमेशला प्रथम काय बोलावे हे समजेना. तो गोंधळून म्हणाला, "डॉक्टर, खरं सांगू? लग्न मोडलं वगैरे काही नाही. आम्ही ते दोनचार महिने पुढं ढकललं आहे इतकंच. काकांची प्रकृती – ती तर तुम्ही पाहिलीच. ते अगदी मनस्ताप करून घेतात. त्यांचा या लग्नाला पूर्ण विरोध आहे. कारण ती मुलगी परजातीची आहे. मी तिला सारी परिस्थिती समजावून सांगितली आणि ती चांगली समजूतदार आहे. तिलाही ते पटलं. दोनचार महिन्यांनी आम्हांला काय फरक होणार आहे? पण काकांना मात्र त्यामुळं बरं वाटेल. तुम्ही मात्र त्यांना यातलं काही सांगू नका."

डॉक्टरांनी सारे समजल्याप्रमाणे मान हलवली व एक निःश्वास सोडला. नाहीतरी रमेशसारख्या तरुणाने ललितला स्वीकारलेच नसते असे त्यांना वाटले. इतक्या ठिकाणी विचारले, आणखी एकदा, एवढेच! डॉक्टरांचे खांदे पुन्हा दुमडले व त्यांनी अंगावरचा लांब झगा बावळटपणे पुढे ताणला. ते थोडे पुढे गेले व तेथील बाकावर बसले. रमेशचा देखील तिकडे जायचा विचार होता; पण तो मध्येच थांबला व पाहतच राहिला. समोरून माई येत आहेत हे पाहून त्याला एकदम काळजी वाटली व त्याने विचारले,

"तू का आलीस? काय झालं आई?"

"शांताराम आहे खोलीत. तो थोडं खाऊन घेत आहे," त्या शांतपणे म्हणाल्या, "आणि लग्न मोडल्याचं तू हे काय नवीन काढलं आहेस?"

"त्याचं असं आहे आई –" रमेश सांगू लागला.

मग माईंनी त्याला निक्षून थांबवून म्हटले, "ते काही नाही! तू ठरवलेल्या मुलीशीच हे लग्न झालं पाहिजे! असू दे ती परक्या धर्माची. हे बघ रमेश, या खेपेला मी त्यांचं लक्षण ओळखलं आहे. त्यांना अधूनमधून भ्रम होत आहे. आत्ताच त्यांनी आपल्या दादांना देखील पेढा दिला. आता त्यांची फारशी आशा दिसत नाही. स्वतःला आता फसवून

करायचंय काय? डॉक्टरांनी तुम्हांला आधीच सांगितलं असलं पाहिजे. मला तुम्ही ते सांगितलं नाही म्हणून काय झालं? तो शांताराम तर खचल्यासारखा बसून आहे. काही विचारलं तर लक्ष न देता नुसती मान हलवतो, तू आपलं लग्न मोडून बसलास. असली कसली रे तुम्ही पाठमोडकी पोरं? आता एक ऐकून घे. मीच आता आजपासून घरातली कर्ती झाले असं समज आणि चांड्यासारखा मध्येच बोलू नकोस. कसली अडचण आली आहे तुझ्या लग्नात? त्यांचं तर संपत आल्यासारखंच आहे. माझी देखील तू काळजी करू नकोस. पापड-सांडगे करून मी विकले, तरी मी आयुष्य काढू शकेन. हत्ती गेला आणि शेपूट उरलं, त्याचं काय आहे एवढं विशेष? तेव्हा तू निवडलेल्या मुलीशीच तू लग्न कर! बाकीचे लोक गेले खड्ड्यात! मग पुढं तुझ्या मुलीला देखील खूप शिकव. तिला पाणोठ्यावरल्या केळीसारखं सुखावून मोकळेपणानं वाढू देत. तुला एक तरी मुलगी होणारच. करायचे काय नुसते उंडगेदांडगे मुलगे होऊन? तिला गायन शिकायचं असेल तर जरूर शिकव. तिला टेनिस खेळू दे. हवं तर तिला विलायतला पाठव. एखादी मुलगी चांगली शिकलीसवरली, कापसाच्या बोंडासारखी वाढली की अशी काय आग लावून जाणार आहे, की त्यात सगळी तुमची देवळं जळून जातील? मला संस्कृत पाठांतरासाठी एकदा चांदीचा करंडा बक्षीस मिळाला होता, मला पोहायला येतं, हे तुला माहीत आहे?''

''आई, तुला पोहायला?'' रमेशने बावळटपणाने विचारले व तो खुळ्यासारखा पाहतच राहिला.

माईंनी शांतपणे मान हलवली. ''होय, मला पोहायला येतं. मी नदीकाठच्या गावातली मुलगी. शेताजवळच्या नदीत मला मामांनी पोहायला शिकवलं. मी एक माणूस आहे हे तुम्हांला कधी आठवलंच नाही. त्याविषयी बोलावं असं तुम्हांला वाटलंच नाही. परंतु लग्न झाल्यावर अंगाला वाहतं पाणी लागलं नाही, कारण मग संस्कार आड आले. लग्नानंतर आम्ही एकदाच जोडीनं बाहेर पडलो होतो आणि ते देखील मुरलीधराच्या देवळात जाण्यासाठी. आम्ही परतलो तेव्हा पाचसात वात्रट पोरं आमच्या मागं 'लेडा लेडी' म्हणत ओरडत घरापर्यंत आली. घरी आल्यावर हे मला म्हणाले, 'आपण दोघं मिळून कुठं न गेलेलंच बरं. कुठं लोकांशी भांडत बसायचं? आणि ती फुलाफुलांची शाल देखील तू वापरू नकोस. डोळ्यांवर आल्यासारखं होतं ते!' तेव्हापासून मी सारं कायमचं ठरवून टाकलं. त्यांना ते आवडे म्हणून मी उपासतापास केले, तुळशीपुढं दिवा लावला, एकशेआठ बेल वाहिले. मी स्वतःला विझवूनच टाकलं म्हणेनास! हां! मी त्यांना दोष देत नाही. त्यांच्यासारखं आतडं असलेलं माणूस मिळायला कुंडलीत पन्नास ग्रह असावे लागतात! त्यांनी कायकाय भोगलं, पाहिलं याची इतरांना काय कल्पना असणार? आणि मग कोण कुणाला दोष देणार? त्यांना ईर्ष्या नव्हती असंही नाही. ती तर त्यांना फार होती. तिच्यासाठी त्यांनी अनेकदा आपलं मन मारलेलं मी पाहिलं आहे. पण ती सारी त्या घरात मुरून गेली होती. डोळे म्हणजे खिडक्या

व्हाव्यात, हातपाय खांब व्हावेत, इतके ते त्यात बुडाले होते. आता शिवलीलामृताचंच उदाहरण घे. त्या कथा मी फार आवडीनं वाचे. काही वेळा तर पुढं वाचवू नये असा माझा गळा भरून येत असे. आणि ते शब्द तरी किती माहेर घरगुतीपणानं येतात, माहीत आहे? बोटांतून झरझर रांगोळी पडत जावी अगर गाईला पान्हा फुटावा तसे कथांना शब्द येत जातात. तसंच मला समयांचा प्रकाश फार आवडतो. समई लावली, की वाटतं, माहेरी कावळ्याकडून निरोप पाठवून उत्तराची वाट पाहत बसलेल्या एखाद्या नव्या सासुरवासिणीची एखादी ओवी स्वतःशीच म्हणावी. पण तेवढ्यामुळं तुम्ही देखील त्या प्रकाशात आंधळं व्हावं, अगर तुझ्या बायकोनं शिवलीलामृताचा दररोज रतीब घालावा असं मी कधीच म्हणणार नाही. संस्कार-संस्कार म्हणून आपण ऊर बडवतो इतकंच! त्याच्यामुळं मी देखील काही कमी भोगलं नाही. गावात कुठला एक मसणा लठ्ठ स्वामी आला होता. त्याची पाद्यपूजा करून त्याच्या डोंबलावर आम्ही पंचवीस रुपये घातले नाहीत, म्हणून अण्णांच्या वर्षश्राद्धाला आम्हांला एक माणूस मिळालं नाही. त्यांची मढी गेली ओढ्यावर! माझ्या थोरल्या बहिणीचं लग्न झाल्यावर आठवड्यातच तिचा नवरा मेला. तर तिला सोवळी करीपर्यंत रात्री आमच्या घरावर सतत दगड पडत होते, हे तुला माहीत आहे? कडेपाट असलेल्या खोलीत आम्ही रात्रभर अंग चोरून झोपायचा प्रयत्न करत असू. शेवटी आईचा धीर सुटला आणि ती मोडून गेली. लग्न झालं काय, केस गेले काय – हे सारं बहिणीला समजलं तरी की नाही कुणास ठाऊक! आज आठवलं की पोटात आग पडते बघ माझ्या! आता तू असला दिवटा निघालास की सोन्यासारखं लग्न मोडून बसलास भोपळ्या!''

रमेशचे अंग थरकले व तो माईकडे पाहतच राहिला. ही आई निराळी होती. आपणाला माहीत असलेली आई निराळी! घरी यायला उशीर झाला की अन्न शेगडीवर ठेवून वाट पाहणारी; खिशात न विसरता हातरुमाल ठेवणारी! शांताराम कपड्यांच्या बाबतीत अतिशय गबाळा; पण त्याची हरवलेली बटणे आईने काढून व्यवस्थित ठेवलेली असायची. त्याचे डोळे उन्हाळ्यात फार तळावत. त्यामुळे तो गुदगुल्यांनी हैराण होत असता त्याला दाबून बसवून त्याच्या पायांचे तळवे तेल लावून वाटीने ती चोळत असे. मधूकाका बाहेर जात असता त्यांच्या खिशात चिल्लर तीच ठेवत असे. त्यांच्या आईची तिथी नेमकी लक्षात ठेवून तीच अळू-केळीची पाने आदल्या रात्रीच आणून ठेवत असे. त्यांच्या वाढदिवशी त्यांना आवडणारा वांगीभात ती न विसरता करीत असे. तिच्याविषयी सारे आठवते, ते तिने आमच्यासाठी हे केले, ते केले म्हणूनच! पण ती खरी कोण आहे हे मात्र कधी सुद्धा आपल्याला जाणवले नाही. तुरुंगातल्या कैद्यांना एक स्वतंत्र आकडा तरी असतो; पण ही नुसती एक आई, एक बायको – बस्स! हजार बायका, हजार आया. त्यांतील एक! इतक्या वर्षांत तिला पोहता येते ही साधी गोष्ट देखील तिच्याविषयी आपल्याला समजली नाही याची त्याला अतिशय शरम वाटली व त्याला शब्द फुटेना.

“तो शांताराम! वैतागानं कुठंतरी बिळात जाऊन बसायला तयार झाला आहे. सारं मन मारून मी तुम्हा लांडग्यांना वाढवलं ते असं चिंध्यांसारखं फेकून द्यायला, लोकांनी तुडवायला होय रे? त्याला म्हणावं, तुला जो काही धंदा करायचा आहे तो कर. दिल्लीला कर अगर काशी-रामेश्वरला कर! घराची किंमत सहज अठरावीस हजार होईल. कुणीही सुडका त्यावर डोळे झाकून दहा हजार रुपये देईल. त्याला नंतर सारं समजावून सांग आणि नंतर बघ माझ्याकडं असं मेंढ्यासारखं!”

माईंचे लक्ष एकदम काकांच्या खोलीकडे गेले. दारात उभे राहून शांताराम खुणेनेच त्यांना हाक मारत होता. माईंनी स्वतःला सावरले व पदर अंगाभोवती लपेटून त्या खोलीकडे गेल्या. त्या आत गेल्यावर शांताराम आला व रमेशसमोर कठड्याला टेकून उभा राहिला.

“इथं बसू नको म्हणाले काका. आईलाच पाठव, गौरीलाच खोलीत बसू दे, म्हणून त्यांनी स्पष्टपणं सांगितलं,” तो शून्यपणे म्हणाला.

देशपांडे डॉक्टर सारा वेळ बाकावर शांतपणे बसले होते. त्यांनी रमेशला म्हटले, “पण तुमच्या आईचं नाव जानकी आहे ना रे रमेश? मधूनंच एकदा तसं मला सांगितल्याचं आठवतं.”

रमेशने ‘होय’ म्हटले. “पण का कुणास ठाऊक, कधी नावानं त्यांनी हाक मारलीच तर ते आईला गौरी म्हणतात.”

गौरी? ही कोण गौरी? डॉक्टरांना क्षणभर कुतूहल वाटले; पण ते लगेच विरून गेले. मधू पहिल्यापासूनच आतल्या गाठीचा. मनात एकेक संपुष्ट रांगेने मांडत जाईल; पण त्यातील एकही कधी कुणाला तो उघडून दाखवणार नाही!...

शांताराम रमेशला म्हणाला, “आईला सांगितलंस का लग्नाविषयी?”

“नाही. आत्ताच सांगू नये असं वाटलं. आत्ता ऐकून घ्यायची वेळ होती; बोलायची नाही. मी सकाळी सांगेन तिला सगळं. बरं, आज रात्री तू इथंच राहा. उद्याची व्यवस्था मी बघतो.” शांतारामचे त्याच्याकडे लक्ष नव्हते; पण त्याने मान हलवली.

डॉक्टर आता एकटेच बाकावर बसून राहिले. सज्ज्यातील मंद फिकट प्रकाश आता विटका कंटाळल्यासारखा दिसत होता आणि पंखांचे किडे दिव्यांभोवती गोलगोल फिरून मध्येच टपदिशी खाली पडत होते. त्यांनी खिसे चाचपून एक सिगारेट काढली. दिवसातली ही दुसरी आणि शेवटची सिगारेट. ती पूर्ण बंद करण्याचा सल्ला त्यांना मिळाला होता; पण त्यांनी ही तडजोड काढली होती. त्यांना वाटले, साऱ्या आयुष्यभर केवळ याच एका व्यसनावर आसक्तीने आपण प्रेम केले आणि आता आपण एखादे कुकर्म करीत असल्याप्रमाणे ते करण्याची पाळी आली! आपले हृदयही अगदी मेटाकुटीला आले आहे हे ललितला माहीत नाही म्हणून ठीक. ललितची इतकी स्पष्ट आठवण होताच सिगारेट तशीच धरून ते थांबले. तिचाच उजवा हात का लुळा व्हावा?

आईविना वाढलेली ही मुलगी चारचौघींप्रमाणे मार्गाला लागावी एवढीच आपली चिमूटभर अपेक्षा होती. तिने विंबल्डेन जिंकले, केंब्रिजला ती गणितात पहिली आली, तिला ऑलिंपिक पदक मिळाले असले काही देखील कधी तिच्या बाबतीत आपणाला नको होते. एक घर, आतड्याचा एक माणूस, एखाददुसरे मूल... बस्स!

पण एवढ्यालाही दुबळ्या उजव्या हाताने नकार दिला होता. तसे नसते तर, तिला आपले घर मिळून गेले असते, तर वयाचा प्रश्न बाजूला ठेवूनही कदाचित आपण धीटपणे संजानाला विचारलेही असते... पण डॉक्टरांना एकदम शरम वाटली व त्यांनी घाईघाईने सिगारेट पेटवली.

या क्षणाची वाट पाहत त्यांनी सारा दिवस ढकलत संपवला होता. पहिल्याच झुरक्याने त्यांना एकदम सैल, सुखाचे वाटले व ते बाकावर ऐसपैस बसले. आता त्यांना मोकळ्या काचेत प्रकाश भरत असल्याप्रमाणे भासू लागले. तिला एकदा तिचे घर मिळाले की मी सुटलो. मग मोडीत निघालेल्या माझ्या ठोकायंत्राची मला भीती नाही. केव्हा का बंद पडेना ते! मग शेजारी सिगारेटचे एक पूर्ण पाकीट असावे. एखादा दरबारी छबिना चौघडे-तुताऱ्या वाजवत डौलाने यावा, त्याप्रमाणे वाटणारा मालकंस टेपरेकॉर्डरवर तासभर उलगडत असावा. या दरिद्री जनतायुगात निःसंकोच सरदारी दिमाखाने चित्रे आणि लेख छापणारे 'National Geographic' किंवा 'Realities' – सारखे एखादे मासिक हातात असावे. मग बोलावणे घेऊन येणाऱ्या, तू कसाही ये. तू दार ठोठावून ये अगर आडदांडासारखा आत शीर. असल्या एका सिगारेटमधून आलास तरी चालेल – नव्हे तू तसाच ये! ते मला देखील फार आवडेल!...

सिगारेट संपली तसा तो सुखाचा क्षण देखील विझला. त्यांनी सिगारेट बाकाच्या लोखंडी पायावर चेंगरली. त्यांनी थोटूक उडवताच ते दिव्याखाली पडलेल्या किड्यांत जाऊन पडले व किड्यासारखे दिसू लागले. डॉक्टर तेथून उठले व ललितच्या उजव्या हाताने त्यांना जरबेने इशारा करून बोलावल्याप्रमाणे ते आपल्या क्वार्टर्सकडे निघाले.

ते जवळ आले तेव्हा लाल दिवा उग्र झाल्याप्रमाणे झळझळीत दिसला; पण तिकडे पाहताच त्यांच्या पोटात एकदम लकलकले व त्यांचे पायच गेले. दिव्याजवळ लाल प्रकाशात कुणीतरी उभे होते.

"ललू, इथं काय करतेस अंधारात?" त्यांनी घोगऱ्या आवाजात विचारले.

ललित दचकून भानावर आली व म्हणाली, "सजणी अद्याप बाहेर होती आणि विहिरीत काहीतरी पडल्याचा आवाज आला म्हणून मी बघायला आले. चला, आपण जाऊ."

ते तिच्याबरोबर गेले. त्यांनी दरवाजा उघडताच मांजरी त्यांच्या आधीच घरात शिरली. "सटवी कुठली!" ललित म्हणाली व तिने तिला डाव्या हाताने वर उचलून घेतले.

डॉक्टरांनी दिवा लावला. ''ललू, माझं ऐक. माझी शपथ आहे. असं एकटंदुकटं त्या विहिरीकडे पुन्हा कधीही जायचं नाही,'' ते म्हणाले; पण ललित त्यांच्याकडे सरळ पाहू लागताच त्यांचीच मान खाली गेली. त्यांनी झटकन वळून बाहेरचा दरवाजा लावला. एक दार हाताने दाबून धरून दुसऱ्या हाताने कडी लावली तरच ती बसत असे आणि तसे करायला ललितला बराच वेळ लागे. ते आत आले आणि घर नसलेल्या, घर देऊ न शकलेल्या जडपणाने खुर्चीवर बसले.

पण त्या कोऱ्या पांढऱ्या भिंतींनी मात्र त्यांच्याभोवती घर होण्याचे सराईत नाटक सुरू केले.

हंस : दिवाळी १९७४

या त्रि क

अंगातील सारी हाडे टचटचीत बाहेर दाखवणाऱ्या घोड्याला टाचा दाबत तो कसाबसा रस्ता चढून आला आणि गावाबाहेरच्या मोकळ्या मैदानावरील एका झाडाच्या सावलीत त्याने लाकडाची मोळी पसरावी त्याप्रमाणे अंग टाकले. आणखी तसेच थोडे पुढे जाणे भागच असते तर घोडाच नव्हे, तर तो स्वतः देखील श्रमाने खचून गेला असता इतका तो शिणून गेला होता. त्याच्या अंगावर पूर्वीच्या चिलखतापैकी काहीच राहिले नव्हते. त्याचे तागासारखे मळकट केस अस्ताव्यस्त झाले होते आणि चेहरा तर बराच वेळ मातीत पुरून ठेवल्यासारखा दिसत होता. साऱ्या चेहऱ्यावर जिवंत वाटत होते ते त्याचे डोळे, कारण त्याला आतापर्यंतची असीम वेदना, पराभूत झाल्याची निराशा त्या दोन वर्तुळांतच साठवणे भाग होते. परंतु त्याच्यामागून पांढऱ्या गाढवावर बसून आलेल्या ठेंगण्या माणसाचा चेहरा मात्र लाल रानफळासारखा होता व डोळ्यांत हसरी, हावरी चमक होती. दोन वेळा भरपूर खायला मिळाले की समाधानाने मोकाट वाढणारी जी माणसे असतात त्यांपैकी तो एक दिसत होता. त्याने दोरी झाडाला बांधली व गाढव चरायला सोडून तो सावलीत बसला. त्याच्या डोळ्यांवर सुखकारक झोप येऊ लागली होती, तोच त्याला भ्रमिष्ट दिसणाऱ्या मालकाने हलवले.

"हं, आता काय आणखी?" त्याने डोळे न उघडताच म्हटले, "आता गाव आलं. अंधार झाला की हळूच गावात शिरून घरात ऐसपैस झोपायचं. झालं गेलं सगळं वाहून गेलं. आता नसती नवी खाज काढत बसू नका!"

"मीच तुला विचारणार होतो, आता पुढं काय?" डॉन हताशपणे म्हणाला, "आता अंगात त्राण नाही. विशेष म्हणजे मन देखील पूर्वीप्रमाणं नेटाचं, अभंग राहिलं नाही. त्याला तडा गेला आहे आणि एकदा का मनात शंकेनं घर केलं की समोरची माशी देखील नीट मारता येत नाही. मला आता दुःख वाटतं ते अपयशाचं नाही; सगळीकडं कुचेष्टा झाली म्हणूनही नव्हे. तर माझ्या स्वप्नांचा आधार म्हणजे माझं मन, तेच आता

असं फितूर होऊन बसलं आहे याचं! माझं कुठं चुकलं बरं? अत्यंत सुंदर, सद्गुणी राजकन्येला शोधून मला तिचं बिरुद मिरवायचं होतं. या बाहूंचं शौर्य तिला अर्पण करून तिचं नाव मला चिरंतन करायचं होतं; पण एवढ्या भ्रमंतीनंतर वाट्याला काय आलं? तर सर्वत्र कुचेष्टा, गावात शिरण्यासाठी अंधाराची वाट पाहत बसण्याचा अपमान! माझं कुठं काय चुकलं?''

त्याच्या शब्दांनी सॅन्कोचा जाड चिकट चेहरा सुरकुत्यांनी विसकटला. तो म्हणाला, ''कसली राजकन्या आणि कसलं बाहूंचं शौर्य! आता जर कुणी तुझ्याकडं बघितलं तर आपण कोणत्या थडग्यातून बाहेर पडलो हे तुम्ही शोधत आहात असं त्याला वाटेल! घोडं तर अर्ध्या श्वासासाठी सारी हाडं ताणत आहे; गावापर्यंत ते टिकलं तरी नशीब! सुंदर, सद्गुणी राजकन्येविषयी तर काय बोलायचं कपाळ! खानावळीतल्या मोलकरणीला तुम्ही मारे राजकन्या समजलात. आणखी अशाच कुणासाठी मेंढ्या, पवनचक्क्या यांवर त्वेषाने चाल केलीत, सपासपा वार त्या बिचाऱ्या कातडी पिशव्यांवर हाणून सारं घर ओलं करून टाकलंत. तुमचा भ्रम काय होता माहीत आहे? तुम्ही खऱ्या तोंडानं काल्पनिक भाकरी खायची धडपड केलीत! पण मी स्वतः तुमच्यापेक्षाही जास्त मूर्ख ठरलो. एवढं ठणठणीत डोकं माझ्या खांद्यावर असताना तुमच्या खुळचट शब्दांवर भाळून मी माझं हसं करून घेतलं. मी तुमच्याबरोबर सतत भटकलोच की नाही?''

फसवल्या गेलेल्या भकास चेहऱ्याने डॉन समोर पाहत होता. निळसर आभाळात पांढरे ढग जमून पिंजल्यासारखे होत विखरून जात होते. समोरील एक झाड कसल्यातरी बिनवासाच्या फुलांनी भरून गेले होते व त्यावर ऊनसावलीचा खेळ सतत चालू होता.

''अगदी सुरुवातीला देखील तू मला भ्रमिष्टच समजत होतास, तरी तू माझ्याबरोबर आलास, भटकलास. याचं कारण म्हणजे तुला माझ्याविषयी आपुलकी होती, हे नव्हे. तर असल्या वेडपटाचं जगात काय होतं, हे तुला जवळून पाहायचं होतं आणि मग कधीतरी आपल्या नातवंडांची नाकं पुसत त्यांना माझं उदाहरण देऊन शहाणं करावयाचं होतं. होय की नाही?'' डॉन म्हणाला, ''तरी देखील तू आलास याबद्दल मी आभारी आहे. आता त्या ढगाकडं बघ, तेथे तुला त्या ठिकाणी काय दिसतं?''

सॅन्कोने एक दीर्घ निःश्वास सोडला; पण आता त्याला आकस्मिक येणाऱ्या वेड्या प्रश्नांची सवय झाली होती. ''मला एक जहाज समुद्रातून चाललेलं दिसतं,'' तो म्हणाला.

''ठीक. त्या झाडात काय दिसतं?''

आता मात्र सॅन्को एकदम कंटाळला. आपण असेच सौम्यपणे उत्तरे देत राहिलो तर जगातल्या सगळ्याच वस्तूंकडे पाहत बसावे लागणार हे त्याने ओळखले. ''झाडात काय पाहायचं? झाडासारखं झाड, त्यावर पिवळी फुलं. त्यांना घोडागाढव देखील तोंड लावत नाहीत; पण थोडे तीळ टाकून त्यांची चटणी चांगली होते.''

डॉन थोडा हसला व म्हणाला, ''मला तर ते जहाज कुठंच दिसत नाही. मला दिसतो तो भाला घेतलेला एक सैनिक. पांढऱ्या खडकाआडून तो शांतपणे कशावर तरी टपून आहे.''

''आणखी थोड्या वेळानं त्या ठिकाणी तुम्हांला हातात हात घालून नाचणारं एक तरुण जोडपे देखील दिसेल!''

''दिसेल की! अरे, तेच मी तुला सांगणार होतो,'' डॉन म्हणाला, ''आता सांग, तुझं जहाज खरं की माझा सैनिक खरा? मी त्या सैनिकावर तुटून पडण्यासाठी धावलो, तर मी जहाजामागं धावलो म्हणून तू मला हसणार. मला ती मोलकरीण राजकन्येसारखी वाटली, मद्याच्या पखाली दबा धरून बसलेल्या शिपायांसारख्या वाटल्या. आता तूच सांग, तुझं वाटणं माझ्या वाटण्यापेक्षा जास्त महत्त्वाचं का आहे? आता या झाडाचंच बघ. मला देखील ती पिवळी फुलं दिसतात; पण त्याचप्रमाणं ते झाड मला पिवळ्या कारंज्याप्रमाणं दिसतं; मातीनं आभाळाला देण्यासाठी उंचावलेल्या तुऱ्यासारखं वाटतं. पानं व फुलं एकमेकांना जुन्या आठवणी सांगत आनंदी आणि खिन्न होत आहेत म्हणून ऊन-सावली दिसत आहे, असं वाटतं. तुला हे झाड एकाच जागी रोवल्यासारखं दिसत असेल; पण मला मात्र त्याच्या अंधारातील हजारो मुळांतून पानापानापर्यंत सतत चढत असलेला रस दिसतो. कान देऊन काळजीपूर्वक ऐकलं, तर पानं झपाझपा वाढत असल्याचा आवाज देखील मला ऐकू येईल.''

''येईल की!'' मान हलवत सॅन्को म्हणाला, ''डोकं एकदा चुलीसारखं पेटलं की हिरवा सूर्यास्त दिसतो, जांभळी गाढवं दिसतात; पण एखाद्या पोरालाही माहीत आहे, की झाड म्हणजे झाड! नुसती शीळ वाजवली तरी पन्नास माणसं येतील हे शिकवायला!''

''म्हणजे तुझ्या बाजूनं पन्नास माणसं आहेत म्हणून तुझं म्हणणं बरोबर, एवढाच का तुला तुझ्या बाजूनं पुरावा आहे? किती माणसं बाजूला आली म्हणजे एखादी गोष्ट सत्य ठरते? तेवढाच जर निकष असेल, तर मी अगदी एकटा आहे किंवा मला निराळं काही दिसतं याचं मला काहीच दुःख नाही. तू एखाद्या स्त्रीचे डोळे हिऱ्यासारखे आहेत असं म्हणतोस; म्हणजे तू तसं कधी म्हटलं नाहीस म्हणा, पण समज, तू तसं म्हटलंस, तर ते वेडेपणाचं नाही. कारण डोळ्यांच्या चित्रात हिरे देखील शेजारी शेजारी असतातच. म्हणजे बघ, समोर जे दिसतं ते एकपदरी कधीच असत नाही. तू जितकी रूपकं वापरतोस, तितके त्याला जास्त पदर सुटत जातात. जिच्यामुळं एकही रूपक सुचत नाही ती वस्तू नव्हे; ज्याला एकही रूपक सुचत नाही तो माणूस नव्हे. मी तशी रूपकं वापरत जगलो इतकंच. आता रूपकाबद्दल या झाडानं किंवा ढगानं प्रतिकार केला नाही; पण इतर काही वस्तूंनी आणि माणसांनी मात्र मला प्रतिकार केला. पण त्यामुळं मी भ्रमिष्ट कसा काय ठरतो? अपयशी? होय, पूर्णपणे अपयशी हे मात्र खरं. आणि तुझ्या जगात तर यश

म्हणजे सत्य, अपयश म्हणजे मूर्खपणा! एवढंसं लहान सैन्य घेऊन सिकंदर जग जिंकायला निघाला. त्याला यश मिळालं आणि तो इतिहासावर पाय फाकवून उभा राहिला. आणि मी? मी एखाद्या माशीप्रमाणं झटकला गेलो. मला जर यश मिळालं असतं तर गावात जायला मला अंधाराची वाट पाहत थांबावं लागलं नसतं!''

''आता देखील तुमचं नाव काय कमी प्रसिद्ध आहे? कुठला सिकंदर घेऊन बसलात! त्याला कुठं पुरलं याचा देखील इतिहासाला पत्ता नाही. उलट तुम्ही आपल्या गावातून जाणार म्हणताच पुष्कळ लोक गर्दी करून बघत राहतील! त्यात एकच गोष्ट वाईट झाली. मी देखील तुमच्याच इतका प्रसिद्ध होऊन बसलो!'' सॅन्को फार कडवटपणे म्हणाला.

डॉनने त्याच्या बोलण्याकडे पूर्ण दुर्लक्ष केले. तो म्हणाला, ''मी तुला सिकंदरापेक्षाही श्रेष्ठ उदाहरण देतो. निव्वळ बारा अनुयायांसह पृथ्वीवरील सारं पाप नष्ट करून शांती आणि प्रेम यांचं साम्राज्य स्थापन करू पाहणाऱ्याला तू काय म्हणशील? त्याच्याजवळ शस्त्रं नव्हती, सैनिकदल नव्हतं, वृत्ती आक्रमक असण्याऐवजी क्षमाशीलच होती. असल्या स्वप्नाकरिता मग खांद्यावर अवजड क्रूस घेऊन तो टेकडी चढून गेला, त्या वेळी दोन्ही बाजूंनी उभी असलेली माणसं दगड फेकत थुंकत होती. तो क्रूसावर लवकर मरावा व त्याचे कपडे घेऊन लवकर जाता यावं म्हणून पहारेकरी अधीर झाले होते. मी अत्यंत क्षुद्र आहे; पण त्याच्या स्वप्नात आणि माझ्या स्वप्नात काय फरक आहे?''

''जो फरक आहे तो अगदीच लहान आहे. त्याचा धर्म अर्ध्या जगात पसरला. सम्राट त्याचे अनुयायी झाले. तुम्ही फाटक्या कपड्यांत गावाकडे परत आलात आणि तुमचा एकुलता अनुयायी मी, आता चतकोर अनुयायी देखील उरलो नाही!''

''पण समज, इतक्या लोकांनी जर त्याचा धर्म स्वीकारला नसता तर?''

''असं कसं होईल?'' सॅन्को उतावीळपणे म्हणाला, ''त्याची शिकवण सत्य होती म्हणून तर त्याला इतके अनुयायी मिळाले.''

डॉनने मान हलवली व तो म्हणाला, ''म्हणजे शिकवण खरी म्हणून अनुयायी आले आणि अनुयायी आले म्हणून शिकवण खरी! म्हणजे पुन्हा यश हाच एक सत्याचा क्षुद्र निकष! त्यानं प्रेमाचा व शांतीचा संदेश सांगितला; पण प्रसार झाला तो तलवारीच्या जोरावर; त्यानं निरिच्छतेवर भर दिला, तर आता त्याच्या धर्माचा आधार आहे संपत्ती. हा तुला त्याचा विजय वाटतो. तसं पाहिलं तर त्याचे सच्चे अनुयायी एखाद्या खेड्यातील वसतीपेक्षा जास्त नसतील; पण म्हणून का त्याच्या शिकवणीचं महत्त्व कमी होतं?''

सॅन्को आता पार वैतागला. तो थोडे ओरडूनच म्हणाला, ''छे, फार डोकं खाल्लंत. आपलं स्वतःचं खाऊन संपवलंत, आता माझ्यावर सुरुवात केलीत. मला वाटलं होतं, आता तरी तुमचं भूत तुम्हांला सोडून गेलं असेल; पण आता तर तुम्ही प्रत्यक्ष पवित्र

येशूशीच स्वतःची तुलना करू लागला आहात, तेव्हा मी काय बोलणार कपाळ! मला एकच गोष्ट माहीत आहे. इतर अनेक गोष्टींविषयी शंका निर्माण होऊ शकेल; पण ती गोष्ट मात्र पूर्ण निःशंकपणे सत्य असते. ती गोष्ट म्हणजे आपलं पोट भरलं आहे की नाही, ही रोखठोक जाणीव. ते जर रिकामं असेल तर जगातील सगळी खुळचट पुस्तकं त्या खळग्यात घातली तरी ते भरलं आहे असा समज निर्माण करता येत नाही. उलट, ते भरलं असेल तर त्यासाठी पुस्तकातील दाखले देण्याची काही गरज नाही. भाकरी मध्यभागी ठेवून जे तत्त्वज्ञान भोवती फिरत नाही, त्या तत्त्वज्ञानाला कोरड्या खरजेइतकीच किंमत असते. हां, ही भाकरी नुसती समोर असूनच चालत नाही, तर ती पोटात गेली पाहिजे; मग ती तात्त्विक पद्धतीनं जावो अगर बोटे-ओठ पद्धतीनं जावो. आपण तरी काही त्या तुमच्या रूपकांवर जगत राहणार नाही!'' सॅन्कोने खिशातून दोन लालभडक गाजरे काढली. त्यातील एक त्याने गाढवाकडे फेकले व दुसऱ्यात कर्रदिशी दात रोवले. ''म्हणूनच म्हणतो, या क्षणी हे गाजर मला जगातील सगळ्या तत्त्वज्ञानापेक्षा जास्त प्रिय आहे!''

''म्हणजे तुझं सगळं तत्त्वज्ञान तुझ्या पोटात साठवलं आहे तर!'' डॉन रागाने म्हणाला, ''मग तुझ्यात आणि तुझ्या त्या गाढवात फरक तो काय राहिला? त्याच्यापेक्षा तुला आयुष्यात काही जास्त दिसत नाही की काय?''

''त्याच्यापेक्षा का जास्त दिसावं, मालक?'' गाजर समाधानाने खात सॅन्कोने उत्तर दिले. ''त्याच्याएवढं दिसलं तरी पुष्कळ आहे. हां, गाढव अनेकदा चावतं, नेमकी, निःसंशय अशी लाथ मारतं हे खरं; पण ते स्वतःला काहीतरी त्रासदायक होतं, तेव्हाच. आयुष्याचा निषेध म्हणून काही ते तसं करत नाही, की दाढी वाढवून एखाद्या गुहेत उपवास करत ते समस्त गाढवजातीच्या भवितव्याची चिंता करत बसत नाही!''

डॉनने त्याच्याकडे निरखून पाहिले. वेशीवरचा दगड उन्हापावसात तसाच राहावा त्याप्रमाणे तो निघताना होता, तसाच राहिला होता. तो अत्यंत शहाणा होता की इरसाल मूर्ख होता हेच क्षणभर डॉनला समजेना. या आपल्या प्रवासात पाठ वाकली, केस पिंजरासारखे झाले आणि हाडे तर रुजून वर आल्याप्रमाणे बाहेर आली; पण एवढ्या किमतीत आपल्याकडे खिशात स्वतःचे एक गाजर देखील साठले नाही. सॅन्कोने चलाखी करून काही गोळा केल्याखेरीज आपली दुपार भागली नाही. त्याला निदान गाजर तरी मिळाले व गाजराची किंमत कळली. म्हणजे अखेर तोच शहाणा ठरला की काय?

पण मग गाजरावर समाधान मानणे याला यश म्हणायचे की काय? शिखर चढत असता जमिनीवर आदळणारा नेहमीच शहाणा असतो का? पण तो नेहमीच मूर्ख तरी असतो का? ते सारे जाऊ द्या. माणूस शहाणा की मूर्ख हे तरी कुणी आणि कशावरून ठरवायचे?

उकडत ठेवले आहेत अशा दिसणाऱ्या रित्या डोळ्यांनी डॉनने भोवती पाहिले. आपले सारे अंग देठाप्रमाणे होऊन त्यावर ते डोळे तेवढे जिवंत आहेत असे त्याला वाटू लागले होते. सॅन्कोची झोप आता प्रशस्त स्थिरावली होती व त्याने टोपी तोंडावर ओढली होती. डॉनने चमकून आश्चर्याने समोर पाहिले, जाडीभरडी तपकिरी वस्त्रे घातलेला एक उपदेशक हातात भिक्षापात्र सांभाळत इकडेच येत होता. त्याने आपल्या सैलसर झग्याला कमरेभोवती एक दोरी बांधली होती व तो अनवाणी होता. तो आला व समोरच्या झाडाच्या सावलीत मांडी घालून बसला. त्याचा चेहरा अत्यंत तृप्त, सुखी दिसत होता. डॉनला आपल्या शिणलेल्या अंगाचा विसर पडला. त्याने उत्साहाने सॅन्कोला डिवचले व म्हटले, ''तो बघ समोर कुणी संतसंन्यासी दिसतो. ही माणसे म्हणे फार शहाणी असतात. चल, त्याच्याशी बोलत बसू.''

सॅन्कोने नाखुषीने एक डोळा उघडून पाहिले. समोरील झाडांच्या गर्द सावलीत कुणीच नव्हते. हात दोन हात वाढलेले एक झुडूप मात्र आळस झाडत असल्याप्रमाणे एकदा हलले इतकेच. सॅन्को उठून बसला व त्याने चिडून म्हटले, ''पूर्वी मोलकरणीला राजकन्या समजलात; पण त्या वेळी समोर निदान मोलकरीण तरी होती. आता ती तुमची रूपकं की काय, ती अशीच एकदम दिसायला लागली आहेत की काय?''

''म्हणजे त्या झाडाच्या सावलीत बसलेला, तपकिरी कपडे घातलेला उपदेशक तुला दिसत नाही की काय?'' डॉन देखील संतापून म्हणाला, ''सगळ्याच बाबतीत मला वेड्यात काढायचा हा कसला उद्धटपणा आहे?''

आता मात्र त्याच्याकडे पाहताना सॅन्कोला कळवळून आले. त्याचे डोळे आतून वाळत आल्याप्रमाणे दिसत असून त्यांत निःसंदिग्ध वेडसरपणाची झाक होती. काही काळापूर्वी बाहेर पडताना त्याच डोळ्यांत ईर्ष्या चमकत होती. भोवती लोक हसत होते, पोरे टाळ्या पिटत होती; पण त्या वेळी तो निश्चल होता, कारण त्याची श्रद्धा अभंग होती. पण आता तो गोंधळून गेला होता. सॅन्कोचा आवाज एकदम मृदू झाला व तो म्हणाला, ''त्याच्याशी बोलत बसायचं असेल तर तुम्ही जा. ऊन उतरलं की आपण निघायचं. रात्रीचं जेवण आज आपल्या घरी.''

''होय, त्या घराचीच मला आता फार भीती वाटू लागली आहे,'' डॉन म्हणाला. त्याचा आवाज खिन्न, सुरकुतलेला होता. ''तेथून निघताना मी गर्भातून बाहेर पडणाऱ्या मुलाप्रमाणं निघालो होतो. नंतर सारी भ्रमंतीच झाली. शरीर झिजलं, पायांचे तळवे निबर झाले. एवढं होऊन घडलं काय, तर प्रत्येक स्पष्ट, स्वच्छ, स्थिर स्वप्नाला स्पर्श करताच त्या जागी निर्जीव, मळकट वास्तवच हाती लागत गेलं. आता त्या घरात जायचं ते थडग्यात शिरणाऱ्या प्रेताप्रमाणं. तेथून मग पुन्हा बाहेर येणं होणार नाही. म्हणून अद्याप थोडा वेळ आहे, तोपर्यंतच –''

पण तोपर्यंत सॅन्कोने पुन्हा तोंडावर टोपी ओढली व तो घोरू लागला होता.

डॉन पाय ओढत उपदेशकाकडे आला व त्याच्यासमोर काही अंतरावर बसला. उपदेशकाचा चेहरा जुन्या मधाप्रमाणे होता. त्यावर दिसत असलेले स्मित डॉनला पाहताच जास्तच उमलले.

"मी आपणास तसदी देत नाही ना?" डॉनने अवघडलेल्या संकोची आवाजात विचारले.

"बिलकूल नाही. उलट तुला जर माझ्याशी बोलण्यात आनंद वाटत असेल तर मला धन्य वाटेल. मी येथे चिंतनासाठीच आलो होतो आणि माणूस समोर असता तर माझं चिंतन जास्तच सहज होतं. सुदैवानं मला परमज्ञान प्राप्त झालं आहे. त्यापैकी एक अंश जरी मला इतरांना देता आला, तर मला बरंच वाटेल," उपदेशक म्हणाला.

डॉन थोडा वेळ स्तब्ध राहिला. सारे आयुष्य ज्यासाठी फेकून दिले ते सारे थोड्या शब्दांत कसे सांगायचे हे त्याला समजेना. त्याने प्रयत्न करीत म्हटले, "मी अगदी आडगावचा माणूस आहे. मला तलवार कधी कौशल्यानं वापरता आली नाही, मग शब्द काय वापरता येणार? आणि आता तर माझ्यासारखा मूर्ख माणूस साऱ्या जगात असणार नाही, असंही वाटू लागलं आहे. मी तुम्हांला काही प्रश्न विचारू का? माझे प्रश्न वेडगळ असतील, त्यांची उत्तरं द्यावीत असं तुम्हांला वाटणार नाही, कदाचित उत्तरं देताही येणार नाहीत. यात तुमच्या ज्ञानाचा मी अवमान करत नाही, कारण अत्यंत ज्ञानी माणसाला देखील उत्तरं देता येणार नाहीत, असे प्रश्न विचारणं एखाद्या मूर्खाला अगदी सहज शक्य असतं."

उपदेशक समजूतदारपणे हसला व म्हणाला, "पण असल्या प्रश्नांच्या सतत घर्षणानं तर ज्ञानी माणूस ज्ञानी राहू शकतो. मला उत्तरं देता आली तर मी देईन; नाहीतर तुझ्याप्रमाणं तेच प्रश्न विचारत, त्यांच्या उत्तरांचा शोध घेत मी भटकत राहीन."

"माझं आयुष्य म्हणजे जे आहे की नाही याचाच इतरांना विश्वास वाटत नाही, त्याच्या शोधात वायफळ झालेलं आयुष्य आहे. निराळीच भाषा वापरत असलेल्या लोकांत मी वावरत असल्याप्रमाणं सगळीकडे माझ्या वाट्याला कुचेष्टाच आली. मी आता परत जात आहे. तेव्हा तुम्हांला काही विचारावं असं मला वाटतं –"

उपदेशक शांतपणे म्हणाला, "त्या बाबतीत मी जास्त भाग्यवान ठरलो एवढंच म्हणता येईल. सुरुवातीला माझी स्थिती देखील तुझ्यासारखीच होती. रिती, गंजून गेलेली. परंतु आता मात्र मला सदैव अविनाशी शीतल चांदण्यांत असल्यासारखं वाटतं. अनेक यातनांतून मला सत्यज्ञानाचा साक्षात्कार झाला आणि डोळ्यांवरील सगळा सारा पुसून गेला.

"मी एकेकाळी अत्यंत मोठं वैभव भोगलं आहे; पण नंतर साऱ्याच विलासाकडे पाठ वळवली. मी हे मोठ्या इच्छासामर्थ्यानं केलं असं नाही. एखादं चुकार जनावर बडवत योग्य मार्गावर आणावं त्याप्रमाणं माझ्या आयुष्यात घडलं. माझी सारी गलबतं

नष्ट झाल्यानं माझा व्यापार गेला, मी निष्कांचन झालो. मी झोपलो असता माझ्या पत्नीनं होती नव्हती चीजवस्तू गोळा करून प्रयाण केलं व आमचा एकुलता एक अतिअशक्त मुलगा मात्र मागे टाकला. त्याही अवस्थेत मी त्याला पाठीवर घेऊन भटकलो. पण एक दिवस तो देखील मेला. सारी बंधनं तुटली व आयुष्य भरकटू लागलं. मी जगात असतील तेवढी व्यसनं केली, थोडे गुन्हे केले, थोडे उपकार केले. अंगातून हाडं बाहेर पडेपर्यंत तपश्चर्या केली. एका पायावर आठ दिवस खडा राहिलो, खिळ्यांवर झोपलो; ज्यांच्या दुर्गंधानं रेड्याला वांती झाली असती असल्या रोग्यांची मी सेवा केली. पण काही केल्या आतील अंगार विझेना. उलट इतकी निरनिराळी माणसं व त्यांचं आचरण अगदी जवळून पाहिल्यावर तर आम्हा सगळ्यांचं दुःख म्हणजे भयाण शाप नसून अतिशय सैलपणेच दिलेली किरकोळ शिक्षा आहे असं मला वाटू लागलं. वाटेत अनेक मोह आले; पण शेवटी सारे पडदे बाजूला सारत मी अंतिम क्षणी आलो.''

''त्या क्षणी विशेष काय घडलं?'' डॉनने उत्सुकतेने विचारले.

''खरं तर तो क्षण इतर क्षणांसारखाच होता; पण मी नैराश्याच्या अगदी तळाशी पोहोचलो होतो. मी एका प्रपाताशेजारी मन पिंजत बसलो होतो. तेथे एक प्रचंड खडक खाली कोसळला. हजार मेघगर्जनांसारखा आवाज सर्वत्र घुमला आणि त्या क्षणी माझ्यात वीज कडाडून आतील सर्व अंधार स्वच्छ धुऊन टाकल्यासारखा झाला. कधी अस्त न पावणाऱ्या सूर्याचा आत उदय झाला. रखरखलेल्या मातीत पाझर सुटून जमीन तृप्त व्हावी व हवेत गंध पसरावा तसं वाटून मी मुक्त झालो.''

डॉन सारा वेळ विस्मित होऊन ऐकत होता; पण आता तो थोडा निराशच झाला. तो म्हणाला, ''तुम्ही जे सांगितलं ते मी पूर्वी अनेकदा ऐकलं आहे; पण आपणाला जे झालं ते ज्ञान अंतिम सत्यच आहे, हे तुम्हांला कसं समजलं?''

''कशावरून म्हणजे? त्या अनुभवानंतर मनाला अतिशय सुख झालं. अंगातील सारे ताण विरून गेले.''

''मग असला अनुभव कितीही तात्पुरता असला तरी मादक पेयांनी देखील येऊ शकेल. ही शांती, हे समाधान जवळ असलं की आपणापाशी सत्यज्ञान आहे हे ओळखावं अशी तुमची शिकवण. मी ज्या वेळी माझ्या शौर्यानं दलितांचं रक्षण, सौंदर्याचं पूजन व सदाचाराचं आचरण करण्यासाठी माझ्या खेड्यातून बाहेर पडलो, त्या वेळी माझ्यात हीच मनःशांती होती आणि मी तर ठिकठिकाणी वेडा ठरलो! आणखी एक गोष्ट मला सांगा, तुम्हांला पूर्वी कधी या सत्यज्ञानाचा अनुभव होता का?''

उपदेशक मोठ्याने हसला. ''अरे, हा दिव्य अनुभव काही फळाच्या घोसाप्रमाणं येत नाही. तो आयुष्यात एकदाच एकटा आला तरी माणसानं स्वतःला धन्य समजावं.''

''मग माझी अडचण अशी,'' डॉन म्हणाला, ''काही वेळा दगडात सोन्यासारखा दिसणारा एक क्षुद्र धातू सापडतो. त्याला खुळे सोने म्हणतात. लहान मुलं तसले तुकडे

आनंदानं जमा करतात; पण मोठी माणसं तिकडे ढुंकूनही पाहत नाहीत, कारण खरं सोनं काय आहे हे त्यांना माहीत असतं. पण समजा, खरं सोनं अमुकच हे पूर्वी माहीत नसेल तर ते कसं ओळखायचं? तुम्हांला पूर्वी तसला अनुभव नसता हेच अंतिम ज्ञान हे तुम्हांला कसं जाणवलं?''

''ते समजणं तर अगदीच सोपं आहे,'' उपदेशक तात्त्विक हसून म्हणाला, ''हा अनुभव एकदा आला, की वरवर तसे दिसणारे सगळे अनुभव क्षुद्र गारगोटीप्रमाणं वाटू लागतात.

आता डॉन किंचित हसला व थोडे पुढे सरकत म्हणाला, ''मग आताचा अनुभव देखील क्षुद्र गारगोटी ठरणार असा नवा एक अनुभव तुम्हांला येणारच नाही, याची तुम्हांला खात्री आहे का? आणि तसा तुमचा विश्वास असल्यास त्यास कसला आधार आहे?''

उपदेशक चमकला; पण लगेच त्याने स्वतःला सावरले. ''तुझं म्हणणं थोडं बरोबर आहे. हेच ज्ञान अंतिम आहे हे सिद्ध करायला माझ्याजवळ पुरावा नाही; पण अत्यंत निर्विवाद पुरावा येथे असतो – हृदयात!'' उपदेशकाने नाटकी तऱ्हेने छातीवर हात ठेवला व डोळे मिटून घेतले.

डॉनने एक दीर्घ निःश्वास सोडला. तो म्हणाला, ''मला वाटलं होतं, निदान तुमच्याजवळ तरी स्वतःच्या विकारापलीकडचा असा एक निर्विवाद निकष असू शकेल. समजा, तुमची अंतःप्रेरणा व माझी अंतःप्रेरणा तितक्याच दृढ, पण विरुद्ध असतील, तर तुमची माझ्यापेक्षा श्रेष्ठ आहे हे ठरवायला तुमच्या स्वतःच्या शब्दापेक्षा निराळा, व्यक्तिनिरपेक्ष असा कोणता निकष आहे का? असल्यास तो मला सांगा, मी कृतज्ञ होईन. तो जर नसेल तर प्रत्येकाचं ज्ञान त्याच्या त्याच्यापुरतं अंतिमच, असा गोंधळ उडेल आणि शेवटी अंतिम व ज्ञान या दोन्ही शब्दांनाही जळजळीत जखमांवर बांधलेल्या घाणेरड्या चिंध्यांपेक्षा जास्त अर्थ राहणार नाही.''

''तसा अगदीच पुरावा नाही असं नाही,'' उपदेशक तुटकपणे म्हणाला. अत्यंत मूर्ख प्रश्न विचारणाऱ्या माणसांशी बोलण्याची सवय नसल्याने त्याच्या कपाळावर आठी दिसू लागली. त्याने हात मागे करून हवेत फिरवला. तेव्हा त्या ठिकाणी सागरकाठी नारळांच्या झाडांच्या मागे वर आभाळात रेखीवपणे गेलेल्या मनोऱ्यांच्या इमारती दिसू लागल्या. त्या नगराचा विस्तार दूरवर पसरत जाऊन विरळ होत क्षितिजात मिळून गेला होता.

''हे भव्य नगर पाहिलंस?'' तो म्हणाला, ''ते एका विशाल साम्राज्याची राजधानी आहे आणि त्या साम्राज्याचा चक्रवर्ती सम्राट माझा अनुयायी आहे. मी प्रवचन करीत असता हजारो स्त्रीपुरुष मुग्ध होऊन ऐकतात व आनंद पावतात. माझं ज्ञान खुळ्याचे सोने असते तर मोठमोठे महापंडित माझे शब्द लीनपणे ऐकत असते का? इतक्या लोकांनी माझी शिकवण स्वीकारली असती का?''

डॉनचा सारा उत्साह मावळला. तो आकसल्यासारखा झाला. अगदी असलेच शब्द आपण पूर्वी सॅन्कोकडून ऐकले आहेत हे त्याला आठवले. आता त्याच्या ध्यानात आणखी एक गोष्ट आली. उपदेशकाचा चेहराही सॅन्कोसारखाच होता. सॅन्कोचा जरा जास्त जाड व चिकट होता; भाजण्यापूर्वी कच्चे मडके दिसते तसा होता इतकेच. डॉनला एका गोष्टीचे नवल वाटले. पूर्ण ज्ञान झालेल्या व काहीच ज्ञान नसलेल्या दोघांवरही तसलीच कळा येते की काय? एकमेकांवर सहज बसतील अशा या चेहऱ्यांवर तीच निःशंकता, आत्मतुष्टी कशी? की जेथे पाऊलवाट देखील दिसत नाही त्या ठिकाणी सारेच चाचपडत असता एकजण दोन पावले पुढे, दुसरा दोन पावले मागे, एकाचे तत्त्वज्ञान पोटात, दुसऱ्याचे हृदयात असल्या गोष्टींनी फारसा फरक पडतच नाही? अंधारात आपण सगळे सारखेच; अंधारात सगळीच मांजरे काळी?

''मी आणखी एक विचारतो, ते कुत्सितपणाचं समजू नका. मला खरोखरच शोध घ्यायचा आहे. त्यासाठी मी घरदार सोडलं. माझ्याही वाट्याला दुःख आलं व कुचेष्टा तर कपाळावरील व्रणाप्रमाणं आयुष्यभर जवळ राहिली. एवढं करून जर माझ्या प्रश्नाला उत्तर मिळालं असतं तरी माझं आयुष्य सफळ झालं असतं.

''आता पाहा, तुमचा धर्म सत्ता व सैनिकांच्या रांगा यांमुळं पसरला, तुम्हांला अनुयायी मिळाले. इतक्या लोकांनी धर्म स्वीकारला तर तो खरा, नाहीतर खोटा, हे कसलं तर्कशास्त्र आहे? एकेकाळी नरबळीला अनुयायी होते. जिवंत माणसातून तोडून काढलेले, अद्याप उष्ण असलेले हृदय सुरीच्या टोकावर खोचून ते सूर्याला अर्पण करण्याचा एक धर्म होता व त्यावर एक सामर्थ्यशाली संस्कृती आधारलेली होती. धातूच्या तप्त पुतळ्यांत दहा दिवसांची कोवळी मुलं जाळणाऱ्या एका धर्मानं अर्धं खंड व्यापिलं होतं. ते सारे धर्म गेले, नवे आले ते बदलले आणि हत्तीच्या प्रेताप्रमाणं अजस्र निर्जीव पडून राहिले. मला अनुयायी नाहीत, माझा सेवक देखील माझा शिष्य नाही. मला साम्राज्याचा आधार नाही. म्हणून मी मूर्ख ठरलो आणि आपण महान ज्ञानी ठरलात! यशापलीकडं ज्ञानाला आणखी काही निकष नाहीच का?

''आणखी एक गोष्ट. या अनुयायांवर फारसा भरवसा टाकू नका. अनुयायी मिळणं हा इतिहासातील केवळ एक योगायोग आहे. बहुतेक धर्मसंस्थापकांचे विचार पाहा. त्यातील अनेक विचार त्याच्याआधी कुणी ना कुणी सांगितलेच होते; पण ते सगळे सामान्य ठरले व काळानं त्यातील एकट्याचीच संस्थापक म्हणून निवड केली. ठिणगी दगडावर पडली तर विझते, ती गवतात पडली तर वणवा भडकतो; पण दोन्ही ठिकाणी ठिणगी तीच! कुणास ठाऊक, एक हजार वर्षांपूर्वी तुम्ही आपला धर्म मांडला असता तर जगानं तुम्हांला दगड मारले असते. आणखी एक हजार वर्षांनी सांगता, तर गारुड्यापुढं लोकांची गर्दी जमेल; पण तुमच्यासमोर क्षणभर राहायला त्यांना फुरसत मिळणार नाही. पहिल्या काही अनुयायांची गोष्ट सोडा. प्रत्येक प्रवाह उगमाजवळ स्वच्छ पारदर्शक

असतोच; पण नंतरचे अनुयायी तुमच्या शिकवणीनं मोहित होऊन धर्माला चिकटून राहतात असं का तुम्हांला वाटतं? कारण तो धर्म भेसळून क्षुद्र, अर्थहीन झाला तरी अनुयायी मात्र तसेच त्याला बिलगून राहतात. याचं एकच कारण आहे. अशा वेळी एखाद्या धर्माचे अनुयायी असणं ही डोळसपणे स्वीकारलेली कृती नसून ती एक अंगवळणी पडलेली केवळ सवय झालेली असते आणि अशांच्या संख्येच्या आधारे तुम्ही तुमच्या ज्ञानाची पारख करता, हे सगळं विचित्र नाही का?''

आता मात्र उपदेशक संतप्त झाला. तो कर्कशपणे म्हणाला, ''तू अद्याप तर्काच्या कृष्णसर्पानं वेटोळला आहेस, त्याचेच फूत्कार तुझ्या शब्दांतून बाहेर पडत आहेत! ज्ञानप्राप्ती पाहिजे असेल तर बुद्धीचा गर्व, तर्काचा ताठरपणा आणि अहंपणाचा मद सोडायला हवा. तोपर्यंत तुझ्याशी बोलणं म्हणजे केवळ कालापव्यय आहे. तू झुंजण्यासाठी आला आहेस, जाणण्यासाठी नाहीस!''

डॉन उठताउठता म्हणाला, ''आपणाला अंतिम सत्य समजलं असं म्हणालात म्हणून मी फार आशेनं प्रश्न विचारले. रोष मानू नका. मी कधी बुद्धीचा गर्व धरला नाही, कारण मला बुद्धीच नाही. तर्काचा ताठरपणा जर माझ्यात असता तर मी माझं गाव सोडून कधी बाहेर पडलो असतो का? अहंपणा असता तर जन्मभर कुचेष्टा सहन केली नसती. कधी असेलच तर माझ्यात अहंपणा नसून स्वत्व होतं. मी भिकाऱ्यांच्या शेजारी बसून बोललो आहे, धनगरांच्या सान्निध्यात टेकड्यांवर रात्री काढल्या आहेत. शेवटी मला एकच गोष्ट कळून चुकली, की मी अगदी पूर्ण, असाध्य वेडा आहे. पण इतर माणसं कोणत्या बाबतीत शहाणी आहेत हे मात्र मला कधी उमगलं नाही.''

तो खिन्नपणे उठला. म्हणजे ज्ञानाचा बडेजाव हे अनंत काळापासून चालत आलेले कपट असून सगळे लहानमोठे धर्म म्हणजे त्या नाटकातील लहानमोठ्या लांबीचे अंक आहेत की काय, असा त्याच्या मनात गोंधळ उडाला. पाच अनुयायी असलेला धर्म चार अनुयायी असलेल्या धर्मापेक्षा श्रेष्ठ; त्याला जर राजाश्रय मिळाला तर तो जास्तच श्रेष्ठ; तो जर अनेक शतकांपूर्वी निर्माण झाला असेल तर त्याच्या महानतेला मर्यादाच नाही, मग आज त्याच्यात सापाने टाकलेल्या कातेएवढाही जिवंतपणा नसेना का...

तो परत येऊन पुन्हा झाडाखाली पसरला. सॅन्को अद्याप स्पष्ट घोरत होता. डॉनला वाटले, हा आपल्याबरोबर इतका भटकला; पण तो आंधळा अनुयायी झाला नाही. उलट इतकी अवहेलना झाली तरी तो आपणाला सोडूनही गेला नाही. म्हणजे गाजर खात शेवटी तोच शहाणा ठरला की काय?

आता उन्हाची रखरख कमी होऊ लागली होती व झाडांच्या बुंध्यांना चिकटलेल्या सावल्या ताणल्याप्रमाणे थोड्या लांबल्या होत्या. बटबटीत हाडांनी कसेबसे सांधून राहिलेले घोडे तसेच निर्विकार उभे होते. तोच रानवट दिसणारा, लाल केसांचा एक माणूस रस्त्यावरून धावत आला. त्याने झाडाखाली एकदम अंग टाकले व ताडताड

डोके आपटून घ्यायला सुरुवात केली. पहिला आवेग संपल्यावर तो उठून बसला व खांदे हलवत हुंदके देऊ लागला.

डॉन एकदम उठून बसला आणि त्याच्याकडे गेला. तो म्हणाला, ''क्षमा कर, मी तुला काही मदत करू शकतो का? आता माझ्यात काही त्राण नाही हे खरं; पण अद्याप माझा श्वास संपला नाही. मी जोपर्यंत उभा आहे तोपर्यंत माझे हात अन्यायाविरुद्ध लढत राहतील!''

त्याच्या आवाजामुळे लाल केसांचा माणूस एकदम दचकला व आता मागोमाग येणारा प्रहार जणू टाळण्यासाठी त्याने हात तोंडापुढे धरले. त्याचा राकट चेहरा ओलसर झाला होता आणि डोळे डोक्यावरील केसांचे आत प्रतिबिंब पडल्याप्रमाणे जळजळीत लाल दिसत होते. जनावराचे राठ कातडे टरकवल्याप्रमाणे तो एकदम हसला व म्हणाला, ''पापाच्या पैलतीराला जाऊन थडकलेला मी, मला आता तू काय मदत करणार? आता प्रत्यक्ष परमेश्वर देखील माझ्याकडं ढुंकून पाहणार नाही! माझ्याइतका पापी माणूस तुला शोधूनही मिळणार नाही, तेव्हा तू जा. तू माझ्याशी केवळ बोललास म्हणून तुझ्या वाट्याला असह्य वेदना याव्यात असं पाप माझ्या हातून घडलं आहे, नव्हे, मी ते केलं आहे!''

डॉनचे शिणलेले मन चमकल्यासारखे झाले व तो शांतपणे समोर बसला. तो उत्सुकतेने म्हणाला, ''म्हणजे तू पापाची अंतिम अवस्था अनुभवली आहेस तर! मला तुझ्यासारख्याला देखील भेटायचं होतंच. पापपुण्य काय, ज्ञान काय, त्यात अगदी अंतापर्यंत गेलेल्या माणसाशी बोलण्याचा योग येणं यालाही भाग्य लागतं. काही वेळापूर्वी मला असाच एक ज्ञानी भेटला होता. आता सांग, पापाच्या खोल गर्तेत तू पडलास असं तू म्हणतोस; पण त्यापलीकडं पापच असणार नाही असं अद्वितीय तू काय केलं आहेस? आणखी एक ध्यानात घे. पापात तरी तू चरम क्षण अनुभवला असशील, तर तोच क्षण तुझ्या सुटकेचाही असू शकेल. जर त्या रेषेपलीकडं जाणंच अशक्य तर तुला माघारीच आलं पाहिजे आणि कुणास ठाऊक, नंतर तुला मुक्ती देखील मिळेल.''

''मला मुक्ती?'' तो घोगरेपणाने हसला. ''एक अत्यंत मूर्ख माणूस एका अत्यंत पापी माणसाला मुक्तीची आशा दाखवत आहे! अरे, यातून जर मुक्ती असेल तर या पापाला अर्थच राहणार नाही.''

''मी असेन पूर्ण मूर्ख,'' न चिडता डॉनने उत्तर दिले, ''पण मला एक गोष्ट माहीत आहे. शरीरात जोपर्यंत एक तरी श्वास आहे, तोपर्यंत संतानं आपल्या साधुत्वाची घमेंड बाळगू नये आणि एक श्वास असेपर्यंत पाप्यानं आशा सोडू नये. पण आधी सांग, तू असं केलं आहेस तरी काय?''

''मला वाटलं होतं, एखादं अत्यंत सडलेलं प्रेत आभाळात टांगून ठेवावं त्याप्रमाणं माझं पातक सगळ्यांना माहीत असेल. मी माझ्या पवित्र नेत्याचा घात केला. त्याच्या

वस्त्राचं आदरानं चुंबन घेत आहे असं दाखवून मी द्रोह केला आणि त्याला शत्रुसैनिकांच्या आधीन केले. शेवटी त्याला स्वतःचा अवजड क्रूस खांद्यावर घेऊन ओढत जात, त्याच क्रूसावर आपलं आयुष्य अत्यंत वेदनेनं संपवावं लागलं. त्याचं पवित्र रक्तच माझ्या डोक्यावर थापलं आहे. तू मला ओळखत नाहीस? अरे, मी ज्यूडास आहे.''

समोर जमिनीतून एकदम एक विषारी सर्प उभा राहिल्याप्रमाणे डॉन दचकला आणि मागे सरला. क्षणभर त्याची वाचाच गेली व तो थिजलेल्या डोळ्यांनी पाहतच राहिला. नंतर त्याने स्वतःला सावरले व म्हटले, ''तू! पण तू ते का केलंस?''

ज्यूडासने अविश्वासाने त्याच्याकडे पाहिले. तो म्हणाला, ''मला असं कुणीसुद्धा विचारलं नव्हतं. सगळ्यांचा पूर्ण विश्वासच, की मी ते पातक चांदीच्या तीस नाण्यांसाठी केलं. तुला देखील तसंच वाटतं का? अरे जन्माचं दारिद्र्य जाईल एवढी संपत्ती मिळण्याजोगी असती तर कदाचित मनाची चलबिचल झाली असती, मोह प्रबळ ठरला असता. तीस नाण्यांनी काय होणार? तेवढ्यावर वर्षाची देखील भूक भागली नसती. त्या मोबदल्यात जमिनीचा एक वीतभर तुकडा तरी विकत घेता येईल की नाही कुणास ठाऊक! शिवाय मला स्वतःला तीस नाणी एवढी अप्रूप असण्याची गरज काय? आम्हांला ज्या देणग्या मिळत त्या सगळ्या माझ्याच ताब्यात, या कमरपट्ट्यात असत. त्यातून मला काय तीस नाणी सहज उचलता आली नसती का? सैनिकांनी विश्वासघात करून त्या राजेश्वराला देहान्ताची शिक्षा देण्याचं ठरवलं तेव्हा मी ती नाणी फेकून दिलीच की नाहीत?''

ज्यूडास मध्येच थांबला. आता त्याचा आवाज थोडा स्थिर झाला होता. ''साऱ्याचं खरं कारण निराळंच होतं. माझ्या लहानपणी मी वेड लागलेला एक माणूस पाहिला होता. तो स्वतःला असाच उद्धारक समजत असे व हातवारे करीत मोठमोठी प्रवचनं करीत असे. एक दिवस संतापलेल्या लोकांनी भर बाजारात त्याला दगडांनी ठेचून मारलं. माझ्या येशूच्या वाट्याला तसला शेवट येऊ नये अशी माझी इच्छा होती. अलीकडे त्याचं बोलणं असंच अमर्याद होऊ लागलं होतं. देवळात आपला धंदा करणाऱ्या सराफांना त्यानं हाकलून लावलं तेव्हा जमाव किती संतापला होता, हे मी प्रत्यक्ष पाहिलं होतं. जर त्या सैनिकांनी त्याला ताब्यात घेतलं तर त्याचं जीवित सुरक्षित राहील, अशी मला आशा होती; पण त्यांच्याकडूनच विश्वासघात होईल याची मला आधी कशी कल्पना येणार?

''दुसरं देखील एक कारण होतं. एका गालावर प्रहार झाला तर दुसरा गाल पुढं कर असली नेभळट शिकवण त्यानं सुरू केली होती. आमच्या लोकांना लढायचं होतं ते बलाढ्य अशा रोमन साम्राज्याशी. असे एकामागोमाग गाल पुढं करून जगातले सीझर कधी नष्ट झाले आहेत का? ज्या वेळी आमचा प्रत्येक माणूस बलदंड होण्याची गरज होती, त्या वेळी असले भळभळीत, अवेळ तत्त्वज्ञान ऐकवणं म्हणजे आमची खच्ची

करून टाकण्यासारखंच होतं. तेव्हा त्याच्याविषयी कितीही आतडं तुटलं तरी तो नाहीसा होणंच न्याय्य आहे, असा माझा निश्चय झाला होता.

‘‘पण तू प्रश्न विचारलासच म्हणून तुला अगदी काळजातलं खरं कारण सांगतो. कोणत्याही धर्माला बलिदानाची जोड मिळाली नाही तर त्याला झळाळी येतच नाही. केवळ शब्द आज आहेत तर उद्या नाहीत. शब्द म्हणजे निव्वळ तोंडचा वारा; त्यांना रक्त नाही की मांस नाही; पण एखाद्या प्रेषिताचं आत्मसमर्पण मनावर सतत आदळत राहिलं तर त्याच्या रक्ताची अमर नक्षत्रं होतात, त्याच्या शब्दांत विश्वाचे हुंकार ऐकू येतात. अशा बलिदानासाठी यापेक्षा जास्त योग्य क्षण शोधून तरी मिळाला असता? येथे परकीयांचं राज्य होतं, त्याच परकीयांकडून परस्पर बलिदान करवण्याची दुर्मिळ संधी होती. तुला माझ्या बोलण्यात आढ्यता दिसेल; पण या साऱ्यासाठी मला स्वतःला केवढा त्याग करावा लागला हे ध्यानात घे. मी माझं सारं आयुष्य त्यासाठी उधळून लावलं व महापातक आपण होऊन स्वीकारलं. पुण्यपुरुष म्हणून येशूचं नाव ज्या ठिकाणी घेतलं जातं, त्या त्या ठिकाणी पापाचा राक्षस म्हणून माझं नाव येतं; पण ध्यानात घे, मी त्या भीषण वणव्यात स्वतःला जाळून घेतलं म्हणूनच येशूचा ख्रिस्तपणा सूर्याप्रमाणं तळपणार आहे!’’

स्वतःच्याच शब्दांचा कैफ वाढत गेल्याप्रमाणे ज्यूडासचे डोळे झळझळीत झाले व चेहरा उद्धट आणि ताठर दिसू लागला. तो म्हणाला, ‘‘आणखी असं एक पाहा. त्या पातकाला मीच एकटा सर्वस्वी जबाबदार धरला जातो; परंतु दरोडेखोराला जीवदान देऊ की येशूला, असा सवाल पायलेटनं केला असता हजारो लोकांनी येशूला सोडून दरोडेखोराला वाचवण्याची विनंती केली. ती माणसं येशूच्या हत्येला माझ्याइतकीच जबाबदार नाहीत का? नेहमी त्याच्या पुढे पुढे करणारे त्याचे निष्ठावंत अनुयायी – ते सारे या वेळी कुठं होते? त्यांच्यापैकी एकानं तरी आवाज मोठा करून येशूवर निष्ठा दाखवली का? व्यभिचारी म्हणून दगडांनी ठेचून मारण्याची शिक्षा मिळालेल्या स्त्रीला येशूनं वाचवलं, लाझारसला मृत्यूनंतर पुन्हा जिवंत केलं. ही दोघं त्या वेळी कुठं होती? येशूनं एकदा पाच हजार भुकेल्यांना जेवण दिलं. ही सगळीच माणसं त्याच नेमक्या वेळी कुठं नाहीशी झाली? पाच हजारांचा आवाज का कमी मोठा झाला असता? जर त्यांनी येशूला वाचवलं असतं आणि नंतर माझ्या अंगात आकडे रुतवून मांस तोडून टाकण्याची जरी मला शिक्षा दिली असती, तरी मी ती आनंदानं भोगली असती. ही माणसं माझ्याइतकीच पापी नाहीत का? त्या प्रत्येकावर त्या रक्ताचे शिंतोडे उडालेले आहेत. पण अखेर या हत्येला जबाबदार म्हणून नाव घेतलं जाईल ते या एकट्या ज्यूडासचं! या साऱ्यापेक्षाही विशेष म्हणजे –’’

ज्यूडास बोलताना मध्येच थांबला. आपल्या आवेशपूर्ण बोलण्याचा डॉनवर काहीही परिणाम होत नाही, उलट उपरोधाने त्याच्या चेहऱ्यावर हसू दिसत आहे हे पाहून त्याला फार राग आला. त्याने कपाळाला आठ्या घालून विचारले, ‘‘का, तुझा माझ्यावर विश्वास बसत नाही?’’

डॉनने धीटपणे मान हलवली व स्पष्ट सांगितले, ''माझा तुझ्या शब्दांवर काडीचाही विश्वास बसत नाही! ज्या वेळी कुणी एकाच कृत्याबद्दल अनेक आणि विसंगत कारणं सांगू लागतो, त्या वेळी तो जास्तीत जास्त सत्य सांगण्याचा प्रयत्न करत नसतो, तर काहीतरी लपवण्याचीच त्याची धडपड असते. म्हणजे या ठिकाणी देखील माझ्या पदरात निराशाच पडली म्हणायची. ज्ञान, पापपुण्य यांत अगदी शेवटच्या दगडापर्यंत जाऊन आलेल्याला भेटण्याचा योग माझ्या आयुष्यात नाही हेच खरं. तुझा जो प्रक्षोभ आहे तो तुझ्या महान पातकाबद्दल फारसा दिसत नाही. तो निर्माण झाला आहे याचं कारण म्हणजे ते पातक आपल्या हातून घडलं न जाता केवळ घडवलं गेलं आहे हे तुला आता जाणवू लागलं आहे. एखाद्या अजस्र जनावराच्या पायाला बांधून त्याला चिखलातून फरफटत नेल्याप्रमाणं तू त्या पापातून ओढला गेलास. ते थांबवण्याचं तुझ्यात सामर्थ्य नव्हतं, की ते आपणाला कुठं नेत आहे हे जाणण्याची दृष्टी नव्हती. म्हणून तू आता निरनिराळी कारणं शोधत आपल्या कृत्याला काहीतरी अर्थ देण्याचा खुळचट प्रयत्न करत आहेस. जर एखाद्यानं पूर्ण विचार करून अनेक पर्यायांमधून एक निवडला, तर ते पाप कितीही भयाण असो, त्यात देखील तो भाल्याप्रमाणं ताठ राहतो, पापणी न हलवता तो त्या काळ्या धगधगीत सूर्याकडं पाहू शकतो. तुझ्या पापात हे स्वत्व देखील तुला लाभलं नाही. एवढं महान पातक, पण त्यामागील हेतू तुला माहीत नाही आणि त्यामुळंच तू पापात देखील अगदी किनाऱ्यापर्यंत गेला नाहीस!''

ज्यूडासने त्याच्याकडे पाहत तळव्यावर मूठ आपटत म्हटले, ''यापलीकडे पातक असणार तरी कसलं? जन्म देणाऱ्या आईची हत्या हे महापातक खरं; पण ते मुलापर्यंतच मर्यादित असतं. इतरांना ती फक्त एका स्त्रीची हत्या यापलीकडे त्या घटनेचं महत्त्व नसतं. पण येथे पाहा, हा पवित्र पुरुष काही केवळ आईबापांचा मुलगा नव्हता, काही एकदोन जणांचाच बंधू नव्हता. माझ्या हातून साऱ्या पृथ्वीचाच प्रकाशदीप विझवला गेला. यापेक्षा जास्त मोठं पातक जर असेल तर हे महापंडिता, तू सांग आणि मला शहाणा कर!'' ज्यूडासने बाजूला तोंड वळवले व तो तिरस्काराने थुंकला.

डॉनने त्याला शांत होण्यासाठी थोडा वेळ जाऊ दिला. मग तो म्हणाला, ''पातक म्हटलं की ते नेहमी रक्तानं न्हालेल्या उग्र दैत्यासारखं थयथयत येतं, असली एक खुळी समजूत झालेली आहे, म्हणून तुला तसं वाटतं. मला वाटतं याहीपेक्षा मोठं पातक तुझ्या हातून घडू शकलं असतं; यापुढंही घडू शकेल. त्या उद्धारकाचे पवित्र शब्द घेऊन त्यांचा तू स्वार्थी बाजार करू शकला असतास आणि ज्यांच्या उद्धारासाठी त्यानं जन्म घेतला व मृत्यू स्वीकारला, त्याच लोकांना तू शब्दांचे गुलाम करण्यात रमून जाऊ शकला असतास. किंवा आपण त्याला फार जवळून पाहिलं एवढ्याच आधारावर अघटित खुळचट चमत्कार आणि भारूड लीला यांनी बजबजलेलं त्याचं चरित्र तू लिहू शकला असतास आणि त्यामुळं तो कायमचाच सामान्य माणसांपासून दुरावला असता. मग तू

त्याला त्या सोनेरी पिंजऱ्यात बंदिस्त करून त्याचं प्रदर्शन करत जरतारी महंत अथवा धर्मप्रमुख होऊन वैभवात लोळू शकला असतास. छातीत प्रत्यक्ष सुरी खुपसण्यापेक्षा ही पातकं तुला कमी जहरी वाटतात की काय?

''आणि आता तर ही देखील ज्यापुढं काहीच नाही अशी ठरतील असं एक कृत्य तुझ्याकडून घडण्याची शक्यता निर्माण झाली आहे. धर्माबद्दल एक गोष्ट मोठी विलक्षण आहे. तेथे सरळ साध्या भाबड्या अनुयायापेक्षा पश्चात्तापदग्ध दिसणाऱ्या, सर्वांसमोर स्वतःला हीनदीन करणाऱ्या माणसाला जास्त महत्त्व असतं. जेवढं पाप मोठं तेवढं त्याच्या पश्चात्तापाचं नाटक मोठं. आता असलं पाप केल्यावर तुला पश्चात्तापाचं ढोंग करता येईल; डोळे ओलसर, गळा घोगरा करीत तुला सगळ्यांपुढं नम्र होता येईल आणि त्याच वेळी तू ज्याची हत्या केलीस त्याच्याच उपदेशाचा प्रसार करता येईल. तुझं पातक महान म्हणून तुझा पश्चात्ताप महान आणि म्हणूनच तुझ्या शब्दांचे सामर्थ्य देखील अमर्याद! त्याबाबतीत तुला कोणी प्रतिस्पर्धी देखील राहणार नाही, कारण अशी हत्या पुन्हा होणार नाही. स्वतः पाप केल्यानंतरही तसल्या पापापासून मुक्तीचा मार्ग देखील तूच दाखवावा, हे नाटक किती मनोरंजक होईल याची कल्पना तरी करून पाहा. मग सहस्रावधी लोक तुझ्यामागून येतील, तुझ्याखाली सोन्याचं सिंहासन येईल आणि अनेकजण ते खांद्यावर घेऊन मिरवण्यातच स्वतःला धन्य समजतील. मग फार तर वर्षातून एकदा कधीतरी बारा जणांचे पाय धुण्याचं प्रहसन मात्र या नाटकात करावं लागेल, कधीतरी अनवाणी चालत जाऊन रोगपीडितांना भेट देऊन गुळमट शब्द बोलण्याची तसदी घ्यावी लागेल, इतकंच. म्हणजे बघ, महान पातक करण्याचं आणि त्याच वेळी महान विलास भोगण्याचं दुहेरी कर्तृत्व तुझ्या वाट्याला येईल, होय की नाही?''

ज्यूडास ताडकन उभा राहिला व डॉनजवळ येऊन त्याच्यावर वाकून म्हणाला, ''तू माणूस आहेस की सैतान आहेस? असली पापं तुझ्या मनात येतात म्हणजे तूच माझ्या पलीकडं गेला आहेस; पण तू भेटलास हे एका दृष्टीनं माझं नशीबच म्हणायचं. अजूनही माझं आयुष्य जास्त भीषण कसं होऊ शकेल हे तू मला दाखवलंस. म्हणजे आता मी काय करावं हेच तू मला सांगितलंस.''

ज्यूडास वळला व आवेगाने जवळच्या एका झाडावर चढला. त्याने कमरेच्या कातडी पट्ट्याचा गळफास केला व तो गळ्यात अडकवून त्याने खाली उडी घेतली. गोठून गेल्याप्रमाणे डॉन तिकडे पाहतच राहिला. ज्यूडासचे लालसर डोळे बटबटीत झाले आणि थोड्याच वेळात त्याचे शरीर वाकड्या मानेने निर्जीवपणे लोंबू लागले. आता उतरू लागलेले ऊन त्याच्या केसांवर पडले आणि त्या ठिकाणी रक्त जळत असल्यासारखा रंग दिसू लागला.

आपण परत येऊन झाडाखाली पुन्हा पसरलो हे सुद्धा डॉनला आठवेना. आपले सारे अंग विझून गेले आहे असे त्याला वाटू लागले. खाली टेकलेल्या हातावर एक मुंगळा

चढला होता व तो वरखाली चालत होता; पण डॉनला त्याची हालचाल जाणवेना आणि इच्छा असूनही त्याला हात झटकता येईना.

आता आवाज करीत सॅन्को उठला व त्याने आळस झाडून टाकला. त्याने आपले गाढव झाडाजवळ आणले व त्याचे अंग झटकत तो डॉनला म्हणाला, ''हं, उठा आता. संध्याकाळ व्हायला आली. तुमचं घोडं ढकलत नेईपर्यंत गावाजवळ रात्र होईल.'' पण डॉन तसाच निपचित पडलेला पाहून त्याने आपली टोपी मागे सारली व त्याला खांद्याला धरून उचलून घोड्यावर टाकले. केवळ सवयीमुळेच घोडे कातड्याने सावरून धरलेला आपला सापळा पुढे ढकलू लागले आणि सॅन्को मागून शीळ वाजवत निघाला.

गावाजवळ ते आले तेव्हा डॉनचे घर दिसू लागले. अद्याप अंधार उतरला नव्हता; पण रस्त्यावर फारशी माणसे देखील दिसत नव्हती. सॅन्कोने डॉनला पुन्हा आधार देत खाली उतरवले. आतून दोन स्त्रिया लगबगीने आल्या व त्यांनी डॉनला सावरत आत नेले, तेव्हा समोरच्या घरातून गावचा न्हावी पुढे आला व दातात गवताची काडी चघळत पुढ्यातच उभा राहिला.

सॅन्कोच्या कपाळावर वळकटीएवढी आठी दिसली; पण त्याने विचारले, ''सगळी माणसं गेली आहेत कुठं?''

कुणीतरी ते विचारावे यासाठीच जणू न्हावी अधीर झालेला दिसला. तो उत्साहाने म्हणाला, ''माणसं गेली आहेत शेतात! हे कापणीचे दिवस नव्हेत का? मीच तेवढा या ठिकाणी मागं राहिलो, कारण माझा धंदाच तसा पडला. कसलीही यातायात न करता माझं पीक वाढत राहतं आणि कापणीच्या वेळी शेतंच माझ्या दारात येतात!'' आणि यावर वेडेवाकडे दात दाखवत तो एकदम हसला.

न्हाव्याच्या शब्दांनी डॉन एकदम जागा झाल्याप्रमाणे झाला. आत जाताजाता विव्हळून शिसारी दाखवत तो म्हणाला, ''आपण पुन्हा या खातेऱ्यात येऊन पडलो याची आता मात्र मला खात्री वाटली! हेच वाक्य त्याच्याकडून मी हज्जारदा ऐकलं आहे!''

''हजारदा ऐका अगर लाख वेळा ऐका,'' डिवचल्याप्रमाणे न्हावी म्हणाला, ''दरवेळी ते शब्द बाळंत झाल्याप्रमाणं नवीनच की! की प्रत्येक वेळी ते पूर्वीच्या हज्जार, लाखांचं लटांबर घेऊन येतात बरोबर?''

सॅन्कोने त्याच्याकडे लक्ष दिले नाही. त्याने डॉनला आत आणून एका खाटेवर झोपवले व तो बाजूलाच बसला. घरातील स्त्रियांना त्याने गरम पाणी आणायला सांगितले व पुढे काय करायचे हे न समजल्यामुळे तो गप्प बसून राहिला. न्हावी उतावीळपणे आत येऊ लागताच सॅन्कोने निर्भीडपणे त्याला मागे ढकलले व दार लावून घेतले. तेव्हा न्हाव्याने बाहेरच्या कट्ट्यावरच मुक्काम ठोकला व जुनी काडी फेकून देऊन नवी काडी चघळायला सुरुवात केली.

खाटेवर डॉन शांतपणे पडून होता. भोवती सारे पूर्वीसारखेच होते. समोरच्या

भिंतीवरील टवके जास्त मोठे दिसत होते आणि एका ठिकाणी लावलेले चित्र नाहीसे झाल्याने तेवढाच चौकोन मळक्या भिंतीवर कमी मळका दिसत होता, एवढाच बदल झाला होता. नाहीतर भिंतीवरचा आरसा देखील अगदी तसाच वाकड्या तऱ्हेने खिळ्याला अडकवला होता व छपरातून केंबळ्याच्या दोऱ्या उतरल्या होत्या. त्या ठिकाणी कसले चित्र होते हे डॉनने आठवण्याचा खूप प्रयत्न केला; पण काही केल्या ते ध्यानात येईना. उघडी खिडकी, तिच्यातून दिसणारे पेल्यासारखी फुले असणारे झुडूप आणि त्यामागे अद्याप न काळवंडलेले जांभळसर आकाश!

डॉनला एकदम हळवे वाटू लागले. याच घरात आपला जन्म झाला. आता याच भिंती जणू आपले थडगे होत आहेत. तेथून बाहेर पडताना समोर सर्व पृथ्वी मोकळी होती. नंतर छत्री मिटल्यासारखी झाली. परत येताना आयुष्य अंग चोरून गावाएवढे झाले. मग घराएवढे. आता तर या मळकट जुन्या खोलीएवढे. खोलीतल्या खाटेएवढे. नंतर काय होईल? ते नंतर आपल्या अंगाएवढे आकसून शेवटी ते जमिनीत सहा हात जागेत पडून राहील; पण ते देखील फार काळ टिकणार नाही. नंतर काही मुठी माती व मग सारे शून्य! प्रश्नचिन्हांचीच हाडे जोडून केलेला सांगाडा हळूच विसर्जित. सगळा ज्वर उतरून गेल्याप्रमाणे नंतर येणारे हे शून्य तसे काही वाईट नाही. त्यात कसली उत्तरे मिळतात म्हणून नव्हे, तर मग सगळेच प्रश्न विरून जातात म्हणून! मग कसलाच आग्रह नाही, अधीरपणा नाही. अखेर निरामय विश्रांती.

पण ते तरी खरे का? कशावरून? की केवळ सवय म्हणून थकलेले घोडे पुन्हा एकदा रखडत पुन्हा चालू लागणार?

डॉनला एकदम आपल्या घोड्याची आठवण झाली व तो कळवळला. तो क्षीणपणे म्हणाला, ''अरे सॅन्को, घोड्यापुढं काही खाणं टाक रे.''

डॉनच्या तोंडून कसलातरी आवाज झाला, त्याचे ओठ हलले म्हणून सॅन्कोने त्याच्याकडे वळून पाहिले; पण त्याला काही न समजल्यामुळे तो तसाच बसून राहिला.

आता आपण जाड अशी कात टाकून हळूहळू मोकळे होत आहो असे डॉनला वाटू लागले व चटकन उठून आपण खिडकीपाशी जावे अशी त्याला फार इच्छा झाली; पण मध्येच घुंगरांचा अस्पष्ट आवाज ऐकू येताच तो दचकला व खिडकीकडे निरखून पाहू लागला. आवाज जास्तच स्पष्ट होऊन खिडकीकडेच येत असल्याप्रमाणे वाटत होता. थोड्याच वेळात हातांत गज धरून बाहेर उभा असलेला वेडा त्याला दिसला.

''मला वाटलं होतं, मी जाण्यापूर्वी तू एकदा भेटतोस की नाही?'' डॉन हसून म्हणाला, ''पूर्वी तू अचानक भेटायचास ते रस्त्यावर. आता रस्त्यावर जायचे माझे दिवस तर संपून गेले. आता अंग देखील हलवता येत नाही...''

''नको, आता तू बाहेर येण्याची गरजच नाही,'' वेडा मान हलवत म्हणाला, तेव्हा त्याच्या उंच टोकदार टोपीचे घुंगूर पुन्हा किणकिणले. ''तुझी वेळ आली की मी तुला

अलगद उचलून नेईन. तोपर्यंत मी येथेच वाट पाहत थांबतो. मी तुला घेऊन गेलो की तेथे मात्र तुला जे भेटतील ते खरोखरच शत्रुसैनिक असतील. तू आपल्या तेजस्वी तलवारीनं त्यांचा निःपात करशील आणि नक्षत्राप्रमाणं रूपवती असलेली तुझी राजकन्या हिऱ्यावर किरण पडावा त्याप्रमाणं तुझ्याकडे पाहून कृतज्ञतेनं हसेल. अरे, निर्बुद्ध, जड जगाविषयी बदलती रूपकं करत राहण्यापेक्षा तुझ्या रूपकांप्रमाणं जर जग बदलत जाऊ लागलं तर तुला तरी जास्त काय हवं सांग.'' वेड्याने मध्येच हात उंचावला व बोटाने हवेत अर्धवर्तुळ काढले. तेव्हा तत्काळ त्या ठिकाणी झळझळीत सात रंगीत विजांचे इंद्रधनुष्य दिसले. डॉन खाटेवर कोपरे रुतवत विस्मयाने किंचित उठताच वेडा हसला व म्हणाला, ''पाहिलंस? मग तुला वाटेल, मला खुळ्यात काढणारी माणसं गेली खड्ड्यात! मी तर ऊन-पाऊस काही नसता आयुष्यात इंद्रधनुष्यं पाहिली आहेत!''

डॉन सारखा खिडकीकडे पाहत आहे हे सॅन्कोच्या ध्यानात आले. तेथून आत येणारा वारा बंद करण्यासाठी तो उठला. सॅन्को पुढे येताच वेडा झटकन झुडपाआड गेला. सॅन्कोने खिडकी बंद करण्यासाठी हात पुढे करताच डॉन आवाज ओढत म्हणाला, ''अरे, मला त्या वेड्याशी जरा बोलू दे. हे बघ माझं आता सगळं संपलं. मी उद्याचं ऊन पाहीन अशी देखील आता शाश्वती नाही. तेव्हा जो थोडा वेळ आहे तेवढा मला राहू देत.''

''वेडा, वेडा!'' कपाळावर हात मारून घेत वैतागाने सॅन्को म्हणाला, ''म्हणजे अजून त्यानं तुमची पाठ सोडली नाही तर! पूर्वी तुम्हांला दिसायचा तोच हा, की नवा ताजा काढलात हा एक दुसराच? लांब ठिगळांचा लांब झगा घातलेलाच?''

''होय, तोच.''

''डोक्यावर घुंगूर लावलेली उंच, टोकदार टोपी आहे, हातात घंटा लावलेली काठी आहे आणि बोटानं तो इंद्रधनुष्य काढतो तोच ना?''

''होय रे होय, तोच,'' डॉन समाधानाने म्हणाला; पण बोलताना तो विस्मयाने मध्येच थांबला. त्याने सॅन्कोकडे रोखून पाहिले व म्हटले, ''सॅन्को, त्या इंद्रधनुष्याविषयी मी तुला कधीही सांगितलं नव्हतं. मग तुला ते कसं माहीत झालं? म्हणजे तू देखील स्वतः त्याला पाहिलं आहेस. मग दरवेळी तू मला खुळ्यात का काढलंस?''

सॅन्को खिडकीपाशी तसाच थोडा वेळ न बोलता थांबला. आतल्या दारात एक स्त्री घुटमळत होती. तिकडे हात हलवून त्याने तिला हाकलले व दार लावून घेतले आणि तो डॉनसमोरच बसला.

''तुमच्यापासून आता काही लपवण्यात अर्थ नाही,'' तो म्हणाला, ''उद्याचं, परवाचं ऊन दिसणारच नाही असं नाही; पण आता तुमचे फार दिवस उरले नाहीत हे तुम्हांलाही माहीत आहे. मृत्यूच्या उंबऱ्याशी असलेला माणूस कधी खोटं बोलत नाही

असा एक समज आहे. ते खरंखोटं कुणास ठाऊक; पण असल्या माणसाशी मात्र खोटं बोलू नये एवढं मात्र मी मानतो. मला देखील तो वेडा खूप वर्षांपूर्वी एकदा दिसला होता. मी त्या वेळी एक अगदी हिरवट पोरगा होतो आणि त्यात खुळचट तर इतका, की काही चांगलं दिसलं की त्यावर गाणं रचून ते गात बसावं असं मला वाटे.

''एकदा काही जिप्सी रंगीत कारवांत बसून गावात आले व त्यांनी रात्रीसाठी तळ टाकला. रात्रभर त्यांची नृत्यं चालू होती. हिरवे-निळे, लाल-जांभळे हातरुमाल पाखरांप्रमाणं हवेत फडफडत राहिले. तारा ताणत तंतुवाद्यं रात्रभर रसरशीत बोलत राहिली आणि पितळी नख्यांच्या चुटक्या व टाचांच्या आवाजांचा ठेका यांचा नाद काळजात भरून राहिला. साऱ्या रात्रभर माझ्या रक्ताचं धुंद मद्य झालं होतं. त्यांच्यात काळ्या डोळ्यांची, काळ्याशार केसांची एक मुलगी होती. ती बोलली की झिंगलेले गाणे देखील फिके वाटे. ती नुसती चालली की तिच्या हालचालींत नृत्य दिसे.

''पहाटेला त्यांनी कारवे जोडले, केसाळ टापांचे घोडे रस्त्याला लागले आणि मी देखील कुणाला न सांगता त्यांच्यामागोमाग गेलो. मी दोन महिने त्यांच्याबरोबर भटकलो. त्या वेळी हा वेडा एकदा-दोनदा दिसला होता. त्यानं दुरूनच मला खूण केली होती. जिप्सी एका गावातून दुसऱ्या गावात जात होते. रात्री संगीत वाहत असे. एल्सा – त्या मुलीचं नाव एल्सा होतं हे मी सांगितलं का तुम्हांला? – अनेकदा माझ्याकडं पाहून हसत असे, मी दिलेली फुलं स्वीकारत असे. एकदा तर मी दिलेली अंगठी तिनं पूर्ण दिवसभर बोटावर ठेवली होती. एकदा मी दोन दिवस राबून तिचा कारवा रंगवून दिला तेव्हा तर तिनं माझी बोटं कुरवाळली होती. आशेचे हे धागे साठवून मी एक चित्र विणत होतो; पण अखेर मुखवटा काढण्याचा क्षण आला. रात्र अशी चांदणी होती, की खाली पडलेल्या पानांना वर जाऊन फांद्यांना पुन्हा चिकटण्याची इच्छा झाली असेल; फांद्यांनाच असलेल्या पानांना आपण फुलेच बनलो आहो असं वाटलं असेल. मी वसतीबाहेर फिरायला बाहेर पडलो. जरतारी पट्टीप्रमाणं वाटणारी नदी; आता आपणाला कुणाला काहीसुद्धा विचारायचं नाही असं दाखवणारी, स्वतःमध्येच रमून गेलेली शांत झाडं; सगळ्या मातीची कस्तुरी झाल्याप्रमाणं हवेत स्वच्छ तरुण, मांसल गंध!

''पण मध्येच एका झुडपाआड बोलणं ऐकू येताच मी थबकलो. त्यामागोमाग हसण्याची एक लकेर सुगंधी चांदण्यावर कट्यारीप्रमाणं सरकली. मला ते हसणं माहीत होतं. मी अगदी एकटा असतानाही मला ते सतत ऐकू येत असे. ते इतर कुणासाठी जरी असलं तरी दरवेळी त्यामुळे माझं मन थरकत असे. मी झुडपामधून पाहिलं. ती माझीच वाट पाहत नव्हती ना, मलाच पाहून ती हसली नाही ना, असा एक विचार माझ्या मनात येऊन गेला; पण त्या वेळी देखील मला तो अति धीट वाटला व मी तो झटकून टाकला.

''एका देखण्या, झगझगीत शर्ट घातलेल्या, गळ्याभोवती लाल हातरुमाल टाकलेल्या जिप्सीशेजारी एल्सा बसली होती. त्याने विचारलं, 'पण मग तुझ्या त्या

गावढळ प्रियकराचं काय?' त्यावर खाली पडूनपडून एल्सा हसली व म्हणाली, 'तो माझा प्रियकर? तू तरी मूर्खच आहेस. असल्या मातीच्या ढेकळावर बेडकी देखील थुंकणार नाही. अरे, तो घोडी सांभाळतो, कारवां धुतो. फुकट जर एक हरकाम्या मिळाला तर काय आम्हांला नको आहे होय? मी ज्यांच्याकडं पाहून हसते, ते जर सगळे माझे प्रियकर झाले, तर पन्नास गावं त्यांचीच होऊन बसतील! शिवाय यालाही काही मी कायम बाळगणार नाही. उद्या ही नदी ओलांडून आम्ही पलीकडं गेलो, की एक हट्ट आणि हाकलून द्या त्याला! मला नोकरांत देखील प्रियकरांप्रमाणंच नवे चेहरे आवडतात!'

''मला त्या वेळी सारं चांदणंच नासून मेल्यासारखं वाटलं. त्याच रात्री मी माझं लहानसं बोचकं उचलून निघालो; पण मी ज्याला दररोज खाणं देत असे ते कुत्रं काही केल्या माझी पाठ सोडेना. म्हणजे नको असलेली निष्ठा माझ्यामागं फरफटत येत होती आणि हवी असलेली निष्ठा माझ्यावर थुंकली होती. अखेर मी दोन दगड उचलले व त्यातील एक जोरानं त्याच्या डोक्यावर फेकला. अतिशय आश्चर्य वाटल्याप्रमाणं ते प्रथम थबकलं व पाहत राहिलं. मग विव्हळण्यासारखा लांब आवाज काढत ते मागंमागं सरकत निघून गेलं. त्या वेळी हा वेडा मला अखेरचा दिसला. मी दुसरा दगड फाडदिशी त्याच्या चेहऱ्यावर फेकताच तो नाहीसा झाला. तेव्हापासून माझ्यापुढं यायचं त्याला धैर्यच झालं नाही. तेव्हा मी मला मातीत राहायचं आहे हे ओळखलं आणि तिच्या धुळीत जे जगणार-वाचणार नाही ते सारं मी निश्चयानं बधिर करून टाकलं! मी घरी परतलो, गाढवासारखं राबलो आणि लग्न केलं. बायको चारचौघींत देखील उठावदार नाही. तिच्या कमरेवरच्या मांसाच्या घड्या दोन कमी असत्या तरी चाललं असतं. तिचे तळवे तर कासवाच्या पाठीसारखे आहेत. पण तिच्या बापाच्या पाचशे मेंढ्या आणि एक शेत होतं. विशेष आनंदाची गोष्ट म्हणजे त्याचं वय झालं होतं. आपणाला आईबापाची निवड करता येत नाही; पण बायकोच्या बाबतीत मात्र ती संधी मिळते. म्हणून बायको श्रीमंत बापाची एकुलती एक मुलगी निवडावी. जमिनीवरच उभं असलं की पडून आदळायची शक्यता फार कमी होते...''

इतके दिवस आपल्याबरोबर असलेला सॅन्को तो हाच की काय हे डॉनला समजेना. त्याने एक निःश्वास सोडला व म्हटले, ''पण तू शेवटपर्यंत माझ्याबरोबर राहिलास हे तुझे फार उपकार आहेत. माझे इतके अपमान झाले, माझी एवढी कुचेष्टा झाली; पण तुझी संगत सुटली नाही. आता मात्र माझी भूतसावली तुझ्याजवळून जाईल. मग तुझी भरभराट होईल. तसा तू शहाणा, शांत डोक्याचा आहेस. उद्या तू श्रीमंत होशील, गावचा एक आधारस्तंभ बनशील आणि माझ्याबरोबर तू भटकलास याबद्दल देखील तुला क्षमा करून लोक तुझं नाव आदरानं घेतील.''

''छे, यात काही अर्थ नाही,'' डॉनचे शब्द हाताने झिडकारून बाजूला सारीत

सॅन्को म्हणाला. ''मी तुमच्याबरोबर राहिलो यात माझा काडीचाही मोठेपणा नाही. माझ्या मनात आलं असतं तरी मला तुमच्यापासून तुटून राहता आलं नसतं. मालक, इतक्या दिवसांत एक गोष्ट तुमच्या ध्यानात आली नाही. मी कुणी परका नसून तुमचाच, मागं राहिलेला अर्धा भाग होतो. तुमच्याशिवाय मी जाणार कुठं? माझ्या गावरान आयुष्यात जे टिकणार नव्हतं ते सारं मी चिरडून टाकलं; पण ते सारं तुमच्या आयुष्यात तग धरून राहिलं, इतकंच नाही, तर त्यानं वाढण्याचाही प्रयत्न केला. तुमची जी कुचेष्टा झाली ती मला जाणवल्याखेरीज राहिली असेल का? मी माझ्या सगळ्या अंगाचं जाड कातडीचं मोठं आवाळू केलं नसतं तर तुमच्या जागी मी देखील दिसलो असतो. तुम्ही तर आम्हा सगळ्याच तरुणांचे बदलीबळी आहात. एखाद्या मेंढीवर आपली सारी पापं लादून तिला वाळवंटात सोडून देण्याची पद्धत पूर्वी कुठल्यातरी धर्मात होती ना, तसेच आम्ही सगळ्यांनी आमच्यात जे जे जिवंत होतं ते तुम्हाला अर्पण केलं. तुम्ही किती थोर आहात हे मी तुम्हांला यापूर्वी कधीच सांगितलं नाही, कारण ती देखील तुम्हांला एक कुचेष्टाच वाटली असती. पण तुम्ही आम्हा साऱ्यांचा वनवास भोगला, वणवण हिंडलात आणि आता या चार भिंतींत त्या साऱ्याची सांगता होणार. तुमची सावली अंगावर पडली तरी ताज्या मनाला अभिमान वाटावा असे तुम्ही – उलट, तुम्ही माझे आभार मानता!

''होय, होईन की, मी कुणीतरी चांगला दणदणीत आधारस्तंभ होईनही! उद्या मी माझं घर बांधीन, थोडे पैसे व्याजानं देईन; कुणास ठाऊक, उद्या मी या खेड्याचा मेयर देखील होईन. मग मी चर्चची डागडुजी करीन, एखादी नवी विहीर खोदून घेईन, भिकाऱ्यासाठी भिक्षाघर देखील मी उघडेन. पण तेवढ्यात अतिशय घाई करून हे भिकारी आपली प्रजा वाढवतील. मग आणखी एक विहीर, आणखी एक भिक्षाघर आणि आणखी एका आधारस्तंभाला काम! मालक, माझ्यासारख्या अंड फोडून घेतलेल्या मनाच्या माणसापुढं यापेक्षा कसलं निराळं भवितव्य असणार? जेथून नवे कोंब फुटतील त्या साऱ्या गाठी बुंध्यावरून छाटून टाकल्या की प्रत्येक झाडाचा एक प्रशस्त आधारस्तंभ होतो; पण एखाद्या आधारस्तंभाला कधी पालवी फुटलेली तुम्ही पाहिली आहे? वीज कोसळते ती देखील जिवंत झाड मिळालं नाही तर वठलेल्या झाडावर, जमीन सोडून वर निघालेल्या मनोऱ्यावर. ती आधारस्तंभांचा पत्ता विचारत भटकत राहिली आहे, असं तुम्हांला कधीतरी दिसलं आहे का? म्हणजे तुम्ही माझ्याविषयी जी आशा प्रकट केलीत ती तर आमची अटळ शिक्षाच आहे. लोकांनी तुमची छीःथूः केली याचं कारण म्हणजे तुम्ही त्यांच्याप्रमाणं चिखली मुखवटे न घालता स्वच्छ, सरळ जगण्याची ईर्ष्या बाळगलीत म्हणून; जे जगण्याचं त्यांना धैर्य नव्हतं, ते जगण्याचा तुम्ही प्रयत्न तरी केला; पोटावरच्या बेंबीचा बिनबाहुलीचा डोळा म्हणून उपयोग करत पोट पोसत-वाढवत मुरदाड आयुष्य न काढता खरे डोळे चेहऱ्यावर असतात याचं तुम्ही भान ठेवलंत, म्हणून. पण आता एक गोष्ट मात्र मी शपथेवर सांगतो, काळ जाईल, कधीतरी

तुमच्याविषयी लोकांना आत्मीयता वाटेल. मग कुणालातरी पुसटपणे माझं नाव देखील आठवेल. जर त्यानं त्या वेळी सहज जरी म्हटलं, की हा देखील, नुसता का होईना, त्यांच्याबरोबर होता, तर तेव्हा मला मातीत सहा फुटांखाली देखील समाधान वाटेल...''

डॉन मध्येच खळाळून हसला. सॅन्को आपल्या तंद्रीतून जागा झाला. बावरून डॉनजवळ आला. डॉनचा चेहरा राखेसारखा मळकट झाला होता. त्यात रेघोटी ओढावी त्याप्रमाणे हसून तो म्हणाला, ''सॅन्को, मी किती मूर्ख होतो हे आता मला स्वच्छ समजलं. मी घोड्यावर बसलो काय, चिलखत काय घातलं आणि योद्ध्याचा आव काय आणला! मी आपला एक साधा गावठी माणूस. दोनचार अक्षरं वाचायला येणारा, वीतभर कुवतीचा अगदी एक किरकोळ माणूस! पण मला कसला भ्रम झाला कुणास ठाऊक; असा अगदी वाहवत गेलो मी. पण आता मात्र ती भूतबाधा साफ उतरली बघ. आता माझ्यासाठी एक काम कर. माझ्यासाठी कुठंतरी लहान जागा शोधून ठेव. मला थोडं बरं वाटल्यावर मी गहू आणि जळाऊ लाकडाचं दुकान काढणार आहे. विशेषतः जळाऊ लाकडांत तर म्हणे नगाला नग फायदा असतो...''

सॅन्कोचा चेहरा एकदम उतरला. तो लगबगीने दाराजवळ गेला व त्याने खूण करून आतील स्त्रीला बोलावले. तो हलक्या आवाजात म्हणाला, ''आता फारशी आशा नाही. त्यांची शुद्ध पूर्णपणे गेली आहे. त्यांच्यासारखा माणूस इतरांप्रमाणं असं व्यवहारी, घोड्याची लीद पडत असल्याप्रमाणं शीःधप्प बोलू लागला की समजावं, सारं आता संपलं आहे!''

त्या स्त्रीने हात पुसण्यासाठी कमरेला बांधलेले कापड उचलले व ते डोळ्यांना लावत ती धडपडत आत गेली. सॅन्को हताश होऊन डॉनपाशी आला व खचून जाऊन न बोलता उभा राहिला.

डॉनचे डोळे निस्तेज होऊन सताड उघडे पडलेले पाहताच सॅन्कोने त्याच्या चेहऱ्याला स्पर्श करून पाहिले. तो चरकला व त्याने लगबगीने भिंतीवरील आरसा उचलून डॉनच्या चेहऱ्यापुढे धरला. काच स्वच्छ राहिली हे पाहून त्याचे हात गळून एकदम खाली आले. त्याने चादर उलगडली व ती डॉनच्या डोक्यापर्यंत ओढून त्याने डॉनच्या आयुष्यावर पडदा टाकला.

हलकेच दार लावून तो बाहेर आला तेव्हा न्हावी कट्ट्यावरच बसला होता. सॅन्कोला पाहताच तो उठला व जवळ आला. तो म्हणाला, ''तर काय सांगत होतो, तो लसूण-कांदेवाला फिलीप लग्न करून घ्यायला उठला आहे. मी त्याला सांगितलं, बाबा रे, एक लक्षात ठेव. लग्न करायचं असतं ते मुख्यत्वेकरून मुलीच्या बापाशीच करायचं असतं. तेव्हा आधी त्याची रोकड, सोनेनाणी बघून घे. मुलगी जर तरटात दाबून भरलेल्या कापूस पिंजाप्रमाणं असली तर बिघडली कुठं? आणखी तीसपस्तीस वर्षांनी

बायको कशी दिसेल याचं खरं चित्र जर आज दाखवलं तर झाडून सारे पुरुष लग्नाशिवाय राहतील. जे उद्या होणारच ते आजच तुझ्यासमोर येत आहे. म्हणजे इतरांप्रमाणं तुला धक्का बसण्याची देखील भीती नाही...''

न्हावी अनुभवाचे ज्ञान सांगत असता मध्येच बोलून अडवून त्याला कधीही थंबवायचे नसते, ही प्राचीन व पवित्र प्रथा सॅन्कोला माहीत असल्यामुळे काही न बोलता तो कट्ट्यावर मुकाट बसला.

परंतु कुणी ऐकत असो अगर नसो, न्हाव्याने आपले बोलणे कधीच थांबवायचे नसते, ही तितकीच प्राचीन व पवित्र प्रथा या न्हाव्यालाही माहीत असल्याने न वरमता तो पुढे म्हणाला, ''मी फिलीपला म्हटलं, अरे वेड्या! कालची सोन्याची पुतळी आज देखील त्याच खणखणीत नगद आवाजात बोलत राहते; पण कालची सौंदर्याची पुतळी आज गाडीच्या चाकाखाली सापडलेल्या डबड्यासारखी होते, आहेस कुठं? अरे, मूठभर गुलाबी पावडर आणि खोटे तीळ व भुवया रंगवायला थोडं काजळ एवढं साहित्य असलं की कुत्र्याला पाणी पिण्यासाठी ठेवलेल्या मडक्याला देखील महाराणीच्या चेहऱ्याप्रमाणं सजवता येतं. कसलं सौंदर्य नि काय!'' न्हाव्याने सॅन्कोकडे पाहत डोळे मिचकावले व म्हटले, ''सगळीच मांजरं अंधारात काळीच असतात. कसं म्हणतोस, सॅन्को?''

सॅन्को काही बोलला नाही; परंतु आता मात्र त्याने ओलावलेले डोळे लपवण्यासाठी तळव्यांनी आपला चेहरा झाकून घेतला.

सत्यकथा : ऑगस्ट १९७५

ल क्ष्मी

केसूभटाकडे आलेला माणूस तसाच निघून जाताच लक्ष्मीने एक हताश निःश्वास सोडला व नशीब आपले म्हणत कपाळाला हात लावला. केसूभट पाणी पिण्यासाठी आत आला व त्याने तांब्या तसाच उचलून दोन घोट घेतले. रुद्राक्ष हलल्याप्रमाणे त्याच्या गळ्याची गाठ वरखाली झाली. तांब्या खाली ठेवत तो म्हणाला, ''या केसूभटाला ही माणसं समजतात तरी कोण कुणास ठाऊक! मी साफ सांगितलं, पाच रुपये दक्षिणा पडेल. गोळाभर भात व वर एक पावलीची टिकली, यावर श्राद्ध करण्याचे दिवस संपले. मी अगदी उपाशी राहीन; पण गवत खाणार नाही.''

त्याचा सदरा अगदी मळका होता आणि धोतर तर तिने आजच सकाळी दोन ठिकाणी शिवून दिले होते. मागे तिला त्याच्या असल्या बोलण्याचा संताप येत असे; पण आता तिचे मन अगदी निबर होऊन गेले होते. एकदा घराची शाकारणी करत असता तो शिडीवरून घसरला, तेव्हा गुडघा सुजून तो अंथरुणावर महिना-दीड महिना पडून राहिला. त्या वेळी त्याला दोन्ही वेळा गरम भात, तूप, साबुदाणा, चहापाणी करताकरता ती अगदी हैराण झाली होती. माहेरहून आणलेली आईची एकुलती आठवण सोन्याचे फूल नाहीसे झाले. नंतर केसूभट गुडघा आखडून खरडत चालू लागला; पण तरी त्याला आता दोन्ही वेळा भात, चहा लागू लागलाच. एखाद्या वेळी समोर भात नसला तर काचेवर टवके उडतील अशा अभद्र शिव्या त्याच्या तोंडून बाहेर पडत. तो पडून होता त्या वेळी कधीतरी येणारी आमंत्रणे देखील बंद झाली होती. तरी त्याचे शब्द मात्र तसेच राहिले – उपाशी राहीन; पण गवत खाणार नाही!

तिला वाटले, तोंड बघा उपाशी राहणाऱ्याचे! आणखी एक तास झाला की पाटावर पठाण होऊन बसेल! पण ती काही बोलली नाही. ती देवळाला जायला उठली. तिने एका वाटीत थोडे तांदूळ घेतले, क्षणभर विचार करत त्यांच्याकडे पाहिले व मग त्यांतील अर्धे तांदूळ तिने परत डब्यात टाकले. लुगड्यावर समोरच येणारा दंड तिने काळजीपूर्वक घडी

घालून लपवला; पण दोनच दिवसांपूर्वी उंदराने कुरतडलेले भोक गुडघ्यावर येत होते, त्याबद्दल काही करताच येईना. असायचे दोन-चार कपडे; पण ते इकडेतिकडे खुंट्यावर टाकावे लागत. घरात एकुलते एक भिंतीतील कपाट; पण ते श्रीपादने मागेच आपल्या ताब्यात घेऊन कडीकुलूप घालून कायम बंद ठेवले होते. तिने गुडघ्यावरील छिद्र विसरण्याचा प्रयत्न केला व ती बाहेर आली.

कट्ट्यावर तीनही मुले बसली होती. ती सगळी धुळीत घोळून काढल्याप्रमाणे दिसत होती. कृष्णीचे केस तेलाचे बोट न लावल्यामुळे भिरकटले होते. या लुगड्यावर फार तर आणखी एक दंड खपू शकेल; पण मग मात्र त्यातून कृष्णीला एक परकर शिवायलाच हवा. पण तिला एकदम संताप आला व वाटले, मी हाडे झिजवत पाणी भरते, ज्यातला एक घास आपल्या पोटात जात नाही असले मसालेदार जेवण परक्यांच्या घरी उकडते; पण एकदाही स्वच्छ, नवे कपडे आपणाला मिळू नयेत, रात्रभर भुकेचीच स्वप्ने पडत राहणार नाहीत एवढे तरी अन्न मिळू नये, असे आपण केले आहे तरी काय?

ती बाहेर आली त्या वेळी तिघांपैकी कुणी तिच्याकडे वळूनही पाहिले नाही. श्रीपाद एका जुन्या चाकूने एक काठी तासून गुळगुळीत करत होता. गेले सातआठ दिवस तो घरी आला की हेच काम करत बसे. ती मळकट काठी आता स्वच्छ शुभ्र झाली होती व तळवा दुमडल्याप्रमाणे दिसणारी तिची मूठ ताठर दिसू लागली होती. श्रीपादला ती काठी केसूभटाला द्यायची होती. कृष्णी व नरसू शेजारीच बसून त्याच्या कामाकडे एकटक पाहत होती.

येईपर्यंत चूल पेटवून ठेव, असे श्रीपादला सांगण्याचे तिच्या मनात होते; पण त्याचा आखडलेला, गाठ मारून बंद केल्याप्रमाणे दिसणारा चेहरा पाहून तिचे शब्द तसेच राहिले. श्रीपाद दिवसभर हिंडून उदबत्त्या, पापड, काड्यांच्या पेट्या विकत असे. खरे म्हणजे आता शाळेत जायचे त्याचे वय; पण पिशवी काखेत अडकवून तळवे झिजवत तो गावभर भटके. आज तो परत आला तेव्हा चहासाठी म्हणून आत आला; पण घरी चहा नव्हता, कारण गूळ संपून गेला होता. त्याने इकडेतिकडे पाहिले व काही न विचारता, बोलता उभ्याउभ्याच पाणी पिऊन तो बाहेर येऊन बसला होता. तिला वाटले, आज का चहा नाही, एवढे तरी त्याने विचारायला हवे होते! हा सवतीचा मुलगा, नरसूहून पाचसहा वर्षांनीच मोठा. कदाचित तो आपलाच मुलगाही झाला असता; पण घरात तो न शिजलेल्या दाण्यासारखाच राहिला. तिने कितीदा तरी त्याला समोर बसवून समजावून सांगण्याची झाझात केली होती. अरे, मी का परकी आहे होय? येथे मी तुझ्या आईच्या जागी आले ते काय मोठ्या हौसेने? काकाने मला बोहल्यावर धाडले आणि मी इथे आले. तुझी आई जावी व मी येथे यावे, असा का मी कधी नवस केला होता? गोष्टी घडून जातात इतकेच. मी सावत्रआई होईन कशी? अरे, मला स्वतःला सावत्रआई होती, माहीत आहे?

परंतु श्रीपाद सारे ऐकून घेत असे व ओठ दाबून उठून जात असे. एकदा तर त्याने ती बोलायच्या आतच तिला थांबवले होते व म्हटले, "मी ते ऐकलं आहे हज्जारदा! आणखी कशाला पुन्हा तेच ते?"

त्या वेळी वैतागाने काडकन त्याच्या मुस्कटात द्यावी असे तिला वाटले होते; पण तिने स्वतःला सावरले होते. तेव्हापासून ती बोलली तरच तो बोलत असे, नाहीतर त्याने तिला घरातून पुसूनच टाकले होते. कधीतरी येताना तो जांभळे, एखादे केळे अगर निरनिराळ्या प्राण्यांची चित्रे असलेली नखाएवढी बिस्किटे आणत असे. तो ती मोठ्या प्रेमाने कृष्णी-नरसूला देत असे. दादांची वाटणी तो ते येताच त्यांच्या हातावर ठेवी; पण तिच्यासाठी मात्र एखादा तुकडा दुसऱ्या सोप्यात कुठेतरी ठेवत असे. त्याने आपल्या आईची दोन जुनेरी, पाने बोंदरी झालेली शिवलीलामृताची पोथी, फणेरी पेटी, तेलकट झालेला लाकडी करंडा आणि दोऱ्यासारख्या बारीक तारेची जोडवी अत्यंत व्यवस्थितपणे कपाटात ठेवली होती व त्याला एक लहान झगझगीत कुलूप घातले होते. तिला अनेकदा वाटे, आपल्यावर त्याचा हा असला मुरडशेंगेसारखा राग; पण कृष्णी-नरसू असल्याखेरीज त्याला जेवण जात नाही. कसला विलक्षण पोरगा आहे हा! त्याच्या हट्टी डोळ्यांमागे कसले विचार सतत चालले असतील?

त्याला काहीच न सांगता ती बाहेर पडली. ती जात असता आपण देखील बरोबर येतो असे कृष्णी किंवा नरसूने म्हटले नाही. दोघेही झाडणीच्या मुडग्याप्रमाणे गप्प बसून राहिली. आता तिला त्या गोष्टीची देखील सवय झाली होती. इतर आया बाहेर जात असता पोरे पदराशी झोंबत, येताना काहीतरी आणायला सांगत, काहीच नाही तर त्यांना मंगळून बशीभर पोहे-चुरमुरे तरी काढत. कसला तरी हट्ट धरून आपली पोरे अंगाशी आली आहेत, हे तर ती कधीच विसरून गेली होती. एकदा नरसूने सहलीला जायला एक आणा मागण्याचा हट्ट धरला होता, तेव्हा हताशपणे तिने त्याला थप्पड दिली होती. तेव्हापासून त्याने तिच्याकडे गुळाचा खडा देखील मागितला नव्हता. कृष्णीला एकदा गजगे हवे होते. प्रथम थोडे दिवस ती खडे गोळा करून खेळली. नंतर तिने तो खेळच सोडून दिला व इतर मुली खेळत असता ती बाजूला बसून नुसते पाहू लागली. तिला वाटले, ही मुले समजूतदार झाली नाहीत, ती वठली आहेत. बघताबघता ती वाढतील, जगतील, आपापल्या मार्गाने निघून जातील आणि मग आईने एकदा हे करून दिले होते, ते एकदा आणून दिले होते असल्या आपल्याविषयीच्या साध्या आठवणी देखील त्यांच्या आयुष्यात राहणार नाहीत. आणि तरी बाप मात्र उपाशी राहीन; पण गवत खाणार नाही असे ताठरपणे म्हणत राहतो!

हे घर इतके मानी झाले आहे, की आता आपणा कुणालाच स्वाभिमान उरला नाही!

ती बाहेर पडली. रस्त्यावरचे ऊन आता कमी झाले होते, तरी धूळ अद्याप उबदार होती व अनवाणी पावलांना ती सुखकारक वाटत होती. पण दुपारी पाणी, स्वयंपाक

आटोपून येताना हीच धूळ संतापल्यासारखी वाटे. दर पावलाला डाग बसे आणि घरी येईपर्यंत डोळे भगभगू लागत. आता थोड्याच वेळात उरलेले श्रांत ऊन देखील निघून जाईल आणि कपिलेश्वराच्या देवळापर्यंत जाईतो करकरीत सांज होईल.

आणि नेमक्या त्याच वेळी आपण प्रदक्षिणांसाठी देवळात असले पाहिजे.

कपिलेश्वराला जायचा आजचा दिवस शेवटचा आहे हे तिला आठवले व तिला थोडा उत्साह वाटला. देऊळ बरेच दूर होते आणि शेवटचे अंतर शेतांमधून जावे लागे. जरा अलीकडे वाटेत बैरागी मारुतीचे देऊळ लागे. गेले वीस दिवस ती जरी नेमाने त्यासमोरून जात होती, तरी त्या ठिकाणी येताच तिच्या अंगाचे पाणी होत असे. शेंदराने माखलेली चकचकीत अशी देवळातील पुरुषभर उंच मूर्ती वाटेवरूनही दिसे. आवारात राख फासलेले अनेक बैरागी धुनी पेटवून बसलेले दिसत. त्यांच्यासमोरून जाताना तिला नेहमी वाटे, आपण पुढे जाताच त्यातील एक बैरागी चटकन उठतो व आपल्या मागोमाग येतो. खरे म्हणजे ती जात असता सगळे बैरागी अंग न वळवता तिच्याकडे तिरप्या डोळ्यांनी पाहत व तिला विसरून जात. तरीसुद्धा कपिलेश्वराच्या देवळाजवळ जाईपर्यंत तिला मागे पावलांचा आवाज ऐकू येत असे.

कपिलेश्वराचे देऊळ अतिशय जुने व प्रचंड होते. मध्ये वाट टाकून पलीकडे मोठा, चौकोनी तलाव होता; पण त्यातील पाण्यावर कधी स्वच्छ जिवंत झळाळी दिसलीच नाही, कारण त्यावर सतत दाट हिरवा, पानवट तवंग दिसे. जाताना कुणी पोराने दगड मारला तर पाणी त्रस्त झाल्याप्रमाणे त्या ठिकाणी एक वाटोळा डोळा उघडे व पुन्हा त्यावर विशाल हिरवी पापणी पसरे. पलीकडे जरा अंतरावर गाडीतळ होता; पण गाडीवानांनी कधी तेथून बैलांसाठी पाणी नेले अगर पाय धुण्यासाठी कधी कुणी माणूस पायऱ्या उतरून खाली गेले, असे कधी घडत नसे. वर्षातून एकदा त्या ठिकाणी गर्दी जमे, गणपती पाण्यात बुडत आणि त्यांचे मेणाचे अलंकार नंतर पाण्यावर तरंगत. पण वर्षात त्या ठिकाणी हटकून दोनचार प्रेते फुगून वर येत. कुणी पाण्यात पडून मेले अशी बातमी गावात पसरली की न चुकता पहिला प्रश्न असे – कुठे? कपिलतीर्थात की काय? कुत्री-शेळ्या तर दर महिन्याला दिसत आणि माणसे तेथून जाताना वाटेच्या दुसऱ्या कडेने जात. त्या तलावाकडे पाहिले की तिला हटकून शाकंबरीचे देऊळ आणि तेथला तलाव आठवे. तेथील पाणी इरकली निळे लुगडे उन्हात पसरल्याप्रमाणे रेशमी निळे होते आणि त्यात मधूनमधून तबकावरून दिल्याप्रमाणे गोलसर पानांवर पांढऱ्या कमळांच्या बोंडूस कळ्या दिसत. त्यात अंग बुडवून बाहेर आले की अंगाची चाफेकळीच झाली आहे असे वाटू लागे.

कपिलेश्वराच्या पायऱ्या चढून आल्यावर आत एखाद्या पंजात सापडल्यासारखे वाटे. गाभाऱ्यात एक लाकडी समई होती. पिंडीवर कधीतरी बेल दिसे. पण ते कोण करते? समई कोण लावते? हे तिला कधी समजलेच नाही, कारण गेल्या वीस दिवसांत

तेथील ओलसर अंधारात कुणी भेटलेच नव्हते. तिला लहानपणापासूनच नेहमी एक गूढ वाटे. काही देवळे एकदम गजबजून जातात, तर काही अशी उदास एकाकी का बरे राहतात? कपिलेश्वराचे देऊळ तर लोकांनी झिडकारून दिल्यासारखे आहे, ते का? मग तसेच पाहिले तर काही आयुष्ये देखील तशीच रिती का राहतात?

परंतु कपिलेश्वराचे देऊळ असे रिकामे एकाकी आहे, म्हणून तर आपण येथे आलो हे ध्यानात येताच तिला कडवट गंमत वाटली. लग्नानंतर ती एकदाच देवळात आली होती. त्या वेळी प्रदक्षिणांसाठी ती तेथे पुन्हा येईल असे कुणी तिला सांगितले असते तर ते तिने अगदी अशक्य म्हणून झिडकारून टाकले असते.

महिन्यापूर्वी ती एकटीच घराच्या कट्ट्यावर बसली होती. तिचे अंग अगदी आंबून गेले होते व ते कुठेतरी फेकून द्यावे अशी पोतेरी भावना तिच्यात जागी झाली होती. रात्रभर कृष्णीचा ताप उतरला नव्हता आणि तिला तिच्याशेजारी अंग मोडून ताठर डोळ्यांनी बसून राहावे लागले होते. केसूभट गावातील निवडणूक की असलीच कसली गावगन्ना उठाठेव अंगावर घेऊन बाहेरगावी गेला होता आणि श्रीपाद तर दोन दिवस घरीच आला नव्हता. घरी बघावे तर चिवचिवणाऱ्या चिमणीच्या चोचीवर टाकायला एक दाणा नव्हता. नरसूचे उरलेल्या भाकरीवर कसेबसे भागले होते. तिने स्वतः गुळाचा खडा खाऊन पाणी पिऊन दिवस रेटला होता. आता कुठे कृष्णी ओसरली होती व झोपली होती. तेव्हा आतापर्यंत न जाणवलेला शीण एकदम तिच्या अंगावर उतरला होता व ती मुकाट बधिरपणे बसून होती.

घुंगरांचा आवाज जवळ आला व तिच्यासमोर थांबला. गंगू जोगतीण आली होती. तिने चिमूटभर हळद तिला दिली व ती तशीच उभी राहिली. लक्ष्मी तर विस्मयाने पाहतच राहिली. तिने गंगूला दारावरून जाताना अनेकदा पाहिले होते. वाटेत दिसलेल्या श्रीपादला तिने जातजात घुंगरांचा आवाज न तोडता एकदादोनदा हळद दिली होती; पण जोगव्यासाठी ती कधी या दारात थांबली नव्हती. गंगूच्या जटांचा पट्टा हातभर रुंद झाला होता आणि तो खाली भुईपर्यंत लांब होता. तिने त्याच्यासाठी कापडाची खोळ करून घेतली होती व तिचे टोक तिने खांद्याला बांधले होते. गंगू कधी तोंडाने जोगवा मागत नसे. हळदीची चिमूट देऊन ती थोडा वेळ थांबे आणि तेवढ्यात जर मूठभर तांदूळ आले नाहीत, तर ती घुंगूरपावली चालू लागे. आज अचानक गंगूला समोर पाहताच लक्ष्मी दचकली व तिला काय बोलावे हे समजेना; पण तिने लगेच स्वतःला सावरले व थोडे ओशाळून ती म्हणाली, ''मी काय जोगवा घालणार आज! तोंडात टाकून उपास मोडायला घरात एक दाणा नाही.'' पण हे बोलल्यावर मात्र ती स्वतःच भीक मागत असल्याप्रमाणे अगदी शरमून गेली.

गंगूने हातातील बुरडी खाली ठेवली व ती शेजारीच बसली. मान हलवत ती म्हणाली, ''होय, मी बघितलंय तुला. आज मी जोगव्यासाठी आले नाही, तर हे

द्यायला.'' तिने पिशवीतून तांदळाची एक लहान पिशवी काढून लक्ष्मीला दिली. हे जोगव्याचे तांदूळ नव्हेत. चांगले बाजारातले आहेत. नंतर कधीतरी परत कर, म्हणजे फिटलं. पण असं ठिगळाला ठिगळ लावून कुठपर्यंत ढकलणार तू?''

''माझं नशीब म्हणायचं! बरं, मी काम तरी कमी करते म्हणतेस, हाडं उगाळत सतत राबतेच नव्हे? झोप पुरी झाली म्हणून उठले, पोट भरलं म्हणून ताट सोडलं असं कधी आठवत नाही मला. पूजा केल्या, मंत्रपोथ्या झाल्या, उपास मागून घेतले, काही म्हणून करायचे ठेवले नाही देवादिक. आता फक्त सरळ काळजालाच बगाड लावून घ्यायचं उरलं आहे. त्या बिचाऱ्या देवाला माझी भाषाच समजत नाही की काय तोच जाणे!'' लक्ष्मी म्हणाली.

आताच प्रथम भेटलेल्या गंगूजवळ आपण एवढ्या जिव्हाळ्याने बोललो याचे तिचे तिलाच नवल वाटले; पण त्या बोलण्याने मन मात्र थोडे हलके झाले.

गंगूने क्षणभर तिच्याकडे पाहिले. ती म्हणाली, ''मी एक सांगू? करून बघ. गाऱ्हाणं घालून देव उठत नाही, तर चिडवून त्याला जागं कर. पण त्यासाठी तुला मन मात्र जात्यासारखं घट्ट करायला पाहिजे. झेपेल का तुला ते? कुठल्यातरी देवळात करकरीत सांजेला एकवीस दिवस दररोज एकवीस प्रदक्षिणा घालून बघ. मात्र या सगळ्या प्रदक्षिणा उलट्या घाल.''

''सगळंच करून भागले, तेवढं तरी का सोडायचं?'' निःश्वास सोडत लक्ष्मी म्हणाली.

चटईवर पडल्यापडल्या तिने दोन दिवस विचार केला होता. मग धैर्याने तो उपाय करून पाहण्याचे तिने ठरवले होते. संध्याकाळी ती गणपतीच्या देवळात गेली; पण तेथे तर मोहोळासारखी गर्दी होती. विठोबाच्या देवळात तिने एक प्रदक्षिणा केली असेल, तेव्हा पुजारी अंगावर धावून आला व रानवट बोलत त्याने तिला देवळाबाहेर हाकलले. दुर्गाईच्या देवळात तर पुजारीण हातात काठीच घेऊन मागे लागली व तिला तोंड झाकून परत येईपर्यंत पुरे झाले. पण या साऱ्यामुळेच तिची ईर्ष्या वाढली. तिला एकदम कपिलेश्वराचे देऊळ आठवले व त्याबरोबर भीतीने अंगही झरझरले. तिने नरसूला बरोबर येतोस का म्हणून विचारले, तर त्याने चक्क हट् म्हटले. शेवटी तिने वाटीत चार दाणे तांदूळ घेतले व स्वतःच ती धीटपणे गेली होती.

आज शेवटचा दिवस होता. या साऱ्याचे काही फळ पदरात पडेल असे तिला कधी वाटलेच नव्हते; पण हे एक देखील संपून जाणार म्हणून तिला मोकळे वाटत होते. तिने शेवटची प्रदक्षिणा पुरी केली. गाभाऱ्यासमोर उभे राहून तिने नमस्कार केला व पिंडीवर तांदूळ टाकून ती परतण्यासाठी वळली. तोच समोर काहीतरी मऊ अवजड पडल्याचा आवाज झाला व ती भीतीने गोठून पाहतच राहिली. छताजवळील तुळईवरून एक अजस्र अजगर खाली उतरत होता. हळूहळू त्याची उरलेली वेटोळी संथपणे उलगडली व

तो वळशावळशाने सगळ्या मंडपात पसरला. त्याचे तोंड सरकत पुढे आले आणि तिच्यापासून थोड्या अंतरावर येऊन थांबत त्यातील डोळे तिच्यावर स्थिर झाले.

ती जडपणे मागे सरकून कोपऱ्यात अंग चोरून उभी राहिली. आता तिचे पायच गेले. दरवाजापर्यंत जायचे म्हणजे निदान तीनचार वळसे तरी ओलांडून जावे लागणार होते. हळूहळू तिचे अंग वारुळासारखे झाले आणि थंड फरशीवर तिची पावले ओलीओली झाली. ती त्या डोळ्यांकडे पाहत किती तरी वेळ उभी होती कुणास ठाऊक. फरशीवर सगळीकडे काळ्या जरीकाठाप्रमाणे अजगराचे अंग दोन विती उंच पसरले होते; पण त्याच्यात कसलीच हालचाल नव्हती. आता एखादा कोहाळ्यासारखा राखीबैरागी आला तरी चालेल असे तिला फार वाटू लागले आणि भीतीने तिचे ओठ हलू लागले. तिने थरथरत हात जोडले व म्हणाली, ‘‘देवा, तूच वाचव मला यातून. घरी पोरं वाट बघत असतील. मरायचंच असलं तर असलं मरण तरी ओटीत टाकू नको. माझा अपराध झाला असला तर तो पोटात घाल. माझ्या पोरांना अनाथ करू नको. याला तू माघारी बोलव.’’

नंतरही तिचे ओठ सारखे थरथरत होते; पण थोड्या वेळाने ते आपोआप थांबले. अजगराचे डोळे अद्याप तसेच स्थिर निर्विकार होते. तिला वाटू लागले, आता निदान पहाट तरी लौकर व्हावी, दारातून सूर्यप्रकाशाचा भरजरी पदर आत यावा; पण भोवतालचा धुगधुग अंधार तसाच राहिला आणि सापाने आपल्या डोळ्यांनी काळच गोठून टाकल्याप्रमाणे वेळ जाताजाता जाईना. दरवाजाजवळील खिडकीपाशी पडलेल्या लहान खिंडारातून मधूनच वारा आत घुसत होता. तो तसा आला की गाभाऱ्यातील ज्योत अंग मुरडून इकडेतिकडे पाहत असल्याप्रमाणे हले व गुळगुळीत शिवलिंगावर पडलेला पुसट प्रकाश थोडा सरके.

नंतर अजगराच्या तोंडाची हालचाल झाली व तिचा जीव एकदम गोळा होऊन डोळ्यांत आला; पण त्याने अवजड अंग सावकाश मागे वळवले. त्याची हालचाल काळ्या लाटेने अंगभर पसरली व तो संथपणे खिडकीकडे सरकू लागला. तो खिडकीत चढून खिंडारातून बाहेर जाऊ लागताच सुटकेने तिचा स्वतःवरचा ताबा सुटला व ती एकदम हुंदके देऊ लागली. अंग ओढत अजगर वर चढू लागताच मंडप मोकळा होऊ लागला; पण त्याचा थोडा भागच बाहेर राहीपर्यंत तिचे पाय जिवंत झाले नाहीत. मग ती धावत सुटली व दरवाजाजवळ आली. आता अजगराचा दोन विती भागच बाहेर उरला होता. ती कृतज्ञतेने चिंब झाली व पुटपुटली, ‘‘माझ्यावर दया केलीस. मला भाऊ नाही; पण तू मिळालास. आता दर नागपंचमीला मी तुझी पूजा करीन.’’

आणि आवेगाने तिने उरलेल्या भागास हळूच स्पर्श केला.

नंतर काय झाले हे तिला प्रथम समजलेच नाही. अजगराचा स्पर्श केलेला भाग एकदम पिवळसर होऊन खाली पडला. तिची बोटे चेंगरली. कळवळत तिने पावले मागे

घेतली व काय पडले हे पाहण्यासाठी तिने तो तुकडा उचलला. त्या वजनदार पिवळसर रंगावरूनच तिने ओळखले व ती उद्गारली, ''सोने!'' तिने सोन्याचे कांड झटकन पदराखाली झाकले आणि अंगात वारे भरल्याप्रमाणे धावत ती घरी परतली.

तिने धाडकन दरवाजा उघडून लगेच पुन्हा लावला व ती तेथेच धापा टाकत उभी राहिली. घरी श्रीपादने दिवा लावलेला दिसत होता व मुले केसूभटाजवळ बसून काहीतरी ऐकत होती. ती आत येताच सगळ्यांनी फारशा उत्सुक नसलेल्या डोळ्यांनी तिच्याकडे पाहिले; पण ती आपल्यातच सुखावली होती. मंद घरगुती प्रकाश असलेला सोपा, तेथे बसलेली आपली मुले, आपले घर. हे सारे पुन्हा पाहताच अंगावरचे दाट काळे कवच उकलून पडल्यासारखे तिला वाटत होते आणि तिचा चेहरा सहजपणे हसरा झाला होता. पण केसूभटाने कपाळाला एक आठी घालत म्हटले, ''चांगल्या बायका दिवेलागणीनंतर इतका वेळ उंडरत फिरत नसतात. आणि जाताना नेलेली अल्मीनची वाटी कुठं आहे?''

फुंकर टाकल्याप्रमाणे तिचा आनंद धुरकटला आणि खरेच, ती वाटी देवळातच की वाटेत कुठे पडली कुणास ठाऊक! पण तिला थोडा रागही आला. ती पुढे झाली आणि हात नाचवत म्हणाली, ''मी काही तरवाळणीप्रमाणं भटकायला गेले नव्हते. गेले होते सगळ्या तुमच्याचसाठी. हे बघा –'' आणि तिने सोन्याचे कांड त्याच्यासमोर टाकले.

केसूभट चटकन उठला व जाजमावर बसत त्याने तो तुकडा उचलून पाहिला. पोरे देखील उत्सुकतेने पुढे कलली. ''सोनं? कुठं मिळालं तुला? कुठून आणलंस हे?'' केसूभटाने आधाशीपणाने विचारले, ''ये, इथं बैस पेटीवर आणि सांग बघू सगळं.''

पेटीवर बसताच तिला एकदम नवल वाटले. नवरा, पोरे उत्सुकतेने आपल्यासमोर बसली आहेत, श्रीपाद देखील आपले बोलणे ऐकायला नाखूष नाही, असे पूर्वी कधी घडले नव्हते. तिने कृष्णीच्या केसात हात फिरवत सगळी हकिकत सांगितली. ''पण अजगर समोर बघताच हाडांचं पाणीपाणी झालं. इथलं सगळं आठवलं आणि माझ्या डोळ्यांतील पाणी आवरेना. मोकळी सुटल्यावर कधी आयुष्यात घर पाहिलंच नव्हतं की काय, अशी धावत आले बघा इथं,'' ती आपल्यातच रमून सांगत होती.

''खरंच सोनं आहे ना हे?'' केसूभटाने पुन्हा निरखून पाहत म्हटले व तो जाजमावरून उठून सोप्यावरच येरझारा घालू लागला.

''दादा, म्हणजे आम्ही आता श्रीमंत झालो काय?'' नरसूने विचारले.

''हां, वर्ष दोन वर्ष तरी ददात नाही. दोन वेळा जेवण भरपूर मिळेल,'' केसूभट मध्येच थांबत म्हणाला. त्यावर श्रीपाद देखील थोडा हसला व पांगाऱ्याचे बी घासल्याप्रमाणे त्याच्या चेहऱ्यावर थोडी ऊब दिसली.

लक्ष्मीला मात्र थोडे हिरमुसल्यासारखे वाटले. एवढ्या मरणातून आपण सुटलो म्हणताच मुले सोने टाकून आपल्याला बिलगतील, नवरा निदान दोन शब्द तरी प्रेमळ बोलेल असे तिला फार वाटले होते.

"साप केवढा होता?" मध्येच केसूभटाने विचारले.

"केवढा काय, आपले दोन्ही सोपे भरतील, असला अभंड होता," आपला हिरमोड विसरून ती म्हणाली, "चांगला हातभर उंच होता. जमिनीवर वेटोळ्यांची भिंत उभी केल्याप्रमाणं पडला होता आणि त्याचे डोळे काळ्या शिंपल्यासारखे होते."

केसूभटाने थडाथडा कपाळावर हात मारून घेतला. "दैव देतं आणि कर्म नेतं, असली स्थिती म्हणायची; तुझा हातच पारोसा, त्याला तू तरी काय करणार म्हणा!" तो चिडून म्हणाला, "माझंही दळभद्र नशीब तसंच! देशपांड्यांची मुलगी पायानं अधू होती खरी; पण चांगले आठशे रुपये घवघवीत मिळाले असते; पण मला काय बुद्धी झाली कुणास ठाऊक! तूच पडणार होतीस ना गळ्यात! आणि तू तरी अशी काय तनमणी लागून गेली आहेस देव जाणे! सगळा अजगर समोर असता जर तू हात लावला असतास तर जन्माचं कल्याण होऊन गेलं असतं. लग्नात आलीस ते हातात फक्त एक नारळ घेऊन. तो नारळ तरी होता की नाही कुणास ठाऊक. दोन करवंट्या एकमेकींवर ठेवल्या असतीलही तू. एक तुला आणि एक मला! आता नशिबाचं घबाड समोर आलं होतं, तर तू मिळवलंस हे कांडकं! असलीच सगळी माणसं माझ्या वाट्याला का कशी आली?"

लक्ष्मी डोळे मोठे करीत अविश्वासाने ऐकत राहिली आणि हळूहळू तिच्यात आग पेटत चालली. "तुम्ही माणसं आहात की जनावरं आहात? दररोज रक्त जाळीत मी तुमची पोटं भरली. आज हज्जारदा मरून मी घरी सुखरूप परत आले याचं तुम्हांला काहीच सोयरसुतक नाही की काय? तुम्ही आयुष्यात मिळवलं नाही तेवढं मी प्राणपणानं घरी आणलं. आपल्या वाट्याला होतं, तेवढं आपल्या पदरात पडलं, तरी ओरडत राहणारी कसली कृतघ्न माणसं आहात तुम्ही?" ती म्हणाली.

तिच्या या आवेशाने केसूभट प्रथम दचकला, कारण हे त्याला नवीन होते; पण आता पोरे पाहत असता पड खाणे त्याला फार कमीपणाचे वाटले व त्याचाही आवाज चढला. "तर काय फार पराक्रम केलास. सगळ्या सापाला स्पर्श केला असतास तर पानमळे, ऊसमळे झाले असते, मी वाड्यासारखं घर बांधलं असतं; पण गाठ पडली ती तुझ्याशी! तुझ्या त्या कुबड्या थेरड्यानं तुला येथे ढकललं आणि आम्हांला भिकेला लावून स्वतः धर्मार्थ दवाखान्यात चचला. भिकाऱ्याप्रमाणं खैराती दवाखान्यात मरण! मानानं जगायला देखील पाठ ताठ असावी लागते. ती त्या कुबड्याला नव्हती. तुला तरी कुठली असणार!"

साऱ्या अंगभर धारदार अस्त्र फिरल्याप्रमाणे लक्ष्मी कळवळली व तिला दुःखाने थोडा वेळ बोलवेना. तिच्या काकाला अर्धांगाचा झटका आला होता; पण आपल्या डोळ्यांसमोर पोरीला डोक्यावर स्वतःचे छप्पर मिळावे म्हणून त्याने पाय रखडत पावले झिजवली आणि स्वतःचे गुंज न् गुंज सोने विकून तिला उजवून दिले. त्याला कपडे घालायला तासभर लागे; पण त्याने इतरांना अंगाला हात लावू दिला नाही, की

कपाळावर गंधाचा टिळा कधी कोणाकडून उगाळून घेतला नाही. पण मग उजवा हात गेल्यावर मात्र त्याला अन्न भरवावे लागू लागले. तेव्हा तो स्वतः दवाखान्यात गेला होता. त्याच्याविषयी तिला बातमी समजली आणि ती धावत गेली त्या वेळी सगळेच संपून गेलेले होते. तिला त्याला अखेरचे पाहायलाही मिळाले नाही. त्याची अखेरची भेट झाली होती ती तो लग्नानंतर परत जाताना. त्याला अगदीच बोलवेना. ओठ देखील डाव्या हाताप्रमाणे नुसते थरथरत राहिले होते. जुन्या सागवानी पेटीत जतन करून ठेवलेल्या वस्त्रासारखा तो माणूस, त्याचे नाव घेताना देखील नमस्कार करूनच ते उच्चारावे! केसूभटाचे शब्द ऐकून ती भडकली.

"कशाला घेता अभद्र तोंडानं त्या देवमाणसाचं नाव! पायांवर उभा होता तोपर्यंत त्यानं कधी दुसऱ्याचा मूठभर भात घेतला नाही, दुसऱ्यानं धुतलेलं वस्त्र वापरलं नाही. म्हणे मानानं जगायला पाठ ताठ असावी लागते! दुपार झाली की पाटावर ठाण मांडता तुम्ही. खात आहे ते अन्न कुठून येतं, कोण आणतं याची कधी तुम्हांला फिकीर वाटली नाही. दोन वेळची खाद बिनतक्रार येत असली की असल्या मस्तवाल गोष्टी सुचतात. मी सकाळ-संध्याकाळ राबते; पण येथे आल्यावर चटई जुनेरं याखेरीज कधी अंथरूण मिळालं नाही. मी जेवले खाल्ले याची कधी चौकशी करावी असं कुणाला वाटलं नाही. त्या माणसाच्या वाकलेल्या पाठीत तुमच्यापेक्षा जास्त मान होता." तिचा गळा एकदम दाटल्यामुळे शब्द थांबले; पण क्षोभाने ओठ मात्र थरथरत राहिले.

केसूभट ओरडला, "फार वेळा तू हे वर्म काढलंस, पुन्हा त्याचा उच्चार करू नकोस. यात तुझे उपकार काहीच नाहीत. खरोखर उपकार आहेत ते माझेच आहेत. मी तुला मंगळसूत्र बांधून उजळ तोंड दिलं. कुणास ठाऊक, खेड्यात आडमापानं वाढलेली तू बया, कुणाचा तरी उठवळ हात धरून मागं एक पोर देखील ठेवून आलेली असशील."

आता मात्र तिच्यात विषारी आग पेटल्याप्रमाणे झाले व ती निःसंग झाली. ती म्हणाली, "प्रेतावर माश्या बसतात, त्याप्रमाणं जगणारी तुम्ही माणसं. तुम्हांला दिसतो तो नुसता पैसा. तोच घ्या पोटात घालून पोट जाळायला." तिने आवेशाने सोन्याचे कांडे उचलले आणि जोराने केसूभटाकडे फेकले.

केसूभट फेऱ्या घालताघालता मध्येच थांबला होता. केव्हाही टाचेखाली दाबावी अशी वाटणारी बाई अशी पेटलेली पाहताच तो खिळल्यासारखा झाला. तिने तुकडा फेकताच तो भानावर आला व त्याने आघात चुकवण्यासाठी हात पुढे करून डोके खाली केले; पण तेवढ्यात तुकडा दड्डदिशी त्याच्या डोक्यावरच आदळला. त्याचे डोळे एकदम मोठे झाले व तोंड तसेच उघडे टाकून तो मागे भिंतीवर आदळला आणि घसरत येऊन तो जमिनीवर पडला.

लक्ष्मी एकदम शुद्धीवर आली व तिचे अंग एकदम सैल पडले. "देवा रे!" म्हणत

ती एकदम तिकडे धावली; पण आता उठून आलेल्या श्रीपादने तिला मागे ढकलले व तो केसूभटाजवळ आला. त्याने अवघडून जमिनीवर पडलेल्या केसूभटाला जमिनीवर सरळ झोपवले. आता त्याचे डोळे ओलसर डिंकगोळीप्रमाणे मळकट निर्जीव दिसत होते. श्वासही घरघरीत होत येत होता व रक्त डोक्याखाली ओघळू लागले होते. श्रीपादने झटकन नरसूच्या खांद्यावर हात मारला व म्हटले, "नरशा, पळ आणि केळकर डॉक्टरना जसेच्या तसे या म्हणून सांग. म्हणावं, दादा पडले आहेत. हां, आणखी काही बडबडू नको." त्याने सोन्याचे कांड उचलले व घाईने पेटीमागे टाकले. कृष्णी बावरून दुरूनच पाहत होती; पण रक्त पाहताच ती एकदम रडू लागली. श्रीपादने तिला बाजूला नेले व जाजमावर बसवत म्हटले, "गप्प बस इथं. दादांना काही झालं नाही आणि डॉक्टर येऊन जाईपर्यंत एक शब्द बोलायचा नाही, काय?"

नंतर त्याने तासून ठेवलेली काठी उचलली व ती उलटी धरून मूठ लक्ष्मीसमोर हलवत म्हटले, "डॉक्टर यायच्या आत तू येथून चालती हो. दादा यातून टिकतील की नाही कुणास ठाऊक. टिकले तर नरसू-कृष्णी त्यांच्याजवळ राहतील. नाहीतर उद्या संध्याकाळी मी त्यांना घरासमोर उभं करतो, तू त्यांना घेऊन जा. पण तू येथून चालती हो, नाहीतर मी तुझा जीव घेईन."

ती एकदम थिजल्याप्रमाणे पाहत राहिली. आता श्रीपाद एकदम थोराड वाटू लागला होता आणि त्याच्या चेहऱ्यावरील टरफल गळल्याप्रमाणे तो प्रथमच जिवंत, उकळत असल्याप्रमाणे दिसत होता. ओठ फाकवून एखादा साप बोलत असल्याप्रमाणे दिसणाऱ्या त्याच्या तोंडाकडे पाहताच तिला एकदम भीती वाटली. नंतर त्या चेहऱ्यावर काडकन प्रहार करावा असा विचार तिच्या मनात आला; पण केसूभटाकडे पाहत ती आतल्या सोप्यावर आली. तेथे दिवा नव्हता व चुलीतही निखारा नव्हता. तेथल्या भिंतीला टेकून उभी राहताना तिला वाटले, तो झाले तरी पोरगाच आहे, थोड्याच वेळात त्याची नशा उतरेलच की!

पण ती भावना फार वेळ टिकली नाही. कारण श्रीपाद तेथे आला व उंबऱ्याजवळ उभे राहून काठी हलवत म्हणाला, "अजूनही तू इथंच आहेस? चालती हो म्हटलं ना मी? तू आधीच या घरात यायला नको होतंस; पण आता तरी जर तू काळं केलं नाहीस तर मात्र आईची शपथ, मी तुझा जीव घेईन."

"पण मी जाऊ तरी कुठं?" तिने वैतागाने विचारले.

"जा, कुठंही मसणात," त्याने म्हटले व काठी उगारली.

तिने मागे सरकत दरवाजा उघडला. कृष्णी अद्याप रडत होती; पण ती उठून उंबऱ्याजवळ येऊन उभी राहिली होती. लक्ष्मीने झटकन पुढे होऊन तिच्या केसांवरून हात फिरवला व बरोबर घेऊन जाण्यासाठी तिचा हात धरला; पण कृष्णीने हात झटकन मागे घेतला व ती मागे सरकली.

आता मात्र पूर्ण झिडकारली गेल्याप्रमाणे लक्ष्मी अगदी निर्जीव झाली. भोवतालचे सगळेच एकदम परके झाले. आतापर्यंत घर असलेल्या भिंती मातीचे केवळ ढिगारे झाले. थोडी भांडी, दांडीवर टाकलेले अंग झाकण्यापुरतेच असलेले कपडे – घर उबदार करणारा पहिल्या सोप्यावरील प्रकाश देखील तिऱ्हाईत होऊन तो केवळ इतरांसाठीच प्रकाशत आहे असे तिला वाटू लागले. दररोज कुचंबलेले अंग चटईवर पसरताना आईप्रमाणे वाटणारी भुई देखील आता पावलांना थंड, बोचरी वाटू लागली.

ती बाहेर आली व क्षणभर रेंगाळली. अजूनही तिला आशा होती – सकाळी सारे उजळेल. डॉक्टर येऊन जातील, काळजी करण्याचे कारण नाही म्हणून सांगतील आणि कुणास ठाऊक, श्रीपाद देखील खालच्या मानेने क्षमा मागेल, तो एक आडदांड पण पोरच आहे.

पण त्या विचाराबरोबर ती विषण्णही झाली : असे झाले तरी त्यानंतर, त्या शब्दानंतर त्या घरात पूर्वीसारखे कधी राहता येईल? ते सोपे पुन्हा घर होतील का? या माणसांचे खरे चेहरे कधीतरी मनातून पुसून टाकता येतील का? आणि ती कृष्णी. एकदा नाळ तुटली, आता अजाणता का होईना आतडे तुटले. नंतर ती कशीही वागली, तर ती जखम आपण कशी विसरणार? हे सगळे कधी घडलेच नाही अशातऱ्हेने सारे विसरून जाण्याइतके मोठे मन आपल्यात नाहीच तर त्याला काय करणार?

माणसाप्रमाणेच अनेक वर्षे उभे असलेले घर देखील असे चटकन मरून जाऊ शकते ही जाणीव तिला अगदी नवीन होती.

तिला भ्रमिष्टासारखे वाटू लागले. आता रात्र झाली होती व उरलेली रात्र कुठे काढावी हे तिला समजेना. आता अवेळी तू येथे अशी का, असे कुणी सुद्धा विचारणार नाही, अशी एकच जागा तिला माहीत होती; पण पुन्हा कपिलेश्वराचे नाव घेताच ती थरकली. तिला ते भयाण क्षण आठवले. पण त्याच वेळी अजगर नाहीसा झाल्यावर मोकळा झालेला मंडपही आठवला. आताच तिला त्या गुळगुळीत फरशीवर निवांतपणे अंग टाकल्यासारखे वाटू लागले. तिच्या मनात एक बेदरकार विचार आला – आला तर येऊ दे पुन्हा अजगर. गिळून टाकले तर सुटेन तरी मी!

स्वतःशीच हरवून ती अंधारातून चालत होती. वाटेत बैरागी मारुतीचे देऊळ आले. तेथे येताच ती दचकून थांबली. दाटलेल्या अंधारामुळे आवारातील धुनी जास्तच जळजळीत लाल दिसत होत्या व काळ्या बैलावरील ताज्या जखमांप्रमाणे त्या दिसत होत्या. राखेने माखलेले बैरागी आता मांडी मोडून बसण्याऐवजी पाय दुमडून आडवे झाले होते; पण मारुतीची मूर्ती मात्र आतबाहेर तापल्याप्रमाणे लालभडक प्रकाशत होती. तिचा उगारलेला हात आपल्यासाठीच आहे की काय असे वाटून ती क्षणभर भेदरली व वेगाने पुढे सरकली. कपिलेश्वराच्या पायऱ्यांजवळ येताच मात्र तिचे आततायी धैर्य संपले व तिला आत जाववेना. खूप आत समईतील ज्योतीचे पिवळे बोट दिसत होते व तिचा

शिवलिंगावर पडलेला फिकट प्रकाश दिसत होता. सारे अगदी नीरव होते व खिडकीजवळील भोकातून वारा यायचा थांबल्याप्रमाणे ज्योत स्थिर होती. पण तिला आत पाऊल टाकवेना. अजगर गेलेला आपण प्रत्यक्ष पाहिला असला तरी तो अद्याप अदृश्यपणे तेथे आहेच ही कल्पना तिच्या मनातून जाईना. पण एवढ्यात तिच्या मनात एकदम इसाळ उसळला. तिने एक दगड उचलला व गाभाऱ्यात भिरकावण्यासाठी हात उंचावला. त्या पिंडीमुळे तर या साऱ्या यातना घडल्या, तो अजगर आला. नाहीतर एव्हाना दमलेल्या अंगाने अद्याप धारदार असलेली थोडी भूक ठेवून का होईना, चटईवर आडवे झालो असतो.

पण लगेच तिने हात खाली केला व दगड बोटातून सोडून दिला. कपिलेश्वराने काही अक्षता देऊन यायला आमंत्रण दिले नव्हते. आपण स्वतः येथे आलो, आपण स्वतः अजगराला स्पर्श केला. आपण भयानक रितीने साकडे घातले त्याच रितीने दान मिळाले! रेषा ओलांडली ती आपण! ती म्हणाली, ''माझी चूक झाली. माझा अपराध मोठ्या मनानं विसर. आता येथपर्यंत मला आणलंस, यापुढेही माझ्याकडे बघत राहा म्हणजे झालं.''

अतिशय गळून गेल्याप्रमाणे ती तेथेच मटकन बसली व तिने खांबाला डोके टेकले. केसूभट आता शुद्धीवर आला असेल, डॉक्टर येऊन गेला असेल; पण जाताना त्याने काय सांगितले असेल? कृष्णी आता पेंगत असेल. कारटीला झोपताना थोडा वेळ तरी थोपटावे लागे. आज ती तशीच झोपली असेल का? मग यापुढे तिला तशीच सवय होऊन जाईल? तिला एकदम नरसूची आठवण झाली व थोडा उत्साह वाटला. नरसू मात्र खात्रीने आपल्याबरोबर आज तरी आला असता! पण तिने स्वतःला कितीही बजावले तरी तिला त्याबद्दल विश्वासचा वाटेना. आला असता, की तोही कृष्णीप्रमाणेच? छट्, तो नक्की आला असता, आलाच असता; पण तो घरीच नव्हता. त्यामुळे ते निदान संदिग्ध राहिले याचे तिला बरेच वाटले. म्हणजे भोवतालचे घर व माणसे सरकून गेल्यावर तेथून निघताना एकंदरीने पदरात राहिले काय? तर ही असता-नसताची निर्णय न झाल्यामुळे तोंडवळाच न उमटलेली आतड्याची एक तिडीक – एवढेच!

ती बसली होती तेथून कपिलतीर्थाची रस्त्याकडेची भिंत अस्पष्ट पांढरी दिसत होती. तिला वाटले, तिच्यापलीकडे आहे तो हिरवाचार दाट तवंग. त्याखाली किती खोल कुणास ठाऊक, काळे पाणी. त्यात दगड टाकला, की त्या आकाराचाच डाग उमटतो, नंतर संथपणे तो नाहीसा होऊन हिरव्यातील काळे छिद्र बुजून जाते. हात बुडवला तर पाच बोटांचा आकार दिसेल. अंगच टाकले तर तीच आकृती हिरव्यात दिसेल. नंतर ती खूणही राहणार नाही. वर अंधार, खाली अंधारासारखे पाणी. वरून आत जायला बाजूला करावा लागतो तो केवळ हा मखमली हिरवा पडदा.

तिला जाग आली तेव्हा आपले डोके अवजड होऊन भणभणत आहे हे तिला

जाणवले. तिला भूकही लागली होती; पण तिला त्या भुकेचा एकदम रागही आला व तिला वाटले, ही सटवी भूक देखील कशी दैत्यासारखी आहे! कुणी मरत असले तरी हिचे पोट कुरतडणे थांबत नाही! तिने अवघडलेल्या मानेवर हात फिरवला व थंडगार वाऱ्यात पदर जास्तच लपेटून घेऊन ती पुन्हा खांबाला टेकून बसली.

आणि ती एकदम चमकल्यासारखी झाली.

तीर्थाच्या भिंतीवर बरीच माणसे बसल्याचे तिला स्पष्ट दिसत होते. या असल्या वाघूळ वेळी ती माणसे तेथे काय करीत असतील याचे तिला एकदम कुतूहल वाटले. ती उठली व थोडे पुढे गेली; पण मध्येच थांबून झर्रकन वळत तिने मागे पाहिले. पाठीमागून कुणीतरी येत असल्याप्रमाणे पावलांचा आवाज तिने ऐकला होता. परंतु मागे कुणी नव्हते. मंडपाच्या विस्तारानंतर गाभाऱ्यातून पिंडी मात्र तिने सांगितल्याप्रमाणे तिच्याकडेच बघत असल्याप्रमाणे दिसत होती इतकेच. ती पुन्हा वळली व अदृश्य धाग्याने ओढल्याप्रमाणे तीर्थाजवळ आली.

ती जवळ आली, तेव्हा तिला दिसले, की भिंतीवर स्त्रीपुरुष दोन्ही आहेत. तिला पाहताच पाठीत वाकलेली एक बाई पुढे आली व थकलेल्या सैल आवाजात म्हणाली, "ये ग, आम्ही कितीतरी वेळ तुझीच वाट पाहत होतो. तू उलट्या प्रदक्षिणा घालायला आलीस, तेव्हाच सगळ्यांना मी म्हटलं होतं, ही एक दिवस इकडं येणार. आता तू आलीस."

भारावल्याप्रमाणे लक्ष्मीने आपला हात त्या म्हातारीच्या हातात राहू दिला व ती तशीच ऐकू लागली. म्हातारी म्हणाली, "हे बघ, जायला आता वेळ फारच थोडा उरला आहे. तेव्हा तुझी एखादी इच्छा आहे की काय सांग. बघू, आम्हांला ती भागवता येते की काय."

लक्ष्मीच्या डोळ्यांपुढे प्रथम आले ते जेवण. ऊनऊन आणि अगदी खूषजीभ वासाचे. एकदा तरी अन्नाच्या भांड्यांकडे पाहत दोन घास ढकलून पोटाला फसवायला नको. नंतर तिला हवीशी वाटली जाड उबदार रगाखाली स्वच्छ अंथरुणावर घेतलेली निश्चिंत झोप. पूर्ण झोप. तेथून उठायचे म्हणजे वेळ संपला म्हणून नव्हे, तर झोप संपली म्हणून. पण तिने ती दोन्ही चित्रे बाजूला सारली. तिला एकदा वाटले, नरसूला भेटावे, पावसात एडक्याप्रमाणे भटकत जाऊ नकोस म्हणून त्याला बजावावे; पण हाही विचार तिने तत्काळ झिडकारला. तो हळवा फोड तसाच न फोडता राहू द्यावा. फोडून पाहून आणखी यातना नकोत. तो आला असता का? आलाच असता की कृष्णीप्रमाणेच...

तिला एकदम श्रीपादची आठवण झाली. सदोदित निर्विकार चेहरा ठेवून तिच्याशी पोरक्याप्रमाणे वागणारा श्रीपाद; पण त्याने आपल्या आईच्या विटलेल्या बांगड्या देखील कपाटात जपून ठेवल्या होत्या. पण हातात काठी घेऊन उभा राहताच त्याचा चेहरा संतापाने आवळला होता आणि डोळे कुचलीच्या बियांप्रमाणे विषारी द्वेषाने भरून

गेले होते. योगायोगानेच का होईना, आपण तिची जागा बळकावली याविषयीचा अंगार त्याच्यात स्पष्ट दिसत होता. इतकी वर्षे झाली; पण सतत साचत आलेला संताप त्या क्षणी उसळला होता. असा क्षणात झाड पेटल्याप्रमाणे वाटणारा द्वेष जिच्यातून निर्माण झाला, तसली विलक्षण ओढ त्याच्या मनात रुजविणारी, ती सतत जिवंत ठेवणारी ती त्याची आई कोण कशी होती याविषयी तिला एकदम उत्सुकता वाटली.

ती म्हणाली, "हे तुम्हांला शक्य होईल की नाही कुणास ठाऊक. ती मरून बरीच वर्षं झाली. मला माझ्या सवतीला एकदा पाहायचं भेटायचं होतं."

म्हातारीने आपले दोन्ही तळवे कमरेवर ठेवले व ती हसू लागली. "ती खरी कशी आहे हे तुला नंतर पाहायला मिळेलच की! पण याआधीच तू तिला भेटलीच आहेस. ती तुझ्याकडं गंगू जोगतिणीच्या रूपानं आली होती. इथं प्रत्येकाला कोणतंही रूप घेता येतं. काही दिवसांनी तुला देखील घेता येईल."

"म्हणजे त्या दिवशीची गंगू जोगतीण म्हणजे…" तिने जड आवाजात विचारले; पण तिचे शब्द अर्धेच राहिले.

म्हातारीने मान हलवली व म्हटले, "म्हणजे तुम्हांला तेथे भेटतात ती सगळीच माणसं खरोखर जिवंतच असतात, असं का तुला वाटतं? खुळीच आहेस." म्हातारी त्यावर थोडी हसली, भिंतीवर बसलेल्या एकदोन जणांच्या हसण्याचाही आवाज आला…

लक्ष्मीच्या अंगावरून झर्रदिशी काटा सरकला व तिला पूर्णपणे रिते झाल्यासारखे वाटले. ती भानावर आली, तेव्हा ती म्हातारीचा हात धरून तीर्थातील पायऱ्या उतरून खाली आली होती आणि तळव्यांना थंड पाण्याचा स्पर्श होत असलेली तिची पावले तो हिरवा पडदा बाजूला सारण्यासाठी त्याखाली सरकली होती.

दीपावली : दिवाळी १९७५

www.ingramcontent.com/pod-product-compliance
Lightning Source LLC
LaVergne TN
LVHW090053230825
819400LV00032B/696